ओरिजिनल्स

व्हॉर्टनमधील 'उच्च गुणवत्ता असलेला शिक्षक' म्हणून ॲडम ग्रँटचं सलग पाच वर्षं मूल्यमापन केलं गेलं आहे. जगातील अतिशय प्रभावी अशा पंचवीस व्यवस्थापकीय विचारवंतांमध्ये त्याची गणना केली जाते. तसंच उद्योगधंद्यातील जगभरच्या सर्वांत शंभर सर्जनशील अशा *फास्ट कंपनीतील* एक, म्हणून त्याला मानलं जातं. *गिव्ह ॲन्ड टेक* हे त्याचं पहिलं पुस्तक *न्यू यॉर्क टाइम्सनं* बेस्ट सेलर म्हणून घोषित केलं होतं. त्या पुस्तकाचे २७ भाषांत अनुवाद झाले. ॲमेझॉन, ॲपल, *फायनान्शिअल टाइम्स, वॉल स्ट्रीट जर्नल* यांनी '२०१३ सालचं उत्कृष्ट पुस्तक' असा त्याचा गौरव केला. त्याचप्रमाणं *ओप्रानं* 'वाचकांना खिळवून ठेवणारं पुस्तक' असं त्याचं वर्णन केलं होतं. *फॉर्च्युन* कंपनीच्या लोकांनी उद्योगविषयक पुस्तकं, *हार्वर्ड बिझनेस रिव्ह्यूजमधील* व्यवस्थापनाला आकार देणाऱ्या कल्पना वाचल्याच पाहिजेत. त्याचबरोबर द *वॉशिंग्टन पोस्टमध्ये* सुचवलेली पुस्तकंही कंपनीच्या प्रमुखांनी वाचलीच पाहिजेत. २०१६ साली जन्मजात विचारवंतांच्या चकित करणाऱ्या सवयींवरील त्याच्या टेड *टॉकनंतर* श्रोत्यांनी उभं राहून त्याला दाद दिली आणि पहिल्या पाच दिवसांतच एक दशलक्ष लोकांनी त्यावर भाष्य केलं. त्याच्याशी संवाद साधणाऱ्या व त्याचा सल्ला घेणाऱ्या ग्राहकात गुगल, फेसबुक, एनबीए, जॉन्सन अँड जॉन्सन, गोल्डमन सॅक, डिस्ने पिक्सर, अमेरिकेचं लष्कर व नौदल आणि जागतिक आर्थिक व्यासपीठ यांचा समावेश होतो. या सर्व ठिकाणी तो जागतिक स्तरावरील तरुण नेता म्हणून ओळखला जातो. न्यू यॉर्क टाइम्ससाठी मनोविज्ञानावरील लेख लिहिण्याचं व संपादनाचं कार्यही तो करतो. ॲडम ग्रँटनं हार्वर्डमधून बी.ए.ची पदवी आणि मिसिगन विद्यापीठातून पीएच.डी पदवी प्राप्त केली. ऐन विशीतच व्हॉर्टन येथे ज्या ज्या वर्गाला त्यानं शिकवलं, त्या त्या प्रत्येक वर्गाकडून त्याला अध्यापनातील प्रावीण्याबद्दल पारितोषिक मिळालं. तो पूर्वी जादूगार होता आणि ऑलिम्पिकमधील स्प्रिंग बोवरून सूर मारणारा ज्यूनिअर खेळाडूही होता.

पुस्तक प्रशंसा

 # ''न्यू यॉर्क टाइम्सच्या बेस्ट सेलर यादीत समाविष्ट पुस्तक.''
• सर रिचर्ड ब्रॅन्सननं आयुष्यभर वाचलेल्या ६५ पुस्तकांपैकी एक पुस्तक.
• टुडे आणि एनपीआरच्या मार्केट प्लेसमध्ये तसंच साप्ताहिक आवृत्तीत समाविष्ट पुस्तक.

''ओरिजिनल्स वाचताना जणूकाही अ‍ॅडम ग्रँटच्या समोर बसून रात्रीच्या मेजवानीचा आस्वाद घेत असल्यासारखं मला वाटलं. जगाकडं आश्चर्यकारक व परिपूर्ण मर्मदृष्टीनं पाहायला शिकवणाऱ्या माझ्या आवडत्या विचारवंताचं हे पुस्तक आहे.''

–माल्कम ग्लॅडवेल, *आउटलायर्स* आणि द *टिपिंग पॉइंट* या पुस्तकांचा व *#1 न्यू यॉर्क टाइम्सच्या* सर्वाधिक खपाच्या पुस्तकांचा लेखक.

''मी वाचलेल्या पुस्तकांपैकी हे एक अतिशय महत्त्वाचं आणि खिळवून ठेवणारं पुस्तक आहे. हे पुस्तक प्रभावी व चकित करणाऱ्या कल्पनांनी भरलेलं आहे. ह्या पुस्तकाच्या वाचनानं केवळ जगाकडं बघण्याचा तुमचा दृष्टिकोन बदलतो असं नाही, तर तुमच्या जीवनशैलीतही बदल होतो. तसंच, ते तुम्हाला तुमच्या सभोवतालच्या जगाचं परिवर्तन करण्यासाठी प्रेरणा देतं.''

–शेरील सँडबर्ग, फेसबुकच्या प्रमुख कार्यकारी अधिकारी, *#1 न्यू यॉर्क टाइम्सच्या* अधिक खपाच्या यादीतील *लीन इन* या पुस्तकाच्या लेखिका.

''हे अनोखं व अफाट करमणूक करणारं पुस्तक अडथळ्यांच्या जगावर नवा प्रकाश टाकतं. अर्थपूर्ण फरक घडवण्यासाठी काय करावं लागतं? आणि ह्या मर्मदृष्टीचा वापर तुम्हाला जीवनात करता येणं शक्य आहे का? यशोगाथांच्या मिथकांचा दंभस्फोट करून यशाच्या दीर्घकालीन विश्वासाच्या प्रक्रियेला आव्हान देता येईल का? आणि अभिकर्त्यांमधील गूढ परिवर्तनाच्या समानतेचा शोध घेता येईल का? जगात जिथं कुठं तुम्ही असाल तिथं असं प्रभावी परिप्रेक्ष्य अ‍ॅडम ग्रँट पुरवतोच व आपल्यातील सुप्त सामर्थ्यालाही पूर्णपणं विचार करायला लावतो.''

–जे. जे. अब्राम्स, *स्टार वॉर्सचा* संचालक, द *फोर्स अवेकन्सचा* सहनिर्माता आणि *लॉस्टचा* कार्यकारी निर्माता, व 'बॅड रोबो'चा सहसंस्थापक

''विमानसेवा ते आगगाड्या, संगीत ते भ्रमणध्वनी आणि आता अंतराळाला गवसणी, असे हजारो उद्योगधंदे सुरू करताना जगाकडं वेगळ्या दृष्टीनं पाहता येतं हे पटवून देणं हे माझं सर्वांत मोठं आव्हान तसंच यशही होतं. हे सारं कसं करता येऊ शकतं ते *ओरिजिनल्स* हे पुस्तक स्पष्ट करतं आणि सर्जनशीलता व परिवर्तन यासाठी तुम्हाला प्रेरणा देतं.''

–सर रिचर्ड ब्रॅन्सन, द *व्हर्जिन ग्रूपचा* संस्थापक

'''ओरिजिनल्स' हे आकर्षित करणारं व डोळ्यात अंजन घालणारं वाचनीय पुस्तक आहे. हे पुस्तक तुमच्या असाधारण गुणवैशिष्ट्यांची ओळख तर करून देईलच; शिवाय, पारंपरिक शहाणपणाला आव्हान देण्याचं सामर्थ्यही त्यातून तुम्हाला प्राप्त होईल. चकित करणाऱ्या आणि खिळवून ठेवणाऱ्या कथांद्वारे ॲडम ग्रँट नव्या कल्पनांवर कसं स्वार व्हावं हे कुशलतेनं दाखवतो. आपल्याला मागे खेचणाऱ्या प्रचलित मिथकांची मोडतोड करतो आणि आपली आयुष्यंच नव्हे तर आपलं जगही बदलतो.''

–अरियाना हफिंग्टन, द *हफिंग्टन पोस्टची* सहसंस्थापक तसंच *थ्राइवची* लेखिका

''एखादी नवी गोष्ट शिकण्याचा प्रयत्न करण्यापूर्वी जुन्या सर्व बाबी शिकल्याच पाहिजेत असं काही वेळा वाटतं; पण तसं नसतं, हे दाखवण्याचं मोठं कार्य ॲडम ग्रँटनं केलं आहे. आपण नशीबवान म्हणून असा मार्गदर्शक आपल्याला लाभला.''

–पीटर थील, पे पाल आणि पॅलनतीर यांचा सहसंस्थापक व
झिरो टू वन या पुस्तकाचा लेखक

''ॲडम ग्रँट हा गंभीर प्रकृतीचा समाजवैज्ञानिक असून गोष्टी सांगण्यात त्याचा हातखंडा आहे. तो आशावादी आहे व लोकांना आशावादी बनवणारा आहे... *ओरिजिनल्सच्या* गाभ्याशी असणारी विरोधी अंत:प्रेरणेची मर्मदृष्टी, यश मिळवण्याचे पारंपरिक प्रकार सामाजिकदृष्ट्या कमी उपयोगाचे आहेत, हे दाखवण्यासाठी केवळ सांगितलेले नाहीत. 'पर्यायी' सर्जनशीलता शिकवता येते व तिला प्रोत्साहनही देता येतं, हे सांगण्याचा त्याचा प्रयत्न आहे. या पुस्तकाचा मूळ हेतू आपल्यातील अव्यक्त सर्जनशीलतेला व्यक्त होण्यासाठी व्यावहारिक उपकरणं पुरवणं हा आहे. ह्या बाबी केवळ स्वत:च्या सुधारणेसाठी नसून आपलं घर व कामाच्या ठिकाणी आपण 'मौलिकतेची संस्कृती' कशी उभारू शकतो हे सांगण्यासाठीही आहेत... *ओरिजिनल्स* हे पुस्तक ताज्या मर्मदृष्टीनं भरलेलं आहे. त्यामध्ये आपल्या वैयक्तिक व व्यावसायिक जीवनासाठी महत्त्वाच्या असणाऱ्या विषयांचा विस्तृत खजिना आहे.

श्री. ग्रँट यांच्यात परिचित विषयाचं सखोल ज्ञान देण्याची अद्भुत क्षमता आहे. परिणामी, ते वाचकाला आशावादी व काहीसे उल्लसित करतात.''

–जोनाथन ए.नी., द *न्यू यॉर्क टाइम्स*

''विशिष्ट प्रकारच्या वर्तनाचा आपण नैतिकदृष्ट्या तिटकारा करतो. त्याची भरपाई करणं हा ग्रँटच्या पुस्तकाचा एक मजेशीर भाग आहे... हे पुस्तक संघटित क्षेत्रातील परंपरेपासून आपल्याला अचानक दुसरीकडं वळवतं.''

–क्लाइव्ह थॉम्पसन, द *न्यू यॉर्क टाइम्स बुक रिव्ह्यू*

''हटके कल्पना सुचणाऱ्यांना त्या कशा सुचतात ह्याचा ग्रँटनं अभ्यास केला. ह्या अभ्यासाच्या प्रक्रियेत एखाद्या क्षेत्रात नवा मार्ग शोधणारे आमूलाग्र फरकाची खूप मोठी जोखीम झिडकारतात – दूर सारतात.(अनेकदा असे लोक आपला दिवसभराचा व्यवसाय वा नोकरी सांभाळून उरलेल्या वेळात नव्या मार्गावरून वाटचाल करतात.) आपले ग्राहक हाच आपल्या कल्पनांचा स्रोत असतो ही कल्पनाही ग्रँट मोडीत काढतो. (ते खरं म्हणजे आपले समवयस्क असतात) तसंच तो वचनबद्ध संघटित क्षेत्रातील संस्कृतीबाबतच्या सुप्त, पण जबरदस्त तोट्यांकडंही इशारा करतो. त्याचबरोबर पुराव्याच्या दृष्टिकोनावर आधारित असं आपल्या खास चिन्हासह पुस्तक तो बाजारात दाखल करतो. पुस्तकाच्या भारदस्तपणाला कुठेही बाधा येऊ न देता पानापानांतून ग्रँट 'समाज वैज्ञानिक' अशी स्वतःची ओळख करून देतो.''

–जेना मॅक ग्रेगॉर, द *वॉशिंग्टन पोस्ट*

''एकामागोमाग एक अशा अफलातून कल्पना विचारमंथनातून पुढं ठेवणारे जनरीतीला अनुसरून न वागणारे सर्वच नवनिर्माते धीट, जोखीम पत्करणारे तरुण असतात या कल्पनेवरच ग्रँट प्रहार करतो... मानवांमध्ये आपणहून सुधारणा घडवून आणण्यासाठी व त्यांच्या संघटनामध्येही सुधारणा करण्यासाठी असलेल्या सुप्त शक्तीबद्दल ग्रँट खूपच आशावादी आहे. तसंच पारंपरिक प्रबोधनाच्या 'जैसे थे' स्थितीला आव्हान देण्याची त्याची इच्छाशक्ती प्रबळ आहे. तो खरोखरच मौलिक विचारवंत आहे. हे पुस्तक त्याच्या या गौरवात भरच घालील. पुराव्यावर आधारित व्यवस्थापनाचं समर्थन करून व अनेकदा अडचणीच्या वाटणाऱ्या सांस्कृतिक समस्यांची उत्तरं शोधणाऱ्यांना ग्रँट अधिक वैज्ञानिक पद्धतींकडं वळवतो. यातून तो एक अधिक मौल्यवान वारशाची उभारणी करतो.''

–अँड्र्यू हिल, द *फायनान्शिअल टाइम्स*

''स्टीव्ह जॉब्सच्या यशाप्रमाणं ग्रँटच्या कल्पना चंद्रावर पोहोचण्यासाठी सूर मारल्यासारख्या अफलातून असतात. त्याच्या अनेक निष्पत्ती प्रतिअंतःप्रेरणादायी असून त्या सखोल संशोधनावर आधारित असतात... अतिशय यशस्वी उद्योजक आपल्या पोटापाण्याचा व्यवसाय चालू ठेवून, सुरू करायच्या उद्योगातील व आखलेल्या योजनेतील सर्व खाचाखोचांची सोडवणूक कशी करायची, ते ध्यानात येईपर्यंत आपली नोकरी सोडत नाहीत. या पुस्तकातली विचार करायला लावणारी आणखी एक महत्त्वाची गोष्ट म्हणजे दिरंगाई करण्यालाही महत्त्व असतं ही बाब त्यानं ठसवली आहे. (ही खरोखरच उत्कृष्ट बाब होती.)''

–अँड्र्यू रॉस सॉरकिन, *द न्यू यॉर्क टाइम्स डील बुक*

'*ओरिजिनल्स* ह्या पुस्तकानं उद्योजकांना जे वाचायला हवं होतं ते मिळालं. त्यांना अधिक यशस्वी होण्यासाठी पुराव्यावर आधारित उत्तम प्रात्यक्षिकं त्यानं सादर केली. मात्र त्याचबरोबर, त्यानं वाचकांना कोपरखळी मारून धैर्य, औदार्य आणि शोधक वृत्तीकडं वळवलं. शब्द पाळणं हा चांगला परिणाम असतो. योग्य वेळी पैसे फेडणं बरं असतं. ग्रँट ह्या व्हॉर्टनच्या प्राध्यापकाकडं हे सगळं होतं. मानसिक-सामाजिक व्यवस्थापन प्रकारातली त्याची पुस्तकं केवळ उत्तम संशोधनावर आधारित नव्हती, तर मानवाशी संबंधित होती. सर्जनशीलतेच्या उपकरणांच्या परिणामकारकतेत त्याला अजिबात रस नव्हता. (ब्रेनस्टॉर्मिंग : फ्रेंड ऑर फो) उलट, विविध विचारवंतांना प्रेरित करणं आणि त्यांनी मांडलेल्या विविध विचारांसाठी जग सुरक्षित ठेवणं हे त्याला अपेक्षित होतं. मौलिक बनण्यासाठी केवळ नव्या कल्पना असून भागत नाही; तर, त्या कल्पना विस्तृत जगात साशंकता, अनाकलन आणि प्रक्रियेतील संपूर्ण विरोधाशी लढताना कुशलतेनं वापरता यायला हव्यात... जे मौलिक बनले आहेत त्यांना किंवा मौलिकतेकडे वाटचाल करणाऱ्यांना अथवा त्यांना दडपून टाकणाऱ्यांना हे पुस्तक सर्वांना एकाच फूटपट्टीनं मोजते... संशोधन तज्ज्ञ ग्रँट पारंपरिक शहाणपणावर व्यावहारिकतेचा वापर बंदुकीच्या गोळीच्या भडिमारासारखा करतो तेव्हा त्याचं लेखन अधिक आकर्षक व मनाला आनंद देणारं असतं. त्यानं केलेला ब्रोमाइडचा उल्लेख सर्वाधिक समाधान देणारा आहे. 'वुई हायर फॉर कल्चरल फिट' त्याचं भाषांतर साधारणतः पुढीलप्रमाणं होईल – 'आम्ही आमच्यासारखेच लोक भाड्यानं घेतो.' ग्रँट लिहितो, ''जेव्हा कंपनी लोकांना आकृष्ट करते, त्यांची निवड करते त्यांचं सामाजिकीकरण करते आणि समान असलेल्यांना ठेवून घेते तेव्हा विचार आणि मूल्यांमधली विविधता प्रभावीपणं उखडून टाकली जाते.''

–लेह बुचनान, *आयएनसी*

"सर्वसामान्य वाचकवर्गात विद्याक्षेत्रातून आलेल्या लेखकांचं मोठ्या प्रमाणावर स्वागत होत आहे. वर्गासमोर उभं राहून शिकवण्यात वेळ घालवणाऱ्या लेखकांना बेस्ट सेलरच्या यादीत जागा मिळू लागली. डॅनियल कानमेनच्या परंपरेला जागणारा ॲडम ग्रँट व्हॉर्टनमधील विद्यार्थ्यांच्या लाडक्या प्राध्यापकांपैकी एक होता. त्याचं *ओरिजिनल्स* हे पुस्तक नवनिर्माते जगाकडं कसं वेगळ्या दृष्टीनं पाहतात आणि आपल्या यशात इतरांना कसं सामील करून घेतात हे दाखवून देतं... विविध कंपन्यांमध्ये (डिस्ने, यूएन, एनएफएल, गोल्डमन साक) त्यानं बजावलेल्या सल्लागाराच्या भूमिकेनं त्याला अनोखी मर्मदृष्टी बहाल केली. *ओरिजिनल्समध्ये* तिचं ठायीठायी दर्शन घडतं."

–ब्रॉड ऑरबाक, *फोर्ब्स*

"ग्रँटनं अगदी अलीकडं अमेरिकाभरच्या अनेक कंपन्यांच्या माहितीची यादी वाचायला हवी या सदरात घातली आहे. *ओरिजिनल्समध्ये* हा तरुण प्राध्यापक (त्याला व्हॉर्टन स्कूल ऑफ बिझनेसमध्ये पूर्ण वेळेची नोकरी ऐन विशीतच मिळाली होती.) 'प्रगतिशील कल्पनांचं मोकळेपणानं स्वागत करणं ही कोणत्याही क्षेत्राची गुरुकिल्ली असते', असा युक्तिवाद करतो. मग ते क्षेत्र उद्योग, कला, खेळ वा राजकारण असो. प्रवाहाविरुद्ध जाणाऱ्या त्या त्या संस्थेतील लोकांच्या कथांनाही कंपनीच्या भल्यासाठी काम करा असा सल्ला मिळणं स्वाभाविक असतं. असे लोकही आपल्या निवेदनाद्वारा अधिक समृद्ध मर्मज्ञान आजच्या संघटित क्षेत्रातील जगाला अधिक ठाशीव निवेदनामार्फत देऊ शकतात. पण गटविचार–विरोधी विचारापेक्षा त्याचा उदाहरण देणारा दृष्टिकोन एक नमुना ठरतो. बदलासाठी विचारपूर्वक वापरलेली पद्धती इतरांना कार्य करायला प्रोत्साहन देते."

–नाथान स्मिथ, *वायर्ड*

"ग्रँटनं स्वतःच तांत्रिक कंपन्या, बँका आणि शासनं येथे आयोजित केलेल्या संशोधनाच्या यशस्वी कथा या पुस्तकात मांडल्या आहेत. मौलिक होण्यासाठी एखाद्या व्यक्तीजवळ फक्त नव्या कल्पना असून भागत नाही; तर, त्याला कल्पनेतील भविष्याची पूर्तता करण्यासाठी कृती करण्याची गरज असते अशी नोंद त्यानं *ओरिजिनल्समध्ये* केली आहे. कल्पनापूर्तीसाठी आणखी अधिक वाटचाल करणं आपल्यापैकी अनेकांना नकोसं वाटतं. स्टीव्ह जॉब्स, जेरी सेनफिल्ड, जॅकी रॉबिन्सन आणि त्याच्यासारख्या इतरांची जडणघडणच वेगळी झालेली असते, असं आपल्यापैकी अनेकांना वाटतं. 'मौलिक लोक आपल्याला वाटतं त्यापेक्षाही सामान्य असतात'. असा युक्तिवाद ग्रँट करतो. त्यांच्या शहाणपणात ग्रँट सहभागी

होतो आणि ते आपली सर्जनशीलता कशी जोपासतात याचं मर्मज्ञान तो आपल्याला पुरवतो. तसंच आपल्याला नेहमी मागे खेचणाऱ्या भीतीवर कशी मात करायची आणि चांगल्या कल्पना व वाईट कल्पना यांत मौलिक लोक फरक कसा करतात ते सांगतो... त्याची तीव्र मर्मदृष्टी आणि खिळवून ठेवणारी लेखनशैली आपल्याला पुस्तक वाचायला भाग पाडते.''

–लिंडसे कॉन्केल, *सायंटिफिक अमेरिकन*

''विश्वसनीय संशोधन आणि मर्मदृष्टी देणाऱ्या आख्यायिका यांच्या जोडीला सुखद निवेदन शैली यामुळे *ओरिजिनल्सला* यश मिळालं. ग्रँटची शैक्षणिक पाळेमुळे त्यामुळं झाकोळली गेली.''

–इयान मॉरिस, द *गार्डियन* (लंडन)

''कामाच्या ठिकाणी परिस्थितीविरुद्ध ज्याला झगडावं लागतं त्याला यातील आख्यायिका आणि दिलेले धडे मोलाचे वाटू शकतील. *ओरिजिनल्स* पूर्णतया अंतःप्रेरणा–विरोधी सल्ला देत आहे असं प्रारंभी वाटतं – पण प्रत्यक्षात एखाद्याच्या नोकरीच्या ठिकाणी त्याला त्यातून भरपाई मिळू शकते.''

–केरी क्लोज, *टाइम*

ओरिजिनल्स

चाकोरीबाहेरचा विचार करणारे लोक जगात बदल कसे घडवतात?

अ‍ॅडम ग्रँट

अनुवाद : डॉ. वासंती फडके

MANJUL

मंजुल पब्लिशिंग हाउस

First published in India by

MANJUL

Manjul Publishing House

Corporate and Editorial Office

•2nd Floor, Usha Preet Complex, 42 Malviya Nagar,
Bhopal 462 003 – India

Sales and Marketing Office

•C-16, Sector 3, Noida, Uttar Pradesh 201301, India
Website: www.manjulindia.com

Distribution Centres

Ahmedabad, Bengaluru, Bhopal, Kolkata, Chennai,
Hyderabad, Mumbai, New Delhi, Pune

Marathi translation of *Originals: How Non-Conformists Move the World* by Adam Grant

Marathi edition first published in 2024
by Manjul Publishing House Pvt. Ltd.

ISBN: 978-93-5543-970-3

Marathi translation: Dr. Vasanti Phadke

Cover image: shutterstock.com

Printed and bound in India by Thomson Press India Ltd.

ॲलिसनला

अनुक्रमणिका

उपोद्घात

शेरील सॅंडबर्ग

(फेसबुकच्या प्रमुख कार्यकारी अधिकारी आणि
LeanIn.org*च्या संस्थापक)*

ॲडम ग्रॅंट हा ओरिजिनल्स लिहिण्यासाठी अगदी योग्य माणूस आहे; कारण, त्याच्यासारखा तोच आहे.

तो अतिशय तल्लख संशोधक आहे. लोकांना प्रेरित करणाऱ्या विज्ञानाचा तो असोशीने अभ्यास करतो. पुराकथांची मोडतोड करून तो सर्वांसमोर सत्य उघड करतो. तो सजग आशावादी आहे. तो लोकांना मर्मदृष्टी देतो आणि घरीदारी, कामाच्या ठिकाणी किंवा लोकसमुदायात असणाऱ्या कोणालाही तो आपलं जग राहण्यासाठी अधिक चांगलं करणं कसं शक्य आहे याबाबत सल्ला देतो. तो माझा विश्वासू मित्र आहे. स्वतःवर विश्वास ठेवण्यास त्यानं मला उत्तेजन दिलं. तसंच माझ्या कल्पना मी प्रभावीपणे कशा अमलात आणू शकते ह्याचं मला आकलन व्हावं म्हणून त्यानं मला साहाय्य केलं आहे.

माझ्या जीवनावर प्रभाव टाकणारी ॲडम ही एक अतिशय महत्त्वाची व्यक्ती आहे. ह्या उत्कृष्ट पुस्तकाच्या पानापानांतून तो अज्ञान दूर करून तुम्हाला प्रेरणा देईल व साहाय्यही करील.

पुराकथांची मोडतोड

पारंपरिक शहाणपणानुसार काही लोकच उपजत सर्जनशील असतात. फारच थोड्या लोकांजवळ अनोखे विचार असतात. काही लोक नेते बनण्यासाठीच जन्माला

येतात, तर उरलेले लोक अनुयायी बनतात. काहींवर चांगला प्रभाव पडतो, तर बहुसंख्य लोकांवर प्रभाव पडू शकत नाही.

ओरिजिनल्स या पुस्तकात ॲडम्सनं ह्या सर्व समजुतींच्या ठिकऱ्या ठिकऱ्या उडवून त्या खोट्या ठरवल्या आहेत.

आपल्यापैकी कोणीही आपली सर्जनशीलता वाढवू शकतो हे त्यानं सिद्ध करून दाखवलं आहे. आपण खऱ्याखुऱ्या अनोख्या कल्पना कशा ओळखू शकतो व त्यातील कोणत्या कार्यान्वित होऊ शकतात याचंही भाकीत तो करू शकतो. आपल्या निश्चयावर केव्हा ठाम राहायचं आणि दुसऱ्यावर केव्हा अवलंबून राहायचं, हेही तो सांगतो. आपल्या मुलांमध्ये नावीन्यपूर्ण कल्पना रुजवून आपण अधिक चांगले पालक कसे होऊ शकतो हे तो दाखवून देतो. त्याचबरोबर एकाच प्रकारच्या विचाराऐवजी वैचारिक विविधतेला वाव देऊन अधिक चांगले व्यवस्थापक बनू शकतो, हेही त्यानं दाखवून दिलं आहे.

महान कार्य करणाऱ्यांकडे नेहमी विशेष नैपुण्य असतंच असं नाही. मात्र, ते विशाल परिप्रेक्ष्याच्या शोधात असतात. सर्वांच्या पुढे असणाऱ्यांना यश नेहमीच प्राप्त होतं, असं नाही. पण कृतीसाठी योग्य वेळेची चिकाटीनं वाट पाहणाऱ्यांना ते प्राप्त होतं. कामे करण्यात वेळकाढूपणा करणं वा ती पुढं ढकलणं चांगलं असू शकतं हे समजल्यावर मला खरोखरच मोठा धक्का बसला. माझ्याबरोबर काम करणाऱ्यांनी शेवटच्या क्षणापर्यंत काम रेंगाळत ठेवणं मला बिलकूल आवडत नाही. जे करायचं ते योग्य वेळी करणंच चांगलं असतं, हा माझा विचार फोल ठरवला गेला आहे. जर मी दबावाचं निष्ठुर ओझं फेकून देण्यात यशस्वी झाले तर इतर अनेकांप्रमाणे मार्क झुकेरबर्गही आनंदी होईल. ॲडमने निर्देशित केल्याप्रमाणे माझ्याकडून व माझ्या चमूकडून अधिक चांगलं काम होऊ शकेल.

माहीतगार आशावादी

आपल्याला आवडणाऱ्या व ज्यात परिवर्तनाची गरज आहे, असे प्रसंग वा बाबी दैनंदिन जीवनात येत असतात. त्यातील पहिली बाब आपल्याला आनंद देते. दुसरी बाब जग बदलण्याच्या इच्छेला खतपाणी घालते आणि दिसतं त्यापेक्षा ते अधिक आदर्शवादी असावं म्हणून प्रयत्नशील राहते. परंतु, खोलवर रुतून बसलेल्या श्रद्धांत परिवर्तन घडवून आणणं व वर्तनबदल घडवणं ह्या बाबी हिंमत खचवणाऱ्या असतात. आपण 'जैसे थे' परिस्थिती स्वीकारतो. कारण, वास्तवात बदल घडवून आणणारा परिणाम अशक्य आहे असं आपल्याला वाटत असतं. तरीही धाडस करून आपण विचारतो, ''एकच व्यक्ती बदल घडवून आणू शकते का? आणि त्या धिटाईच्या क्षणी ती एक व्यक्ती म्हणजे मीच असेन का?''

या प्रश्नांना ॲडमचे ठाम उत्तर 'होय' असंच आहे. आपल्यापैकी कोणीही नव्या विचारांचा पाईक होऊन सभोवतालचे जग सुधारू शकतो ही बाब हे पुस्तक सिद्ध करते.

मित्र

ॲडमच्या *गिव्ह अँड टेक* या पहिल्या पुस्तकाचा सिलिकॉन व्हॅलीत बोलबाला चालू असताना माझी त्याच्याशी भेट झाली. मी ते पुस्तक वाचलं आणि लगेचच जो कोणी ऐकायला तयार असेल, त्याला मी त्या पुस्तकातली अवतरणं सांगू लागले. ॲडम फक्त चतुरस्र संशोधक नाही; तर जन्मजात उत्तम शिक्षक आहे. तसंच गुंतागुंतीच्या कल्पना वा विचार साध्यासोप्या शब्दांत स्पष्ट करून गोष्टरूपाने सांगण्यात त्याचा हातखंडा आहे.

एकदा माझ्या नवऱ्यानं त्याच्या सोबत काम करणाऱ्या गटासमोर भाषण देण्यासाठी व त्यानंतरच्या भोजनासाठी ॲडमला निमंत्रित केलं होतं. त्याच्या लेखनाप्रमाणंच त्याच्या वागण्यातही असामान्यता दिसून येते. तो म्हणजे चालताबोलता ज्ञानकोशच आहे. त्याच्यातील सळसळत्या उत्साहानं इतरही उल्लसित होतात. त्याच्या संशोधनाबाबत मी त्याच्याशी बोलायला सुरुवात केल्यावर त्याच्याशी लिंगभावसंदर्भात चर्चा होऊ शकते हे लक्षात आलं. आम्ही एकत्र काम करायला प्रारंभ केला. तेव्हापासून संशोधन प्रकल्प आखून तो अमलात आणला. प्रकल्पाशी संबंधित स्त्रिया आणि काम याबाबतच्या लेखांची मालिका संपादकीयाच्या लगतच्या पानावर छापली गेली. LeanIn.orgला त्या काटेकोर विश्लेषणाचा खूपच फायदा झाला.

वर्षातून एकदा फेसबुक आपल्या जगभरच्या गटांना एकत्र बोलावते. २०१५ साली मी ॲडमला त्या गटासमोर बीजभाषण देण्यासाठी निमंत्रित केलं होतं. त्याचं शहाणपण व विनोद यामुळे सगळे जण आश्चर्यचकित होऊन भारावून गेले होते. ह्या गोष्टीला काही महिने उलटून गेल्यावरही ते गट ॲडमच्या मर्मदृष्टीबद्दल व त्याचा सल्ला कृतीत उतरवण्याबाबत बोलताना आढळले.

हळूहळू मी व ॲडम दोस्त बनलो. माझ्या नवऱ्याचा मृत्यू झाल्यामुळे माझ्यावर अचानक संकट कोसळलं तेव्हा खऱ्या मित्रासारखा तो धावून आला. त्याच्या मनोविज्ञानाच्या आगळ्यावेगळ्या आकलनानं आणि अपार औदार्यानं तो जसा अन्य गोष्टींना सामोरा जातो, तसाच माझ्या जीवनातील कठीण काळात माझ्या समस्यांना तो भिडला. मला कधीच बरं वाटणार नाही– असे विचार माझ्या डोक्यात घोळू लागल्यावर तो जगाच्या दुसऱ्या टोकाहून माझ्याकडे आला. माझी मनःस्थिती पूर्वपदावर येण्यासाठी मी काय केलं पाहिजे ते त्यानं मला स्पष्टपणं सांगितलं.

अचानक कोसळलेल्या ताटातुटीच्या दुःखाला कसं सामोरं जायचं हे मला कळत नव्हतं. त्यावर काही उपायच नाही, असं मला वाटत असताना त्यानं त्यावरील मार्ग शोधण्यास मला मदत केली. जेव्हा दुःखात मदतीची गरज होती तेव्हा त्यानं मदतीचा हात पुढं केला.

तुम्हाला स्वतःचं सुप्त सामर्थ्य जेवढं कळतं त्यापेक्षा अधिक प्रमाणात ज्याला ते कळतं तोच खरा मित्र. तोच तुमच्या मदतीला धावून येतो. तो नव्यानं तुम्हाला तुमची ओळख करून देतो. ह्या पुस्तकाच्या प्रत्येक वाचकाचा ॲडम मित्र होऊन जातो; हीच तर या पुस्तकाची जादू आहे. तुमच्या शंका व तुमच्या मनातली भीती दूर करण्यासाठी तो तुमच्या समोर त्याच्या जवळील सल्लामसलतीचा खजिनाच देऊ करतो. तसेच नवनव्या कल्पनाही सांगतो व जिथं मित्र मिळूच शकणार नाही, असं आपल्याला वाटत असतं तेथूनच मित्र हुडकून काढतो. चिंतेचं, संतापाचं व्यवस्थापन करण्याबाबत तो व्यावहारिकदृष्ट्या उपयुक्त ठरणारं मार्गदर्शन करतो. आपल्या अडचणी दूर करून कमकुवतपणातली बलस्थानं ओळखून इतरांनाही आशेचा किरण दाखवतो.

आश्चर्यजनक व प्रभावी कल्पनांनी ओतप्रोत भरलेलं *ओरिजिनल्स* हे पुस्तक मी आजपर्यंत वाचलेल्या पुस्तकांपैकी अतिशय महत्त्वाचं व मनाची पकड घेणारं आहे. जगाकडे बघण्याचा तुमचा दृष्टिकोनच ते बदलत नाही; तर तुमची जगण्याची तऱ्हाच ते बदलून टाकतं. तुमचं जग बदलण्यासाठी ते तुम्हाला प्रोत्साहित करतं.

१

सर्जनशील विध्वंस

काळाच्या विरुद्ध जाणं हा जोखमीचा व्यवहार असतो.

"तर्कसंगत वागणारा माणूस स्वतःला जगाशी जुळवून घेतो. असमंजस व्यक्ती जगानं आपल्याशी जुळवून घ्यावं म्हणून प्रयत्नशील असते. म्हणून सर्व प्रगती असमंज माणसांवरच अवलंबून असते."

–जॉर्ज बर्नार्ड शॉ

२००८च्या पानगळीच्या ऋतूत चार विद्यार्थी एका उद्योगात क्रांती घडवण्याच्या कामाला लागले. ते कर्जात बुडाले होते. त्यांच्या चश्म्याच्या काचा फुटल्या होत्या. आता त्या नव्या बसवण्यासाठी किती खर्च येईल हा विचार त्यांना असह्य होत होता. त्यांच्यातील एक जण गेली पाच वर्षे तसाच चश्मा वापरत होता. काच व फ्रेम एकत्र ठेवण्यासाठी तो कागद एकत्र ठेवण्यासाठी वापरली जाणारी यू पिन वापरत होता. दोनदा त्याच्या चश्म्याचा नंबर बदलला तरी नव्या काचांचा खर्च करण्यास त्याने नकार दिला.

८०० पौंडांची चश्म्याच्या उद्योगात उलाढाल करणाऱ्या लुक्झोटिका कंपनीनं चश्म्याची ८० टक्क्यांहून अधिक बाजारपेठ आपल्या नियंत्रणात ठेवली होती. लोकांना परवडतील असे चश्मे तयार करायचे, तर त्या विद्यार्थ्यांना व्यवसायात घट्ट पाय रोवून बसलेल्यांचा व्यवसाय उलथण्याची गरज होती. अलीकडंच झप्पोज कंपनीनं शूजची ऑनलाइन पद्धतीनं विक्री करून पादत्राण व्यवसायाचं रूप पालटून टाकलेलं त्यांनी पाहिलं होतं. त्यामुळं चश्म्याच्या विक्रीबाबतही तसंच काही करता येईल का हा विचार त्यांच्या मनात घोळू लागला.

जेव्हा त्यांनी सहज बोलता बोलता आपली कल्पना मित्रांना वारंवार सांगितली, तेव्हा त्यांच्या मित्रांनी त्यावर जळजळीत टीका केली. आंतरजालावर (इंटरनेट)

कोणीही चश्म्याची खरेदी करणार नाही, असं मित्रांनी त्यांना ठणकावून सांगितलं. लोक चश्मा विकत घेण्यापूर्वी तो डोळ्यांवर चढवून पाहतात. झप्पो कंपनीनं बुटांच्या बाबतीत ही संकल्पना तडीस नेली. त्यामागे कारण होतं. तसं चश्म्याबाबत घडलेलं नाही. ''जर ही कल्पना चांगली असती तर एखाद्यानं ती केव्हाच अंमलात आणली असती'', असं त्यांना मित्रांकडून पुनःपुन्हा ऐकून घ्यावं लागलं.

त्या चार मित्रांपैकी कोणाकडेही ई-कॉमर्सच्या तंत्रज्ञानाची पार्श्वभूमी नव्हती. त्यामुळे किरकोळ विक्री, बाजाराचा कल, कपड्यांची खरेदी-विक्री याबद्दल तर बोलायलाच नको, अशी स्थिती होती. त्यांची कल्पना विक्षिप्त आहे असं त्यांना सांगितल्यावरही त्यांनी आपल्या चांगल्या पगाराच्या नोकऱ्या सोडल्या व नवा व्यवसाय (स्टार्टअप) सुरू करण्याच्या प्रयत्नांना लागले. सर्वसाधारणतः दुकानात ५०० डॉलर्सला मिळणारा चश्मा ते ऑनलाइन पद्धतीनं ९५ डॉलर्सला विकणार होते; तसेच, प्रत्येक चश्म्याच्या विक्रीबरोबर एक चश्मा विकसनशील देशातील एका गरजू व्यक्तीला दान म्हणून देणार होते.

त्यांचा व्यवसाय संकेतस्थळाच्या कार्यपद्धतीवर अवलंबून होता. संकेतस्थळाखेरीज गिऱ्हाइकांना वस्तू पाहणे, निरखणे किंवा विकत घेणे अशक्य होते. ज्या दिवशी ते व्यवसायाला प्रारंभ करणार होते, त्याच दिवशी त्यांना बऱ्याच खटपटीनंतर अखेरीस एकदाचे संकेतस्थळ मिळाले. तो दिवस २०१०च्या फेब्रुवारी महिन्यातील होता. ऑनलाइन कार्यपद्धती त्यांच्या हाती पहाटे चार वाजता आली. त्यांनी कंपनीचे नाव 'वार्बी पार्कर' असं ठेवलं. सामाजिक दडपण दूर सारून साहसी कामाला प्रेरणा देणाऱ्या जॅक केरोअँक या कादंबरीकाराच्या कादंबरीताल दोन पात्रांची नावे एकत्रित करून त्यांनी हे नाव तयार केलं होतं व व्यवसायाला प्रारंभ केला. कादंबरीकाराची बंडखोर वृत्ती त्यांना भावली होती. तीच त्यांनी आपल्यात रुजवली आणि तिचा त्यांना फायदा झाला.

दिवसभरात एक किंवा दोन चश्मे विकले जातील अशी त्यांची अटकळ होती. पण, जेव्हा Gentleman's Quarterlyनं त्यांना 'the Netflix of Eyewear'बद्दल विचारलं तेव्हा सबंध वर्षाचं विक्रीचं त्यांनी ठरवलेलं लक्ष्य एका महिन्याच्या आतच पूर्ण झालं. विक्री इतक्या वेगानं होत होती की त्यांना २० हजार लोकांना प्रतीक्षा यादीवर ठेवावं लागलं. ती सर्व मागणी पूर्ण करण्यासाठी मालाचा पुरेसा साठा करून ठेवायला त्यांना नऊ महिने लागले.

इ.स. २०१५मध्ये *फास्ट कंपनीनं* जगातील सर्वाधिक नावीन्यपूर्ण उपक्रम राबवणाऱ्या कंपन्यांची यादी जाहीर केली. त्या यादीत वार्बी पार्करला फक्त स्थानच मिळालं असं नाही, तर त्यांना पहिला क्रमांक मिळाला. त्यापूर्वी प्रथम क्रमांक पटकावणाऱ्या कंपन्या होत्या गुगल, नायके आणि ॲपल. त्यांच्याकडे ५० हजारांपेक्षा अधिक कर्मचारी होते. वार्बी पार्कर ही शून्यातून उभी केलेली कंपनी

होती. हे चारही मित्र या क्षेत्रात नवखे होते व त्यांच्याकडे अवघे ५०० कर्मचारी काम करत होते. पुढील पाच वर्षांच्या काळात त्या चार मित्रांनी आपल्या मालाला जगभर अद्ययावत लोकप्रियतेचा दर्जा प्राप्त करून दिला. तसेच दशलक्षाहून अधिक चश्मे गरजूंना दान म्हणून दिले. कंपनीने १०० दशलक्ष डॉलर्सचा वार्षिक महसूल दिला आणि कंपनीची किंमत १ अब्ज डॉलर्स इतकी झाली.

२००९मध्ये कंपनीच्या संस्थापकांपैकी एक जण माझ्याकडं आला व त्यानं मला वार्बी पार्करमध्ये पैसे गुंतवण्यास सांगितलं. मी नकार दिला.

आर्थिक बाबतीत मी आतापर्यंत घेतलेला तो सर्वस्वी चुकीचा निर्णय होता. मी कुठे चुकलो ते जाणून घेण्याची मला गरज होती.

Orig.i.nal हे विशेषण आहे. कशाचंतरी मूळ वा उगम. ज्यातून काहीतरी अचानक नवीन उदयाला येतं, पुढं सरकतं किंवा मिळवता येतं.

Orig.i.nal हे नाम आहे. एखादी एकवचनी वा एकमेव स्वरूपाची गोष्ट. आवाहन करण्याच्या वा सादर करण्याच्या अनोख्या पद्धतीमुळं उचित कार्यकर्तृत्व किंवा शोध घेण्याची कुवत असलेली इतरांपेक्षा वेगळी व्यक्ती.

कित्येक वर्षांपूर्वी मनोवैज्ञानिकांनी उपलब्धीचे दोन मार्ग शोधले होते. अनुरूपता आणि मौलिकता (ओरिजिनॅलिटी). अनुरूपता म्हणजे जनसमुदायाबरोबर पारंपरिक मार्ग अनुसरणे व 'जैसे थे' स्थिती कायम राखणे. फार जणांनी न चोखाळलेली वाट मौलिकता अनुसरते. अभिनव कल्पनांचा वापर करून सर्वसामान्य लोकांनी दाखवलेला विरोधी कल मौलिकता स्वीकारते आणि त्यातून अखेरीस काहीतरी चांगलं निर्माण होतं.

अर्थात, कोणतीच बाब सर्वस्वी मौलिक नसते. आपल्या सभोवतालच्या जगाचा आपल्या कल्पनांवर प्रभाव पडत असतो. त्यातून आपण शिकत असतो. आपण जाणूनबुजून किंवा अनवधानाने विचारांची वा कल्पनांची उसनवारी करत असतो. आपण सर्व जण 'चोरी करण्याच्या इच्छे'पुढं दुबळे ठरतो - अचानक दुसऱ्याचे विचार वा कल्पना आपल्याच आहेत याचे आपल्याला स्मरण होते. तुलनेनं विशिष्ट क्षेत्रात अनोखी कल्पना सुचणं वा मांडणं आणि तीमध्ये सुधारण्याचं सुप्त सामर्थ्य असणं म्हणजे माझ्या मते मौलिकता होय.

मौलिकतेचा प्रारंभ सर्जनशीलतेबरोबरच होतो. अनोखी व उपयुक्त संकल्पना निर्माण करून आपली स्वप्ने प्रत्यक्षात उतरवण्यासाठी पुढाकार घेणारे लोक मौलिक असतात. वार्बी पार्करच्या संस्थापकांजवळ अपारंपरिक पद्धतीनं चश्मे ऑनलाइन विकण्याचं स्वप्न हीच मौलिकता होती; पण ते चश्मे सहज व परवडणाऱ्या किमतीत देण्याची कृती करून ते त्या क्षेत्रात अग्रणी-मौलिक ठरले.

आपण अधिक मौलिक कसे होऊ शकतो याबाबत हे पुस्तक सांगते. महाजालाच्या (वेब) वेधकात (ब्राउझरमध्ये) एक आश्चर्यकारक सूचनिका (क्ल्यू) असते. तिचा उपयोग करून तुम्ही आंतरजालावर (इंटरनेट) हिंडू शकता-वेध घेऊ शकता.

निर्धारित कार्यपद्धतीत (डिफॉल्ट) चूक शोधणे

अलीकडेच अर्थतज्ज्ञ मायकेल हाउसमन एका प्रकल्पावर काम करत होता. ग्राहकांना सेवा पुरवणारे काही अभिकर्ते (एजंट) इतरांपेक्षा आपल्या नोकरीत जास्त काळ व्यतीत करतात याची कारणे तो शोधत होता. बँका, विमानसेवा आणि मोबाइल फोन कंपन्यांबद्दलच्या प्रश्नांना उत्तरे देणाऱ्या ३० हजार कर्मचाऱ्यांची माहिती त्याच्याकडे गोळा झालेली होती. त्यांच्या नोकरीच्या कालावधीतील त्यांच्या बांधिलकीबद्दलचा शोध त्यांच्या गप्पिष्ट स्वभावामधून घेणे शक्य होईल का, अशी एक शंका त्याच्या मनात तरळून गेली. त्याला वाटलं होतं गप्पाटप्पा करण्याची पूर्वपीठिका असलेले लवकर नोकरी सोडत असतील; पण तसं घडलं नव्हतं. जे कर्मचारी गेली पाच वर्षे एकाच नोकरीला चिकटून आहेत त्यांच्यापेक्षा ज्या कर्मचाऱ्यांनी गेल्या पाच वर्षांत पाच वेळा नोकरी बदलली ते सध्याची आपली नोकरी सोडण्याची शक्यता कमी आहे, असं त्याच्या लक्षात आलं.

अन्य सूचक माहिती गोळा करत असताना पुढील बाब लक्षात आली. आंतरजालावर नोकरीचा शोध घेत असताना नोकरीसाठी अर्ज करताना कर्मचाऱ्यांनी कोणत्या आंतरजालाच्या नव्या ब्राउझरचा वापर केला व कोणती जोडणी वापरली होती याबाबतची माहिती त्यानं मिळवली. ही निवड नोकरी शोधण्याशी संबंधित होती की सहज निवडलेली बाब होती याचंही त्यानं परीक्षण केलं. यामध्ये काही संबंध असू शकेल असं त्याला वाटत नव्हतं. कारण, एखाद्या वेधकाला असा अग्रक्रम देणे हा केवळ आवडीचा प्रश्न आहे असं त्याचं मत होतं. मात्र, जेव्हा त्यानं निकालाकडं लक्ष दिलं तेव्हा तो चकित झाला. ज्या कर्मचाऱ्यांनी महाजालावर (वेब) फायरफॉक्स किंवा क्रोम या ब्राउझरचा वापर केला ते इंटरनेट एक्स्प्लोअरर किंवा सफारी या ब्राउझरचा उपयोग करणाऱ्यांपेक्षा आपल्या नोकरीच्या ठिकाणी १५ टक्के अधिक काळ कार्यरत राहिले.

ही योगायोगाची बाब आहे, असे समजून हाउसमननं त्याच विश्लेषणाचा उपयोग कामावरील अनुपस्थिती जाणून घेण्यासाठी केला तेव्हाही तशाच प्रकारचे निकाल हाती आले. फायरफॉक्स आणि क्रोम वापरणारे इंटरनेट एक्स्प्लोअरर आणि सफारीला पसंती देणाऱ्यांपेक्षा १९ टक्के कमी प्रमाणात अनुपस्थित राहिले होते.

नंतर त्यानं त्यांच्या कामाचा आढावा घेतला. त्याच्या चमूनं विक्री, ग्राहकांचा संतोष व केल्या गेलेल्या फोन कॉलचा सरासरी अवधी याबाबतच्या सुमारे ३ दशलक्ष

मुद्द्यांची माहिती गोळा केली होती. फायरफॉक्स आणि क्रोम वापरणाऱ्यांनी अधिक लक्षणीय विक्री केली होती. तसंच, त्यांच्या फोनवर बोलण्याचा अवधीही कमी होता. त्यांचे ग्राहकही अधिक समाधानी होते. त्यांनी ९० दिवसांत गाठलेली ग्राहक संतुष्टता गाठण्यासाठी इंटरनेट एक्स्प्लोअरर व सफारी ब्राउझर वापरणाऱ्यांना १२० दिवसांपेक्षा अधिक कालावधी लागत होता. त्याचे ग्राहकही अधिक समाधानी होते.

विशिष्ट वेधकामुळं ते तिथं चिकटून होते असं नाही; पण, ते त्यावर अवलंबून असल्याचं दिसून आलं आणि त्यात ते यशस्वी झाले होते किंवा त्यांनी ब्राउझरला-वेधकाला दिलेला अग्रक्रम त्यांच्या सवयीकडे निर्देश करत होता. प्रत्येक मापनावर फायरफॉक्स व क्रोम वापरणारे अधिक बांधिलकी मानतात व अधिक चांगलं काम करतात का?

ते अधिक तंत्रकुशल आहेत हे त्याचं स्पष्ट उत्तर आहे. त्यामुळं त्याचं स्पष्टीकरण देणं शक्य आहे का, असं मी हाउसमनला विचारलं. सर्व कर्मचाऱ्यांनी संगणक नैपुण्याची परीक्षा दिली होती. त्यावरून त्यांचं कळफलकावरील(की बोर्ड) सोपे मार्ग (शॉर्टकट्स), संगणक आज्ञावली (सॉफ्टवेअर प्रोग्रॅम), यंत्रसामग्री (हार्डवेअर) यांचा वापर तसंच त्यांच्या टंकलेखनाच्या गतीची चाचणी, अशा सर्व परीक्षा घेतल्या होत्या. फायरफॉक्स व क्रोम वापरणाऱ्या गटाकडे संगणक कौशल्य विशेष होतं असंही सिद्ध झालेलं नव्हतं. तसंच त्या गटातील लोक अधिक अचूक व वेगवान टंकलेखन करणारे होते असंही नाही. त्यांच्या गुणांची मोजणी करतानाही हा वेधकाचा परिणाम शिल्लक होताच. तांत्रिकज्ञान व कौशल्य या बाबींचा त्यांना फायदा मिळत होता, असंही आढळलं नव्हतं.

वेधक मिळवण्यातल्या *वेगळेपणामुळे* हा फरक पडला. जर तुमच्या व्यक्तिगत संगणकातील विंडोजमध्ये इंटरनेट एक्स्प्लोअरर असेल किंवा जर तुम्ही Mac वापरत असाल, तर सफारी आधीच त्यात अंतर्भूत असतो. जवळजवळ दोन तृतीयांश ग्राहक सेवा पुरवणारे अभिकर्ते आपण जो सवयीचा-निर्धारित वेधक वापरतो त्यापेक्षा अधिक चांगला वेधक उपलब्ध आहे का याची चौकशी न करताच निर्धारित वेधक वापरत राहतात.

फायरफॉक्स किंवा क्रोममध्ये ब्राउझर मिळवण्यासाठी तुम्हाला काहीतरी युक्ती करून वेगळा वेधक डाउनलोड करावा लागतो. संगणकात उपलब्ध असलेले निर्धारित ब्राउझर स्वीकारण्यापेक्षा अधिक चांगल्या पर्यायासाठी थोडी वेगळी वाट चोखाळावी लागते. ती कौशल्यपूर्वक केलेली कृती कितीही लहान असली तरी तुम्ही ज्यावर काम करता तिची ती विंडो असते.

ग्राहकांना सेवा पुरवणारे अभिकर्ते इंटरनेट एक्सप्लोअरर आणि सफारीतल्या ब्राउझरची कार्यतत्परता गृहीत धरूनच काम करतात. विक्रीबाबतची बोलणी अधिकृत सूचनांनुसारच (स्क्रिप्ट) करतात. ग्राहकांच्या तक्रारी हाताळण्यासाठी

प्रमाणित पद्धती अनुसरतात. आपल्या कामाचं स्वरूप (जॉब डिस्क्रिप्शन) निश्चित-साचेबद्ध आहे असं मानतात. जेव्हा ते कामाबाबत असमाधानी असतात तेव्हा ते रजा घेतात व अखेरीस काम सोडतात. जे कर्मचारी आपला फायरफॉक्सचा किंवा क्रोमचा ब्राउझर बदलण्यासाठी पुढाकार घेतात ते आपल्या कामाकडे वेगळ्या दृष्टिकोनातून पाहतात. अनोख्या विक्रीपद्धतीचा शोध घेतात; तसेच, ग्राहकांच्या शंका वा भीती दूर करतानाही अभिनव पद्धती वापरतात. जेव्हा त्यांना न रुचणारी परिस्थिती उद्भवते तेव्हा ते तिच्याशी सामना करतात व त्यावर विजय प्राप्त करतात. आपली परिस्थिती सुधारण्यासाठी पुढाकार घेतल्यानंतर काम सोडून जाण्यासाठी त्यांच्याकडे फारशी सबब उरतच नाही. त्यांना हव्या असलेल्या नोकऱ्या वा कामे त्यांनी निर्माण केलेली असतात. पण, असे लोक अपवादात्मकच असतात. सर्वांना तो नियम लागू पडत नाही.

आपण इंटरनेट एक्स्प्लोअररच्या जगात राहतो. ग्राहक सेवा देणाऱ्या प्रतिनिधींपैकी दोन तृतीयांश आपल्या संगणकातील उपलब्ध ब्राउझरचा उपयोग करतात. आपल्यापैकी अनेक जण आपापल्या आयुष्यात चुकीचा मार्ग स्वीकारत असतात. लोक नकोशा (अनडिझायरेबल) वाटणाऱ्या स्थितीला कसा प्रतिसाद देतात, त्याचं विवरण राजकीय मनोविश्लेषक जॉन जोस्ट याच्या नेतृत्वाखाली कार्य करणाऱ्या चमूनं जिज्ञासापूर्ण अभ्यासमालिकेद्वारा स्पष्ट केलं आहे. युरोपीय अमेरिकनांशी तुलना करता आफ्रिकन अमेरिकन त्यांच्या आर्थिक परिस्थितीबाबत कमी समाधानी होते; पण, आर्थिक विषमतेकडे ते अधिक वैध व न्याय्य परिप्रेक्ष्यातून पाहत होते. उच्चतम उत्पन्न असलेल्या गटातील लोकांच्या तुलनेत निम्नतम उत्पन्नगटातील १७ टक्क्यांहून अधिक लोक आर्थिक विषमतेकडे एक आवश्यक बाब म्हणून पाहतात. जेव्हा सरकारवर टीका करण्याच्या नागरिकांच्या व वृत्तपत्रांच्या अधिकारावर मर्यादा घालणाऱ्या कायद्याला ते पाठिंबा देतील का, असे विचारल्यावर असा कायदा देशाच्या समस्या सोडवण्यासाठी आवश्यक असेल तर त्यासाठी उच्चतम उत्पन्नगटातील लोकांपेक्षा निम्नतम उत्पन्न गटातील दुप्पट लोक स्वेच्छेनं आपला भाषण स्वातंत्र्यावरील हक्क सोडून द्यायला तयार झाले होते. वंचित (डिसॲडवांटेज्ड) गट नेहमीच 'जैसे थे' परिस्थितीला विशेषाधिकार प्राप्त झालेल्या लोकांपेक्षा अधिक पाठिंबा देतात. जोस्ट व त्याचे सहकारी पुढील निष्कर्षाला पोहोचले. – 'प्राप्त परिस्थितीत जे सर्वाधिक त्रास सहन करतात ते विरोधाभासी पद्धतीने प्रश्न विचारणे, आव्हान देण्यास नकार देणे वा बदल घडवून आणणे या बाबींसाठी अजिबात उत्सुक नसतात.'

ह्या विशिष्ट परिस्थितीचं स्पष्टीकरण देण्यासाठी जोस्टच्या चमूनं ह्या प्रणालीच्या समर्थनार्थ एक उपपत्ती (थिअरी) विकसित केली. 'जैसे थे' स्थिती कायदेशीर व तर्कसंगत करण्यासाठी लोकांना प्रेरित करणं हा त्या कल्पनेचा गाभा होता. जरी

ती थेट त्यांच्या विरोधात जात असली तरी एका अभ्यासानुसार अमेरिकेतल्या २०००च्या अध्यक्षीय निवडणुकीपूर्वी त्यांनी डेमोक्रॅटिक व रिपब्लिकन मतदारांचा मागोवा घेतला. जेव्हा जॉर्ज डब्ल्यू. बुश निवडणुकीत जिंकले तेव्हा रिपब्लिकनांनी अधिक बरा वाटणाऱ्या उमेदवारात त्यांची गणना केली. पण, डेमोक्रॅटिक्सनीही तेच केलं. तेही 'जैसे थे' स्थितीची अटकळ बांधून समर्थनाची तयारी करत होते. अशीच गोष्ट जेव्हा अल गोरच्या यशाची शक्यता वाढली होती तेव्हा घडली होती. रिपब्लिकन्स व डेमोक्रॅटिक्स दोघांनीही त्याला अधिक अनुकूलता दाखवली होती. राजकीय विचारप्रणाली कोणतीही असली तरी जेव्हा एखाद्या उमेदवाराच्या नशिबात जय असतो तेव्हा तो लोकांना अधिक आवडतो. जेव्हा परिस्थिती प्रतिकूल असते तेव्हा लोकांना तो फारसा आवडत नाही.

लोकांना सुखावह वाटणारी सेवा देऊन चुकीच्या प्रणालीचं समर्थनच केलं जातं. हे एक प्रकारचं भावनिक वेदनाशामकच आहे. जर जग *याच प्रकारे* चालणार असेल तर त्याबाबत आपण नाराज होण्याची गरज नाही. मात्र, अशी मूक संमतीही आपल्याला अन्यायाविरुद्ध उभे ठाकण्याची, आपल्या नैतिक उद्रेकाला लुबाडण्याची तसेच जगात कार्यान्वित होऊ शकणाऱ्या पर्यायी विचारालाही नष्ट करते.

मौलिकतेचं उत्कृष्ट उदाहरण म्हणजे चूक अव्हेरणं आणि अधिक चांगला पर्याय अस्तित्वात आहे का, याचा शोध घेणं. या विषयाचा अभ्यास करण्यात मी अनेक दशकांहून अधिक काळ घालवला आहे आणि माझ्या अपेक्षेइतकं ते अवघड नसल्याचं मला कळून चुकलं आहे.

चुकीची पद्धती का अस्तित्वात आहे, यावर विचार करणं म्हणजे कुतूहल निर्माण होण्याचा प्रारंभ बिंदू असतो. जेव्हा *vuja de* म्हणजेच déj vu च्या उलट अनुभव आपण घेतो तेव्हा चुकीच्या प्रश्नाकडं आपण वळतो. जेव्हा एखाद्या नव्या (अपरिचिताशी) बाबीशी आपण सामना करतो; पण, ती बाब परिचित आहे असं आपल्याला वाटतं म्हणजेच (अपरिचिताला परिचिताचं रूप देणं) ते déj vu असतं. पण, vuja deमध्ये नेमकी याच्या उलट परिस्थिती असते. आपण काहीतरी परिचित बाबीला सामोरे जातो पण त्या वेळी तीच बाब आपण ताज्या परिप्रेक्ष्यात पाहतो, तेव्हा जुन्या समस्येकडे नव्या मर्मदृष्टीतून पाहण्याचा लाभ मिळवता येणे आपल्याला शक्य होते.

Vuja de प्रसंगाशिवाय वार्बी पार्कर अस्तित्वातच आली नसती. जेव्हा वार्बी पार्करच्या संस्थापकांनी कंपनी काढण्याचा निर्धार केला त्या रात्री संगणक प्रयोगशाळेत बसून त्या सर्वांनी मिळून असंख्य चश्मे डोळ्यांवर चढवून पाहिले. (जणू ६० वर्षे चश्मे लावून पाहण्यात घालवली.) तयार वस्तू नेहमीच निष्कारण महाग असते; पण त्या

क्षणापर्यंत त्यांनी 'जैसे थे' परिस्थिती गृहीत धरली होती. कधीच अवास्तव किमतीचा प्रश्न उपस्थित केला नव्हता. 'हा विचार माझ्या मनात कधीच आला नाही', असं सहसंस्थापक डेव्ह गिलबोआ म्हणाला. ''मी नेहमीच त्याकडे विक्रीची वैद्यकीय वस्तू म्हणून पाहत होतो. मी साहजिकच धरून चाललो होतो डॉक्टर ती मला विकतो त्याअर्थी त्या किमतीचे काहीतरी समर्थन असेलच.''

अगदी अलीकडे i phone विकत घेण्यासाठी ॲपलच्या दुकानात रांगेत उभा असताना त्यानं या दोन वस्तूंच्या किमतींची तुलना करायला सुरुवात केली. चश्मा ही जवळजवळ हजार वर्षांपासून मानवी जीवनातील आवश्यक वस्तू बनली. आपले आजोबा, पणजोबा वापरत होते त्यापेक्षा चश्म्यात फरसा बदल घडून आलेला नाही. चश्म्याला लावलेल्या भल्यामोठ्या किमतीच्या लेबलचं त्याला प्रथमच आश्चर्य वाटलं. अतिशय आवश्यक, साध्या वस्तूची किंमत गुंतागुंतीची रचना असणाऱ्या स्मार्टफोनपेक्षा जास्त का असावी?

असा प्रश्न कोणालाही पडणं शक्य होतं. वार्बी पार्कर गट ज्या निष्कर्षाला आला तेच उत्तर अन्य कोणालाही मिळालं असतं. एकदा चश्म्याच्या किमती इतक्या चढ्या का, ही जिज्ञासा निर्माण झाल्यावर त्यांनी चश्म्याच्या उद्योगावर संशोधन करण्यास सुरुवात केली. लूक्झोटिका या युरोपीय कंपनीचं त्या उद्योगावर वर्चस्व असल्याचं त्यांच्या लक्षात आलं. त्या कंपनीनं आदल्या वर्षी ७ अब्ज डॉलर्सपेक्षा अधिक पैसा त्यात घातला होता. लेन्सक्राफ्टर्स, पर्ल व्हिजन, रे-बॅन आणि ओक्ले या कंपन्याही लूक्झोटिकाच्याच मालकीच्या होत्या. तसेच चॅनेल आणि प्रादाच्या फ्रेम्स व गॉगल्सनांही तीच कंपनी परवाने देत असे. हे कळल्यावर चश्म्याच्या काचा इतक्या महाग का याचा प्रकाश अचानक माझ्या डोक्यात पडला असं सांगून डेव्ह म्हणतो, ''वस्तूच्या खर्चाचं समर्थन तिची किंमत करत नाही.''

त्या मक्तेदारीचा फायदा घेऊन लूक्झोटिका खर्चाच्या २० पट किंमत आकारत होती. हा डिफॉल्ट मुळातच कायदेशीर नव्हता. ही एखाद्या कंपनीतील एखाद्या गटाने केलेली निवड होती. ह्याचाच अर्थ असा की, लोकांचा दुसरा गट पर्यायी निवड करू शकतो. 'आपण वेगळ्या पद्धतीनं हे करू शकतो. आपण आपल्या नशिबावर नियंत्रण ठेवू शकतो तसेच आपण आपल्या मालाच्या किमतींवर नियंत्रण ठेवू शकतो', ह्याची त्याला जाणीव झाली. जेव्हा आम्ही असमाधान देणाऱ्या चुकांची चिंता करू लागलो तेव्हा पुढील बाब आमच्या लक्षात आली. या दोषांचे मूळ आपल्या सामाजिकतेत आहे हे आपल्या लक्षात येतं. नियम व चाली-रीती लोकांनी निर्माण केल्या आहेत ह्या जाणिवेनं आम्हाला त्यावर विचार करण्याचं धैर्य दिलं. आपण यात परिवर्तन कसं घडवून आणू शकतो यावर विचार करण्यास प्रवृत्त केलं. अमेरिकेत स्त्रियांना मतदानाचा हक्क प्राप्त होण्यापूर्वी अनेक स्त्रियांनी 'आपल्याला दिला जाणारा निम्न स्तर साहजिकच आहे असा विचार केला होता.' असं मत

जीन बेकर ह्या इतिहासकारानं नोंदवलं आहे. जसजसा मताधिकाराच्या चळवळीला वाढता प्रतिसाद मिळू लागला तसतसं 'वाढत्या संख्येनं चाली-रीती, धार्मिक निर्बंध व कायदा ह्या सर्व गोष्टी पुरुषांनी केलेल्या आहेत म्हणूनच त्या फिरवणं शक्य आहे.' हे अनेक स्त्रियांच्या लक्षात आलं.

महत्त्वाकांक्षेची दोन रूपं

लक्षात येण्याच्या कितीतरी आधी आपण आपल्या चुकांचा दबाव स्वीकारलेला असतो. काही व्यक्ती मोठ्या झाल्यावर या विश्वाला भगदाड पाडतील असा विचार तुमच्या मनात येत असेल तर तुमच्या मनातला तो गट वा त्या व्यक्ती म्हणजे विलक्षण बुद्धिमान मुले असतील. ही मुले दोन वर्षांची झाली की वाचायला लागतात. बाखची गाणी चौथ्यावर वाजवू लागतात. वयाच्या सातव्या वर्षीच कलन प्रक्रिया (कॅल्क्युलस) वापरू लागतात. आणि आठ वर्षांची होईपर्यंत ७ भाषा अस्खलितपणे बोलतात. त्यांचे वर्गमित्र त्यांच्या ह्या उपलब्धीमुळे त्यांचा द्वेष करतात. त्यांचे पालक मात्र लॉटरी लागल्याच्या आनंदात मशगूल असतात. पण टी. एस. इलियटचं म्हणणं थोडक्यात सांगायचं तर अशा मुलांच्या व्यवसाय-कर्तृत्वाची अखेर गाजावाजा न होता हुंदके देऊनच संपुष्टात येते.

मुलांमधील विलक्षण बुद्धिमत्ता क्वचितच जग बदलण्यास कारणीभूत ठरते. जेव्हा मनोवैज्ञानिकांनी इतिहासातील सर्वाधिक प्रसिद्ध व प्रभावी व्यक्तिमत्त्वांचा अभ्यास केला तेव्हा त्यांच्यापैकी पुष्कळ जणांमध्ये असामान्य निसर्गदत्त विलक्षण बुद्धिमत्ता नव्हती असं दिसून आलं. अशा असामान्य मुलांचा एक मोठा गट तयार केला व त्यांच्या संपूर्ण जीवनाचा अभ्यास केल्यावर ती मुलं समान आर्थिक स्थिती असणाऱ्या कुटुंबातील त्यांच्यापेक्षा कमी बुद्धिमत्ता असणाऱ्या मुलांपेक्षा आपापल्या क्षेत्रात अधिक चमकलेली आढळत नाहीत.

अंतर्ज्ञानानं याचा अर्थ स्पष्ट होतो. असामान्य बुद्धिमत्ता असलेली मुलं पुस्तकी ज्ञानात पटाईत असतात. मात्र, ती व्यावहारिक ज्ञानात कमी पडतात. त्यांच्याकडे बौद्धिक कौशल्य असतं; पण, समाजात वावरताना लागणाऱ्या सामाजिक, भावनिक व व्यावहारिक कौशल्यांची त्यांच्याकडे कमतरता असते. जेव्हा तुम्ही पुरावे पाहता तेव्हा हे स्पष्टीकरण अपुरं पडतं. विलक्षण बुद्धिमत्ता असणाऱ्या मुलांतील २५ टक्क्यांपेक्षा कमी मुलं सामाजिक वा भावनिक समस्यांमुळं त्रस्त असतात. त्यांच्यापैकी बहुसंख्य मुलं स्पेलिंगच्या स्पर्धेत वा कॉकटेल पार्टीत स्वतःला जुळवून घेऊन आनंदी राहतात.

विलक्षण बुद्धिमत्ता प्राप्त झालेली मुलं अनेकदा कौशल्य व महत्त्वाकांक्षा याबाबतीत समृद्ध असतात. जगाला प्रगतिपथावर नेण्यात ती कमी पडतात; कारण,

ती मौलिक होण्याचा प्रयत्न करत नाहीत. ती जेव्हा कार्नेगी हॉलतर्फे घेतल्या जाणाऱ्या स्पर्धांमध्ये सहभागी होऊन विज्ञान ऑलिंपिकमध्ये यश मिळवतात, बुद्धीबळपटू बनतात तेव्हा काहीतरी अघटित (दुःख देणारी घटना) घडते. अभ्यासू वृत्ती माणसाला परिपूर्ण बनवते; पण, ती त्याला नव्याने घडवत नाही. बुद्धिमत्तेचा वरदहस्त मिळालेली मुले मोझार्टची मधुर गाणी आणि बीथोव्हनचे सुरेख वाद्यसंगीत वाजवतात. मात्र, ती कधीच स्वतः गीतांना मौलिकदृष्ट्या संगीतबद्ध करत नाहीत वा वाद्यमेळानं सजवीत नाहीत. अस्तित्वात असणारं वैज्ञानिक ज्ञान आत्मसात करण्यावर ती लक्ष केंद्रित करतात. अंतर्ज्ञानानं नवनिर्मिती करण्यावर लक्ष केंद्रित करत नाहीत. स्वतः नवे खेळ वा खेळांचे नियम शोधून काढण्यापेक्षा प्रस्थापित खेळांच्या संग्रहित नियमामुसार ती वर्तन करतात. या सगळ्या मार्गक्रमणात ती आपल्या पालकांची मान्यता मिळवण्याच्या आणि आपल्या शिक्षकांकडून वाहव्वा मिळवण्याच्या प्रयत्नांत असतात.

अतिशय सर्जनशील मुलं शिक्षकांची सर्वांत कमी आवडती असण्याची शक्यता संशोधनाद्वारे दाखवली जाते. एका अभ्यासानुसार, प्राथमिक शाळेतील शिक्षकांनी आपल्या आवडत्या व कमी आवडत्या विद्यार्थ्यांची यादी केली. निश्चित केलेल्या वैशिष्ट्यांच्या साहाय्यानं दोन्ही गटांचे मूल्यांकन केले. सर्वांत कमी आवडते विद्यार्थी स्वतःचे नियम बनवून प्रचलित व्यवस्था नाकारणारे होते. अतिशय सर्जनशील विद्यार्थ्यांच्या विरोधात भेदभाव करण्याकडे शिक्षकांचा कल असतो. ते त्या विद्यार्थ्यांना 'त्रासदायक' असं लेबल चिकटवतात. ह्या गोष्टीला प्रतिसाद म्हणून अनेक विद्यार्थी आपल्या मौलिक कल्पना स्वतःजवळच ठेवून जलद गतीनं प्रचलित व्यवस्थेशी जुळवून घ्यायला शिकतात. विल्यम डेरेसेविझ या लेखकाच्या शब्दांत सांगायचे तर, ते विद्यार्थी जगातील सर्वांत आज्ञाधारक विद्यार्थी असतात. ते कळपाबरोबर चालणारी उत्तम मेंढी बनतात.

विलक्षण बुद्धिमत्ता प्राप्त झालेली अनेक मुलं प्रौढ वयात आपापल्या क्षेत्रात तज्ज्ञ होतात. त्या त्या संघटनेचे नेते बनतात. 'तरीही असामान्य बुद्धिमत्तेच्या मुलांपैकी अगदी थोडीच मुलं प्रौढ वयात क्रांतिकारी सर्जक (क्रिएटर) बनतात', अशी खंत एलेन विनर हा मनोवैज्ञानिक व्यक्त करतो. जे मूल 'वेगानं शिकतं आणि विनासायास एखाद्या क्षेत्रात स्थिरावतं त्याचं रूपांतर अखेरीस ते क्षेत्र बदलण्यास कारणीभूत होणाऱ्यात केलं पाहिजे. जे सर्जक बनतात त्यांनी हा त्रास सहन करून बदल घडवून आणायलाच हवा.'

अनेक बुद्धिमान मुलं अशी झेप घेत नाहीत. आपल्या असामान्य क्षमता ती मुलं सामान्य पद्धतीनं उपयोगात आणतात. त्याद्वारे आपल्या नोकरी-व्यवसायात त्रुटी विचारात न घेता आणि कोणाला फारसा त्रास न देता आपलं एक स्थान निर्माण करतात. ज्या ज्या क्षेत्रात ती प्रवेश करतात तिथं तिथं यशाचे पारंपरिक मार्ग

अनुसरून सावधपणे मार्गक्रमण करतात; ती डॉक्टर होतात. रोग्यांची बिघडलेली शरीरयंत्रणा-शरीरस्वास्थ्य-दुरुस्त न करता रोग्यांना बरं करतात. त्यामुळे अनेक रोग्यांना आपल्या आरोग्याची काळजी घेण्यापासून वंचित ठेवलं जातं, ती वकील होतात. कायद्यात बदल घडवून आणण्याचा प्रयत्न करण्याऐवजी कालबाह्य कायदे मोडल्याबद्दल आपल्या अशिलांना संरक्षण देतात ती शिक्षक बनतात. आपल्या विद्यार्थ्यांना बीजगणित शिकण्याची गरज आहे का, याबाबत प्रश्न उपस्थित न करता मुलांसाठी बीजगणिताच्या पाठाच्या योजना आखतात. जग सुरळीत चालावं म्हणून आपण त्यांच्यावर अवलंबून राहत असलो तरी ते मात्र आपल्याला नीरस कामात गुंतवून ठेवतात.

उपलब्धीची प्रेरणा विलक्षण बुद्धिमत्तेच्या मुलांमध्ये अडथळा निर्माण करते. यश मिळवण्यासाठी लागणारी मानसिक शक्ती (ड्राइव्ह) जगातल्या अनेक महान उपलब्धींसाठी कारणीभूत असते. जेव्हा वरचढ होण्याचा आपला निश्चय असतो, त्या वेळी आपल्याकडे दीर्घ काळ अवघड आणि अधिक अद्ययावत (स्मार्टर) ऊर्जा असते. मात्र, जेव्हा संस्कृती अनेक महत्त्वाच्या उपलब्धी प्राप्त करतात तेव्हा सर्जनशीलता काही थोड्या लोकांपुरतीच वाढत्या गतीनं शिल्लक उरलेली दिसते.

जेव्हा उपलब्धीची प्रेरणा आभाळाएवढी उंची गाठते तेव्हा मौलिकता दूर फेकली जाते. उपलब्धीचं मोल जितकं वाढतं तितकी अपयशाची भीती अधिक असते. अनन्यसाधारण उपलब्धीचं लक्ष्य ठेवण्याऐवजी यशाची तीव्र इच्छा आपल्याला हमखास यशाच्या प्रयत्नांपर्यंत नेते. टॉड ल्यूबार्ट आणि रॉबर्ट स्टॅर्नबर्ग या मनोवैज्ञानिकांच्या मते, 'एकदा लोकांनी पठारावस्था (मध्य पातळी) गाठली की, ते कमी सर्जनशील होतात असा पुरावा मिळतो.'

यशाची अभिलाषा आणि त्याबरोबरच येणाऱ्या अपयशाच्या भीतीनं इतिहास बदलू शकणाऱ्या काही अभिकर्त्यांना आणि महान सर्जकांना मागे खेचले आहे. स्थैर्य टिकवण्याची चिंता आणि पारंपरिक उपलब्धी प्राप्त करत असताना मौलिकतेचा पाठलाग करण्यास ते नाराज असतात. खात्रीपूर्वक पूर्ण ताकदीनिशी पुढे जात असताना खुशामतीनं त्यांचं मन वळवून, त्यांना पटवून देऊन किंवा त्यांच्यावर जबरदस्ती करून त्यांना निश्चित भूमिका वठवण्यास सांगितलं जातं. निसर्गतःच नेते बनण्याची गुणवत्ता अंगी असलेल्यांना कधीकधी त्यांचे मित्र वा अनुयायी वा समवयस्क अक्षरशः आलंकारिकरीत्या उचलून धरतात. जर मूठभर लोकांनी मौलिक कृतीची वाहवा केली नसती तर अमेरिका कदाचित आज अस्तित्वातच आली नसती. नागरिक हक्क चळवळ कदाचित आजपर्यंत स्वप्नवत राहिली असती; सिस्टिन चॅपेल उजाड झालं असतं; आपण अद्यापही सूर्य पृथ्वीभोवती फिरतो-यावरच विश्वास ठेवला असता आणि व्यक्तिगत संगणक कधीच लोकप्रियता मिळवू शकले नसते.

आजच्या परिप्रेक्ष्यातून स्वातंत्र्याचा जाहीरनामा अपरिहार्य होता असं वाटतं; पण, मुख्य क्रांतिकारकांच्या वेळकाढूपणामुळे तसं घडलेलं नाही. 'अमेरिकन क्रांतीमध्ये महत्त्वाची भूमिका बजावणाऱ्या क्रांतिकारकांचा गट कल्पनातीत असा अशक्य कोटीतील वाटणारा गट होता.' पुलित्झर पारितोषिक विजेता जॅक राकोव्हच्या या इतिहासकाराच्या म्हणण्यानुसार, ''ते स्वतःच्या तिरस्कारानंच क्रांतिकारक झाले.'' प्रत्यक्ष लढाई सुरू होईपर्यंत जॉन ॲडम्स ब्रिटिशांच्या सूडबुद्धीला घाबरून आपलं ऐन बहरात आलेलं कायदेविषयक कामकाज सोडून देण्याची टाळाटाळ करत होता. फर्स्ट काँटिनेन्टल काँग्रेसचा प्रतिनिधी म्हणून निवडून आल्यावरच तो त्यात सहभागी झाला. जॉर्ज वॉशिंग्टनचेही आपली गव्हाची शेती, पिठाची गिरणी, मासेमारी, घोड्यांची निपज या व्यवसायांवर लक्ष केंद्रित झालेले होते. ॲडम्सनं त्याची लष्करप्रमुख म्हणून नियुक्ती केल्यावरच तो क्रांतीत सहभागी होण्यास तयार झाला. ''ह्यातील सहभाग टाळण्यासाठी मी सर्व शक्तीनिशी प्रयत्न केला होता'', असं वॉशिग्टननं लिहिलं आहे.

त्यानंतर जवळजवळ २०० वर्षांनी मार्टिन ल्यूथर किंग (ज्यूनि.) नागरी हक्क चळवळीचे नेतृत्व करायला घाबरत होता. धर्मगुरू (पॅस्टर) होण्याचं आणि कॉलेजचा प्रेसिडेंट होण्याचं त्याचं स्वप्न होतं. १९५५मध्ये रोझा पार्क्सनं बसमधील पुढची जागा सोडण्यास नकार दिला, तेव्हा त्या कृतीला चर्चा करून प्रतिसाद देण्यासाठी नागरी हक्क कार्यकर्त्यांचा गट एकत्र आला. त्या गटाने माँटगोमेरी इम्प्रूव्हमेंट असोसिएशन स्थापन करण्याचं एकमतानं ठरवलं आणि बसेसवर बहिष्कार घालण्याचा निश्चय केला. तिथं हजर असलेल्या एकानं किंगचं त्या असोसिएशनचा अध्यक्ष म्हणून नामांकन केलं. ''हे सगळं इतक्या वेगानं घडलं, की त्यावर विचार करायला मला वेळच मिळाला नाही. जर मला अवसर मिळाला असता तर मी बहुधा ते नामांकन नाकारण्याची शक्यता होती.'' असं किंगचं म्हणणं होतं. त्याआधी तीन आठवडे किंगचं व त्याच्या पत्नीचं आता ह्यापुढं समुदायाच्या जबाबदारीची अवघड कामं अंगावर घ्यायची नाहीत याबाबत एकमत झालं होतं. ''मी नुकताच प्रबंध पूर्ण केला होता व चर्चच्या कामाकडे अधिक लक्ष देण्याची गरज होती.'' बहिष्काराच्या कार्यक्रमाचं नेतृत्व करण्यासाठी किंगची एकमतानं निवड झाली होती. त्या संध्याकाळी त्याला समुदायासमोर भाषण करण्याच्या कठीण प्रसंगाला तोंड द्यावं लागलं. ''मला भीतीनं पछाडलं होतं.'' त्या नैराश्याच्या भीतीवर त्यानं लवकरच मात केली आणि १९६३मध्ये त्याच्या गडगडाटी आवाजानं विजेचा धक्का बसावा तसं स्वातंत्र्याचं स्वप्न पाहण्यासाठी देश एकत्र आला. हे होऊ शकलं; कारण, वॉशिंग्टनकडे जाणाऱ्या मोर्चामध्ये शेवटचा वक्ता किंग असावा असा त्याच्या एका सहकाऱ्यानं प्रस्ताव मांडला. अन्य नेत्यांची युती करून त्यांना किंगच्या नामांकनाचं समर्थन करण्यास त्यानं सांगितलं.

सिस्टिन चॅपेलच्या छतावर फ्रेस्कोतील रंगकाम (गिलाव्यावर चित्र काढून रंगकाम करणं) करण्याची कामगिरी पोपनं मायकेल अँजेलोवर सोपवली होती. मायकेल अँजेलो स्वतःला शिल्पकार म्हणवून घेत असे, रंगकाम करणारा नव्हे. ते काम करणं म्हणजे स्वनाश असं वाटून तो फ्लॉरेन्सला पळून गेला. पोपच्या आग्रहाखातर त्या कामाची सुरुवात त्यानं दोन वर्षांनंतर केली. 'पृथ्वी सूर्याभोवती फिरते', हा आपला मौलिक शोध प्रसिद्ध करण्यास कोपर्निकसनं नकार दिल्यामुळं खगोलशास्त्र अनेक दशकं तिथंच थांबून राहिलं होतं. आपलं संशोधन नाकारलं जाईल, त्याची टर उडवली जाईल ह्या भीतीनं तो २२ वर्षं गप्प राहिला होता. आपलं संशोधन आपल्या मित्रमंडळींपुरतंच त्यानं मर्यादित ठेवलं होतं. अखेरीस मेजर कार्डिनलला त्याबाबत समजल्यावर त्यानं ते प्रसिद्ध करण्याबाबत कोपर्निकसला प्रोत्साहन देणारं पत्र लिहिलं. तरीही ते प्रसिद्ध करण्यासाठी त्यानं आणखी दोन वर्षं घेतली. शेवटी गणिताच्या एका तरुण प्राध्यापकानं ते काम हाती घेतलं व प्रसिद्धीसाठी दिलं तेव्हा ते महान कार्य प्रकाशात आलं.

त्यानंतर जवळजवळ ५०० वर्षांनी म्हणजे १९७७ साली देवदूतासारखा एक गुंतवणूकदार आला व त्यानं स्टीव्ह जॉब्स आणि स्टीव्ह व्होझ्नियाक यांना ॲपलमध्ये गुंतवण्यासाठी २५,०००० डॉलर्स देऊ केले. ते देताना व्होझ्नियाकला ह्यूलेट कंपनी सोडावी लागेल अशी अट घातली. पण, त्यानं तसं करण्यास नकार दिला. 'कंपनीत कायम राहण्याचा माझा विचार असल्याचं' सांगून, 'नवी कंपनी वा नवा व्यवसाय सुरू करू नये असं माझी मनोदेवता मला सांगत होती; कारण, मला भीती वाटत होती'', असं व्होझ्नियाकनं कबूल केलं. जॉब्सनं, इतर अनेक मित्रांनी व त्याच्या पालकांनी त्याला प्रोत्साहन दिल्यानंतर आपला विचार बदलला.

कितीतरी व्होझ्नियाक, मायकेल अँजेलो आणि किंग यांनी आपल्या मौलिक कल्पनांचा पाठपुरावा केला नाही, त्यांना प्रसिद्धी दिली नाही किंवा उत्तेजन दिलं नाही कारण त्यांना कुणीच प्रखर प्रकाशझोतात आणलं नाही. जरी आपल्याला आपली कंपनी स्थापन करण्याची इच्छा नसली वा एखादी उत्तम कलाकृती निर्माण करायची नसली, पाश्चिमात्य विचार बदलायचा नसला किंवा नागरी हक्क चळवळीचं नेतृत्व करायचं नसलं, तरी आपली कामाची ठिकाणं, शाळा, समुदाय यांत सुधारणा करण्यासाठी आपल्याकडे कल्पना असतात. दुर्दैवानं, आपल्यापैकी अनेक जण त्या कल्पना प्रत्यक्षात उतरवण्यासाठी लागणारी कृती करण्यासाठी फारसे उत्सुक नसतात. जोसोफ शम्पटर ह्या अर्थवैज्ञानिकाच्या एका प्रसिद्ध निरीक्षणानुसार मौलिकता ही सर्जनशील विध्वंस करणारी कृती आहे. नव्या प्रणालीला पुढचा मार्ग मोकळा करून देण्यासाठी अनेकदा कार्य करण्याच्या जुन्या पद्धती मोडीत काढाव्या लागतात. पण, तसं करताना कपाळमोक्ष होईल या भीतीनं आपण तसं करण्यास धजावत नाही. अन्न व औषध प्रशासन कार्यालयातील जवळजवळ एक हजार

वैज्ञानिकांपैकी ४० टक्क्यांहून अधिक वैज्ञानिकांना सुरक्षेबाबत जाहीर वक्तव्य केलं तर द्वेषाला सामोरं जावं लागेल, याची भीती वाटते. एका तंत्रज्ञान कंपनीतील ४० हजारांपैकी निम्म्याहून अधिक कर्मचाऱ्यांना कामाच्या ठिकाणी विरोधी मतप्रदर्शन करणं सुरक्षित नाही असं वाटतं. सल्ला पुरवणारी आस्थापनं, आर्थिक सेवा उपलब्ध करून देणाऱ्या कंपन्या (फायनान्शिअल सर्व्हिसेस), प्रसारमाध्यमं, औषधोत्पादन कंपन्या आणि जाहिरात क्षेत्र या ठिकाणी काम करणाऱ्यांच्या मुलाखती घेतल्या, तेव्हा ८५ टक्के कर्मचाऱ्यांनी महत्त्वाच्या मुद्द्याबाबत वरिष्ठांजवळ आपलं मत व्यक्त करण्यापेक्षा मौन बाळगण्याला पसंती दिली.

मागच्या वेळी तुम्हाला काही मौलिक कल्पना सुचली होती तेव्हा तुम्ही त्याबाबत कोणती पावलं उचललीत? अमेरिका जरी व्यक्तिनिष्ठता जपणारा आणि अनन्यसाधारण अभिव्यक्ती स्वातंत्र्य जपणारा आणि उत्कृष्टतेचा शोध घेणारा देश असला, तरी अपयशाच्या भीतीनं आपल्यापैकी बरेच जण त्या परिस्थितीतून बाहेर पडून काही करण्यापेक्षा चालू परिस्थितीत राहण्याचा पर्याय निवडतात. 'जीवनपद्धतीच्या बाबतीत प्रवाहाबरोबर जाणंच योग्य; परंतु, तत्त्वाच्या बाबतीत पहाडासारखं उभं राहिलं पाहिजे', असं ठाम मत थॉमस जेफर्सननं व्यक्त केलं होतं. एखादी गोष्ट मिळवण्याचा दबाव नेमकं उलट करायला प्रवृत्त करतो. आपल्याला वरवरच्या पद्धती मौलिक भासतात. टाय परधान करणं, लालभडक बूट घालणं या बाबी प्रत्यक्ष मौलिक बनण्याची जोखीम न पत्करता केल्या जातात. जबरदस्त कल्पना आपल्या डोक्यात येतात आणि गाभामूल्ये हृदयाला जाणवतात. ख्यातनाम कार्यकारी मेलडी हॉबसन म्हणतो, ''आयुष्यात फार थोड्या मौलिक बाबी असतात. कारण, व्यक्त व्हायला व विरोध सहन करायला लोक घाबरतात.'' मौलिकता केवळ व्यक्त होण्यापलीकडे जाऊन मौलिकता प्रभावी कृतीत उतरवणाऱ्या लोकांच्या सवयी कोणत्या असतात?

उचित वस्तू–विचार–कल्पना

मौलिक होण्यासाठी तुम्हाला काही मूलगामी जोखीम पत्करावी लागते. हा विश्वास आपल्या सांस्कृतिक मानसिकतेत इतका घट्ट रुतून बसला आहे की, आपण क्वचितच थांबून त्यावर विचार करतो. आपण नील आर्मस्ट्रॉंग आणि सॅली राइड यांचं कौतुक करतो. आपण म्हणतो, ''अंतराळात जायला त्या अगदी योग्य व्यक्ती होत्या.'' मानवी वस्ती असलेला एकमेव ग्रह सोडून सदेह (बॉडीली) अंतराळात जाण्याचं साहस त्यांनी दाखवलं. आपल्या प्रिय नैतिक तत्त्वांचं पालन करण्याचं पुरेसं धैर्य असणाऱ्या महात्मा गांधी, मार्टिन ल्यूथर किंग (ज्यूनि.) यांच्यासारख्या नेत्यांचे आपण उत्सव साजरे करतो. स्टीव्ह जॉब्स आणि बिल गेट्स यांच्यासारख्यांनी परंपरा

मोडून शाळा सोडून देण्याचा धीटपणा दाखवला होता. यासाठी त्यांच्या प्रतिमा आपण आदर्श मानतो. आपली उद्योगधंदेविषयक स्वप्नं प्रत्यक्षात उतरवण्यासाठी ते स्वेच्छेनं गॅरेजमध्ये काम करत होते.

ज्यांनी आपल्या सर्जनशीलतेला खतपाणी घालून जग बदलायला भाग पाडलं, अशा मौलिक व्यक्तींबद्दल आपण आश्चर्य व्यक्त करतो. आपण असं गृहीत धरतो त्या काही वेगळ्याच घटकांपासून तयार झाल्या आहेत. त्याचप्रमाणे काही नशीबवान लोक जननिक उत्परिवर्तन घेऊनच जन्माला येतात. त्यामुळं कॅन्सर, लठ्ठपणा आणि एचआयव्हीसारख्या रोगांचे ते बळी ठरत नाहीत. आमची अशी श्रद्धा आहे की, महान सर्जनशील व्यक्ती जोखमीची जैविक अबाध्यता घेऊन जन्माला येतात. अनिश्चिततेला ते जोमाने भिडतात आणि सामाजिक मान्यतेकडे दुर्लक्ष करतात. सर्वसामान्यांचे अनुकरण न केल्यानं काय होईल याची त्यांना चिंता वाटत नाही... त्यांची जडणघडणच मुळी मूर्तिभंजक, बंडखोर, क्रांतिकारक, त्रासदायक, भटके, विरोधी वागणारे बेडर, नकार आणि उपहास यांची पर्वा न करणारे- अशी झालेली असते.

अर्थतज्ज्ञ रिचर्ड कँटिलॉन यानं *entrepreneur* हा शब्द तयार केला. त्याचा शब्दशः अर्थ 'जोखीम पत्करणारा' असा आहे. आपण वार्बी पार्करच्या यशाची अंबराला भिडणारी गोष्ट वाचतो तेव्हा हा विचार प्रकर्षाने जाणवतो. इतर सर्व सर्जनशील, नवनिर्मिती करणाऱ्या व परिवर्तन घडवून आणणाऱ्या अभिकर्त्यांप्रमाणे ह्या चौघांनी जग बदललं. कारण, श्रद्धेनं झेप घेण्याची त्यांची तयारी होती. संकटाला घाबरून पुढं पाऊल टाकलंच नाही तर लक्षणीय यश कसं मिळणार?

वार्बी पार्करची सुरुवात होण्याआधी सहा महिने त्यांच्या संस्थापकांपैकी एक जण व्हर्टोनमधील माझ्या वर्गात बसला होता. उंच, सभ्य दिसणारा, कुरळ्या केसांचा व शांतपणं शक्तीचा वापर करणारा नील ब्ल्यूमेंथॉल हा सर्वसामान्य पार्श्वभूमी असलेल्या घरात जन्मला होता. मात्र, हे जग अधिक चांगलं करण्याची त्याला मनापासून इच्छा होती. जेव्हा कंपनी सुरू करण्याचा त्याचा बेत त्यानं मला सांगितला, तेव्हा इतरांप्रमाणं 'मीही ऑनलाइन चश्मा विकण्याची कल्पना फारच आकर्षक आहे; पण, लोक तसं करतील हा विचार करणं कठीण वाटतं', अशी शंका बोलून दाखवली होती.

अशा तऱ्हेनं संशयग्रस्त ग्राहकपायावर कंपनी उभारण्यासाठी भगीरथ प्रयत्न करावे लागतील हे मला माहीत होतं. नील व त्याचे मित्र कंपनी सुरू करण्यासाठी कसा वेळ घालवत आहेत हे कळल्यावर मी अस्वस्थ झालो व ते आता बुडणारच असं मला वाटू लागलं.

मी नीलला सांगितलं, ''तुम्ही सर्व जण अजून शिकत आहात.'' हा माझा त्यांच्या विरुद्धचा पहिला आक्षेप-तडाखा होता. जर वार्बी पार्करबाबत त्यांना खरोखरच विश्वास वाटत असेल तर त्यांनी शिक्षणक्रम सोडून देऊन दिवसाचे २४ तास सर्व लक्ष कंपनी कशी उभी राहील याकडं केंद्रित करावं.

''आम्हाला आमच्या धंद्यात तोटा सहन करायचा नाही. ही कल्पना चांगली आहे याबद्दल आम्हाला खात्री नाही आणि ती यशस्वी होईल की नाही याचा काहीच मागोवा आम्हाला घेता येत नाही. त्यामुळे शैक्षणिक वर्षात आम्हाला मिळणाऱ्या मोकळ्या वेळात आम्ही त्यावर काम करतो. हा व्यवसाय सुरू करण्यापूर्वी आम्ही चौघे मित्र होतो. यशापेक्षाही एकमेकांशी आपले व्यवहार प्रामाणिकपणाचे असणं अधिक महत्त्वाचं आहे असं वचन आम्ही एकमेकांना दिलं; पण जेफला पूर्ण वेळ उद्योग करण्यासाठी उन्हाळ्यात अनुदान मिळाल्यामुळं तो सोडून गेला.''

उरलेल्या तिघांचं काय? ''आम्हा सर्वांना सेवापूर्व प्रशिक्षणाची (इंटर्नशिप) संधी मिळाली. मी सल्ला पुरवणाऱ्या कंपनीत होतो. अँडी भांडवली जोखीम सेवेत व डेव्ह आरोग्य सेवेत होता.''

त्यांना मिळणारा तुटपुंजा वेळ आणि त्यांची द्विधा मनःस्थिती यांमुळे त्यांना अद्याप स्वतःचं संकेतस्थळही प्राप्त करता आलं नव्हतं. कंपनीच्या नावाबाबत सहमती होण्यासाठीही त्यांनी सहा महिन्यांचा अवधी घेतला. त्यांना लगावलेला हा दुसरा टोला.

मी संपूर्ण बाब त्यांच्यावर सोडून देण्यापूर्वी माझ्या स्मरणानुसार ते सर्व जण त्या वर्षअखेरीस त्यांचं ग्रॅज्युएशन पूर्ण करणार होते. त्यामुळं अखेरीस त्या सर्वांना उद्योगासाठी पूर्ण वेळ देता येणार होता. मात्र, नील उलट म्हणाला, ''तसं होणं आवश्यकच असेल असं नाही. जर कल्पनेप्रमाणं गोष्टी घडल्या नाहीत तर आमच्या व्यवसायात आम्हाला तोटा सहन करायचा नाही. मी ग्रॅज्युएशननंतर पूर्ण वेळ नोकरी स्वीकारली आहे. जेफनंही स्वीकारली आहे. त्याच्याकडे अन्य पर्यायही आहेत. डेव्हनं उन्हाळाभर वेगवेगळ्या ठिकाणी सेवापूर्व प्रशिक्षण घेतलं आहे. तसंच आपल्या जुन्या मालकाकडं पुन्हा नोकरी मिळेल का याबद्दलही तो विचारणा करत आहे.''

त्यांना दिलेला तिसरा धक्का. ते तिघं निघून गेले. मीही तेथून निघालो.

वार्बी पार्करमध्ये पैसे गुंतवण्यास मी नकार दिला होता. कारण, मीही पुष्कळसा नील व त्याच्या मित्रांसारखाच होतो. मी प्राध्यापक झालो. कारण, नवं मर्मज्ञान शोधण्याची मला तीव्र इच्छा होती. तसंच आपल्याजवळील ज्ञान पुढील पिढीला देऊन 'शहाणे करून सोडावे सकळ जन' अशी दुर्दम्य इच्छा होती; पण माझ्या जीवनातल्या सर्वाधिक प्रामाणिक क्षणाला मला वाटतं, मीही सुरक्षित कालावधीकडे ओढला गेलो. विशीच्या वयात नवा व्यवसाय सुरू करण्याचा विश्वास माझ्यात

नव्हता. जर तो असता तर मी निश्चितच शाळेत राहिलो असतो व माझा खर्च भागवण्यासाठी नोकरी मिळवण्याच्या रांगेत उभा राहिलो असतो.

वार्बी पार्कर चमूनं केलेल्या यशस्वी उद्योजक निवडीशी मी माझ्या मानसिक आदर्शाच्या निवडीशी तुलना करतो तेव्हा त्यातील कोणत्याच बाबी जुळत नव्हत्या. नील व त्याचे सहकारी यांच्यात सर्वशक्तिनिशी निश्चय तडीस नेण्याचा अभाव होता. त्यामुळे त्यांची बांधिलकी व त्यांचे दोष याबाबत मला प्रश्न उपस्थित करता आले. ते सर्व जण यशस्वी उद्योजक बनण्याबाबत फारसे गंभीर नव्हते. त्यासाठी लागणारं आर्थिक बळही त्यांच्याकडं नव्हतं. सर्वस्व पणाला लावण्याऐवजी ते सावधगिरीनं पावलं टाकत असल्यामुळं ते अपयशी ठरणार, असं माझं मन मला सांगत होतं. मात्र, याच वस्तुस्थितीमुळं ते यशस्वी झाले.

मौलिकतेसाठी कमालीची जोखीम पत्करावी लागते, ही खोटी कल्पना मला खोडून काढायची आहे. तुम्हाला पटवून द्यायचं आहे. मौलिक लोक आपल्याला वाटतं त्यापेक्षा अधिक सामान्य असतात. उद्योगधंदे, राजकारण, विज्ञान, कला– कोणत्याही क्षेत्रात जे लोक आपल्या मौलिक कल्पनांनी जगाला पुढे नेतात ते क्वचितच बांधिलकीचा किंवा विश्वसनीयतेचा उत्कृष्ट नमुना असतात. ते परंपरेवर प्रश्न उपस्थित करून 'जैसे थे' परिस्थितीला आव्हान देतात. वरवर पाहता ते धीट आणि स्वतःबद्दल खात्री असणारे आहेत असं वाटतं; परंतु, जेव्हा तुम्ही त्यांची पुटं खरवडून काढता तेव्हा त्यांचं खरं रूप समोर येतं. त्यांनाही भयानं, गोंधळलेल्या परिस्थितीनं आणि आत्मविश्वासाच्या अभावानं घेरलेलं असतं. आम्ही त्यांच्याकडे स्वतःचा नवा व्यवसाय उभारणारे म्हणून पाहत होतो. पण, त्यांचे प्रयत्न अनेकदा इतरांकडून जबरदस्तीनं केले जात होते. जितक्या तीव्रतेनं जोखीम स्वीकारत असल्याचं ते दाखवीत होते तितक्याच प्रमाणात ती टाळण्याकडेही त्यांचा अग्रक्रम असावा असं वाटत होतं.

व्यवस्थापन संशोधक जोसेफ रॅफी आणि ली फेंग यांनी केलेल्या एका विलक्षण अभ्यासात पुढील साधा-सरळ प्रश्न विचारला गेला. ''जेव्हा लोक नवा उद्योग सुरू करतात तेव्हा ते दिवसभराच्या नोकऱ्या सोडतात की कामाच्या वेळानंतरच्या काळात काम करणं पसंत करतात?'' १९९४ ते २००८ या कालावधीत उद्योजक बनलेल्या ५०००हून अधिक राष्ट्रीयत्वाचे प्रतिनिधित्व करणाऱ्या एका गटाचा मागोवा घेतला. त्या गटात विशीचे, तिशीचे, चाळिशीचे व पन्नाशीचे लोक होते. ह्या उद्योजकांनी– संस्थापकांनी आपल्या दिवसभराच्या नोकऱ्या आर्थिक अडचणीच्या प्रभावामुळे कायम ठेवल्या की सोडल्या? ज्या व्यक्तींचे कौटुंबिक उत्पन्न उच्च स्तरावरचे होते किंवा ज्यांचे वेतन उच्च होते अशा व्यक्ती कमीअधिक प्रमाणात नोकऱ्या सोडण्याची शक्यता

होती; ते पूर्ण वेळ उद्योजक बनले का? सर्वेक्षणानं दाखवून दिलं की ज्यांनी व्यवसायात स्वतःला पूर्णपणे झोकून दिलं ते जोखीम पत्करणारे व प्रचंड आत्मविश्वास असणारे होते. ज्यांना स्वतःबद्दल खात्री नव्हती, त्या उद्योजकांनी आपला नवा व्यवसाय सुरू करताना तोटा सहन करावा लागू नये म्हणून आपली नोकरी चालू ठेवली होती, असं सर्वेक्षणात आढळलं.

अनेकांप्रमाणे तुम्ही विचार करणारे असाल तर जोखीम पत्करणाऱ्यांना स्पष्टपणे फायदा मिळेल असं भाकीत तुम्ही वर्तवाल. मात्र, अभ्यासातून अगदी उलटं चित्र समोर आलं आहे. ज्या उद्योजकांनी आपल्या नोकऱ्या कायम ठेवल्या त्यांना नोकऱ्या सोडणाऱ्यांपेक्षा ३३% कमी अपयशाच्या विपरीत स्थितीला सामोरं जावं लागलं.

जर तुम्ही जोखीम पत्करण्याविरुद्ध असाल आणि तुमच्या कल्पना व्यवहारात उतरवण्याबद्दल शंका असतील, तर तुमचा व्यवसाय भक्कम पायावर उभा राहण्याची शक्यता असते. जर तुम्ही स्वेच्छेने जोखमीचा जुगार खेळणार असाल, तर तुमचा व्यवसाय खूपच कमकुवत पायावर उभा राहील.

वार्बी पार्करच्या चमूप्रमाणं *फास्ट कंपनीनं* नवीन गोष्ट सुरू करणाऱ्या कंपन्यांत ज्यांची नावं घातली त्यांच्या संस्थापकांनी कंपनी सुरू केल्यावरही आपल्या नोकऱ्या चालू ठेवल्या होत्या. माजी धावपटू (ट्रॅक स्टार) फिल नाइटनं धावताना वापरण्याचे बूट आपल्या मोटरच्या डिकीतून विकायला १९६४मध्ये सुरुवात केली होती. तरीही १९६९पर्यंत तो लेखापाल (अकाउंटंट) म्हणून कार्यरत होता. ॲपल-१ हा मूळ संगणक शोधणाऱ्या स्टीव्ह वॉझ्नियाकनं १९७६मध्ये स्टीव्ह जॉब्सबरोबर कंपनी सुरू केली; पण ह्यूलेट पॅकार्डमध्ये अभियांत्रिक म्हणून तो १९७७पर्यंत काम करत होता. गुगलचे संस्थापक लारी पेज आणि सर्जी बिन यांनी १९९६मध्ये आंतरजालावरील शोध कसा सुधारता येतो, हे नाट्यमयरीत्या दाखवून दिलं. मात्र, १९९८पर्यंत आपलं ग्रॅज्युएशन स्टॅन्फर्डमधून पूर्ण होईपर्यंत त्यांनी शिक्षण सोडलं नव्हतं. ''आम्ही गुगल जवळजवळ सुरूच केली नव्हती. आम्हाला आम्ही पीएच. डी.च्या कार्यक्रमातून बाहेर फेकले जाऊ व तो पूर्ण होईल की नाही याची चिंता होती.'' असं पेज म्हणाला. संशोधनाबाबत अननुभवी असणाऱ्यांना संशोधनावरील त्यांचं लक्ष शोधयंत्र (सर्च इंजिन) विचलित करत होतं. त्यामुळं त्यांनी रोकड व रोखे मिळून दोन दशलक्षापेक्षाही कमी किमतीत गुगल विकायला काढली. पण, त्यांच्या सुदैवानं त्यांना ही बोली कबूल करणारा संभाव्य खरेदीदार मिळाला नाही.

दिवसभराची आपली नोकरी चालू ठेवण्याची बाब फक्त यशस्वी उद्योजकांपुरतीच मर्यादित होती असं नाही. अनेक प्रभावशाली सर्जनशील व्यक्तींनीही आपल्या मोठ्या प्रकल्पावर काम करत असताना आपली नोकरी करून मिळणारं उत्पन्न किंवा शिक्षण चालू ठेवलं होतं. आवा दूव्हर्नेची दिग्दर्शक सेल्या हिनं आपले पहिले तीन चित्रपट

दिवसभराची प्रसिद्धी देणाऱ्या क्षेत्रातली नोकरी (पब्लिसिस्ट) करत असताना पूर्ण केले होते. चार वर्षं अशी नोकरी करत असताना तिनं अनेक बक्षिसंही पटकावली होती. खगोलशास्त्रीय भौतिक विज्ञानातील पीएच.डी.चा अभ्यास चालू असतानाच ब्रायन मे यानं एका नव्या वाद्यवृंदात गिटार वाजवायला प्रारंभ केला होता. पण, त्यानं पीएच.डी.चा अभ्यास सोडला नव्हता. कितीतरी वर्षांनी क्वीन बँडमध्ये दाखल झाल्यावर त्यानं त्या अभ्यासाला सोडचिठ्ठी दिली. त्यानंतर लगेचच त्यानं 'We Will Rock You' हे गाणं लिहिलं. ग्रॅमी पारितोषिक विजेता जॉन लिजंड यानं आपला पहिला अल्बम २०००मध्ये काढला. पण, व्यवस्थापकीय सल्लागार म्हणून तो २००२पर्यंत कार्यरत होता. त्याच कालावधीत पॉवर पॉइंट प्रेझेंटेशनची दिवसा तयारी करणं व रात्री गाण्याचे कार्यक्रम सादर करणं- या गोष्टी तो करत होता. भयकथा व इतर वाङ्मयप्रकारात लेखन करणारा अमेरिकन कादंबरीकार स्टीफन किंग आपली पहिली गोष्ट लिहिल्यानंतरही शिक्षक, द्वारपाल आणि पेट्रोल पंपावरचा सेवक म्हणून सात वर्षे काम करत होता. पहिली कादंबरी *कॅरी* प्रसिद्ध झाल्यानंतर एक वर्षानं त्यानं ही कामं करणं बंद केलं. दिलबर्टचा लेखक स्कॉट ॲडम्सची पहिली हास्य चित्रपट्टी (कॉमिक स्ट्रिप) वृत्तपत्रात लोकप्रिय झाल्यावर ७ वर्षांनी त्यानं आपलं पॅसिफिक बेलमधलं काम सोडलं.

ह्या सर्व मौलिक लोकांनी जोखीम पत्करण्याऐवजी सुरक्षित मार्ग का स्वीकारला?

रोखे बाजारातील जोखमी स्टॉक पोर्टफोलिओसारख्या का असतात?

अर्ध शतकापूर्वी मिशिगन विद्यापीठातील मनोवैज्ञानिक क्लायड कुम्बसनं जोखमीची एक नवीनच उपपत्ती विकसित केली. 'जर तुम्ही रोखे बाजारात जोखमीची गुंतवणूक करत असाल, तर अन्य सुरक्षित गुंतवणूक करून स्वतःला सुरक्षित ठेवा', असं कुम्बसनं सुचवलं. यशस्वी लोक आपल्या जोखमीच्या संदर्भात असंच वर्तन करतात आणि रोखे व्यवहारात समतोल राखतात. जेव्हा एका क्षेत्रातील गुंतवणुकीत धोका असतो तेव्हा आपण अन्य क्षेत्रात काळजीपूर्वक व्यवहार करून समतोल राखतो. जर तुम्ही ब्लॅक जॅकवर (कसिनोत खेळला जाणारा पत्त्यांचा खेळ) आक्रमकपणे पैज लावली तर तुम्ही कसिनोकडं जाताना कदाचित ठरवलेल्या गतीपेक्षा संथपणानं मार्गक्रमण कराल.

रोखे व्यवहार करणारे लोक आयुष्याच्या एका कालखंडात अधिक मौलिक का होतात आणि उरलेल्या जीवनात अगदी पारंपरिक पद्धतीनं का वागतात, ही बाब यातून स्पष्ट होते. बेसबॉल संघाचा मालक ब्रॅंच रिकीनं वर्णभेदाला छेद देण्यासाठी जॅकी रॉबिन्सनसाठी बेसबॉलचे दरवाजे खुले केले. पण, रविवारी बॉलपार्कमध्ये

जाण्यास नकार दिला. बायबलबद्दल अनादर दर्शवला व अल्कोहोलच्या थेंबालाही स्पर्श केला नाही. मैलाचा दगड समजला जाणारा *The Waste Land* हा इलियटचा विसाव्या शतकातील अतिशय महत्त्वाचा कवितासंग्रह होता; पण, १९२२मध्ये त्याच्या प्रसिद्धीनंतरही इलियटनं १९२५पर्यंत आपली लंडन बँकेतली नोकरी चालू ठेवली होती. कारण, व्यावसायिक धोका कवटाळण्याची त्याची तयारी नव्हती. अल्डस हक्सलेनं इलियटच्या बँकेत जाऊन नोंद केली. बँकेतील इतर कारकुनांपेक्षा तो आपल्या कामात अधिक निपुण होता. अखेरीस त्यानं नोकरी सोडली तेव्हाही त्यानं स्वतःला जोखमीत टाकलं नाही. नंतर त्यानं आपल्या आयुष्याला आर्थिक स्थैर्य लाभावं म्हणून एका प्रकाशन संस्थेत ४० वर्षं काम केलं. तेव्हा एकीकडे कविता लिहिणंही त्यानं चालू ठेवलं होतं. पोलॉराइडचा संस्थापक एडविन लँड म्हणतो, ''निश्चिततेच्या मनोवृत्तीतून अन्य सर्व क्षेत्रात येणारी भावनिकता आणि सामाजिक स्थैर्य असल्याखेरीज एखाद्या क्षेत्रात मौलिक होत नाही.''

पण, दिवसभराची नोकरी उत्कृष्ट कामातून त्यांचे लक्ष अन्यत्र वळवत नाही का? व्यावहारिक ज्ञानानुसार सर्जनशील उपलब्धी ऊर्जा व मोठा कालपट असल्याखेरीज उदयाला येत नाहीत. सखोल परिश्रमाशिवाय कंपन्या नावारूपाला येऊ शकत नाहीत. ह्या समजुती रोख्यांच्या जोखमीतील संतुलित फायद्याकडे काणा डोळा करतात एका क्षेत्रातील सुरक्षिततेची जाणीव अन्य क्षेत्रात मौलिक बनण्याचं स्वातंत्र्य देते. आपला आर्थिक पाया मजबूत करून आपण अर्धवट पुस्तके प्रकाशित करण्याच्या व हलक्या कलाकृती विकण्याच्या किंवा चाचणी न घेतलेले उद्योग सुरू करण्याच्या भानगडीच्या दबावापासून मुक्त होतो. पिअर ओमिदेयारने e-Bay छंद म्हणून उभारला, तरी त्यानंतरही नऊ महिने त्यानं आपला ऑनलाइन मार्केट व्यवसाय त्याला नोकरीपेक्षा अधिक पैसा देत असूनही आज्ञावली लेखक (प्रोग्रॅमर) म्हणून आपली नोकरी सुरू ठेवली होती. ''उत्तम उद्योजक कमाल जोखीम पत्करणारे नसतात.'' असं तो म्हणतो. एन्डेव्हरची सहसंस्थापक आणि प्रमुख कार्यकारी अधिकारी (सीईओ) लिंडा रॉटनबर्ग तिच्या अनेक महान उद्योजकांना अनेक दशके प्रशिक्षण देण्याच्या अनुभवाच्या आधारे मत व्यक्त करते – ''ते जोखमीच्या बाहेर पडून जोखीम घेतात.''

रोख्यांचा समतोल राखणं म्हणजे सतत रोखे दाखवणाऱ्या पटलामध्ये डोळ्यांत तेल घालून टक लावून पाहणं नव्हे. त्याऐवजी यशस्वी मौलिक एका आखाड्यात कमालीची जोखीम स्वीकारतात व दुसरीकडे गुंतवणूक करताना कमालीची काळजी घेऊन त्या जोखमीची भरपाई करतात. वयाच्या २७व्या वर्षी सारा ब्लेकलीनं स्त्रियांसाठी पायांत घट्ट बसणारी विजार (footless panthose) तयार करण्याची अनोखी कल्पना प्रत्यक्षात आणली. त्यासाठी आपली ५००० डॉलर्सची सगळी बचत त्यात गुंतवण्याचा धोका पत्करला. ह्या धोक्याचा समतोल राखण्यासाठी तिनं

फॅक्स यंत्रविक्रीचं आपलं दिवसभराचं काम दोन वर्षं चालू ठेवलं होतं. त्या काळात रात्र व साप्ताहिक सुटीचे दिवस आपल्या विक्रीच्या मूळ वस्तूचा नमुना तयार करण्यात तिनं घालवले. तसंच वस्तूच्या विक्रीचे स्वामित्व (पेटंट) मिळवणं, त्यासाठी अर्ज करणं ही कामं पैसे वाचवण्यासाठी वकील न ठेवता तिनं स्वतःच केली. अखेरीस, तिनं आपलं उत्पादन – घट्ट विजारी – 'स्पॅक्स' – या नावानं बाजारात आणलं. स्वबळावर अब्जाधीश झालेली ती जगातली पहिली महिला ठरली. त्यापूर्वी शतकभर आधी हेन्री फोर्डनं आपलं मोटरव्यवसायाचं साम्राज्य उभारण्यास सुरुवात केली होती. तेव्हा तो स्वतः थॉमस एडिसनसाठी अभियांत्रिक म्हणून काम करत होता. ह्या कामानं त्याला मोटारीबद्दल शोधून काढलेल्या कल्पनेबाबत प्रयत्न करून पाहण्यासाठी आवश्यक ती सुरक्षितता पुरवली. एडिसनच्या हाताखाली काम करणं त्यानं कार्ब्यूरेटर तयार झाल्यावरही चालू ठेवलं होतं. एक वर्षानंतर त्याचं पेटंट प्राप्त झाल्यावर त्यानं ती नोकरी सोडली.

मायक्रोसॉफ्ट कंपनी सुरू करण्यासाठी आपला हार्वर्डमधील अभ्यासक्रम सोडण्यासाठी प्रसिद्धीस आलेल्या बिल गेट्सबद्दल काय सांगायचं? गेट्सनं संगणकाला नवी माहिती पुरवणारी संगणक आज्ञावली sophomore विकली. त्यासाठी तो हार्वर्ड स्कूल सोडण्यासाठी वर्षभर थांबला होता. त्यानंतरही त्यानं लगेच हार्वर्ड सोडलं नाही. मात्र, आपली जोखीम संतुलित करण्यासाठी त्यानं अनुपस्थित राहण्याची परवानगी मागणारा अर्ज विद्यापीठाकडं केला होता. तो रीतसर मंजूर झाला व त्याच्या पालकांनी त्याला आवश्यक तो पैसा पुरवल्यावर त्यानं हार्वर्ड सोडलं. उद्योजक रिक स्मिथच्या मते, 'केवळ जोखीम स्वीकारणारा– असं बिल गेट्सच्या बाबतीत म्हणण्याऐवजी धोक्याची तीव्रता कमी करणारा असं त्याचं अधिक अचूक वर्णन होईल.'

अशा प्रकारे, जोखमीची कमी केलेली तीव्रता ही वार्बी पार्करला मोठं यश मिळवून देण्यासाठी कारणीभूत ठरणारी घटना होती. नील ब्ल्यूमेंथॉल आणि डेव्ह गिलबोआ हे कंपनीचे सहसंस्थापक प्रमुख कार्यकारी अधिकारी झाले. एकच प्रमुख अधिकारी निवडण्याचा सल्ला त्यांनी नाकारला. उच्चपदी दोन व्यक्ती असणं अधिक सुरक्षित असतं यावर त्यांनी विश्वास ठेवला. खरोखरच सहप्रमुख कार्यकारी अधिकारी असण्यानं बाजाराचा प्रतिसाद सकारात्मक आला आणि कंपनीचे मूल्यांकन वाढले. त्यांचा अग्रक्रम आरंभापासूनच जोखीम कमी करण्याकडं होता. एकाच गोष्टीवर विसंबून धोका पत्करायचा नव्हता, असं डेव्ह म्हणाला. कंपनी सुरू केल्यावरही कँपसमध्ये वैज्ञानिक शोधांचा मागोवा घेऊन त्यात वाणिज्यविषयक सुप्त सामर्थ्य आहे का याबद्दल तो शोध घेत होता. आवश्यक त्या मदत योजनेमुळं लोक ऑनलाइन चश्मे विकत घेतील, या अद्यापही सिद्ध न झालेल्या गृहीतकावर आपल्या उद्योगाचा पाया रचण्याचं त्याला धैर्य दिलं. त्या अनिश्चिततेवर शिक्कामोर्तब

करण्याऐवजी ते ती कमी करण्यासाठी कृतिशील राहिले. ''उद्योगातील जोखीम कमी करण्याबाबत आम्ही सतत बोलत होतो.'' असं नील म्हणाला. ''हा सगळा प्रवास म्हणजे 'हो-नाही' निर्णयांची मालिकाच होती. प्रत्येक पावलागणिक आम्हाला अवलोकन करावं लागत होतं व समतोलही साधावा लागत होता.''

जोखमीच्या विरोधात सुरक्षिततेचा एक भाग म्हणून त्या चारही मित्रांनी उद्योजकतेच्या वर्गात नाव नोंदवून आपल्या उद्योगाची योजना तयार करण्यात अनेक महिने घालवले. आंतरजालावरून चश्म्याची मागणी नोंदवणे ही अपरिचित कल्पना ग्राहकांना सुखावह वाटावी म्हणून चश्मा परत करायचा असल्यास ती सेवा मोफत देण्याचं ठरवलं. परंतु, सर्वेक्षणात ज्या गटावर लक्ष केंद्रित केलं होतं त्यातील लोक अद्याप ऑनलाइन चश्मे खरेदी करण्यास का-कू करत होते. ''अनेक लोक अशी खरेदी करणारे नव्हते. ह्या उद्योगामागील पायाभूत तत्त्वांबद्दल आम्हाला प्रश्न विचारले जात होते.'' नील आठवण सांगतो, ''स्वतःबद्दलच्या तीव्र अनिश्चिततेचा-संशयाचा तो क्षण होता. त्या क्षणानं आम्हाला परत मूळ समस्येकडं जावं लागणार होतं.''

या समस्येवर दीर्घ काळ चर्चा केल्यानंतर त्यातून एक तोडगा सापडला. तो होता मोफत घरपोच ऑनलाइन चश्म्याचा उपक्रम. ग्राहक फक्त चश्म्याच्या फ्रेमची मागणी करतील व त्यासाठी कोणतीही आर्थिक बांधिलकी राहणार नव्हती. त्यांना फ्रेम्स आवडल्या नाहीत, तर त्या परत करण्याची मुभा होती. चश्मा परत करण्यापेक्षा ही पद्धत कमी खर्चीक होती. जर ग्राहकानं भिंगासहित चश्मा परत केला असता तर वार्बी पार्करला खूपच तोटा झाला असता. पण ग्राहकांनी फ्रेम वापरून पाहिली आणि परत केली, तर कंपनीला त्या फ्रेमचा पुन्हा वापर करता येणार होता. आतापर्यंत डेला हा विश्वास प्राप्त झाल्यामुळं तो आता बांधील होता. ''आम्ही कंपनी सुरू करण्याच्या तयारीत असताना आम्ही जे काही पूर्ण वेळ करणार होतो ते करण्याचा आम्ही निश्चय केला. ते आता जोखमीचे काम वाटत नव्हते. मी श्रद्धेनं मोठी झेप घेतो आहे असं मला वाटत नव्हतं.'' चश्म्याची फ्रेम डोळ्यांवर चढवून पाहण्याच्या उपक्रमाला इतकी दाद मिळाली की वार्बी पार्करला तो उपक्रम सुरू झाल्यापासून ४८ तासांच्या आतच तो तात्पुरता निलंबित करावा लागला.

पुढे येणारे अनेक वाढते पुरावे सुचवतात की, सर्वसामान्यांपेक्षा उद्योजकांना जोखीम पत्करणं आवडत नाही. ह्या दुर्मीळ निष्कर्षाबाबत अनेक अर्थतज्ज्ञांची, समाजवैज्ञानिकांची आणि मनोवैज्ञानिकांची सहमती झाली आहे. एका प्रातिनिधिक अभ्यासात ८००हून अधिक अमेरिकन, उद्योजक आणि नोकरदार यांना खाली दिलेल्या तीन धाडसी प्रसंगांपैकी कोणत्या प्रसंगाला कंपनी सुरू करण्यापूर्वी पसंती द्याल, असा प्रश्न विचारला होता.

(अ) २०% यशाची संधी व पाच दशलक्ष डॉलर्सचा फायदा करून देणारा उद्योग

(आ) ५०% यशाची संधी व दोन दशलक्ष डॉलर्सचा नफा मिळवून देणारा उद्योग

(इ) ८०% यशाची संधी व १.२५ दशलक्ष डॉलर्सचा नफा देणारा उद्योग

उद्योजक शेवटचा लक्षणीय व सर्वांत सुरक्षित पर्याय निवडण्याची *अधिक* शक्यता होती. उत्पन्न, संपत्ती, वय, लिंगभाव, उद्योजक म्हणून असलेला अनुभव, वैवाहिक स्थिती, शिक्षण, घराचा आकार व अन्य उद्योग कसे चालतील- 'या बाबी कशाही असल्या तरी ही बाब खरी आहे की, सर्वसामान्य लोकांपेक्षा उद्योजकांचा लक्षणीयरीत्या जोखीम स्वीकारण्यास विरोध असतो. तयारी नसते'; असा निष्कर्ष लेखकांनी काढला आहे.

सर्वेक्षणातील हे केवळ अग्रक्रम वा पसंती आहेत. मात्र, जेव्हा तुम्ही उद्योजकांच्या जगातील प्रत्यक्ष वर्तनाचं निरीक्षण करता तेव्हा ते धोकादायक जोखीम टाळतात हे स्पष्ट होतं. कुमार वयातील यशस्वी उद्योजक त्यांच्या समवयस्कांपेक्षा सुमारे तिप्पट वेळा नियम मोडत असल्याचं आणि अवैध कामात गुंतत असल्याचं अर्थतज्ज्ञांना आढळलं. तरीही, उत्पादन कंपन्या सुरू करणाऱ्या व विशिष्ट वर्तनात गुंतलेल्या पौगंडावस्थेतील मुलांचं जवळून निरीक्षण केलं तेव्हा ती मोजूनमापून धोका पत्करतात असं दिसून आलं. जेव्हा मनोवैज्ञानिकांनी अमेरिकन जुळी व स्वीडिश नागरिक असलेल्यांचा अभ्यास केला तेव्हा त्यांना तसेच निष्कर्ष आढळले.

यशस्वी उद्योजक झालेल्यांच्या कुमार वयातील इतिहासावर नजर टाकली तर पालकांची आज्ञा झुगारून देणं, ठरवून दिलेल्या वेळापेक्षा अधिक काळ घराबाहेर राहणं, शाळा बुडवणं, दुकानातील वस्तूंची उचलेगिरी करणं, जुगार खेळणं, अल्कोहोलचं सेवन करणं आणि मारिजुआना ओढणं- या बाबी तीनही अभ्यासांतून पुढे येतात. तथापि, ही मुलं दारू पिऊन मोटर चालवणं, बेकायदेशीररीत्या ड्रग्स खरेदी करणे किंवा उंची महागड्या वस्तूंची चोरी करणं यांसारख्या जोखमीच्या व्यवहारांत गुंतलेली नसतात. तसंच पालकांचा सामाजिक-आर्थिक दर्जा किंवा कौटुंबीक उत्पन्न काहीही असलं तरी ह्या वर्तनात बदल होत नाही.

मौलिक लोकांचा जोखमीकडे पाहण्याचा दृष्टिकोन नक्कीच वेगळा असतो. काही गगनाला गवसणी घालणारे जुगारी असतात, तर काही पैन्पै वाचवणारे कंजूष असतात. मौलिक बनण्यासाठी काहीतरी नवीन प्रयत्न करून पाहावा लागतो; याचाच अर्थ काहीशी जोखीम पत्करावी लागते; परंतु पुष्कळसे यशस्वी मौलिक पुढे पाहिल्याखेरीज उडी घेण्याचं साहस करत नाहीत. ते नाराजीनंच चवड्यावर

चालत कड्याच्या टोकापर्यंत जातात. कितपत उतार आहे त्याचा अंदाज बांधतात, तीनतीनदा पॅराशूट बरोबर आहे का, याची खात्री करून घेतात आणि गरज पडलीच तर पॅराशूटच्या तळाशी सुरक्षाजाळे असावे म्हणून तेही बसवून घेतात. (सर्व प्रकारची काळजी घेऊन ते पुढचं धोक्याचं पाऊल टाकतात.) माल्कम ग्लॅडवेलनं *न्यू यॉर्करमध्ये* लिहिलं होतं, ''अनेक उद्योजक पुष्कळ धोके पत्करतात. पण, सामान्यतः ते अयशस्वी झालेले उद्योजक असतात. त्यांच्या कहाण्या यशस्वी होत नाहीत.''

सामाजिक मान्यतेकडं दुर्लक्ष केल्यामुळं मौलिक वाट चोखाळणाऱ्या लोकांत काही फरक पडत नाही. ६० अभ्यासांच्या एकत्रित विश्लेषणात जवळजवळ १५,००० उद्योजकांचा समावेश केला होता. ग्राहकांच्या संतोषाची फारशी चिंता न करणारे लोक उत्कृष्ट उद्योजक होण्याची शक्यता फारच कमी असते. तशाच त्यांच्या कंपन्याही चांगल्या दर्जाचे काम करत नाहीत. अशीच तऱ्हा राजकारणातही दिसते. शेकडो इतिहासतज्ज्ञ, मनोवैज्ञानिक व राज्यशास्त्र वैज्ञानिक यांनी अमेरिकेच्या अध्यक्षांचे मूल्यमापन केले. जनतेच्या इच्छेअनुसार वागणारे व आपल्या आधीच्या अध्यक्षांनी घालून दिलेले पायंडे अनुसरणारे सर्वांत कमी प्रभाव टाकणारे नेते असल्याचे निदान त्या अभ्यासकांनी केले. ज्यांनी 'जैसे थे' परिस्थितीला आव्हान दिलं आणि आमूलाग्र परिवर्तन घडवून देशात अनेक सुधारणा केल्या ते महान अध्यक्ष म्हणून नावाजले गेले. पण, त्यांचं हे वर्तन ते अध्यक्ष म्हणून खोलवर जनतेची सखोल मान्यता व सामाजिक सुसंवाद यांची काळजी घेतात की नाही याच्याशी पूर्णतया असंबद्ध असतं.

सर्व अमेरिकन अध्यक्षांमध्ये अब्राहम लिंकन महान समजला जातो. इतरांना संतुष्ट ठेवण्याची इच्छा व संघर्ष टाळणं- या दोन मुद्द्यांवर अध्यक्षांचं मूल्यमापन केलं तेव्हा लिंकननं त्यात सर्वाधिक गुण मिळवले. नागरिकांबरोबर व यादवी युद्धातून पळून गेलेल्या सैनिकांबरोबर तो कार्यालयात दररोज चार तास घालवत असे. त्यांना माफ करत असे. मुक्तीच्या जाहीरनाम्याच्या घोषणेवर सही करण्यापूर्वी गुलामांना मुक्त करावं का या विचारानं तो ६ महिने चिंताग्रस्त होता. असं करण्याचा आपल्याला घटनात्मक अधिकार आहे का, असा प्रश्न तो स्वतःलाच विचारत असे. ह्या निर्णयामुळं सीमेवरच्या राज्यांचा पाठिंबा मिळणार नाही ह्या विचारानं त्याला घेरलं होतं. युद्धाला तोंड फुटलं तर देशाचं नुकसान होईल हा विचार त्याला अस्वस्थ करत होता.

मौलिकता ही निश्चित स्वरूपाची विशिष्ट बाब नाही. ती फक्त मुक्त निवड आहे. मौलिक व्यक्तिमत्त्व लिंकनकडं उपजत नव्हतं. संघर्षाला तोंड देण्याची त्याची प्रवृत्ती नव्हती. ती सदसद्विवेकाने केलेली कृती होती. (त्याच्या डीएनएमध्ये त्याची नोंद नव्हती) डब्ल्यू. ई. बी. ड्यूबॉय हा विचारवंत लिहितो, ''तो तुमच्यापैकी एक होता, तरीही तो अब्राहम लिंकन झाला.''

अनेकदा आपलं काम आणि जीवन यांतील नियंत्रणाची शक्यता हरवून जाते. काही वर्षांपूर्वी गुगलनं येलमधील अँमी झेस्निव्हस्की या अतिशय हुशार प्राध्यापिकेला ज्यांच्याजवळ कंपनीच्या अभियांत्रिकांजवळ असतं तसं स्वातंत्र्य, दर्जा किंवा गगनभरारी घेणारे प्रकल्प नव्हते; अशा विक्रीखात्यात काम करणाऱ्यांना, प्रशासकीय अधिकारी म्हणून कर्तव्य बजावणाऱ्यांना त्यांचं काम अधिक समृद्ध करता यावं म्हणून मदत करायला सांगितलं होतं. त्यावर तोडगा शोधण्यासाठी दुसरा सहयोगी (कोलॅबोरेटर) जस्टिन बर्ग याच्यासह मी तिच्याबरोबर कॅलिफोर्निया, न्यू यॉर्क, डब्लिन आणि लंडनचा दौरा केला.

अनेक कर्मचारी गुगलशी इतके बांधील होते की, त्यांनी आपलं स्वतःचं काम कर्तव्यतत्परतेनं स्वीकारलं. त्यांचं काम व आंतरक्रिया प्लास्टरप्रमाणं एकमेकांशी पूर्णपणं चिकटलेल्या आहेत हे लक्षात आल्यावर त्याच्याशी ते तडजोड करू शकतील का असा प्रश्न त्यांनी विचारला नाही.

त्यांच्या मनाची कवाडं उघडण्यासाठी आम्ही जेनिफर कुर्कोस्की आणि ब्रायन वेली या नव्या कल्पना मांडणाऱ्या दोघा गुगलच्या विश्लेषकांना त्यात सहभागी करून घेतलं. 'तुमचं व्यावसायिक काम म्हणजे स्थितिशील शिल्प नव्हे, तर ते बांधकामाचे फिरते ठोकळे आहेत', ही कल्पना त्यांच्या समोर मांडण्यासाठी एका कार्यशाळेची आखणी केली. आम्ही त्यांना आपल्या कामाचे रचनाकार झालेल्या लोकांची उदाहरणं दिली. त्यांना आवड, कौशल्ये आणि मूल्ये यांच्याशी चांगली हातमिळवणी करावी लागते. एखादा कलात्मक विक्रेता कंपनीसाठी एखादं नवं चिन्ह (लोगो) तयार करण्यात स्वतःहून पुढाकार घेतो आणि एखादा आर्थिक विश्लेषक आर्थिक जावकाबाबत (आउटगोइंग) आपल्या ग्राहकांना ई-मेल पाठवण्याऐवजी व्हिडिओवर संवाद साधून त्याबाबतची माहिती देतो- तसा संपर्क साधला पाहिजे. त्यानंतर त्यांनी आपल्या कामाच्या स्वरूपाकडे अपरिचितासारखं म्हणजे नव्या दृष्टिकोनातून पाहिल्यासारखं पाहिलं. त्यासाठी त्यांनी आपल्या भूमिका नव्यानं तयार केल्या. त्या अधिक आदर्श होत्या; तरीही त्या वास्तव होत्या.

व्यवस्थापक व त्यांचे सहकारी यांनी प्रत्येक कर्मचाऱ्याचं समाधान व त्याचं काम यांची कार्यशाळा सुरू करण्यापूर्वी मोजमाप केलं आणि कार्यशाळेनंतर काही आठवडे-महिने उलटल्यावरही केलं. हा सगळा अनुभव फक्त ९० मिनिटांचा होता. त्यामुळं तो कालावधी बदल घडवण्यास पुरेसा होता की नाही, याबाबत आम्ही साशंक होतो. परंतु, सहा आठवड्यांनंतर गुगल वापरणारे आपल्या कामाच्या स्वरूपाकडे सहज परिवर्तनीय म्हणून बघत असता अचानक त्याच्या समाधानी वृत्तीत वाढ झाल्याचं दिसून आलं. त्यांची कामाची पद्धत कशी सुधारता येऊ शकेल यावर विचार केल्यावर त्यांनी सुधारणा घडवून आणण्यासाठी योग्य ती पावलं उचलली. नियंत्रित गटातील ज्यांनी कार्यशाळेत हजेरी लावली नव्हती, त्यांचं

समाधान व काम यांत कोणताच फरक दिसून आला नाही. कर्मचाऱ्यांना प्रोत्साहन देण्यासाठी त्यात एका कृतीची भर घातली. आपलं कौशल्य व नेमून दिलेलं काम ही दोन्ही परिवर्तनीय आहेत असं सांगितल्यावर झालेला बदल-फायदा किमान सहा आठवडे टिकला. त्याऐवजी त्यांच्यात असलेल्या कौशल्यांचा वापर करून त्यांनी नव्या क्षमता विकसित करण्यात पुढाकार घेतला. असं केल्यामुळे व्यक्तिगत, मौलिक कामाची निर्मिती करता आली. परिणामी, सहकाऱ्यांपेक्षा बढती मिळणं किंवा अधिक महत्त्वाची भूमिका पार पाडता येणं शक्य झालं. आपल्या निर्धारित कामाला व निर्धारित कौशल्यांना नकार दिल्यामुळं ते अधिक समाधानी झाले व प्रभावी ठरले. तसंच, अधिक योग्य कामासाठी ते लायक ठरले. स्वतःच्या अनेक मर्यादा त्यांच्या लक्षात आल्या व त्या मर्यादा त्यांनी स्वतःच निर्माण केल्याचं त्यांना कळून चुकलं.

अनेकदा, निर्धारित सेवांबद्दल रोखेसंबंधित व्यवहारातील धोक्यात संतुलन राखण्यातील प्रश्न उपस्थित करून यशस्वी मौलिकांचं स्वरूप स्पष्ट केल्यावर उर्वरित पुस्तकात मर्मदृष्टी व कृती यांतील अंतर भरून काढण्याबद्दल विचार मांडला आहे. एकदा तुम्हाला नवी कल्पना सुचल्यावर तुम्ही ती प्रत्यक्षात आणण्यासाठी प्रभावीपणं कसा संघर्ष करता? संघटनात्मक मनोवैज्ञानिक म्हणून मी व्हार्टन येथे दशकाहून अधिक काळ अभ्यास करत होतो. तेव्हा तांत्रिक कंपन्या, बँका, शाळा, इस्पितळे आणि शासनव्यवस्था अशा विस्तृत क्षेत्रांचा अभ्यास केला. तसंच माझ्या काळातील सर्वाधिक महत्त्वाच्या मौलिकांचा मी शोध घेतला. आपण सर्व जण आपल्या परस्परसंबंधांना व मानाला धक्का न लावता अधिक मौलिक कसे होऊ, याबाबतच्या शहाणपणाच्या बाबी मला तुम्हाला सांगायच्या आहेत. माझी निरीक्षणं मौलिकतेचा पाठलाग करण्यासाठी लागणारे डावपेच व धैर्य विकसित करण्यासाठी साहाय्यभूत होतील अशी मला आशा वाटते. त्याबरोबरच त्यातून प्रमुखांना आपापल्या गटात आणि संघटनेत मौलिकतेची संस्कृती निर्माण करण्यासाठी लागणारं आवश्यक ज्ञान उपलब्ध होईल.

संशोधकांच्या अभ्यासातून, उद्योगधंदे, राजकारण, खेळ व करमणूक या क्षेत्रांत दीर्घ काळ टिकून राहिलेल्यांच्या यशाच्या कथा यातून मी सर्जनशीलता, नैतिकता आणि संघटनात्मक बदलाच्या बीजांचा आणि प्रगतीत बंधनं घालणाऱ्या आणि अडथळे आणणाऱ्या बाबींचा शोध घेणार आहे. ह्या पुस्तकाच्या पहिल्या भागात मौलिक कल्पना व्यक्त करणं, निर्माण करणं, ओळखणं या सर्वांमध्ये गुंतलेल्या जोखमीचं व्यवस्थापन करणं यावर लक्ष केंद्रित केलं आहे. नव्या कल्पनांच्या मार्गात बहुधा अनिश्चितता असते. तसंच त्यातील भक्कम घसघशीत पुराव्यामुळं आपण

आपलं कौशल्य उपयोगात आणून धोकादायक कल्पनांवर पैज लावण्याऐवजी चांगल्या कल्पनांकडं वळतो हे त्यातून लक्षात येतं. एखादी आशादायी कल्पना सुचल्यावर ती दुसऱ्यांपुढे प्रभावीपणं मांडणं ही पुढची पायरी असते. असा संवाद साधण्याच्या काही उत्तम पद्धती मी सांगेन. त्याद्वारे संवाद व श्रोतृवर्ग कसा निवडायचा हे स्पष्ट होईल. तसंच जास्तीतजास्त लोक ती कल्पना ऐकतील व कमीतकमी नुकसान होईल. त्याचबरोबर दूरदर्शनवरील अतिशय लोकप्रिय उपक्रमातून काही भाग नेहमीच सहजपणानं का वगळला जातो, उद्योजक आपल्या नव्या व्यवसायात गुंतवणूक करण्याची कारणे का देत नाहीत व CIA विश्लेषक बुद्धिमान समुदायाला फार गुप्तता बाळगण्यापासून का परावृत्त करतात आणि ॲपलमधील स्टीव्ह जॉब्जच्या पदापेक्षा तीन स्तर खालच्या पदावर असलेली स्त्री त्याला कसं आव्हान देते आणि जिंकते, याबाबतही मी सांगणार आहे.

या पुस्तकाच्या दुसऱ्या भागात मौलिकतेच्या मापनासाठी कोणते पर्याय निवडले, त्याची चर्चा केली जाईल. मी काळवेळाच्या शृंगापत्तीपासून प्रारंभ करीन. एखादी कल्पना सुरू करणारे कदाचित तुम्हीच पहिले असाल. उशिरा प्रतिसाद देण्यापेक्षा लवकर प्रतिक्रिया देणं अनेकदा धोक्याचं असतं. काही महान सर्जनशील उपलब्धी आणि पुढाकार घेऊन झालेल्या बाबींचं मूळ ती बाब पुढे ढकलण्यामुळं अनपेक्षितरीत्या झालेलं असतं, असं इतिहासात आढळतं.

तसंच, उशीर करण्याची, पुढं ढकलण्याची प्रवृत्ती उद्योजकांना दीर्घ काल टिकून राहणाऱ्या कंपन्या उभारण्यास साहाय्यीभूत झाली आहे. नेत्यांनी बदलासाठीच्या प्रयत्नांना मार्गदर्शन केलं आहे आणि नावीन्यपूर्ण कल्पना लढवणाऱ्यांनी मौलिकता टिकवून ठेवली आहे. नंतर मी सहयोगानं उभारणी करण्यातील आव्हानांकडं वळणार आहे. मौलिक कल्पनेला वाढता पाठिंबा कसा मिळवायचा याचा शोध घेतला आहे व कल्पना नाकारण्याची जोखीम कशी कमी करायची याबाबत विवेचन केलं आहे. स्त्रियांना मताधिकाराचा अधिकार मिळावा म्हणून चळवळ उभारणारा; पण, ज्याचे गोडवे गायले गेले नाहीत त्याच्या उदाहरणावरून मित्र भासवणाऱ्या शत्रूंपेक्षा खऱ्या शत्रूंशी मैत्री करणं बरं असतं; हे दाखवून दिलं आहे. मूल्यं लोकांना एकत्र आणण्याऐवजी भेद निर्माण करतात हेही निदर्शनास आणलं आहे. कंपनी काढण्याचा संकल्प आपल्या कर्मचाऱ्यांपासून संस्थापिकेनं कसा दडवून ठेवला व डिस्नेसाठीचं मार्गदर्शन आभासी चलत्‌चित्रपटासाठी कसं वापरलं आणि सहयोग्यांची भरती आदर्शवाद व प्रगमनशीलता यांचं संतुलन सांभाळत कशा करायची व अपरिचित बाब नव्या बाबीशी कशी आकर्षकपणं जुळवून घ्यायची हेही दाखवलं आहे.

पुस्तकाच्या तिसऱ्या भागात घरी व कामाच्या ठिकाणी मौलिकता टिकवून ठेवणं व तिला मोकळी सोडणं, याबद्दलचा विचार मांडला आहे. मुलांमधील मौलिकतेचं संगोपन कसं करायचं याचं मी परिशीलन करीन आणि पालक, भावंडं

आणि आदर्श व्यक्ती बंडाला कशा प्रवृत्त करतात याचं स्पष्टीकरण देईन. व्यावसायिक फुटबॉल खेळाडू अनेक बेसेस कसे चोरतात (अनेक बिंदूंवर मात करतात) त्याचा मागोवा त्यांच्या आईवडिलांचं ते कितवं अपत्य आहेत, यावरून घेणं शक्य होतं. अमेरिकेतील मौलिक विदूषक-विनोदी नट अशाच प्रकारची पार्श्वभूमी असलेल्या कुटुंबातून आलेले असतात. जे लोक बहादुरीच्या कामाची जोखीम जिवाच्या करारानं भीषण परिस्थितीत पत्करतात, त्यांना तशाच विशिष्ट प्रकारचं शिक्षण पालकांकडून मिळालेलं असतं. त्याप्रमाणेच देशाच्या नावीन्यपूर्ण आणि आर्थिक विकासाच्या प्रमाणाचा मागोवा आपण आपल्या मुलांना कोणती पुस्तकं वाचून दाखवतो यावरून घेता येतो. त्यानंतर काही संस्कृतींचे पंथ का बनतात आणि काही नेते मौलिकता बहरावी म्हणून विरोधी मत व्यक्त करण्याचं धाडस कसं दाखवतात, याबद्दलचा विचार मांडणार आहे. अब्जाधीश असलेला व वित्तीय क्षेत्रात जादू करून दाखवणारा आपले कर्मचारी आपल्यावर टीका करत नाहीत वा ती करण्यास कचरतात म्हणून त्यांच्यावर डाफरणारा, आपलं चातुर्य पसरवण्यासाठी संघर्ष करणाऱ्या व *कोलंबिया* अंतराळयानाचा अवकाशात स्फोट झाल्यानंतर तेथील तज्ज्ञानं त्या ठिकाणची मौनाची प्रथा मोडण्यास मदत केली त्याच्याबद्दल जाणून घेणार आहोत.

ह्या प्रकरणाचा शेवट करताना आपल्या मौलिकतेला मागे खेचणाऱ्या भावनांबाबत मी विचार मांडणार आहे. हवामान बदलासाठी झगडणाऱ्या व उत्तर ध्रुवावर पोहून जाणाऱ्या वकिलाला व जुलमी व्यक्तीला वीस जणांच्या एका गटानं कसं नामोहरम केलं होतं तेही मी सांगणार आहे. त्यातून तुम्हाला भीतीवर आणि औदासीन्यावर मात करण्यासाठी मर्मभेदक दृष्टी लाभेल. शांत राहणं हा चिंतेचं व्यवस्थापन करण्याचा उत्तम मार्ग नाही, हेही उदाहरणं अधोरेखित करतात. रागावल्यावर विपरीत परिणाम घालवण्यासाठी आशावादापेक्षा कधीकधी निराशावाद अधिक बळ देतो ह्याचं विवेचन करीन.

अखेरीस, मौलिकतेचा कैवारी होण्याचं ठरवलेले लोकच समाजात पुढे जाण्यासाठी प्रयत्न करतात. वर्षानुवर्षे त्यांचा अभ्यास केल्यावर आणि त्यांच्याशी आंतरक्रिया-संवाद केल्यावर त्या लोकांचे अंतरानुभव सामान्य लोकांपेक्षा वेगळे नाहीत हे लक्षात येतं. त्यांनाही आपल्यासारखंच भय वाटतं. आपल्याला येतात तशाच शंका त्यांच्या मनातही येतात. ताबडतोब कृती करणं हा त्यांचा वेगळेपणा आहे. अपयशापेक्षा प्रयत्न न करणं हे अधिक त्रासदायक असतं असं त्यांना मनापासून वाटतं.

२

आंधळे संशोधक आणि एकाक्ष गुंतवणूकदार

मौलिक कल्पना ओळखण्याची कला आणि विज्ञान

"सर्जनशीलता तुम्हाला चुका करण्याची मुभा देते. त्यातील कोणत्या चुका स्वीकारायच्या याचं ज्ञान कला देते."

–स्कॉट अडॅम्स

शतकाचा उंबरठा ओलांडताना सिलिकॉन व्हॅलीत अचानक एक वादळी शोध लागला. व्यक्तिगत संगणकाच्या शोधानंतरचा तो सर्वांत आश्चर्यजनक शोध होता, असं स्टीव्ह जॉब्सचं मत होतं. शोधाच्या मूळ नमुन्यामुळं प्रभावित होऊन जॉब्सनं त्या संशोधकाला ६३ दशलक्ष डॉलर्स इतकी रक्कम कंपनीचा दहा टक्के भाग म्हणून देऊ केली. संशोधकानं ती नाकारली. जॉब्सनं आपल्या स्वभावाविरुद्ध काहीतरी केलं. त्यानं संशोधकासमोर सहा महिने मोफत सल्ला देण्याचा प्रस्ताव मांडला. ॲमेझॉनचा संस्थापक जेफ बेझोसनं उत्पादित मालावर एक नजर टाकली व त्यात तो गुंतून गेला आणि म्हणाला, "इतकं क्रांतिकारक उत्पादन असल्यामुळं त्याची विक्री करताना तुला कोणतीच समस्या भेडसावणार नाही". आख्यायिका बनलेल्या जॉन डोअरर या संशोधकानं गुगल आणि इतर अनेक ब्ल्यू चिप्स बनवणाऱ्या नव्या उद्योगांशी यशस्वी पैज लावली आणि उद्योगासाठी ८० दशलक्ष डॉलर्स गुंतवले. ह्या गुंतवणुकीमागे कंपनी वेगाने एक अब्ज डॉलर्सपर्यंत पोहोचून तिला 'इंटरनेटपेक्षा अधिक महत्त्व प्राप्त होईल', अशी अपेक्षा होती.

हा संशोधक स्वतःला आधुनिक थॉमस एडिसन समजत असे. आतापर्यंत त्याला मिळालेलं यश लक्षणीय होतं. सहज एका ठिकाणाहून दुसऱ्या ठिकाणी हलवता येणाऱ्या त्याच्या डायलिसिस मशीनला त्या वर्षाचं 'उत्तम वैद्यकीय उत्पादन' म्हणून गौरवलं गेलं होतं. शरीरात औषध घालण्यासाठी त्यानं बनवलेल्या पंपामुळं

रोग्यांचा इस्पितळात राहण्याचा काळ कमी झाला होता. त्यानं बनवलेला व्हॅस्क्युलर स्टेंट (शिरेत घालायचा स्टेंट) उपराष्ट्रपती डिक चेनी यांच्या हृदयाला जोडला होता. त्याच्याकडे शेकडो स्वामित्व हक्क (पेटंट्स) होते. तंत्रज्ञान व नावीन्यपूर्ण संशोधनासाठीचा अमेरिकेतील सर्वोच्च किताब त्याला अमेरिकेचे अध्यक्ष बिल क्लिंटनच्या हस्ते प्राप्त झाला होता.

आपल्या सर्वांत नव्या उत्पादनाची विक्री एका आठवड्यात १०,००० एकक (युनिट्स) इतकी होईल असा त्या संशोधकाचा अंदाज होता. मात्र, सहा वर्षांनंतरही त्याच्या उत्पादनाची एकूण विक्री ३०,००० एकक इतकीच झाली. दहा वर्षांचा काळ उलटून गेल्यावरही त्याची कंपनी नफा कमावत नव्हती. लोकांचं व शहरांचं जीवनच ती बदलून टाकील अशी अपेक्षा होती; पण, आज मात्र तिनं बाजारातील एक छोटासा कप्पा व्यापला होता इतकंच.

हे उत्पादन होतं 'सेग्वे'. व्यक्तिगत स्वसंतुलित मालवाहतूक करणारं साधन. 'टाइम' साप्ताहिकानं 'दशकातील अपयशी ठरलेल्या १० उत्पादनांपैकी एक', असं त्याचं वर्णन केलं होतं. 'गुंतवणूक म्हणून सेग्वे अपयशी ठरलं होतं याबद्दल वादच नाही', असं डोअररनं २०१३मध्ये मान्य केलं. ''सेग्वेबद्दल मी केलेली अवाच्या सव्वा भाकितं चुकीचीच होती.'' उद्योगधंद्यात निष्णात असलेले अशा तऱ्हेनं गोत्यात कसे येतात?

काही वर्षांपूर्वी दोन कलावंत टी.व्ही.वर ९० मिनिटांचा एक खास प्रयोग करण्यासाठी एकत्र आले. या माध्यमासाठी लेखन करण्याचा त्यांना अनुभव नव्हता. त्यामुळं त्यांचं लिखित साहित्य लवकर संपुष्टात आलं. म्हणून त्यांनी दर आठवड्याला अर्ध्या तासाचा एक कार्यक्रम अशी आपली बदललेली संकल्पना निश्चित केली. जेव्हा त्यांनी त्या प्रयोगाचं लिखित साहित्य सादर केलं, तेव्हा ते कार्यकारी अधिकाऱ्यांना आवडलं नाही अथवा कळलं नाही. त्या कार्यक्रमात गुंतलेला एक नट म्हणाला, ''तो एक भव्यदिव्य गोंधळ होता.''

या कार्यक्रमाच्या एका चाचणी प्रयोगाचे (पायलट) चित्रीकरण झाल्यानंतर प्रेक्षकांच्या पसंतीस तो कितपत उतरतो त्याची चाचणी करण्याची वेळ येऊन ठेपली होती. ह्या चाचणी प्रयोगाचं बलस्थान व कच्चे दुवे कोणते याची चर्चा करण्यासाठी शंभरएक लोक लॉस एंजेलिसला जमले होते. त्यांनी तो चाचणीप्रयोग वेदनादायक व अपेशी म्हणून नाकारला. एकानं अगदी सडेतोडपणं म्हटलं, ''तो अगदी पूर्णपणे हरला आहे. त्याचा प्रयोग पाहणं कोणाला आवडेल?'' त्यानंतर वेगवेगळ्या शहरांतील आणखी सहाशे जणांना तो प्रयोग दाखवण्यात आला. त्याबद्दलच्या सारांशरूपाने काढण्यात आलेल्या अहवालात असा निष्कर्ष निघाला की, प्रेक्षकांतील कोणत्याच गटाला तो प्रयोग पुन्हा पाहण्याची उत्सुकता नव्हती. 'अतिशय कमकुवत' असं त्या प्रयोगाचं मूल्यमापन केलं गेलं.

त्या चाचणी प्रयोगाचं रेडिओवरही प्रक्षेपण केलं गेलं आणि अपेक्षेप्रमाणं तिथंही तो कार्यक्रम श्रोत्यांच्या पसंतीस उतरला नाही. ती नापसंती आणि प्रेक्षकांचा नकारात्मक प्रतिसाद- यांमुळे तो प्रयोग बारगळायला हवा होता. परंतु; एका कार्यकारी अधिकाऱ्यानं त्याचे आणखी चार भाग तयार करावेत असा आग्रह धरला. त्या चार भागांचे प्रयोग मूळ चाचणी प्रयोगानंतर वर्षभरानं केले गेले; पण, त्यांनाही प्रेक्षकांचा अनुकूल प्रतिसाद मिळाला नाही. असेच दिवस पुढे सरकत असताना रद्द झालेल्या प्रयोगांऐवजी त्या जागी नवे भाग सादर करण्याचा हुकूम काढण्यात आला. मात्र, तोपर्यंत त्यापैकी एका लेखकानं आपल्या जवळ काही नवीन कल्पना नाहीत म्हणून त्यातून अंग काढून घेण्याची तयारी दर्शवली होती.

नंतर त्यानं आपला विचार बदलला. हे चांगलं झालं व त्यानं पुन्हा स्वतःला त्या कामात गुंतवून घेतलं. पुढे दशकभर त्या प्रयोगानं निल्सेन मूल्यमापनात आपलं वर्चस्व राखलं व एक अब्ज डॉलर्सहून अधिक महसूल मिळवून दिला. अमेरिकेत ती सर्वाधिक लोकप्रिय मालिका ठरली व 'टीव्ही गाइड'नं 'अतिशय महान सार्वकालिक मालिका' असा तिचा सन्मानपूर्वक गौरव केला.

तुम्ही कधी बोलताना तुम्हाला खेटून उभं राहणाऱ्याविरुद्ध किंवा एखाद्या पार्टीत ब्रेडचा उष्टा तुकडा सर्वांसाठी असलेल्या सॉसमध्ये बुडवून खाणाऱ्याविरुद्ध तक्रार केली असली वा एखाद्याला स्वीकारलं नसलं तर 'त्यात काहीही चूक नाही'. किंवा एखाद्याला 'हे तुला मिळणार नाही', असं म्हटलं असेल. हे सर्व शब्दप्रयोग सेन्फेल्डच्या कार्यक्रमासंदर्भात प्रथमच वापरले गेले होते. *सेन्फेल्डबद्दल* नेटवर्कला फारसा विश्वास का वाटत नव्हता?

जेव्हा जगातील मौलिकतेच्या कमतरतेबद्दल आपण गळा काढतो तेव्हा आपण सर्जनशीलतेच्या अभावाला दोष देतो. जर लोकांनी अधिक अनोख्या कल्पना निर्माण केल्या, तर आपण अधिक चांगले जीवन जगू शकू असं आपल्याला वाटत असतं. वास्तविक पाहता मौलिकतेतील सर्वांत मोठा अडसर नवकल्पना निर्मितीचा नसून त्यातील योग्य कल्पनेच्या *निवडीचा* आहे. दोनशेपेक्षा अधिक लोकांनी हजाराहून अधिक कल्पना नवा व्यवसाय आणि उत्पादन यासाठी मांडल्या. त्यांपैकी ८७ टक्के कल्पना अगदी अनन्यसाधारण होत्या. ''आमच्या कंपन्या, देश वा समुदाय यांना अभिनव कल्पनांचा तुटवडा कधीच भासत नाही. त्यांच्याकडे योग्य नावीन्यपूर्ण कल्पनेची निवड करणाऱ्यांचा तुटवडा असतो. त्यामुळं त्यांच्यावर बंधनं येतात. सेग्वेची सकारात्मकता फुकाची ठरली. उत्तुंग यश मिळेल हे भाकीत धुळीला मिळालं.'' *सेन्फेल्डचा* नकार फुसकाच ठरला. तो प्रकल्प आपटी खाईल असं वर्तवलेलं भाकीत खोटं ठरून तो प्रकल्प यशस्वी झाला.

कल्पना निवडीबाबतची उत्तम प्रात्यक्षिकं, व्यवहार व त्यातील अडचणींची माहिती या प्रकरणात दिली जाईल. चुकीच्या पैजा आपण कशा कमी करू शकू,

हे दाखवण्यासाठी खोटा नकार व खोटा होकार याबाबतची जोखीम कशी टाळावी यासाठी भाकीत करणारे तज्ज्ञ लोक मी शोधले आहेत. तुमचा दोन धाडसी भांडवलदारांशी परिचय करून देणार आहे. त्यांनी सेग्वेच्या अपयशाची अटकळ बांधली होती. तसंच नॅशनल ब्रॉडकास्टिंग कंपनीच्या कार्यकारी अधिकाऱ्यालाही आपण भेटणार आहोत. त्यानं कधी विनोदी भूमिका केली नव्हती. तरीही *सेन्फेल्डच्या* चाचणी कार्यक्रमासाठी पैसा पुरवण्यास तो एका पायावर तयार झाला. त्या कार्यक्रमाबद्दल तो उत्साही होता. त्याची कार्यपद्धती पारंपरिक शहाणपणासमोर प्रश्न उपस्थित करत होती. तसंच, कल्पनांच्या मूल्यमापनाच्या विश्लेषणाबद्दल व त्या कल्पनांमागील लोकांच्या मनाला पटणाऱ्या सापेक्ष महत्त्वाबद्दल आपण कसं मूल्यमापन करतो, याबाबतही प्रश्न विचारत होती. व्यवस्थापकांना हे सगळं किती कठीण जात असेल ते तुमच्या लक्षात येईल. त्याचबरोबर चाचणी प्रयोगासाठी बोलावलेल्या प्रेक्षकांना नव्या कल्पनांचं अचूक मूल्यमापन करणंही कठीण जात असेल याची कल्पना वाचकांना येईल. तसंच, आपण आपली खेळी केव्हा खेळायची (फासे केव्हा फेकायचे), याचाही अधिक चांगला निर्णय घेणं शक्य होईल.

सर्जनशीलतेच्या कठीण परिस्थितीतून सावधगिरीनं मार्ग काढणं

सेग्वेचा संशोधक तंत्रज्ञानप्रेमी होता. त्याचं नाव होतं डीन कामेन. त्याचं कपाट नेहमी एकाच प्रकारच्या कपड्यांनी भरलेलं असायचं. त्याचा पोशाख नेहमी एकाच प्रकारचा असे. डेनिम शर्ट, जीन्स आणि कामाच्या वेळी घालायचे बूट (वर्क बूट). जेव्हा धडाडीच्या भांडवलदारांना कामेनचं वर्णन करायला सांगितलं तेव्हा 'बॅटमन' असं अनेकांनी त्याचं वर्णन केलं. वयाच्या सोळाव्या वर्षी त्यानं वस्तुसंग्रहालयाची प्रकाशयोजना बदलण्याचं काम अंगावर घेतलं. त्याची अंमलबजावणी करता यावी म्हणून म्युझिअमच्या अध्यक्षांची परवानगीही मिळवली. १९७०मध्ये त्यानं रोग्यांसाठी इनफ्यूजन पंप शोधला. हा शोध त्याला इतका फायद्याचा ठरला की, त्यातून त्यानं एक जेट विमान व हेलिकॉप्टर खरेदी केलं. खेरीज, न्यू हॅम्पशायरमध्ये एक मोठा इमला उभारला. त्यात यंत्रांचं दुकान, एक इलेक्ट्रॉनिक प्रयोगशाळा व एक बास्केटबॉलचं मैदानही होतं. १९८०मधील त्यानं बनवलेलं, सहज ने-आण करता येण्यासारखं डायलिसिस यंत्र त्याला डोंगराएवढं यश देऊन गेलं.

१९९०मध्ये कामेननं iBOT ही जिन्यावरून चढउतार करू शकणारी चाकाची खुर्ची तयार केली. तंत्रज्ञानाचे विविध विस्तृत उपयोग ओळखून त्यानं सेग्वे तयार करताना मदत व्हावी म्हणून एक चमू आणला होता. सुरक्षित, इंधन बचत करणारं एक वाहन तयार करण्याचं त्याचं लक्ष्य होतं. ते वाहन आकारानं लहान व वजनाला

हलकं व स्वसंतुलित होतं. प्रदूषण रोखू शकेल व प्रत्येकाला गजबजलेल्या शहरातून वाहतूक करताना त्याची मदत होऊ शकेल. टपालाची ने-आण करणाऱ्यांना, पोलीस अधिकाऱ्यांना आणि गोल्फ खेळणाऱ्यांना ते वाहन उपयुक्त ठरलं असतं. त्याखेरीज दैनंदिन वाहतुकीचा चेहरामोहरा बदलण्याचं सामर्थ्य त्यामध्ये होतं. सेग्वे हे कामेननं आतापर्यंत तयार केलेलं एक अफलातून तंत्रज्ञान होतं. 'घोड्यानं ओढल्या जाणाऱ्या बग्गीपुढे जशी मोटर होती', तशासारखं हे तंत्रज्ञान असल्याचं भाकीत कामेननं केलं होतं.

निर्माते आपल्या स्वतःच्या कल्पनांचं परीक्षण वस्तुनिष्ठ पद्धतीनं कधीतरी करू शकतात का? अनेक गुणवैशिष्ट्ये असलेला जस्टिन बर्ग हा माझा माजी विद्यार्थी सध्या स्टॅन्फर्ड येथे प्राध्यापक आहे. ह्या प्रश्नाचा शोध घेण्यात त्यानं अनेक वर्षं घालवली आहेत. बर्गनं सर्जनशील भाकितांचा व अभिनव कल्पनांच्या यशाच्या भाकितांचा अभ्यास केला आहे. असा अभ्यास करणं ही एक कला आहे. एका अभ्यासात त्यानं सर्कशीतल्या विविध खेळांचे व्हिडिओ वेगवेगळ्या गटांना दाखवले. त्यानंतर त्यानं प्रेक्षकांना त्यातील प्रत्येक कार्यक्रमाची भावी परिस्थिती कशी असेल, याचा अंदाज घ्यायला सांगितलं. Cirque de soleil आणि अन्य संघटनांनी सर्कशीतल्या कलाकारांचे व्हिडिओ खूपच लोकप्रिय होतील, असा अंदाज वर्तवणारे अहवाल सादर केले. सर्कशीच्या व्यवस्थापकांनीही त्या व्हिडिओंचं काळजीपूर्वक निरीक्षण करून आपले अंदाज नोंदवले होते.

त्यांच्या भाकितांच्या अचूकतेची चाचणी घेण्यासाठी बर्गनं सर्वसामान्य प्रेक्षकांना ते कार्यक्रम किती आवडतात, आपल्या आवडीत ते किती जणांना सहभागी करून घेतात आणि अशा व्हिडिओंसाठी पैसा पुरवतात का, याचा मागोवा घेतला. प्रत्येक कार्यक्रमाच्या यशाचं मोजमाप करण्यासाठी त्यानं १३ हजारांपेक्षा अधिक लोकांना बोलावलं. फेसबुक, ट्विटर, गुगल प्लस व इमेल यांच्या माध्यमातूनही त्यांचे विचार मांडण्यासाठी त्यांना सहभागी करून घेतलं. खेरीज, त्यांना १० टक्के बोनसही दिला. हा बोनस वाटलं तर ते सर्कशीतल्या कलाकारांना देऊ शकले असते.

सर्कशीतल्या कलाकारांचं मूल्यमापनं प्रेक्षक कशा प्रकारे करतील, याबाबतचे निर्मात्याचे अंदाज भयानक होते. अन्य नऊ सर्कशींतल्या कलाकारांच्या कामाशी तुलना करता त्यांनी आपल्या कलाकारांचं काम इतरांपेक्षा दोन स्तर अधिक उंचावर नेऊन ठेवलं होतं. व्यवस्थापक अधिक वास्तववादी होते. प्रत्यक्ष कार्यक्रमापासून दोन हात दूर असल्यामुळं ते अधिक तटस्थ भूमिका घेऊ शकत होते.

जेव्हा आपण स्वतःचं मूल्यमापन करतो तेव्हा आपला स्वतःवर गाढ विश्वास असल्याचं दाखवण्याकडं आपला कल असतो, हे समाजवैज्ञानिकांना फार पूर्वीपासून माहीत होतं. त्यांच्या निष्कर्षाची ही काही उदाहरणं.

- हायस्कूलमधील वरच्या वर्गातले विद्यार्थी : ७० टक्के विद्यार्थ्यांनी स्वतःच्या सरासरीपेक्षा दोन टक्के कमी असलेल्यांशी तुलना करून स्वतःजवळ 'सरासरीपेक्षा अधिक' नेतृत्व कौशल्य असल्याचं नोंदवलं होतं. इतरांबरोबर वर्तन जुळवून घेण्याच्या क्षमतेत २५ टक्के विद्यार्थ्यांनी स्वतःची नोंद सर्वोच्च १ टक्का विद्यार्थ्यांमध्ये केली होती. ६० टक्के विद्यार्थ्यांनी स्वतःची गणना सर्वोच्च १० टक्के विद्यार्थ्यांत केली होती.
- कॉलेज प्राध्यापक : ९४ टक्के प्राध्यापकांनी आपली गणना सरारसरीपेक्षा वरच्या दर्जाचं काम करणाऱ्या प्राध्यापकांमध्ये केली होती.
- अभियंते : दोन भिन्न कंपन्यांत काम करणाऱ्या अनुक्रमे ३२ टक्के व ४२ टक्के अभियंत्यांनी वरच्या दर्जाच्या ५ टक्के काम करणाऱ्यांमध्ये आपण असल्याचे नमूद केले होते.
- उद्योजक : जेव्हा ३००० छोट्या उद्योजकांनी विविध कंपन्यांपैकी कोणत्या कंपन्या यशस्वी होतील याचं मूल्यमापन करताना सरासरीनं आपल्या स्वतःच्या उद्योग कंपन्या भविष्यात यशस्वी होतील हे दाखवताना १० पैकी ८.१ इतके गुण दिले; पण तशाच प्रकारच्या अन्य उद्योगांची वर्णी १० पैकी ५.९ गुण देऊन खालच्या स्तरावर लावली.

सर्जनशीलतेच्या क्षेत्रात फाजील विश्वासावर विशेषतः अवघड पूर्वग्रहावर मात करणं कठीण जात असावं. तुम्हाला एखादी नवी कल्पना सुचते तेव्हा साहजिकच (तुमच्या मते) ती अनन्यसाधारण वा एकमेव असते. म्हणून आधीच्या शोधाबद्दल तुम्हाला मिळालेल्या टीका-टिप्पणीकडे तुम्ही दुर्लक्ष करता. तुमच्या आधीच्या कल्पनांवर हल्ला चढवलेला असला, तरी ही कल्पना वेगळी आहे अशी तुम्ही स्वतःच्या मनाची समजूत घालता.

आपण एखादी कल्पना विकसित करतो तेव्हा तिचं अचूक मूल्यमापन करताना आपण आपल्या आवडीच्या मताच्या अतिशय जवळ असतो आणि प्रेक्षकांच्या आवडीपासून कित्येक योजने दूर असतो. काहीतरी नवं गवसल्याचा भारावलेला क्षण अनुभवताना आपल्याला जणू भोवळ येते किंवा अडथळ्यावर मात केल्याचा आनंद आपण उपभोगत असतो. दीर्घ काळ एनबीसीचा (नॅशनल ब्रॉडकास्टिंग कंपनी) करमणुकीच्या कार्यक्रमांचा अध्यक्ष असलेला ब्रँडन टार्टीकॉफ आपल्या निर्मात्यांना वारंवार पुढील बाबीचं स्मरण करून देतो. ही कल्पना वाईट आहे, असं म्हणणारा कोणीही इथं प्रवेश करत नाही. उद्योजकांना व संशोधकांना काही प्रमाणात आपल्या कल्पनांच्या यशाबाबत फाजील विश्वास बाळगावा लागतो. अन्यथा, त्यांना पाठपुरावा करण्यासाठी पुरेशी प्रेरणा मिळणार नाही; मात्र, आपल्या

प्रेक्षकांची आवड लक्षात आल्यावरही मनोवैज्ञानिक ज्याला निश्चितीचा पूर्वग्रह म्हणतात त्याला ते सहजासहजी बळी न पडता ते आपल्या कल्पनांच्या बलस्थानांवर लक्ष केंद्रित करतात व मर्यादांकडे दुर्लक्ष करतात.

सर्जनशील कार्य करण्यात आयुष्याची उमेदीची वर्षे घालवल्यावर अगदी असामान्य क्षमता असणाऱ्यांनाही आपल्याला केव्हा उद्योगात मार खावा लागेल हे ओळखणंही त्रासदायक असतं असं डीन सिमॉन्टन ह्या मनोवैज्ञानिकाला आढळलं. बीथोवन हा संगीत क्षेत्रात सम्यकदर्शक (पर्स्पेक्टिव्ह) टीका करणारा म्हणून ओळखला जातो. तरीही, 'बीथोवनच्या वाद्यमेळातील सोनाटा आणि क्वार्टेट्स (चार गायकांनी एकत्र गायचा संगीताचा तुकडा) हे त्याचे स्वतःचे आवडते वाद्यमेळ नव्हते. तसंच त्याच्या कार्यक्रमात ते फार वेळा वाजवलेही जात नसत. मात्र भविष्यात ते लोकप्रिय झाले', असं निरीक्षण सिमॉन्टननं नोंदवलं आहे. एका विश्लेषणानुसार आरो कोझबेल्ट या मनोवैज्ञानिकानं सादर केलेल्या असंख्य पत्रांनुसार बीथोवननं आपल्या ७० रचनांचं मूल्यमापन केलं व त्या मूल्यमापनाची तुलना जाणकारांनी केलेल्या मूल्यमापनाशी केली. त्या ७० रचनांच्या संचात बीथोवनच्या मते लोकांना आवडतील अशा १५ रचना दाखवल्या होत्या. मात्र, त्या लोकांना आवडल्या नव्हत्या. त्यानं ज्या रचना प्रमुख असतील अशी अपेक्षा धरली होती त्या खोट्या सकारात्मक (फॉल्स पॉझिटिव्ह) ठरल्या. याउलट, फक्त ८ रचना खोट्या नकारात्मक (फॉल्स निगेटिव्ह) ठरल्या. म्हणजेच, त्या बीथोवनच्या पसंतीस न उतरलेल्या- पण लोकांनी डोक्यावर घेतलेल्या होत्या. तसंच ज्यावर टीका केली होती त्या संगीताच्या तुकड्यांना मोठं मूल्य प्राप्त झालं होतं. बीथोवननं आपल्या अनेक रचनांचं मूल्यमापन श्रोत्यांकडून अभिप्राय *मिळाल्यावर* केलेल्या स्वतःच्या मूल्यमापनातही ३३ टक्क्यांची चूक झालेली दिसत होती.

आपण आपलं सर्वोत्कृष्ट काम करत असल्याचं जेव्हा निर्मात्यांच्या लक्षात येतं तेव्हा त्यांचं काम प्रगतिपथावर असतं. आपण अत्युच्च शिखर गाठल्याचं लक्षात येताच ते नवनिर्मिती थांबवतात; पण, पुनःपुन्हा ते परतीच्या मार्गावर जातात आणि आधी अपुऱ्या म्हणून मोडीत काढलेल्या कल्पनांची पुनरावृत्ती करतात, असं सिमॉन्टन म्हणतो. बीथोवनच्या सर्वांत गाजलेल्या पाचव्या वाद्यमेळाबाबत संगीतरचनेतील एक मोठा भाग फारच तोकडा आहे असा निष्कर्ष काढून त्यानं तो मोडीत काढला होता; पण, नंतर तो त्याच भागाकडे पुनश्च वळला. बीथोवनला सामान्य व असामान्य यांतील फरक समजून घेण्याची क्षमता असती तर त्यानं त्या रचनांचा 'यशस्वी' म्हणून लगेच स्वीकार केला असता. चित्रकार पिकासो फॅसिझमला विरोध दर्शवण्यासाठी त्याचं प्रसिद्ध चित्र 'गुर्निका' रंगवत होता तेव्हा त्यानं त्याचे ७९ भिन्न भिन्न नमुने तयार केले होते. त्या चित्रातल्या अनेक प्रतिमा या आधी तयार केलेल्या रेखाचित्रावर आधारित होत्या. नंतरच्या बदलांशी त्यांचा संबंध

नव्हता. 'त्या पाठोपाठच्या रेखाचित्रांनी त्या जागा आंधळ्या असल्याचं सिद्ध केलं होतं. त्यामध्ये कलाकाराला आपण चुकीच्या मार्गांनी जात आहोत हे आधी लक्षात येत नाही', असं स्पष्टीकरण सिमॉन्टनं दिलं होतं. पिकासो आपली चित्रं तयार करतानाच जर आपल्या निर्मितीचं परीक्षण करू शकला असता तर तो सतत 'प्रसन्न' राहिला असता व नंतरच्या चित्रांत त्याची प्रसन्नता उमटली असती. वास्तवात मात्र, तो नेहमीसारखाच 'असंतुष्ट' राहिला होता.

अनेकांतून एक उत्तम निवड (किसिंग फ्रॉग्स)

मौलिक लोक आपल्या कल्पनांच्या गुणवत्तेचं खात्रीलायकपणे मूल्यमापन करू शकत नसतील, तर आपलं सर्वोत्तम उत्पादन तयार करण्यात आपल्या अभूतपूर्व कल्पनेला ते भव्य रूप कसं देऊ शकतील? त्यांच्या जवळ अनेक कल्पना असतात. आपापल्या क्षेत्रातील सर्जनशील व उच्च गुणवत्ता असलेले समवयस्क सरासरीने पाहता गुणवत्तेच्या दृष्टीनं अधिक वरच्या दर्जाचे नसतात. मात्र, ते इतरांच्या मानानं अधिक काम करतात म्हणूनच ते काम वैविध्य व मौलिकता यांना उच्च संधी प्राप्त करून देतं असं सिमॉन्टनला आढळलं. अभूतपूर्व निर्मितीतील एखादी प्रभावी कल्पना यशस्वी होण्याची शक्यता एकूण सादर केलेल्या सर्व नव्या कल्पनांच्या प्रमाणात वाढत जाते अशीही सिमॉन्टनं नोंद केली आहे.

शेक्सपिअरचं उदाहरण घ्या : त्याच्या अभिजात कलाकृती संख्येनं थोड्याच आहेत. त्या आपल्या सर्वांच्या अधिक परिचयाच्या असतात. दोन दशकांहून अधिक कालखंडात त्यानं ३७ नाटकं व १५४ सुनीतं लिहिली हे आपण विसरतो. सिमॉन्टननं त्याच्या लोकप्रिय नाटकांचा मागोवा घेतला. त्यासाठी त्या नाटकांचे किती प्रयोग वारंवार झाले व टीकाकारांनी व नाट्यतज्ज्ञांनी त्याची किती विस्तृत प्रमाणात स्तुती केली, याचं मूल्यमापन केलं. त्याच पाच वर्षांच्या कालावधीत त्याच्या सर्वाधिक पाच लोकप्रिय नाटकांपैकी शेक्सपिअरनं *मॅकबेथ, किंग लिअर* आणि *ऑथेल्लो* या ३ नाटकांची निर्मिती केली. त्याच कालावधीत *टिमॉन ऑफ अथेन्स* आणि *ऑल इज वेल दॅट एंड्स वेल* ही तुलनेनं अगदी सुमार नाटके लिहिली. ह्या दोन्ही नाटकांची गणना त्याच्या वाईट नाटकांत केली जाते. अपुरं कथानक, असंस्कारित भाषा आणि पात्रांचं पुरेसं विकसन न झाल्याची त्यावर सतत टीका केली गेली होती.

प्रत्येक क्षेत्रात अगदी प्रसिद्ध निर्मातेदेखील विशिष्ट पद्धतीनं तांत्रिकदृष्ट्या अगदी उत्तम असलेलं मोठं काम करतात; परंतु, तज्ज्ञ लोक व प्रेक्षक त्याची गणना लक्षणीय कामात करत नाहीत. जेव्हा लंडनच्या फिलहार्मोनिक वाद्यवृंदानं (ऑर्केस्ट्रा) अभिजात संगीतातील ५० महान संगीतरचना निवडल्या, तेव्हा त्या यादीत मोझार्टच्या ६, बीथोवनच्या ५ व बाकच्या तीन संगीत रचनांचा समावेश

होता. मूठभर उत्तम काम करण्यासाठी मोझार्टनं ६०० संगीत रचनांची निर्मिती आपल्या मृत्यूपूर्वी केली होती. तो वयाच्या ३५व्या वर्षी मरण पावला. बीथोवननं आपल्या संपूर्ण आयुष्यात ६५० संगीतरचना केल्या व बाकनं आपल्या आयुष्यात हजारांहून अधिक रचना लिहिल्या. १५ हजार अभिजात संगीत रचनांच्या या अभ्यासानुसार ५ वर्षांच्या नियत कालावधीत रचनाकार जितक्या अधिक रचना करील, तितक्या प्रमाणात अभूतपूर्व अत्युच्च शिखरावर तो पोहोचतो.

पिकासोच्या आयुष्यभरच्या कामात १८०० रंगकाम केलेली चित्रं, १२०० शिल्पं, २८०० सिरॅमिक्स आणि १२०० रेखाचित्रं यांचा समावेश आहे. याखेरीज प्रिंट्स, गालिचे व पडद्यांवरील रंगकाम यांबद्दल बोलायलाच नको. त्यांपैकी फारच थोड्या कलाकृतींचा गौरव केला गेला. काव्याबद्दल बोलायचं झालं तर जेव्हा आपण माया अँजेलोचं अभिजात काव्य still I rise म्हणतो, त्या वेळी तिनं अन्य १६५ कविता लिहिल्या आहेत याचं आपल्याला विस्मरण होतं. *I know why the caged Bird sings* ह्या तिच्या आठवणीबद्दल आपण बोलतो तेव्हा तिनं लिहिलेल्या अन्य ६ आत्मचरित्रांकडं आपलं फारसं लक्ष जात नाही. आइन्स्टाईननं सामान्य व विशेष सापेक्षतेबद्दल शोधनिबंध लिहून भौतिकविज्ञानच पूर्णतया बदलून टाकलं; पण, त्याच्या २४८हून अधिक शोधनिबंधांचा प्रभाव सर्वांत कमी होता. *This American Life and the Podcast* मालिकेची निर्माती इरा ग्लास म्हणते, ''तुम्हाला करता येणारी अतिशय महत्त्वाची बाब म्हणजे खूप काम करा. कामाचा प्रचंड डोंगर रचा''.

''विपुल प्रमाणात कार्य करणाऱ्या लोकांजवळ फक्त उच्च प्रतीची मौलिकता असते असं नाही, तर ते जेव्हा सर्वाधिक निर्मिती करतात तेव्हा त्यांचं बहुतेक मौलिक कार्य होतं'', असं सिमॉन्टन म्हणतो. वयाच्या ३० ते ३५च्या दरम्यान एडिसन विजेचा दिवा, फोनोग्राफ आणि कार्बन टेलिफोन यांचा प्रणेता ठरला. मात्र, त्याच कालावधीत त्यानं विविध तऱ्हेच्या अन्य शोधांसाठी शंभरांपेक्षा अधिक स्वामित्व हक्कासाठी अर्ज केले. त्यामध्ये स्टेन्सिल पेन, फळं टिकवण्याचं तंत्र, लोखंडाच्या खाणीत लोहचुंबकाचा वापर आणि बोलून घाबरवणाऱ्या बाहुलीची निर्मिती केली. 'ज्या कालावधीत अगदी सुमार उत्पादनं निर्माण केली जातात त्याच कालावधीत पुष्कळ महान कार्येही घडून येतात', अशी नोंद सिमॉन्टन करतो. 'एडिसनकडे १०९३ वस्तूंचे स्वामित्व हक्क असले तरी त्याच्या सर्वोत्कृष्ट सर्जनशील उपलब्धींची संख्या बहुधा एका हाताच्या बोटांवर मोजण्याइतकीच असू शकेल.'

गुणवत्ता व संख्यात्मक निर्मिती यांचा मेळ जमू शकत नाही अशी समजूत आहे. जर तुम्हाला उत्तम काम करायचं असेल तर कमी काम करा, अशी सर्वसामान्य समजूत असते. मात्र, हा समज खोटा ठरवला गेला आहे. वस्तुतः जेव्हा कल्पना निर्मितीचा प्रश्न येतो तेव्हा गुणवत्तेसाठी अधिक संख्यात्मक निर्मिती हाच भाकीत

ठरवणारा मार्ग ठरतो. 'मौलिक विचारवंत अनेक कल्पना मांडतील. त्यातील काही एकमेकांशी संबंधित आणि विचित्र उत्पपरिवर्तनातून निर्माण होतील. काही वेळा पुढची वाट बंद होईल व त्यातून अपयशाला तोंड द्यावे लागेल. त्यासाठी मोजावी लागणारी रक्कम निष्फळ ठरणार नाही; कारण, त्यातून कल्पनांचा विशेषतः अनोख्या कल्पनांचा एक विशाल डोह तयार होईल.' अशी नोंद स्टॅन्फर्डचा प्राध्यापक रॉबर्ट सटन यानं केली आहे.

अनेक लोक मौलिकता प्राप्त करू शकले नाहीत; कारण, त्यांच्या जवळ फारच थोड्या कल्पना होत्या व नंतर त्या पूर्णत्वाला नेण्याबाबत ते आग्रही होते. चांगला आशय पसरवण्यात अपवर्दी (Upworthy) कंपनी अग्रेसर आहे. बक्षीस म्हणून काकड्या व द्राक्षं मिळवणाऱ्या माकडांच्या तयार केलेल्या व्हिडिओसाठी कंपनीतील दोन वेगवेगळ्या कर्मचाऱ्यांनी मथळे (टायटल्स) लिहिण्याचं काम केलं. *प्लॅनेट ऑफ एप्स* (एक अमेरिकन विज्ञान काल्पनिका- ज्यावर आधारित अनेक कथा, सिनेमा टीव्ही मालिका आणि व्यंगचित्रं लोकप्रिय झाली.) आठवतोय? 'तुम्हाला वाटतंय त्यापेक्षा तो वास्तवाच्या अधिक जवळ आहे', या मथळ्याचा व्हिडिओ आठ हजार लोकांनी पाहिला. 'माकडांचं वसतिस्थान असलेला ग्रह तुम्हाला आठवतो का? तुम्हाला वाटतं त्यापेक्षा तो वास्तवाच्या अधिक जवळ आहे', ह्यापेक्षा वेगळा मथळा असलेला दुसरा व्हिडिओ ५९ वेळा अधिक लोकांनी पाहिला व जवळजवळ १० लक्ष लोकांना जिज्ञासेपोटी तोच व्हिडिओ पाहण्यास प्रवृत्त केलं. त्याचा मथळा होता, 'दोन माकडांना समान मोबदला दिला नाही. पुढे काय झालं पाहा'. अपवर्दीच्या नियमांनुसार सर्वोच्च पद मिळवण्यासाठी तुम्हाला किमान २५ मथळे निर्माण करावे लागतात. ज्यांनी आपल्या कल्पना मागे घेतल्या अशा अनोख्या कल्पना मांडणाऱ्यांच्या केलेल्या अभ्यासावरून पुढील बाब दिसून आली. आपल्या मौलिक कल्पनांच्या निर्मिती प्रक्रियेच्या प्रारंभीच्या काळातच हे असामान्य लोक काही वेळा नव्या कल्पना घेऊन येतात; परंतु इतरांच्या कल्पना अगदीच पारंपरिक पठडीतल्या असतात. त्या आधी केलेल्या चुकांच्या जवळ जाणाऱ्या असतात. त्या कल्पना दूर सारल्यानंतर आपल्याला अनेक दूरच्या- पण, स्पष्टपणं दिसणाऱ्या शक्यतांचा विचार करण्याची मुभा मिळते. 'एकदा निराशेनं तुम्हाला ग्रासलं की तुम्ही चाकोरीबाहेरचा विचार करायला प्रारंभ करता'. अपवर्दीतील गट लिहितो, तुमची २४ क्रमांकाची कल्पना विचारार्थ घेतली जाईल. क्रमांक २५ तुम्हाला नजराणा म्हणून मिळेल व तुम्ही एक आख्यायिका बनून राहाल.

सेग्वेवर काम करत असताना डीन कामेनला निर्मिती प्रक्रियेतील सर्जनशील बदलत्या आंधळ्या लक्षणांची जाणीव होती. त्याच्या नावावर ४४०पेक्षा अधिक वस्तूंचे स्वामित्व हक्क असले, तरीही त्याच्या वाट्याला पुष्कळसे यश व अपयश आलेलं होतं. ''योग्य ती बाब सापडेपर्यंत तुम्हाला अनेक प्रयत्न करावे लागतील'',

असं तो आपल्या चमूला अनेकदा सांगत असे. हा जणू त्याचा मंत्रच झाला होता. वेगवेगळ्या प्रकारांनी कल्पनाविस्तार करण्यासाठी व त्यातून सर्वोत्कृष्ट उत्पादन तयार करण्यासाठी त्यानं आपल्या अभियंत्यांना उत्तेजन दिलं होतं. परंतु, अन्य वाहतूक समस्या विचारात घेण्यापूर्वीच त्यानं सेग्वेचं उत्पादन करायचं निश्चित केलं होतं. संशोधक नक्कीच आपली उत्पादनं अखेरीस उत्तम आहेत की नाहीत याबाबत नेहमीच सर्व सामर्थ्यानिशी संघर्ष करतात याकडं त्याचं दुर्लक्ष झालं होतं.

आपल्या कल्पनांचं अधिक उत्तम परीक्षण करण्याचा उत्तम मार्ग म्हणजे त्यावरील साधक-बाधक मतं गोळा करणं हा आहे. अनेक कल्पना तुमचं लक्ष्य असलेल्या प्रेक्षकांसमोर ठेवा आणि त्यातील कोणत्या कल्पना त्यांना स्तुत्य वाटतात व कोणत्या त्यांच्याकडून स्वीकारल्या जातात ते पहा. विनोदी प्रहसन निर्मितीत अनेक दशके घालवल्यानंतरही द *डेली शोची* सहनिर्माती लिझ विन्स्टेडच्या मते कोणती बाब लोकांना हसवू शकेल ह्याबाबत निश्चित सांगता येत नाही. रंगमंचावर विनोद सादर करण्याबाबतची आठवण ती सांगते, ''नैराश्यावस्थेत विनोद शोधणं, ते लिहून काढणं व ते रंगमंचावर सादर करताना त्यापैकी काही फुसके ठरणं तर अन्य काही अचानक उपटणं हे नेहमीच घडत असतं''. आता समाजमाध्यमांवरील अधिक शीघ्र यंत्रणांमुळे तिला चटकन लोकांची मतं कळतात. जेव्हा ती विनोदाचा विचार करते तेव्हा ती तो ट्विट करते. त्यानंतर ती विनोदाचा मोठा तुकडा फेसबुकवर टाकते. जेव्हा एका मिनिटाच्या आत तिला किमान २५ परतीचे ट्विट (रिट्विट) मिळतात आणि फेसबुकवर त्याच्याशी सहभागी होणाऱ्यांची संख्या मोठ्या प्रमाणात असते तेव्हा ती तो विनोद जपून ठेवते. दिवसाअखेरीस प्रेक्षकांत अतिशय लोकप्रिय होईल असं साहित्य ती त्यातून विकसित करते. ''ट्विटर आणि फेसबुक या दोन्ही माध्यमांद्वारे लोकांना कशाबाबत आस्था वाटते हे ठरवणं मला खूपच साहाय्यकारी झालं आहे'', असं स्पष्टीकरण विन्स्टेडनं दिलं आहे.

सेग्वे विकसित केलं जात असताना डीन कामेननं अशा प्रकारची साधकबाधक मतं गोळा केली नाहीत. कोणीतरी ही कल्पना चोरील अशा भीतीनं अथवा त्यातील मूलभूत कल्पना अल्पावधीतच जगजाहीर होतील, या शंकेनं त्यानं गुप्ततेचे नियम कमालीचे कडक केले होते. सेग्वे ज्या ठिकाणी विकसित केलं जात होतं त्या क्षेत्रात प्रवेश करायला सेग्वेच्याच कर्मचाऱ्यांना मज्जाव होता. फक्त अभिजात वर्गातील संभाव्य गुंतवणूकदारांना तिथं प्रयत्न करून पाहण्याची संधी दिली जात होती. सेग्वेची रचना चालू असताना त्या चमूनं खूप कल्पनांची निर्मिती केली; परंतु, त्या कल्पनांतून उचित अंतिम निवडीसाठी ग्राहकांकडून पुरेशी समीक्षणात्मक मतं मिळवली गेली नाहीत. ग्राहकांच्या नजरेस पडण्यापूर्वी त्या उपकरणाचे तीन वा चार नमुने काढण्यात आले होते. आमच्या कल्पनांमधील दोष फक्त चुकीच्या होकाराला बळी पडण्याइतकाच धोकादायक होता असं नाही, तर त्या दोषानं

आमच्या सर्जनशील सुप्त सामर्थ्याला उपयुक्त ठरणाऱ्या आवश्यक त्या प्रकाराकडं जाण्यापासूनही रोखलं होतं.

कामेन व त्याचा चमूच फक्त सेग्वेवर जीव टाकणारे होते असं नाही. वैशिष्ट्यपूर्ण गुणवत्ता असलेले स्टीव्ह जॉब्स, जेफ बेझोस आणि जॉन डोअरर यांचेही उपकरणांबाबतचे अंदाज चुकलेच ना? ते शोधण्यासाठी प्रथम *सेनफिल्डमधील* सुप्त सामर्थ्य ओळखण्यात अपयशी ठरलेल्या तसेच चाचणीसाठी बोलावलेले अनेक कार्यकारी अधिकारी कुठे कमी पडले ते पाहू.

परंपरेत अडकलेले बंदिवान आणि संकुचित दृष्टिकोनाला दिलेला अग्रक्रम

सेन्फेल्डचं पहिलं हस्तलिखित सादर केलं गेलं तेव्हा कार्यकारी अधिकाऱ्यांना त्याचं काय करायचं ते उमगत नव्हतं. ते पूर्णतया अपारंपरिक होतं. नॅशनल ब्रॉडकास्टिंगचे कार्यकारी अधिकारी वॉरेन लिटलफिल्ड म्हणाले, ''दूरदर्शनवरील इतर कोणत्याही कार्यक्रमासारखं हे अर्थपूर्ण वाटत नाही. त्याला ऐतिहासिक पूर्वउदाहण अथवा दाखला नाही''.

सर्कशीबद्दलच्या कार्यक्रमाच्या जस्टिन बर्गच्या अभ्यासात सर्कसच्या व्यवस्थापकांनी जरी अधिक अचूक भाकितं वर्तवली असली, तरी ती विशेषतः अगदी अनोख्या कार्यक्रमाबाबत फारशी समाधानकारक नव्हती. व्यवस्थापकांचा कल जोखीम टाळण्याकडे होता. चांगल्या कल्पनांच्या पायावर आपलं लक्ष केंद्रित करण्याऐवजी त्यांचं लक्ष वाईट कल्पनातील गुंतवणुकीच्या खर्चाकडं खिळलेलं होतं. त्यामुळे मोठ्या प्रमाणात खोटे नकार त्यांनी स्वीकारले. *सेनफिल्डवरचा* आरंभीचा अहवाल लिहिणाऱ्याला तो नमुना 'कमकुवत' आणि 'मध्यम दर्जा' यांच्या सीमारेषेवरचा आहे असं वाटत होतं. त्याचा कल मध्यम स्वरूपाकडं होता- पण, त्याच्या वरिष्ठांनी त्याला त्याचं मूल्यमापन 'कमकुवत' असं लिहायला भाग पाडलं.

करमणुकीच्या उद्योगात अशा प्रकारचे खोटे नकार ही नेहमीची बाब झाली आहे. स्टुडिओ कार्यकारी अधिकाऱ्यांना स्टार वॉर्स ते इटी ते पल्प फिक्शनपर्यंत सर्व कार्यक्रमांत मालिका व चित्रपटांना प्रचंड यश मिळालं होतं. प्रकाशन व्यवसाय क्षेत्रात व्यवस्थापकांनी द *क्रॉनिकल्स ऑफ नर्निया, द डायरी ऑफ अँन फ्रँक, गॉन विथ द विंड, लॉर्ड ऑफ फ्लाइज* आणि जे. के. रोलिंगच्या *हॅरी पॉटरच्या* पुस्तक मालिकांनी २५ अब्ज डॉलर्स मिळवून दिले. त्या पुस्तकांच्या प्रती इतर पुस्तकांपेक्षा कितीतरी अधिक पटींनी विकल्या गेल्या. पुढे प्रचंड यशस्वी ठरलेल्या कॉर्पोरेट विश्वातील इनोव्हेशनचे वार्षिक अहवाल त्या प्रकल्पाचं काम थांबवण्याबाबत दिलेल्या आदेशांनी भरलेले आहेत. त्यामध्ये एलईडी प्रकाशयोजनेचा, निचिआचा शोध ते पॉटिअँकच्या फिएरो मोटर ते HPच्या इलेक्ट्रोस्टॅटिकच्या शोधापर्यंतच्या अनेक उत्पादनांचं काम

थांबवण्याबाबत दिलेल्या आदेशांनी भरलेले आहेत. मायक्रोसॉफ्टमधील एक्सबॉक्स जवळजवळ नष्ट केली जाणार होती. लेझर प्रिंटरही त्याच्या अधिक किमतीमुळे व अव्यावहारिक म्हणून रद्दबातल ठरवण्यात आला होता.

समोर अनिश्चितता दिसत असताना पहिली सहजप्रेरणा नावीन्याला नकार देणारी असते. अपरिचित संकल्पना का अयशस्वी ठरू शकतात, याच्या कारणांचा शोध घेण्याची तिची प्रवृत्ती असते. व्यवस्थापक नवख्या कल्पनांची छाननी करतात तेव्हा ते मूल्यमापन करण्यात गुंतलेले असतात. जोखमीच्या बाबीचा ते स्वीकार करत नाहीत. नव्या कल्पनांची तुलना ते आधी यशस्वी ठरलेल्या ढाच्याशी (टेम्प्लेट) करून पाहतात. प्रकाशन व्यवसायातील कार्यकारी अधिकाऱ्यांनी *हॅरी पॉटरचं* हस्तलिखित मुलांसाठी अतिशय लांबलचक पुस्तक म्हणून नाकारलं. ब्रँडन टार्टिकॉफनं *सेन्फिल्डचा* चाचणी नमुना पाहिला तेव्हा तो 'फारच ज्यूईश' (ज्यूंचे अधिक वर्चस्व आहे असं दाखवणारा) आणि 'फारच न्यू यॉर्क' (न्यू यॉर्कवासीयांचे वर्णन करणारा) वाटला. त्यामुळं प्रेक्षकांची मनं तो काबीज करणार नाही असं टार्टिकॉफचं मत झालं.

जगाकडे विशिष्ट दृष्टिकोनानं पाहिल्यामुळं नको त्या बाबी अधिक अनुभवी व कुशल लोक दूर सारू शकतात त्यामुळे त्या लोकांना फायदा होतो असं निरीक्षण राइस विद्यापीठातील प्राध्यापक एरिक डेन यांनी नोंदवलं आहे. खेळाचे नियम बदलतात तेव्हा ब्रिजचा डाव खेळण्यात पटाईत असलेले खेळाडू नवोदित खेळाडूंपेक्षा अधिक संघर्ष करतात. जेव्हा करांशी संबंधित नियमांत बदल केले जातात तेव्हा नवखा लेखापाल नव्या नियमांची अंमलबजावणी अधिक चांगली करतो, असं त्यानं दाखवून दिलं आहे. विशिष्ट क्षेत्रातील ज्ञान वाढत जातं तसतसं आपण आपल्या जुन्या परंपरेत कैदी होतो.

तत्त्वतः व्यवस्थापकांपेक्षा प्रेक्षक अधिक मोकळेपणानं पाहणारे असायला हवेत. तज्ज्ञांप्रमाणं त्यांनी डोळ्यांना झापडं लावलेली नसावीत. नव्या कल्पनेचा विचार करताना आणि अनोख्या कल्पनेबाबत उत्साह दाखवताना त्यांना काहीच गमवायचं नसतं. व्यवहारात मात्र चाचणीकरता आलेले प्रेक्षक नव्या कल्पनांच्या यशाचं भाकीत वर्तवण्याबाबत व्यवस्थापकांपेक्षा फार वेगळे नसल्याचं जस्टिन बर्गला आढळलं. लक्ष्य ठरवलेले गट व्यवस्थापकांनी केलेल्या चुका करण्यासाठीच प्रभावीरीत्या बनवलेले गट असतात.

एखादा प्रयोग तुम्ही तुमच्या दिवाणखान्यात बसून पाहता तेव्हा तुम्ही कथानकात गुंतून जाता. संपूर्ण प्रयोगभर आपण हसत असल्याचं तुमच्या लक्षात येतं आणि तो प्रयोग विनोदी असल्याचं तुम्ही जाहीर करता. मात्र, लक्ष्यगटात बसून तुम्ही तो प्रयोग पाहता तेव्हा तशाच पद्धतीनं तुम्ही त्यात गुंतलेले नसता. प्रयोग पाहताना तुम्ही इथं मूल्यमापनासाठी आला आहात, आनंदाचा अनुभव घेण्यासाठी

नव्हे, या वस्तुस्थितीची तुम्हाला जाणीव असते. म्हणूनच प्रारंभापासूनच तुम्ही मूल्यमापन करता. सर्वसामान्य प्रेक्षक हा कार्यक्रम पाहील की नाही हे ठरवण्याचा तुमचा प्रयत्न असतो. साहजिकच प्रस्थापित कल्पनांच्या विरोधात जाऊन हा प्रयोग कसा चालेल याचा विचार तुम्ही करता. *सेन्फिल्डच्या* चाचणी प्रयोगासाठी आलेल्या प्रेक्षकांनी प्रयोग पाहिला तेव्हा त्यात *मौजमजेचा* भाग कमी आहे असं त्यांना वाटलं असावं. तसंच, *चिअर्स* शोमध्ये प्रतिबिंबित होणारं वैविध्य तसंच द *कॉस्बी शोमध्ये* दाखवलेले कौटुंबिक नातेसंबंधाबाबत उणेपणा त्यात आहे, असंही त्यांना वाटलं. *A.L.F.*मध्ये जसं प्रेक्षकांना जोडून घेतलं आहे तसं इथं घडत नाही. बाह्यतः कशाबद्दलही नसलेल्या प्रयोगातील त्रुटी शोधणं नेहमीच सोपं असतं; पण, स्पष्टपणं सांगायचं झालं तर त्यात सांगण्यासारखं काही नसतं.

''पुष्कळशा चाचणी प्रयोगांचे निष्कर्ष योग्य प्रकारे मिळत नाहीत. कारण, नव्या किंवा वेगळ्या बाबींना प्रेक्षक चांगला प्रतिसाद देत नाहीत'', असं मत वॉरेन लिटलफिल्डनं व्यक्त केलं आहे. प्रेक्षकांना पुरेसा अनुभव नसतो. अनेक अनोख्या कल्पनामुळं प्रेक्षक गोंधळून जातो. त्या कल्पना त्यांनी पाहिलेल्या नसतात. ''सेन्फिल्ड चाचणी प्रयोगाविषयी सर्व बोलणी कायमची थांबवण्यात यावीत. शेरमन ओक्समधील मूठभर लोक माझा प्रयोग पाहणार आहेत असं कृपा करून मला सांगू नका. कोणत्याही उत्तम चाचणीत मी कधीच पाहिलेली नाही'', असं विनोदी नट पॉल रीझर म्हणतो.

सर्जनशील कल्पनांच्या परीक्षणासाठी प्रेक्षक वा व्यवस्थापक हे आदर्श परीक्षक होऊ शकत नाहीत. तेही खोटे नकारप्रवण म्हणजे खोट्या नकाराकडं कललेले असतात. कल्पना कशी नाकारायची यावरच त्यांचं लक्ष केंद्रित झालेलं असतं. ते अस्तित्वात असलेल्या नमुन्यांच्या पलीकडचा विचार करत नाहीत. कल्पनांची निर्मिती करणारे आदर्श परीक्षक होऊ शकत नाहीत. स्वतःच्या कल्पना त्यांना सर्वोत्तम वाटत असतात. मात्र, भाकितं वर्तवणाऱ्यांचा एक गट आहे व तो अचूक भाकितं वर्तवण्याच्या जवळपास येतो. सहनिर्माते एकमेकांच्या कल्पनांचं मूल्यमापन करत असतात. सर्कशीतील कलाकारांच्या व्हिडिओच्या कार्यक्रमांचा जस्टिन बर्गनं अभ्यास केला. त्यातून तो व्हिडिओ लोकांना सर्वाधिक आवडेल व त्यात इतरांना सहभागी करून घेतलं जाईल व त्यासाठी पैसे पुरवले जातील, असं सर्वाधिक अचूक भाकीत मूल्यमापन करणाऱ्या सहकाऱ्यांकडून केलं गेलं होतं.

कलाकार एकमेकांच्या कार्यक्रमाचं मूल्यमापन करतात, तेव्हा त्यांचं भाकीत व्यवस्थापक व चाचणीसाठी बोलावलेल्या प्रेक्षकांपेक्षा दुपटीनं अधिक अचूक असतं. तसंच तो व्हिडिओ बघण्यात किती जणांना सहभागी करून घेतलं याबाबतीतही ते अचूक ठरतं. कल्पनांचे निर्माते, व्यवस्थापक आणि प्रयोगाच्या चाचणीसाठी बोलावला गेलेला प्रेक्षकवर्ग ह्यांचा सर्व महत्त्वाच्या खोट्या नकाराकडे अनुक्रमे ५६

टक्के व ५५ टक्के कल असतो. त्यांनी एका संचात दहा कार्यक्रम पाहिले असतील, तर त्यांतील ५ सक्षम व अनोख्या कार्यक्रमांची वर्णी ते ५व्या किंवा त्यापेक्षा कमी स्थानावर लावतात.

आपण अनेकदा जमावाच्या शहाणपणाबद्दल बोलतो; पण, आपण जो जमाव विचारात घेतला आहे त्याकडेही काळजीपूर्वक लक्ष देण्याची गरज आहे. सरासरीने १२० सर्कस व्यवस्थापकांच्या एकत्रित भाकितांचा विचार केला तर ती एका वैशिष्ट्यपूर्ण निर्मात्याने केलेल्या भाकितापेक्षा फारशी वेगळी नव्हती. व्यवस्थापक व चाचणी प्रयोगासाठी बोलावलेले प्रेक्षक यांचा कल एखाद्या विशिष्ट आवडत्या कार्यक्रमाला अनुकूल असतो व उरलेले प्रकार ते नाकारतात. जमिनीवर व हवेत कसरत करणाऱ्या आपल्या सहकाऱ्यांमधील सुप्त सामर्थ्य ते ओळखून असतात. तसंच, हवेत एकाच वेळी ४-५ चेंडू उडवून ते लीलया झेलणाऱ्यांच्या कसबाला व नकलाकारांनाही दाद देतात.

आपल्या मौलिकतेच्या मूल्यमापनाचा व्यवस्थापकांकडून प्रयत्न होणं वा त्यांच्याकडून साधकबाधक मिळवण्याऐवजी आपण अनेकदा आपल्या सहकाऱ्यांची मदत घेतली पाहिजे. व्यवस्थापक व चाचणीसाठी आलेला प्रेक्षकवर्ग यांच्यात धोका टाळण्याची प्रवृत्ती असते तशी सहकाऱ्यांची नसते. असाधारण शक्यतांमधील सामर्थ्य ओळखण्यासाठी लागणारा मनाचा मोकळेपणा त्यांच्याकडे असतो. त्याबरोबर आपल्या कल्पनांत त्यांची विशिष्ट प्रकारची गुंतवणूक नसते. त्यामुळे पुरेसं दूर राहून त्यांना प्रामाणिक मूल्यमापन करता येतं. (तसेच, खोटा स्वीकार द्यावा लागत नाही.)

अनेक कलाकार प्रेक्षकांच्या मान्यतेत आनंद मिळवतात; पण, सहकाऱ्यांकडून वाहवा मिळवण्याचीही अभिलाषा धरतात. मानाचा उत्कृष्ट बिल्ला म्हणजे सहकाऱ्याला हसवणं असं विनोदी नट अनेकदा म्हणतात. प्रेक्षकांना मूर्ख बनवणारे जादूगार आपल्या बांधवांना गोंधळात टाकण्याची अभिलाषा धरतात. सर्वसाधारणपणे अशा प्रकारचा अग्रक्रम आपला दर्जा सांभाळण्याचा प्रयत्न असतो असं त्याचं स्पष्टीकरण दिलं जातं. आपल्यासारख्याच असणाऱ्या सहकारी गटाकडून स्वीकृती मिळवण्याची आपण इच्छा बाळगतो. मात्र, आपल्या प्रत्यक्ष सहकाऱ्यांकडून मूल्यमापनाची अपेक्षा ठेवतो. सर्वांत अधिक विश्वसनीय निकाल ते पुरवतात, असं बर्गच्या संशोधनातून सुचवलं जातं.

आपण नव्या कल्पनांचं मूल्यमापन करतो तेव्हा कल्पना निर्माण करणाऱ्यांप्रमाणेच आपण विचार करून खोटा नकार टाळण्याचा प्रयत्न करू शकतो. प्रयोगांच्या एका मालिकेत बर्गनं हजारांहून अधिक प्रौढांना बाजारात उपलब्ध असलेल्या अनोख्या उत्पादनांच्या यशाबाबत भाकीत करायला सांगितलं. त्यातील काही कल्पना उपयुक्त ठरू शकणाऱ्या होत्या. उदा., 3-D प्रतिबिंब प्रक्षेपक (3-D image projector),

नैसर्गिक जमीन वाटेल अशा लाद्या तयार करणारी यंत्रणा (फ्लोअरिंग सिस्टम), बिछाना तयार करून देणारं स्वयंचलित यंत्र वा मुंग्यांनी धुमाकूळ घालून सहलीच्या आनंदावर विरजण घालू नये म्हणून विद्युतीकरण केलेला टेबलक्लॉथ यांसारख्या इतर वस्तू फारशा व्यावहारिक नव्हत्या. उरलेल्या वस्तू पारंपरिक उपयुक्ततेच्या कल्पनांवर आधारित होत्या. त्यामध्ये मायक्रोवेव्हमध्ये अन्न वाफवण्यासाठी सहज ने-आण करता येईल असं भांडं, हस्तस्पर्शाशिवाय टॉवेल एका ठिकाणाहून दुसरीकडे वाहून नेता येतील अशी यंत्रणा- यांचा समावेश होता.

पारंपरिक अनुकूल वाटणाऱ्या कल्पनांना विरोध करून लोकांनी अनोख्या, उपयुक्त कल्पनेला पहिल्या क्रमांकाची संधी देऊन प्रोत्साहित करावं, असं बर्गला वाटत होतं. त्यानं त्यात सहभागी झालेल्यांपैकी यादृच्छया अर्ध्या लोकांना व्यवस्थापकांप्रमाणे विचार करायला सांगितलं. त्यासाठी ६ मिनिटं खर्च करून नव्या उत्पादनाच्या मूल्यमापनाच्या यशासाठी कोणते निकष लावणार यांची यादी करायला सांगितली. या गटानं दिलेल्या वेळेच्या ५१ टक्के वेळात उपयुक्त, अनोख्या वस्तूंना योग्य प्रकारची पसंती दिली. मात्र, दुसरा सहभागी गट दिलेल्या वेळेच्या ७७ टक्के वेळात सर्वाधिक नवी आश्वासक कल्पना निवडण्यात अधिक अचूक ठरला. प्रारंभीची ६ मिनिटे वेगळ्या प्रकारे खर्ची घातल्यामुळं हे घडून आलं. कल्पनांच्या मूल्यमापनासाठी व्यवस्थापकांची मानसिकता स्वीकारण्याऐवजी त्यांनी सर्जनशील कल्पना लढवणाऱ्यांची मानसिकता स्वीकारली. मूळ कल्पना विकसित करण्यासाठी केवळ सहा मिनिटं खर्च केल्यामुळं ते नावीन्याला सामोरे गेले; काहीसं असाधारण सुप्त सामर्थ्य ओळखण्याची आपली क्षमता त्यांनी सुधारली.

व्यवस्थापकांना निर्मिती करणारे म्हणून काही अनुभव असावेत या विचाराने आपण कल्पनांत सुधारणा घडवून आणू शकू असं तुम्हाला कदाचित निष्कर्षावरून वाटेल. मात्र, बर्गनं पाठवलेल्या सर्कशीच्या कार्यक्रमांच्या माहितीवरून पूर्वी कलाकार असलेल्या-पण, आता व्यवस्थापक बनलेल्या कलावंतांचं मूल्यमापन नेहमीच्या व्यवस्थापकांच्या मूल्यमापनाइतकं लक्षणीयरीत्या अधिक चांगलं असल्याचं आढळत नाही. केवळ कलाकारच आतापर्यंत उत्तम भाकीत करणारे ठरले आहेत. एकदा तुम्ही व्यवस्थापकाची भूमिका स्वीकारल्यावर तुमच्यातील खोटे नकार देणारी मूल्यमापनात्मक मानसिकता टाळणं कठीण जातं. यासाठी बर्गनं एक प्रयोग करून दाखवला. उत्पादनाच्या कल्पना लोकांना मांडायला सांगितल्या आणि नंतर मूल्यमापनाच्या निकषांची यादी करण्यास सांगितलं. त्यानंतर त्या कल्पनेच्या यशाचं मोजमाप प्रत्यक्ष प्रेक्षकांकडून करून घेतलं. नवनिर्मितीनंतर व्यवस्थापकाच्या भूमिकेत शिरलेल्या कलाकारांची भाकिताची अचूकता ४१ टक्क्यांनी कमी झाली.

नंतर बर्गनं वर सांगितलेला क्रम उलटा केला. म्हणजे मूल्यमापनाच्या निकषांची यादी प्रथम तयार केली आणि नंतर कल्पनानिर्मिती केली तेव्हा त्यांच्या भाकितांची

अचूकता ६५ टक्क्यांनी वाढली. उत्तम मौलिक कल्पनांवर पैज लावण्यातील आपली असाधारण क्षमता वाढवायची असेल, तर आपल्याला इतरांच्या सूचना पाहण्याआधी आपल्या कल्पना लढवायला हव्यात. यातूनच सेन्फिल्डला यश का मिळालं याचं स्पष्टीकरण मिळू शकेल.

अनुभवाची दुधारी तलवार

चाचणीसाठी बोलावलेल्या प्रेक्षकांनी *सेन्फिल्डच्या* चाचणी प्रयोगाचं परीक्षण केल्यावर, ''तो हृदयात खंजीर खुपसणारा होता. संशोधनाद्वारे तीव्रतेनं नाकारलेली बाब घेऊन पुढे जाण्यास आम्ही कचरत होतो'', असे उद्‌गार वॉरेन लिटलफिल्डलं काढले. त्या प्रयोगाला एक संधी द्यावी असं म्हणणारे आदर्श लोक कदाचित सुखांतिका लिहिणारे सहकारी असतील. सत्तास्थानी असलेल्यातील कोणीही पूर्णतया लेखक नव्हता; परंतु रिक लुडविननं अखेरीस प्रयोग करण्याचं ठरवलं, ही अधिक चांगली बाब होती.

कॉनन ओ'ब्रायनच्या जागी आलेल्या जय लेनोला मदत करून लुडविननं आपला ठसा उमटवला. तसंच ज्याला पुरेसा पाठिंबा नव्हता अशा द *ऑफिसच्या* प्रयोगाच्या पुनर्नवीकरणासाठी त्यानं संघर्ष केला; पण, दूरदर्शनसाठी त्यानं केलेलं सर्वांत मोठं योगदान म्हणजे *सेन्फिल्डच्या* चाचणी प्रयोगासाठी केलेली मदत होय.

रिक लुडविननं कारकिर्दीच्या या टप्प्यापर्यंत विनोदी नाटकात कामही केलेलं नव्हतं. त्यानं इतर खास व विविध कामं हाताळली होती. जेव्हा सेन्फिल्डचा चाचणी प्रयोग फसला तेव्हा त्याला आणखी एक संधी देण्यासाठी तो प्रयत्नशील राहिला. त्याच्या वेळापत्रकाच्या यादीत त्याला काही मोकळे तास सापडले. ते तास कोणत्याच कार्यक्रमासाठी वापरण्यात आले नव्हते. तो मोकळा वेळ त्यानं अर्ध्या-अर्ध्या तासात विभागला व त्याच्या खास आर्थिक संकल्पातून सेन्फिल्डच्या अधिक भागांसाठी तरतूद केली. ''माझ्या माहितीअनुसार दूरदर्शनवरील प्रयोगांचे ते सर्वांत लहान भाग होते. सहा भागांचा आदेश म्हणजे तोंडाला पाने पुसण्यासारखे आहे'', असा शेरा सेन्फिल्ड मारणार होता. एनबीसीनं मात्र फक्त चार भागांसाठी आदेश दिला.

स्टीव्ह जॉब्ज १९८२मध्ये म्हणाला होता, ''जर तुम्ही नावीन्यपूर्ण संबंधांसाठी-जुळणीसाठी तयार असाल तर तुमच्याकडं सर्वस्वी वेगळे अनुभव असले पाहिजेत.'' सिटकॉमच्या (हा टीव्हीवरील एक मजेशीर कार्यक्रम असतो. त्यातील पात्रे दर आठवड्याला वेगवेगळ्या मजेदार परिस्थितींत दाखवली जातात.) बाहेर काम करणं हा रिक लुडविनचा सर्वांत मोठा फायदा होता. ''लॅरी डेव्हिड आणि जेरी यांनी कधीच सिटकॉमसाठी लेखन केले नव्हतं आणि माझ्या खात्यानं असं एकही लेखन

विकसित केलं नव्हतं'', अशी आठवण लुडविक सांगतो. ''आम्ही परस्परांशी जुळवून घेत होतो.कारण, कोणते नियम आम्ही मोडू शकत नाही हेच आम्हाला माहीत नव्हतं.'' सिटकॉमच्या जगात तो बाहेरचा होता. त्यामुळे सिटकॉमच्या विक्षिप्त पद्धतींपासून तो पुरेसा दूर राहू शकला. २२ मिनिटांच्या छोट्या भागातील बहुतेक सिटकॉम्समध्ये थोडेफार प्रसंग चित्रित केले जातात. *सेन्फिल्डनं* अनेक भागातील प्रश्न सोडवले नव्हते आणि वीस वेगवेगळे प्रसंग एकत्रित केले होते. तुम्ही फक्त सिटकॉमच्या जगात वावरत असाल तर ते त्रासदायक होतं; पण प्रत्येक भागात वेगळी व्यवस्था करण्याची सवय असलेल्यांना ही बाब सुखावह वाटते.

लुडविनला मात्र सुखान्तिका निर्मितीचा पुरेसा अनुभव होता. १९७०च्या दशकात निर्माता म्हणून काम करत असताना त्यानं काही विनोद लिहिले व ते बॉब होपला विकले. नंतर त्यानं दिवसाच्या कार्यक्रमासाठी विनोदी रेखाचित्रे रेखाटली. ''विनोदी लेखकांच्या मेळाव्यात असणं म्हणजे बेसबॉलच्या काल्पनिक शिबिराला जाण्यासारखं असतं. हातात बॅट धरेपर्यंत आपण चांगले खेळाडू आहोत असं तुम्हाला वाटतं असतं; पण खरं तर, तुम्ही बॅटनं चेंडू फटकावू शकत नाही एवढंच नव्हे- तर (वेगानं) तुमच्याकडे आलेला चेंडूही तुम्हाला दिसत नाही. मला माहीत होतं मी त्यांच्या संघात नाही; पण, किमान त्यांची भाषा बोलू शकत होतो'', अशी आठवण लुडविननं सांगितली.

एखाद्या विशिष्ट क्षेत्रात लोकांजवळ सामान्य प्रतीची तज्ज्ञता वा कौशल्य असतं, तेव्हा ते सर्जनशील कल्पनांचा पूर्णपणं मोकळ्या मनानं विचार करू शकतात. लुडविनच्या आनंदपर्यवसायी नाटकांच्या अनुभवानं त्याला विनोदातील आवश्यक असं कौशल्य लाभलं होतं. सिटकॉमबाहेरच्या विशाल अनुभवानं त्याला सादरीकरणाच्या पर्यायी पद्धतीबाबत डोळस बनवलं होतं. सिटकॉमला यश मिळवून देणाऱ्या पद्धतींची संकुचित दृष्टिकोनातून काळजीपूर्वक छाननी करण्याऐवजी त्यानं सुखान्तिका सर्वसामान्यतः का यशस्वी होतात, याचा अभ्यास करण्यासाठी विस्तृत अनुभव उपयोगात आणला.

> *पुढचं मोठं यश कोणत्या क्षेत्रातून मिळेल हे तुम्हाला माहीत नसतं. ते कदाचित तुम्ही सोडून दिलेल्या क्षेत्रातून येऊ शकेल. जर तुम्ही विचार केलात की, ती शक्यता नाही कारण, त्या निर्मात्याला पुरेसा अनुभव नाही, अथवा अशा प्रकारची कल्पना प्रत्यक्षात येईल; असं तुम्हाला वाटत नसतं. तुमच्या विचार करण्याच्या मार्गात असे अडथळे असतील तर तुम्ही कशालातरी मुकणार आहात. माझ्या बाबतीत एक चांगली बाब अशी घडली की मी सुखान्तिका कधीच मुख्य वेळेसाठी (प्राइम टाइम) विकसित केली नाही. मात्र, मी नेहमीपेक्षा वेगळ्या असाधारण व अनोख्या (ऑफ किल्टर)*

कल्पनांशी परिचित असल्यामुळं कोणत्या बाबी यशस्वी ठरतील व कोणत्या नाहीत हे मला कळत होतं. शनिवारची रात्र मी संहिता वाचण्यात घालवत असे. त्या वाचनानं मला वेगळ्याच असलेल्या कथानकाकडे अधिक मोकळेपणानं पाहायला शिकवलं. त्यामुळेच आता सेन्फिल्डची कथानकं महान आख्यायिका बनली आहेत.

विशाल व सखोल अनुभवांचं अनन्यसाधारण मिश्रण सर्जनशीलतेच्या दृष्टीनं अतिशय महत्त्वाचं आहे. १९०१ ते २००५ या कालावधीतील प्रत्येक नोबेल पारितोषिक विजेता व त्याच कालखंडातील प्रातिनिधिक वैज्ञानिक यांच्या अलीकडेच केलेल्या अभ्यासानुसार दोन्ही गटांतील वैज्ञानिकांनी आपापल्या अभ्यासाच्या क्षेत्रात सखोल तज्ज्ञता प्राप्त केली होती; परंतु, नोबेल पारितोषिक विजेते कमी उपलब्धी प्राप्त केलेल्या वैज्ञानिकांपेक्षा नाट्यमयरीत्या कलाक्षेत्रात अधिक गुंतलेले होते. मिशिगन स्टेट विद्यापीठातील १५ संशोधकांच्या गटाला नोबेल पारितोषिक विजेते सर्वसामान्य वैज्ञानिकांपेक्षा कलाक्षेत्रात अधिक गुंतलेले आढळले.

कलाविषयक छंद	**सर्वसामान्य वैज्ञानिकांच्या तुलनेत नोबेल पारितोषिकविजेत्यांची असाधारणता**
संगीत, वाद्य वाजवणं, रचना करणं, कार्यक्रमांचं संचालन करणं	२ x अधिक दुप्पट अधिक
कला-चित्रं काढणं, रंगवणं,मुद्रण करणं,शिल्प बनवणं	७ पट अधिक
हस्तकला-लाकूडकाम, यांत्रिक वस्तू बनवणं,इलेक्ट्रॉनिक्स, काचकाम करणं	७.५ पट अधिक
लेखनकला-कविता, नाटकं, कादंबऱ्या, लघुकथा, निबंध, लोकप्रिय पुस्तकं लिहिणं	१२ पट अधिक
रंगमंचावर काम : नवशिका नट, नर्तक, जादूगार	२२पट अधिक

अमेरिकेतील हजारो उद्योजक व संशोधक यांना सहभागी करून घेतलेल्या एका प्रातिनिधिक अभ्यासात असेच निष्कर्ष समोर आले आहेत. उद्योगधंदे सुरू करणारे व ज्यांनी स्वामित्व हक्कासाठी अर्ज केले आहेत असे लोक त्यांच्या समवयस्कांपेक्षा चित्रं काढणं, ती रंगवणं, स्थापत्यविद्या (आर्किटेक्चर), शिल्पकला आणि वाङ्मय यांसारख्या छंदांमध्ये फुरसतीच्या वेळात गुंतून गेलेले असतात.

उद्योजक, संशोधक आणि विख्यात वैज्ञानिकांच्या विविध कलांच्या आवडीमधून त्यांच्यातील जिज्ञासा व त्यांचा कल याचं दर्शन घडतं. विज्ञानाकडे आणि उद्योगाकडे नव्या दृष्टीनं, मोकळेपणानं पाहणारेसुद्धा कल्पनांची अभिव्यक्ती नादाद्वारे, शब्दांद्वारे केली जाते व भावनांची अभिव्यक्ती प्रतिमांद्वारे केली जाते तेव्हा त्याकडे आकृष्ट होतात; परंतु काही प्रकारच्या मौलिक व्यक्तीच कलांच्या आविष्कारांकडं आकृष्ट होतात, असं म्हणणं योग्य ठरणार नाही. कलादेखील सर्जनशील अंतर्ज्ञानाचा एक प्रभावी स्रोत म्हणून कार्य करते. गॅलिलिओनं चंद्रपृष्ठावरील पर्वतांचा शोध लावला तेव्हा प्रत्यक्षतः त्याच्या निष्कर्षाला दुजोरा देण्यासाठी त्याच्या दुर्बिणीला प्रतिमा पुरेशी मोठी करून दाखवणारं काचेचं भिंग नव्हतं. त्याऐवजी त्यानं चंद्राच्या भूपृष्ठावरील काळोख व प्रकाश यांना एकमेकांपासून दूर करणाऱ्या नागमोडी रेषा ओळखून तो त्या निष्कर्षाला पोहोचला होता. अन्य खगोलवैज्ञानिकही तशाच प्रकारच्या दुर्बिणीतून चंद्रांचं निरीक्षण करत होते. मात्र गॅलिलिओ 'अंधाऱ्या व प्रकाशमान जागांचा परस्परांवर होणाऱ्या परिणामांचा अर्थ लावण्यात सक्षम ठरला', अशी नोंद सिमॉन्टन करतो. भौतिक विज्ञान आणि खगोलविज्ञान यांचं आवश्यक ते सखोल ज्ञान त्याच्याकडं होतं. तसंच चित्रं काढण्याचा व रंगवण्याचा विस्तृत अनुभव त्याच्या गाठीशी होता. छाया-प्रकाशाच्या कलात्मक तंत्राला त्याबद्दल धन्यवाद द्यायला हवेत. छायाप्रकाशाच्या सादरीकरणावर लक्ष केंद्रित करता आल्यामुळं इतरांच्या नजरेतून निसटलेले चंद्रपृष्ठावरील पर्वत गॅलिलिओला ओळखता आले.

ज्याप्रमाणं कला सामावून घेण्यासाठी वैज्ञानिक, उद्योजक आणि संशोधक अनेकदा आपल्या ज्ञानाच्या कक्षा रुंदावतात, तद्वतच आपला सांस्कृतिक ठेवा विस्तृत करून आपल्याला विविध बाबींचा फायदा करून घेता येतो. उच्च दर्जाच्या सर्जनशील प्रौढांच्या केलेल्या अभ्यासातून पुढील बाबी समोर येतात. ह्या सर्जनशील व्यक्तींचा आपल्या बालपणीच्या सहकाऱ्यांपेक्षा वारंवार स्थलांतर करून नव्या शहरात जाण्याचा कल असतो. ह्या स्थलांतरामुळे विविध संस्कृती, मूल्यं यांना ते सामोरे जातात. त्यामुळे त्यांच्यातील लवचिकतेला आणि कौशल्याला प्रोत्साहन मिळतं. फ्रेडरिक गोडार्ट या योजनातज्ज्ञ प्राध्यापकाच्या हाताखाली काम करणाऱ्या गटानं अगदी अलीकडं केलेल्या अभ्यासातून पुढील निरीक्षणे समोर आली आहेत. सर्जनशीलतेवर परदेशांत केलेल्या वास्तव्याचा प्रभाव पडत असावा. या अभ्यासात त्यांनी फॅशन उद्योगावर लक्ष केंद्रित केले होते. ग्राहक व सर्जनशील संग्रहाचं उत्पादन

केलेल्या शेकडो फॅशन उद्योगांचा त्यामध्ये मागोवा घेतला होता. त्यात गेल्या २१ ऋतूंतील जिओरजिओ अरमानी, डोना करन, कार्ल लागरफिल्ड, डोनाटेला व्हर्सेस आणि वेरा वँग यांसारख्या आंतरराष्ट्रीय सर्जनशील दिग्दर्शकांच्या-संचालकांच्या चरित्रांचा व आंतरराष्ट्रीय उद्योगक्षेत्रात मोठं प्रस्थ समजल्या जाणाऱ्यांच्या उद्योगांचा अभ्यास केला.

ज्या संचालकांना परदेशांतील सर्वाधिक अनुभव होता त्यांच्या उद्योगगृहांत सर्वांत मोठा सर्जनशील संग्रह होता; पण, त्यात तीन वळणं स्पष्ट दिसत होती. पहिलं वळण : प्रथमच परदेशी गेलेल्यांच्या बाबतीत काही प्रश्न नव्हता. ते *कामासाठी* परदेशी गेले होते. परदेशात डिझाइनच्या कामात सक्रियरीत्या गुंतलेले होते. आपले नवे संग्रह यश मिळवतील असं भाकीत त्यांनी केलं होतं. ज्या संचालकांनी दोन किंवा तीन वेगवेगळ्या देशांत काम केलं होतं त्यांचे संग्रह सर्वाधिक मौलिक होते.

दुसरं वळण : मायदेशापेक्षा अगदी भिन्न असणाऱ्या सांस्कृतिक जगताचा अनुभव असलेल्या संचालकांचं सर्जनशीलतेत भरघोस योगदान होतं. एखाद्या अमेरिकन माणसाला कॅनडात काम करण्याच्या तुलनेत जपानमध्ये वा कोरियामधील प्रकल्पावर केलेल्या कामामुळं आपल्या मौलिकतेत अधिक भर घालता येईल.

मात्र, विविध संस्कृती असलेल्या अनेक देशांत काम करणं पुरेसं नाही. तिसरा व सर्वांत महत्त्वाचा घटक होता सखोलता. परदेशात कामासाठी खर्च केलेला वेळ. थोड्या काळाचं वास्तव्य फारसे चांगले परिणाम घडवून आणत नाही. कारण, संचालक तेथे फार काळ वास्तव्य करत नसल्यानं परकीय संस्कृतीतल्या नव्या कल्पना आत्मसात करून आपल्या जुन्या परिप्रेक्ष्याशी त्यांचं एकजीवीकरण करू शकत नाही. ३५ वर्षे परदेशात घालवल्यावर संचालकाला सर्वोच्च मौलिकता प्राप्त करता आली.

रिक लुडविनचा अनुभव वर उल्लेखिलेल्या उदाहरणाशी मिळतजुळता आहे. विविध विनोदी रेखाचित्रांवर काम करण्यात दशकभराहून अधिक वेळ खर्च केल्यामुळं त्याला सखोल अनुभव प्राप्त झाला होता. वेगवेगळ्या परक्या देशांत दूरदर्शनच्या समान कार्यक्रमाशी - खास व विविधांगी - संबंधित असल्यामुळे तसेच दिवसाचे व रात्री उशिराचे भाषणाचे कार्यक्रम केल्यामुळेही त्याची त्याबाबतची ज्ञानकक्षा रुंदावली होती. दूरदर्शनवरील विविध भाषा सफाईदारपणं बोलता येत असल्यामुळं जिथं इतरांना शंका येतात तिथं त्याला खात्री वाटत असे. सेन्फिल्डला मान्यता मिळाल्यावर संपूर्ण मालिकांच्या प्रयोगावर त्यानं देखरेख ठेवली. त्याला आतला-बाहेरचा दर्जा होता. तसाच दर्जा असलेल्या सेन्फिल्डच्या लेखकांशी त्यानं स्पर्धा लावली. ते सर्व जण रात्री उशिरा काम करणारे होते. त्यांच्यापैकी कोणीही सेन्फिल्डपूर्वी सिटकॉममध्ये काम केलं नव्हतं. याचाच अर्थ 'त्यांच्याकडं वेगळ्या कल्पनांची कधीच समस्या नव्हती'.

अंतर्ज्ञानाचे तोटे – स्टीव्ह जॉब्जचे कुठे चुकले

स्टीव्ह जॉब्ज प्रथम सेग्वेमध्ये आला तेव्हा त्यानं प्रथम उच्च पद नाकारलं. (त्या प्रकल्पात काम करण्यास नाराजी दाखवली) जेव्हा डीन कामेननं दुसऱ्या गुंतवणूकदाराला संधी दिली तेव्हा जॉब्जनं कुरकुरत नाराजी मागे घेतली. मात्र, लगेचच त्यानं तेथील कामात अडसर निर्माण केला. जॉब्जनं कामेनला रात्रीच्या भोजनाचं आमंत्रण दिलं. स्टीव्ह केम्पर हा पत्रकार सांगतो, ''हे यंत्र व्यक्तिगत संगणकाप्रमाणं मौलिक आणि लक्ष वेधून घेणारं आहे. यात आपलं सहकार्य असायलाच हवं'', असं जॉब्जला वाटलं.

पद्धतशीर विश्लेषणापेक्षा अंतर्ज्ञानावर विसंबून मोठ्या पैजा लावण्याबाबत जॉब्ज प्रसिद्ध होता. अनेकदा आज्ञावली व यंत्रसामग्री यांबाबतचा त्याचा निर्णय अचूक ठरला होता. ह्या वेळी त्याचा निर्णय का चुकला? तीन मोठ्या जबरदस्त शक्तींनी त्याला सेग्वेच्या सुप्त सामर्थ्याबद्दल फाजील आत्मविश्वास दिला होता. अननुभवी क्षेत्र, घमेंड आणि अति उत्साह या बाबी निर्णय चुकीचा ठरवायला कारणीभूत ठरल्या.

अनुभवापासून प्रारंभ करू या. एनबीसीचे अनेक कार्यकारी अधिकारी पारंपरिक सिटकॉममध्ये इतके अनुभवी असूनही *सेन्फिल्डमधील* अपारंपरिक क्षमता ते ओळखू शकले नाहीत. सेग्वेच्या आरंभीच्या काळात गुंतवणूकदारांची नेमकी उलटी समस्या होती. त्यांना वाहतुकीबाबतची पुरेशी माहिती नव्हती. जॉब्जचं विशेष नैपुण्य डिजिटल जगातलं होतं. जेफ बेझोस आंतरजालाची फुटकळ विक्री करणाऱ्यात सर्वश्रेष्ठ होता. जॉन डोअररचं आज्ञावलीत तसंच सन मायक्रोसिस्टम, नेटस्केप, ॲमेझॉन आणि गुगल यांसारख्या इंटरनेट कंपन्यांत गुंतवणूक करून नशीब फळफळलं होतं. हे सर्व जण आपापल्या क्षेत्रात मौलिक होते; पण एका विशिष्ट क्षेत्रात सर्जक असल्यामुळं तुम्ही दुसऱ्या क्षेत्रांबद्दलचं भाकीत करण्यात पटाईत असता असं घडत नाही. अनोख्या कल्पनेच्या यशाचं अचूक मूल्यमापन करण्यासाठी तुम्ही ज्या क्षेत्राचं मूल्यमापन करता त्या क्षेत्रातील उत्तम निर्माते असणं आवश्यक असतं.

असं का घडतं, याचं उत्तर एरिक डेनचं संशोधन देतं. आपल्या अंतःप्रेरणा हेच फक्त आपलं अचूक क्षेत्र असतं. तिथं आपल्याला खूप अनुभव मिळतो. एका प्रयोगात लोकांनी १० डिझाइनर हँडबॅग्स पाहिल्या व त्या खऱ्या आहेत की नकली आहेत याचं परीक्षण केलं. परीक्षणात सहभागी झालेल्यांपैकी अर्ध्या जणांना परीक्षणासाठी फक्त ५ सेकंद मिळाले. त्यामुळे आपल्या भावनांवर विसंबून निर्णय घेणं त्यांना भाग पडलं. उरलेल्या अर्ध्या गटाला परीक्षणासाठी ३० सेकंद मिळाले. परिणामी, त्यांच्या वैशिष्ट्यांचे त्यांना निरीक्षण करता आले. डेनच्या चमूनंही त्या

हँडबॅग्जच्या परीक्षणाचा अनुभव घेऊन त्यांचं मूल्यमापन केलं. काहींचा अनुभव दांडगा होता. प्रशिक्षक लुई वुइटननं बनवलेल्या तीनपेक्षा अधिक हँडबॅग्स कंपन्या त्याच्या मालकीच्या होत्या. इतरांनी मात्र, डिझाइनर बॅगला तोपर्यंत कधी स्पर्शही केलेला नव्हता.

डिझाइनर हँडबॅग्स तुमच्या मालकीच्या असल्याबद्दल तुम्हाला गर्व वाटत असेल तर तुम्हाला परीक्षणासाठी वेळ कमी मिळाला तरी तुमचं परीक्षण अचूक होईल. हँडबॅग्सच्या अनुभवी मालकांना जेव्हा फक्त पाच सेकंद वेळ मिळतो, तेव्हा ३० सेकंद वेळ मिळालेल्यांपेक्षा त्यांनी केलेलं मूल्यमापन २२ टक्के अधिक अचूक ठरलं. अनेक वर्षं हँडबॅग्सचा अभ्यास करण्यात घालवली असली तरी अंतर्ज्ञान विश्लेषणावर मात करू शकतं. कारण तुमचं सुप्त मन 'प्रकार' (पॅटर्न) ओळखण्यात वरचढ ठरतं. जर तुम्ही थांबून विचार करायला लागलात तर दाट झाडीच्या जंगलात वाट हरवल्यासारखे भरटकत राहता.

जर तुम्हाला हँडबॅग्सबद्दल काहीच माहिती नसेल तर अंतर्मन तुम्हाला काहीच मदत करू शकणार नाही. अपरिचित उत्पादनांबरोबर व्यवहार करताना तुम्हाला मोठा विचार करून मूल्यमापन करावं लागतं. तज्ज्ञ नसलेले लोक जेव्हा सखोल विश्लेषण करतात तेव्हा त्यांचं मूल्यमापन अधिक विश्वसनीय असतं. सेग्वे सगळं जग बदलून टाकील, असं भावनेच्या आहारी गेल्यामुळं स्टीव्ह जॉब्जला वाटत होतं. सेग्वेतील नावीन्याकडं आततायीपणानं आकृष्ट झाल्यामुळं त्याच्या उपयुक्ततेबाबतचं काळजीपूर्वक परीक्षण त्यानं केलं नाही. हार्वर्डमधील मनोवैज्ञानिक टेरेसा अमाबाईल ही सर्जनशीलतेच्या जगातील आघाडीची अधिकारी म्हणून ओळखली जाते. यशस्वीरीत्या मौलिक व्हायचं असेल, तर संशोधन नवं असणं गरजेचं आहे तसंच ते व्यावहारिकही असायला हवं अशी आठवण टेरेसा करून देते. डिजिटल जगावर अदृश्य बाबी व बाइट्सचं वर्चस्व असतं. वाहतूक क्षेत्रातील क्रांती हे पुढचं यश येऊ घातलं आहे, या कल्पनेनं जॉब्ज मोहीत झाला होता. सेग्वे हे एक यांत्रिक क्षेत्रातील आश्चर्य होतं व ते चालवणं हा एक थरारक अनुभव होता. ''ते एखाद्या जादूच्या गालिचासारखं होतं. ते रूपांतरणीय उत्पादन होतं.'' धडाडीची उद्योजकता असलेला व कामेनची डोअररबरोबर भेट घडवून आणणारा बिल साल्हमन म्हणतो – ''परंतु वस्तूंचं मूल्य उत्पादनं नव्हेत तर ग्राहक निर्माण करतात''.

ज्या गटाला मालाची ने–आण करण्याचा अनुभव नाही त्यांना सेग्वे प्रत्यक्ष व्यवहारात वापरता येण्यासारखं आहे की नाही, हे ठरवण्यासाठी खूपच अभ्यास करणं गरजेचं होतं. त्याबाबत थोड्या गुंतवणूकदारांपैकी एलीन ली हिनं चिंता व्यक्त केली. तेव्हा ली ही क्लीनर पर्किन्स येथे डोअररची सहकारी भागीदार म्हणून कार्यरत होती. बोर्डाच्या सभेत सेग्वेचा कसा उपयोग केला जाईल याबद्दल तिनं प्रश्न उपस्थित केला. सेग्वे हे उपकरण बंद कसं करता येईल? धान्यधुन्य कुठे साठवून

ठेवणार? तिला आणखी एक व्यावहारिक अडचण जाणवत होती. ती म्हणजे किमतीच्या लेबलची. ५ किंवा ८ हजार डॉलर्स ही सामान्य माणसासाठी मोठी रक्कम होती. सिंहावलोकन करताना ती म्हणते, ''मी लगेच उभं राहून म्हणायला हवं होतं की ही बाब योग्य वाटत नाही''.

प्रारंभीच्या काळात आणखी एक शंका उपस्थित करणारा माणूस होता. तो म्हणजे रँडी कोमिसार. तो उद्योगपती होता. ॲपलमध्ये वरिष्ठ सल्लागार होता; ल्यूकास आर्ट्स एंटरटेनमेंटमध्ये प्रमुख कार्यकारी अधिकारी होता आणि TiVo येथे सहकारी संस्थापक सदस्य होता. ''मी उद्योगपतीच्या शेजारी बसलो आहे असं मला वाटत होतं. मी त्याच्यापेक्षा अधिक चलाख आहे असं मला वाटत नाही; पण त्याच्यापेक्षा मी काहीतरी वेगळं पाहिलं. अतिशय अनोख्या प्रभावी तंत्रज्ञानाचा केलेला वापर माझ्या नजरेत भरला. जेव्हा आम्ही त्या दिवशी त्या यंत्रावर स्वार झालो तेव्हा आमचा यंत्राच्या दोन चाकांवरचा जादू देणारा तो अनुभव होता. स्वयंसंतुलन साधत सभोवार फिरणारा तो अनुभव आश्चर्यचकित करणारा होता. पण मला त्याबाबत खात्री का वाटली नाही?'' अशी कोमिसार आठवण सांगतो.

जेव्हा कोमिसारनं बाजारपेठेची छाननी केली तेव्हा सेग्वे मोटारीची जागा घेण्याची शक्यता त्याला कमी वाटत होती. कदाचित सेग्वे हा चालण्याला अथवा दुचाकी रपेटीचा पर्याय ठरला असता. ते उत्पादन सर्वसामान्य ग्राहकांसाठी आहे, असं त्याला वाटलं नाही. ''दोन पायांवर चालणाऱ्या सर्वांसाठी तो एक नवलाईचा घटक ठरला असता व तो वर्तनबदल खूप खर्चीक ठरला असता'', असं तो स्पष्टीकरण देतो. त्याचा उपयोग फुटपाथसाठी करण्याला मान्यता मिळाली असती (त्याबाबतही अद्याप प्रश्नचिन्हच आहे) तरीही त्याची किंमत परवडणार का हा प्रश्न उपस्थित झाला असता. याबद्दलचा विचार करण्यासाठी खूप कालावधी लागला असता. त्याऐवजी त्यानं त्या उपकरणाची गोल्फ खेळाडूंना, टपालसेवांसाठी, पोलीस खात्याला आणि डिस्ने पार्कमध्ये उपयुक्तता अजमावून पाहण्याची सूचना केली. ''तुम्हाला त्या ठिकाणी त्याची किंमत व व्यापार या दृष्टीनं काही फायदा होण्याची शक्यता आहे''; पण, कोमिसारच्या मनात कितीतरी शंका होत्या. त्यानं आपला आडमुठेपणा चालूच ठेवला.

> *मी भारी किंमत देऊन होणारा लक्षणीय बदल म्हणून त्याकडे अद्याप पाहत होतो. त्यामुळं पोस्टाची सेवाक्षमता सुधारेल याबाबत मी साशंक होतो. तसंच ते पोस्टाच्या सेवेचं ध्येयही नव्हतं. पोस्टाची सेवा कामगार युनियनमुळं आधीच पुष्कळशी रडतखडत चालू होती. गोल्फ कोर्सवर दिवसभर लोक इलेक्ट्रिक मोटारी फिरवत असतात. त्याऐवजी ते ह्याचा उपयोग का करतील?*

दरम्यानच्या काळात, जॉब्ज अंतर्ज्ञानानं नवख्या कल्पनेला चिकटला. 'जर पुरेशा लोकांनी हे यंत्र पाहिलं तर शहराभोवती त्यांचा वापर करण्यासाठी तुम्हाला त्यांची खात्री पटवावी लागणार नाही... लोक चलाख असतात आणि तसंच घडेल.'

नोबेल पारितोषिक विजेता मनोवैज्ञानिक डॅनियल कानमन आणि निवाडा (डिसिजन) तज्ज्ञ गॅरी क्लीन पुढील बाब स्पष्ट करतात. जेव्हा लोक त्यांचा अनुभव सांगतात व भाकीत करण्यायोग्य पर्यावरणात त्याचा निवाडा करतात तेव्हाच केवळ अंतर्ज्ञान विश्वसनीय ठरतं. जर डॉक्टर म्हणून तुम्ही रोग्याच्या लक्षणांचा विचार करत असता किंवा एखाद्या जळणाऱ्या इमारतीत अग्निशमन दलाचे कर्मचारी म्हणून प्रवेश करत असाल तर तुमचं अंतर्ज्ञान तुमचा निवाडा अधिक अचूक करील. तुम्ही आधी अनुभवलेल्या प्रकारांशी व आता ज्याला सामोरे जाता त्या प्रकारात एक स्थिर, घट्ट नातं तयार झालेलं असतं; पण, तुम्ही शेअर बाजारातील दलाल असाल वा राजकीय भाष्यकार असाल, तर मागील घटना वर्तमानाबाबत खात्रीलायकरीत्या काही सुचवू शकत नाहीत. कानमन आणि क्लीन यांनी पुरावे गोळा केले त्यातून भौतिक वैज्ञानिक, लेखापाल, विमा-विश्लेषक आणि बुद्धीबळपटू ज्या क्षेत्रात काम करतात तेथे कार्यकारणभावात बरेच सातत्य असते. मात्र, प्रवेश देणारे अधिकारी, बौद्धिक विश्लेषक, मनोविकारतज्ज्ञ आणि शेअर बाजारातील दलाल यांना मागच्या अनुभवाचा फारसा फायदा होत नाही. वेगानं बदलणाऱ्या जगात अनुभवाचे बोल सहजपणं चुकीचा मार्ग दाखवू शकतात. तसंच परिवर्तनाच्या वाढत्या वेगामुळं आपली पर्यावरण भाकितं ठरवणं अधिक असंभवनीय झालं आहे. आपण नव्या कल्पनांच्या अंतःप्रेरणेला विश्वासार्ह मानतो आणि विश्लेषणावर अधिक भर देतो.

जॉब्जच्या गाठीशी वाहतूक क्षेत्रातील आवश्यक तो अनुभव नव्हता. तरीही स्वतःच्या अंतःप्रेरणेवर त्याचा इतका का विश्वास होता? हा प्रश्न आपल्याला दुसऱ्या घटकाकडं घेऊन जातो. ''यशाबरोबर घमेंडही येते'', असं कोमिसार स्पष्टीकरण देतो. आपली चिंता लक्षात येऊन तो मागे फिरला असता तर स्टीव्ह जॉब्ज कदाचित म्हणाला असता, ''तुला लक्षात आलेलं नाही.'' भूवाहतूक क्षेत्र आणि विमान उद्योग यांतील संशोधनाचा कोमिसारला फायदा झाला. पूर्वी अधिक यशस्वी झालेले लोक जेव्हा सध्याच्या नव्या परिस्थितीत काम करतात तेव्हा त्यांचं काम सुमार दर्जाचं असतं. त्यांच्यात फाजील आत्मविश्वास निर्माण झालेला असतो. परिणामी, त्यांना आवश्यक अशी साधकबाधक मते त्या संदर्भात प्राप्त होत नाहीत. जॉब्ज अशाच एका यशाच्या सापळ्यात अडकला होता. त्याचा यशाचा आलेख आणि नाही म्हणणाऱ्यांना चुकीचं सिद्ध करण्याच्या त्याच्या परिचयाच्या क्षेत्रातील अनुभव व ज्ञान यांबरोबरच पुरेशा निर्मात्यांकडून-संचालकांकडून माहिती मिळवून त्याद्वारे तो आपल्या अंतःप्रेरणेला आटोक्यात ठेवू शकला नाही... त्याच अंतःप्रेरणेने डीन कामेनबरोबरच्या सादरीकरणाच्या पद्धतीशी दोन हात करताना त्याची दिशाभूल झाली.

तीव्र इच्छाशक्तीचे धोके

कामेननं सेग्वे बाजारात आणलं तेव्हा तो पोटतिडिकीनं चीन आणि भारतासारखी विकसनशील राष्ट्रं न्यू यॉर्कच्या आकाराएवढी नवी शहरं दरवर्षी वसवत आहेत असं सांगत होता. ह्या नागरी केंद्रातील रस्ते मोटारींमुळं ठप्प होणार आहेत. तसंच ही बाब पर्यावरणालाही हानिकारक आहे. ''तो तंत्रज्ञ आहे, अनुभवी आहे व ह्या सर्व प्रश्नांबाबत त्याला तीव्र इच्छा आहे. तो सर्वांना खिळवून ठेवतो'', असं ली म्हणते.

चेरील मिटेननेस या उद्योजकतेच्या प्राध्यापकाच्या नेतृत्वाखालील नॉर्थ इस्टर्न विद्यापीठातील एका अभ्यासानुसार देवदूतासारख्या पाच डझनापेक्षा अधिक गुंतवणूकदारांनी ३५००पेक्षा अधिक उद्योगपतींच्या मालविक्रीचं मूल्यमापन केलं आणि त्या मालाच्या उत्पादनासाठी पैसा पुरवायचा की नाही हे ठरवलं. गुंतवणूकदारांनी आपल्या स्वतःच्या पद्धती अधिक अंतःप्रेरणादायी किंवा विश्लेषक आहेत याचा विचार करून सर्वेक्षणाचे अर्ज भरले. प्रत्येक उद्योगपतीची कामाची तळमळ व उत्साह यांचं मूल्यमापन केलं. नंतर प्रत्येक नव्या उद्योगाचं पैसे पुरवण्याचं सुप्त सामर्थ्य किती आहे याचंही मूल्यमापन केलं. गुंतवणूकदारांची प्रेरणा जितकी अधिक प्रबळ तितकं त्यांचं वेगळेपण अधिक असतं. कारण उद्योगपतीच्या तळमळीमुळं ते अधिक प्रभावी होण्याचं प्रमाण वाढतं.

थिंकिंग, फास्ट अँड स्लो या पुस्तकात डॅनियल कानमन स्पष्ट करतो की, अंतःप्रेरणा वेगानं कार्य करते. अंतःप्रेरणा भावनांवर आधारित असते. याउलट, कार्यकारणभाव ही प्रक्रिया अधिक संथ व थंड असते. अंतःप्रेरणेने गुंतवणूक करणारे उद्योगपतीच्या उत्साहाला बळी पडणारे असतात; विश्लेषक गुंतवणूकदार वस्तुस्थितीवर अधिक लक्ष केंद्रित करण्याची शक्यता असते. तसंच ते त्या उद्योगाच्या व्यावहारिकतेबद्दलही शांतपणे मतं मांडतात. जॉब्जच्या अंतःप्रेरणा पद्धतीनं ती बाब निकालात काढण्यापूर्वीच कामेनच्या असोशीनं, त्यातील अंतर्भूत तांत्रिक नावीन्यानं त्याचा पूर्ण कब्जा घेतला. त्याची घमेंड आणि वाहतूक क्षेत्रातील अननुभवानं त्याला जी बाब अखेर खोटा होकार असल्याचं सिद्ध झाल्यावरही त्यावर विश्वास ठेवण्यास त्याचं संवेदनशील अंतःकरण तयार झालं.

कोणत्याही अनोख्या कल्पनेच्या भवितव्याचं मूल्यमापन करताना त्यामागे असलेल्या लोकांना उत्साहनं भारून टाकणं सोपं असतं. गुगलचे कार्यकारी अधिकारी एरिक स्मिड्ट आणि जोनाथन रोझेनबर्ग यांच्या शब्दांत सांगायचं झालं तर, ''उत्कट भावना असलेले लोक आपल्या भावनेचं प्रदर्शन करत नाहीत''. एखादी कल्पना फलद्रूप होण्याची तीव्र इच्छा लोकांच्या अभिव्यक्तीतून दिसत नाही. शब्दात ठासून भरलेला उत्साह, चढा आवाज व देहबोली आपण अनुभवत असलेल्या असोशीचं सूचन नसतं, तर ते फक्त आपल्या कौशल्यांचं आणि व्यक्तिमत्त्वाचं सादरीकरण

असतं. उदा., अंतर्मुख व्यक्तींपेक्षा बहिर्मुख व्यक्तींचा कल अधिक व्यक्त होण्याकडे असतो, असं संशोधनातून दिसून येतं. याचाच अर्थ ते अधिक तीव्र भावनांचं प्रदर्शन करतात; परंतु, आपला कल अधिक बहिर्मुख किंवा अंतर्मुख होण्याकडे आहे याचा आपण उद्योजक म्हणून यशस्वी होऊ अथवा नाही याच्याशी सुतराम संबंध नाही. तुम्हाला एखादी कल्पना आवडते आणि तुम्ही यशस्वी होण्याचा निश्चय करता. मात्र, तरीही ती बाब तुम्ही काहीशा भिडस्तपणानंच दुसऱ्यांना सांगता.

उद्योगपती म्हणून यश प्राप्त करण्यासाठी अशी तीव्र इच्छा विसंगत वा असंबद्ध आहे असा त्याचा अर्थ नाही. तीव्र असोशी असलेले उद्योगपती आपला धडाडीचा कार्यक्रम अधिक यशस्वीपणं पुढं नेण्यास सक्षम ठरल्याची अनेक उदाहरणे दाखवता येतील. कामेनच्या बाबतीत त्याच्यामध्ये कल्पना सुचल्यापासून तिचा प्रभाव प्रत्यक्षात दिसण्यासाठी व ती विकसित करण्यासाठी लागणाऱ्या तीव्र भावनेचा अभाव होता. त्याच्या सेग्वे निर्माण करण्याच्या असोशीने मोहून जाण्याऐवजी आरंभीच्या गुंतवणूकदारांनी त्याच्या कंपनी उभी करण्याच्या तीव्र इच्छेचं मूल्यमापन करून ते उत्पादन बाजारात आणायला हवं होतं. त्यासाठी तो काय *म्हणतो* इकडं लक्ष देण्याची गरज नव्हती तर त्यानं काय तयार *केलं* याचं त्यांनी परीक्षण करणं आवश्यक होतं.

त्याच्या कामगिरीचा अभ्यास केल्यावर कामेन उद्योजकाऐवजी शोधकर्ता म्हणून अधिक ठसा उमटवणारा होता, असा निष्कर्ष रँडी कोमिसारनं काढला होता. कामेनची याआधीची सर्व संशोधनं म्हणजे ग्राहकांनी त्याच्याकडे आणलेल्या समस्यांवर त्यानं काढलेले तोडगे होते. १९७०मध्ये सहज ने-आण करता येईल अशा ड्रग इन्फ्यूजन पंपाची कल्पना त्याला सुचली. त्याचा डॉक्टर असलेला भाऊ सतत पुढील खंत व्यक्त करत असे. ''परिचारिकांना सतत रुग्णांना औषध देत राहावे लागते. त्याऐवजी ते काम एखाद्या यंत्राद्वारे झाले तर इस्पितळात पडून राहण्याचा रुग्णांचा कालावधी कमी होईल. यंत्राद्वारे रुग्णांना औषध देणे घरच्या घरीही शक्य होईल.'' १९८०च्या दशकात कामेननं बॅक्सटर या आरोग्याची काळजी घेणाऱ्या (हेल्थकेअर) कंपनीकरता मधुमेही रुग्णांसाठी किडनी डायलेसिस उपकरण विकसित करण्याचं काम हाती घेतलं. इतरांना भेडसावत असलेल्या समस्यांवर प्रभावी उपाययोजनांची निर्मिती करण्यात त्याचा हातखंडा होता. परंतु, स्वतःहून एखादी समस्या ओळखून तिची अचूक उकल करण्यात तो निष्णात नव्हता. सेग्वेच्या बाबतीत त्यानं तोडग्यापासून प्रारंभ केला आणि मग तो तोडगा कशासाठी वापरता येईल याचा तो शोध घेऊ लागला. बाजाराच्या कलानुसार प्रतिसाद देण्याऐवजी त्यानं तंत्रज्ञानात बाजी मारण्याची चूक केली.

कामेनला जरी सेग्वेबद्दल खूप असोशी वाटत असली, तरी ते यशस्वीरीत्या तडीस नेण्याची त्याची तयारी दिसत नव्हती. आपल्याला आपल्या कल्पनानिवडीच्या

कौशल्यात सुधारणा करण्याची इच्छा असेल तर लोक यशस्वी झाले आहेत की नाही *याकडे* लक्ष देण्याची गरज नाही. ''जेव्हा आपण डीनकडे पाहतो तेव्हा ज्याच्या मागे यशस्वी वैद्यकीय उपकरणांच्या शोधाचा इतिहास आहे आणि ती उत्पादनं तयार करण्यासाठी ज्या लोकांनी त्याच्याशी सहकार्य केलं आहे, ते लोक अद्याप त्याच्या बरोबर आहेत. त्यांना त्याच्यात एक विश्वासार्ह संस्थापक दिसतो; परंतु, जेव्हा प्रत्यक्ष उत्पादन करण्याची वेळ येते तेव्हा त्यासाठी केलेली दैनंदिन कार्यवाही आणि खर्च केलेल्या पैशाचा उत्तम परतावा या बाबी महत्त्वाच्या ठरतात'', असं एलीन ली म्हणते. कामेनला तो अनुभव नव्हता. बिल सालमन म्हणतो, ''कल्पना नव्हे, तर तिची कार्यवाही महत्त्वाची असते''.

अनोख्या कल्पना प्रथम मांडणाऱ्याला यश मिळेल किंवा नाही याबाबतचं भाकीत करायचं असलं तर नव्या कल्पनेबद्दलच्या त्याच्या उत्साहापलीकडे जाऊन शोध घ्यावा लागतो. तसंच तो उत्साह त्यांच्या कृतीमधून कसा व्यक्त होतो होतो यावर लक्ष केंद्रित करावं लागतं. रिक लुडविननं जेरी सेन्फिल्ड आणि लारी डेव्हिड यांच्या बरोबर पैज लावली नाही. कारण, जेव्हा त्यांनी संहिता सादर केली तेव्हा ते दोघे आपल्या प्रयोगाच्या संकल्पनेबाबत ठाम दिसत होते. त्यानं त्यांना संधी दिली. कारण, ते आपल्या संकल्पनेची पुनःपुन्हा चाचपणी करत होते आणि तिची कार्यवाही उचित प्रकारे करण्याची क्षमता त्याच्या लक्षात येत होती. ''मध्यरात्री लेखक दालनात बसून दुसरा अंक नेमका कसा करायचा याचा विचार करायला हवा असं वाटणाऱ्या प्रवृत्तीचे ते लोक होते. जेरी आपल्या कामात किती वक्तशीर होता हे तुम्ही पाहिलेलं आहे. तशाच मनापासून काम करणाऱ्याच्या शोधात तुम्ही आहात.''

कल्पनानिवडीसाठी दोषनिवारक भिंग

वार्बी पार्करमध्ये गुंतवणूक न करणं हा माझा मोठा खोटा नकार होता व ते माझं वैयक्तिक अपयश होतं. कल्पनानिवडीबाबतचं संशोधनपर लेखन वाचल्यानंतर माझी एक मर्यादा माझ्या लक्षात आली. त्या क्षेत्रात मी सहकारी निर्माता नव्हतो. तसंच, मी ग्राहकही नव्हतो... प्रारंभी सर्जनशील भाकीत करण्याबाबत माझ्या अचूक नजरेला मी दोष दिला. जेव्हा तुम्ही स्वतः चश्मा वापरत नसता तेव्हा तो वापरणाऱ्यांचे अग्रक्रम मोजणं अतिशय कठीण असतं; पण, त्यावर विचार केल्यावर माझ्या लक्षात आलं की, मला त्याबाबत खरंच काही माहीत नव्हतं. मी दोन वर्षं डोळ्यांची काळजी घेणाऱ्या (आयकेअर) एका कंपनीबरोबर संशोधन सल्लागार म्हणून घालवली होती. त्या कंपनीचं उत्पन्नाचं मुख्य साधन होतं भांडारातील काचेच्या भिंगांची विक्री. डोळे तपासून योग्य नंबरचं भिंग काढून देणाऱ्यानं भिंगाची निश्चिती केल्यानंतर व ग्राहकांनी भिंगाची पसंती केल्यानंतर ही विक्री केली जाते.

पारंपरिक पद्धतीनं चश्म्याच्या होणाऱ्या खरेदी-विक्रीत माझी मानसिकता अडकून पडलेली होती. वस्तूबाबत ऐकण्यापूर्वी मी कल्पनानिर्मितीत वेळ घालवला असता तर किंवा कपडे व अन्य संबंधित उत्पादने ऑनलाइन कशी विकली जातात याचा अभ्यास केला असता तर ही कल्पना मला अधिक स्पष्ट झाली असती.

अशा प्रकारच्या मानसिकतेच्या पारंपरिक झडपेचा अडथळा त्या चार संस्थापकांना वाटत नव्हता. त्यांच्याकडे अनुभवाची पुरेशी शिदोरी होती. त्यांच्यापैकी तिघे जण चश्मा लावणारे होते. त्यांच्याकडे जैव अभियांत्रिकीसह आरोग्य सुरक्षा, सल्लामसलत आणि बँकिंगचा अनुभव होता. त्यांच्यापैकी डेव्हचा चश्मा परदेशात फोनविना प्रवास करताना हरवला होता. अमेरिकेत परतल्यावर फोन आणि चश्मा दोन्ही खरेदी करण्याची वेळ आली तेव्हा एक वेगळेच परिप्रेक्ष्य त्याच्या समोर उभं ठाकलं. नील ब्ल्यूमेंथॉल चश्मा वापरत नव्हता. मात्र, त्यानं लॅटिन अमेरिका, आफ्रिका व आशिया येथील देशांत ना नफा तत्त्वावर उद्योगधंदा सुरू करणाऱ्या महिलांना प्रशिक्षण देण्यात ५ वर्षं घालवली होती. ज्या वस्तूंच्या विक्रीचं प्रशिक्षण त्यानं दिलं होतं ती वस्तू होती चश्मा. त्या कामानं त्याला चश्म्याच्या व्यवसायातील आवश्यक ते सखोल ज्ञान प्राप्त करून दिलं होतं. कमी किमतीत चश्म्याची रचना, उत्पादन व विक्री होऊ शकते हे त्याला माहीत होतं. पारंपरिक चश्माविक्रीच्या बाहेरील जगात काही काळ घालवल्यामुळं त्याची अनुभवकक्षा रुंदावत जाऊन नवा दृष्टिकोन स्वीकारणं त्याला शक्य झालं. ‘‘व्यवसायिकांकडून मौलिकता पुढं येणं ही बाब दुर्मीळच असते विशेषतः जेव्हा ते चश्म्याच्या उद्योगात पूर्णपणं बुडालेले होते व त्यात ते समाधानी होते'', असं नीलनं मला सांगितलं.

त्यांच्याकडे अनुभवांचं वैविध्य असल्यामुळं वार्बी पार्करच्या उद्योजकांना अस्तित्वात असलेल्या विक्रीच्या पद्धतीचा अथवा मर्यादित मूल्यमापनात्मक मानसिकतेचा फटका बसला नाही. आपली कल्पना उत्तम प्रकारे कार्यान्वित होऊन उत्साहवर्धक विक्री होईल अशी कामेननं बाळगली होती तशी इच्छा त्यांनी बाळगली नव्हती. त्यांनी प्रथम सहकारी निर्मात्यांकडून आणि संभवनीय ग्राहकांकडून विस्तृत प्रमाणात साधकबाधक अभिप्राय गोळा केले. फुटकळ विक्री करणाऱ्यांच्या मार्गातील दलालांचा अडसर दूर करून त्यांनी आपला चश्मा बाजारातील नेहमीच्या ५०० डॉलर्स या किमतीऐवजी ४५ डॉलर्सला विकणं शक्य होईल हे निश्चित केलं. खरेदी-विक्री क्षेत्रातील तज्ज्ञांनी चश्म्याची किंमत वाढेल व त्या किमतीकडं गुणवत्तेचं प्रतीक म्हणून पाहिलं जाईल, अशी धोक्याची सूचना दिल्यावरही त्यांनी आपल्या उत्पादनाचं एक अभिरूप सर्वेक्षण केलं व ग्राहकांसमोर किमतीबाबतचे वेगवेगळे मुद्दे मांडून ते सादर केलं. विक्रीची किंमत १०० डॉलर्सच्या आसपास ठेवली, तर खप वेगानं वाढण्याची शक्यता त्यांना आढळली; पण, नंतर पठारावस्था व मोठ्या प्रमाणात विक्रीत घट असा आलेख त्यांना आढळला. त्यांनी विविध

संकेतस्थळांवर त्याची चाचणी मित्रांबरोबर घेतली. त्यातून त्यांना अनेकांशी जोडून घेता आलं. इतकंच नव्हे, तर गाढ विश्वासही संपादन करता आला.

अन्य कंपन्याही चश्मे ऑनलाइन विकू शकतात हे लक्षात आल्यावर यशासाठी उत्पादनाची एखाद्या नावानं ओळख पटवण्याची गरज त्यांच्या लक्षात आली. कंपनीचं नाव ठरवण्यात कल्पनानिर्मितीत व दोन हजार नावांची संभवनीय यादी तयार करण्यात त्यांनी सहा महिने खर्च केले. सर्वेक्षणे व लक्ष्यकेंद्री गटावर त्यांनी आपल्या कल्पनांची चाचणी घेतली. केरोऑक नावानं प्रेरणा दिलेलं 'वार्बी पार्कर' हे नाव अभिजनांमध्ये उठून दिसेल व अनन्यसाधारण वाटेल तसेच कोणताही नकारार्थी संबंध त्याच्याशी जोडला जाणार नाही असं त्यांना वाटलं. नंतर त्यांनी कार्यवाहीसाठी कंबर कसली.

वार्बी पार्करचं अलीकडलं यश त्यांनी समवयस्कांना कल्पनांच्या मूल्यमापनात सहभागी करून घेतलं यात होतं. २०१४मध्ये त्यांनी वार्बल्स नावाचा एक उपक्रम तयार केला. त्यासाठी कंपनीतल्या प्रत्येकाला सूचना पाठवण्याचं निमंत्रण दिलं. त्याबरोबरच केव्हाही नव्या वैशिष्ट्यपूर्ण तंत्रज्ञानाबाबत विनंती करण्यासही सांगितलं होतं. वार्बल्सची सुरुवात करण्यापूर्वी दर तीन महिन्यांनी त्यांना १०-२० नव्या कल्पना प्राप्त होत असत. वार्बल्स हा नवा उपक्रम हाती घेतल्यावर जवळजवळ चारशे सूचनांचा वर्षाव झाला. कारण कल्पनानिवडीची प्रक्रिया गुणात्मकता जपणारी होती, असा कर्मचाऱ्यांना विश्वास वाटत होता. त्यापैकी एका सूचनेनं वस्तूंच्या फुटकळ विक्रीच्या प्रक्रियेत गुणात्मक बदल घडवून आणला. दुसऱ्या एका सूचनेनं नियोजित भेटीसाठी (इंटरव्ह्यू) नवी तरतूद अंमलात आणली. ''नील आणि डेव्ह हे खरोखरच हुशार आहेत; पण ते २०० लोकांच्या एकत्रित हुशारीएवढे चलाख नाहीत'', असं वार्बी पार्करमधील लोन बाइंडर हा प्रमुख तंत्रज्ञान अधिकारी म्हणतो.

कल्पनांचा ओघ मर्यादित ठेवून कल्पना निवडणं, तिचा पाठपुरावा करणं व ती अमलात आणणं- या बाबी व्यवस्थापकांवर सोपवण्याऐवजी वार्बी पार्करनं गुगल कागदपत्रांद्वारे सूचनांची प्रक्रिया पूर्णतया पारदर्शी केली. कंपनीतील प्रत्येक जण ते वाचू शकत होता, त्यावर ऑनलाइन मत व्यक्त करू शकत होता आणि द्विसाप्ताहिक सभेत त्यावर चर्चा केली जात होती. याचाच अर्थ असा की, जस्टिन बर्ग सुचवतो त्याप्रमाणं कल्पनांचं मूल्यमापन फक्त व्यवस्थापकच नव्हे तर अगदी अनोख्या कल्पनांचा मोकळेपणानं विचार करण्याकडं कल असलेले सहनिर्माते देखील करू शकतात. नव्या कल्पनानिर्मितीत कर्मचारी जेवढा वेळ घालवतात तितक्या प्रमाणात आपल्या सहकाऱ्यांकडून आलेल्या सूचनांतील अधिक चांगली बाब कोणती ते त्यांच्या लक्षात येतं.

तंत्रज्ञान समितीला आलेल्या सूचना वा विनंत्या यांमधून निवड करण्याची पूर्ण मुभा असते. ही तऱ्हा लोकशाहीसारखी वाटते; पण, त्यात एक खोच आहे. आलेल्या

सूचनांपैकी कोणत्या सूचना कंपनीच्या धोरणात्मक डावपेचांचं प्रतिनिधित्व करतात याबाबत कर्मचाऱ्यांना काही प्रमाणात मार्गदर्शन मिळावं, कंपनीतील व्यवस्थापक काही चांगल्या सूचनांना अधिक मतं देऊन त्या उचलून धरतात. व्यवस्थापकांना वाटतं त्या ते उचलून धरतात. ज्या वाईट ठरतील असं वाटतं त्या कमी मतं देऊन खाली पाडतात. खरं तर खोटे होकार व खोटे नकार टाळण्यासाठी मत देण्याचं बंधन नाही. ज्या कल्पनेला फार मते मिळालेली नाहीत व ज्या कार्यान्वित होऊन आपली किंमत सिद्ध करू शकणार नाहीत अशा कल्पनांचा व्यवस्थापकांवर मात करूनही तंत्रज्ञान समिती विचार करते. ''काहीतरी नवं उभारण्यासाठी ते परवानगीची वाट पाहत नाहीत. ते आपला माल ग्राहकांपर्यंत पोहोचण्याच्या आधी समवयस्कांकडून साधकबाधक मते जाणून घेतात. ते वेगानं प्रारंभ करतात व नंतर संथपणानं वाटचाल करतात.'' असं वार्बी पार्करच्या अभ्याससमूहात काम करणारा उपयोजित मनोविज्ञानतज्ज्ञ रेब रिबेल म्हणतो.

वार्बल्स प्रक्रियेतून सेग्वे (प्रकल्प) गेला असता तर त्याला अधिक टीकात्मक अभिप्राय मिळाले असते व ते उपकरण बनवलंच गेलं नसतं किंवा त्याची अधिक उपयुक्त आवृत्ती तयार झाली असती. खूप उशीर होण्याआधीच डीन कामेन ती आवृत्ती अधिक व्यावहारिक करायला शिकला असता किंवा त्या तंत्रज्ञानाची परवानगी त्यानं अशा प्रकारचं काम करणाऱ्याला दिली असती.

सेग्वेला अपयश आलं असलं, तरी कामेन अद्याप चांगला संशोधक म्हणून ओळखला जातो. अद्यापही 'दूरदृष्टी असलेला उद्योगपती' अशी जेफ बेझोसची ओळख आहे. जॉन डोअरर हा अद्याप 'चाणाक्ष गुंतवणूकदार' म्हणून ओळखला जातो. तुम्ही नव्या कल्पनांची निर्मिती करणारे वा त्यांचं मूल्यमापन करणारे असलात वा नसलात तरी यशाचं मोजमाप करताना बेसबॉलमध्ये बॅटर जे मानक वापरतात ते वापरून तुम्ही उत्तम प्रकारे मूल्यमापन करू शकता. रँडी कोमिसार म्हणतो, ''मी ३०० फटके लगावले. माझ्याकडं असामान्य क्षमता आहे. म्हणूनच मला भविष्याचं भाकित करता येत नाही. जेवढ्या लवकर तुम्ही ही बाब शिकाल तितक्या लवकर तुम्हाला ती चांगली आत्मसात करता येईल''.

डीन कामेन नव्या शोधांची मालिका पुढे आणण्यात गुंतला होता. आपला पहिला ठसा त्यानं आरोग्यक्षेत्रात उमटवला होता. त्याकडं तो पुन्हा वळला. त्यानं प्रगत यंत्रमानव तंत्रज्ञान वापरून कृत्रिम हात तयार केला. त्यामुळं एखाद्या सैनिकाचा हात वा पाय कापून टाकला असला तर त्याला कृत्रिम हातानं द्राक्ष उचलता येतं. त्याला 'Luke' हे टोपण नाव स्टार वॉर्समधल्या प्रसंगामुळं मिळालं. तो हातानं चालवायचं यंत्र हाताळू शकतो. *स्टार वॉर्समध्ये* अंतराळात चालणाऱ्याला जसा यांत्रिक हात मिळाला होता तसा त्याला मिळेल. आवाज न करणारं, कमी ऊर्जा लागणारं यंत्र, ऊर्जानिर्मितीसाठी व पाणी तापवण्यासाठी उपयुक्त ठरेल असं नवीन

स्टर्लिंग यंत्र त्यानं बाजारात आणलं. हे इंजिन स्लिंगशॉट पाणी शुद्ध करणाऱ्या यंत्राला ऊर्जा पुरवतं. ते यंत्र कोणत्याही ठिकाणच्या पाण्याच्या स्रोताचं ऊर्ध्वपातन करू शकतं. त्यातून आलेलं पाणी गाळण्याची गरज नाही. गाईच्या शेणाचा ऊर्जास्रोत ते चालवण्यासाठी पुरेसा असतो. कामेननं जेव्हा कोमिसारला स्लिंगशॉट दिला तेव्हा त्याचं शोधाचं वर्तुळ पूर्ण झालं. पुन्हा एकदा कोमिसारच्या मनात शंका आली. सभोवतालच्या विकसित जगात वावरताना नेहमीप्रमाणं आपल्या पाठीवरची बॅग सावरत तो शांतपणं विचार करताना आपली रचना त्याला गुंतागुंतीची वाटत होती. त्यामुळं विद्युत मनोऱ्यांपासून दूरच्या ठिकाणी ती कशी कार्यरत राहील याची त्याला चिंता होती. जर या यंत्रणेचं कार्य थांबलं, तर तिची रवानगी कचऱ्याच्या पेटीत केली जाईल. हे अचूक भाकीत होतं की खोटा नकार होता ते अद्याप त्याच्या लक्षात आलं नव्हतं.

संशोधक म्हणून आंधळेपणानं अनोख्या कल्पना मांडणं आणि त्यावरील साधकबाधक मतं सहनिर्मात्यांकडून गोळा न करणं व त्यातील उपयुक्त ठरणाऱ्या बाबी कोणत्या, यांचा वेध न घेणं हा कामेननं पत्करलेला मोठा धोका होता. गुंतवणूकदार म्हणून अधिक स्पष्टपणं पाहण्याची क्षमता असूनही तुम्ही एकाक्ष जुगाऱ्यासारखे बेफिकीरपणं खेळता. एकाच कल्पनेवर अवलंबून न राहता कामेननं निर्माण केलेल्या सर्व नमुन्यांकडे डोळसपणं पाहणं ही तुमची सर्वांत शहाणपणाची खेळी असू शकते.

एकट्या २०१३ या वर्षात अमेरिकेत ३ लाखांपेक्षा अधिक स्वामित्व हक्कांना मंजुरी दिली गेली. त्यांपैकी कोणत्याही एकामुळे जगात मोठे बदल घडून येण्याची शक्यता फारच कमी होती. वैयक्तिक स्तरावरील निर्मात्यांकडं आयुष्यभर शोधलेल्या कल्पनांपेक्षा अधिक चांगल्या कल्पना असतात. जेव्हा आपण त्या कल्पनांच्या मोठेपणाचं मोजमाप करतो तेव्हा आपण त्यांनी गाठलेल्या शिखराकडं लक्ष देतो; त्यांच्या सर्वसामान्य उपलब्धींकडं दुर्लक्ष करतो.

३

एका पायावर तयार

सत्तेपुढं सत्य बोलणं

"असामान्य व्यक्तींना नेहमीच सुमार बुद्धिमत्तेच्या लोकांकडून केल्या जाणाऱ्या विरोधाला तोंड द्यावं लागतं."

–अल्बर्ट आइन्स्टाईन

१९९०च्या दशकाच्या सुरुवातीला कारमेन मेदिना ही सीआयएमधील महत्त्वाकांक्षी विश्लेषक पश्चिम युरोपात तीन वर्षांच्या कामगिरीवर गेली होती. तेथील कामगिरी आटोपून ती अमेरिकेत परतली तेव्हा देश सोडून गेल्यामुळं आपली व्यावसायिक पिछेहाट झाल्याचं तिला जाणवलं. त्यानंतर तिला मिळत गेलेली कामं तिच्या अपेक्षांना आणि क्षमतांना न्याय देणारी नव्हती. आपल्या क्षमतांचा योग्य वापर करण्यासाठी तिनं दुसरा मार्ग शोधायचं ठरवलं. गुप्तचर संस्थांच्या भविष्यकालाबद्दल काम करणाऱ्या गटांमध्ये ती काम करू लागली.

गुप्तचर संस्थांच्या एकमेकांशी माहितीची देवाणघेवाण करण्याच्या पद्धतीत काही मूलभूत त्रुटी आहेत असं मेदिनाला तिच्या सीआयएमधील नोकरीच्या काळात लक्षात आलं होतं. संपूर्ण गुप्तचर अहवाल प्रसिद्ध करणं ही त्या काळातील माहितीची देवघेव करण्याची प्रचलित पद्धत होती. हे अहवाल दिवसातून एकदा प्रसिद्ध होत असत आणि विविध गुप्तचर संस्थांना त्या माहितीचा योग्य उपयोग करण्यासाठी समन्वय साधणं शक्य होत नसे. याखेरीज, विश्लेषकांना या माहितीतून समजणारे बारकावे इतरांपर्यंत पोहोचवण्यासाठी कुठलाही मार्ग नव्हता. माहितीतून ज्ञानाची निर्मिती सतत होत असली, तरी महत्त्वाची माहिती योग्य हातात पडेपर्यंत खूप वेळ जात असे. मात्र, जेव्हा जीवन पणाला लागतं किंवा राष्ट्रीय सुरक्षेला धोका निर्माण होतो तेव्हा प्रत्येक क्षण मोलाचा असतो. प्रत्येक गुप्तचर संस्था आपलं स्वतःचं

दैनिक माहितीपत्र प्रभावीपणं प्रसिद्ध करत होती; पण मेदिनाला जाणवत होतं की वेगवेगळ्या गुप्तचर संस्थांना अद्ययावत माहिती पुरवू शकेल अशी माहितीच्या देवघेवीची पूर्णपणं वेगळी पद्धत निर्माण होणं फार गरजेचं आहे. माहितीच्या मार्गातले अडथळे दूर करून संवाद अधिक वेगानं होण्यासाठी तिनं सुचवलेला उपाय अगदी जगावेगळा होता : गुप्तचर संस्थांनी त्यांचे अहवाल कागदावर छापून प्रसिद्ध करण्याऐवजी तीच माहिती लगोलग इंटेलिंक या गुप्तचर संस्थांच्या वर्गीकृत इंटरनेटवर प्रसारित करावी.

तिच्या सहकाऱ्यांनी तिची ही सूचना तत्काळ उडवून लावली. मेदिनाने सुचवलेला उपाय आधी कुणी अमलात आणला नव्हता. इंटरनेटमुळं राष्ट्रीय सुरक्षेला हानी पोहोचू शकते असा त्यांचा युक्तिवाद होता. गुप्तचर संस्थांचं कामकाज गुप्तपणं होणं महत्त्वाचं असतं. त्या वेळच्या पद्धतीत छापील कागदपत्रं हव्या त्याच व्यक्तीपर्यंत पोहोचण्याची खात्री देता येत होती. इलेक्ट्रॉनिक स्वरूपात पाठवलेल्या माहितीबाबत त्यांना तशी खात्री देता येईल असं वाटत नव्हतं. ही सगळी माहिती चुकीच्या हातात पडली तर मोठा धोका निर्माण होईल असं त्यांना वाटत होतं.

पण, मेदिना मागे हटली नाही. ज्या गटांचं मुख्य काम भविष्याचा वेध घेण्याचं होतं तिथेच जर ती भविष्य अधिक सक्षम करण्यासाठीचं तिचं खरं मत मांडू शकत नसेल तर तिनं ते कुठं मांडावं? फॅक्स मशीनमुळं माहितीची देवघेव अधिक कार्यक्षमतेनं होते हे तिनं पाहिलं होतं. म्हणूनच डिजिटल क्रांतीमुळे गुप्तचर संस्थांच्या कामकाजात मोठा बदल होऊ शकतो याबद्दल तिची खात्री पटली होती. सीआयएनं एफबीआय आणि एनएसआय अशा संस्थांबरोबर गुप्त माहितीची देवाणघेवाण करण्यासाठी इंटरनेट व्यासपीठाचा वापर करावा, याचा पुरस्कार ती हिरिरीनं करत राहिली.

मेदिना आपली मतं मांडत राहिली. पण, कोणीच ऐकेना. एका ज्येष्ठ सहकाऱ्यानं तिला इशारा दिला होता, ''अशा गटांमध्ये काय बोलायचं याची काळजी घे. तू प्रामाणिक आहेस आणि तुझी खरीखुरी मतं इथं मांडलीस तर तुझं नोकरी संपुष्टात येईल''. लवकरच तिच्या घनिष्ठ मित्रमैत्रिणींनीही तिच्यापासून अंतर राखायला सुरुवात केली. सततच्या अपमानामुळं एके दिवशी मेदिनाचा तोल ढळला आणि आरडाओरडा करत तिनं ऑफिस डोक्यावर घेतलं. परिणामी, मेदिनाला आधी तीन दिवसांच्या आजारपणाच्या रजेवर पाठवण्यात आलं आणि त्यानंतर तिला दुसरी नोकरी शोधावी लागली.

गुप्तचर संस्था वगळता तिला दुसरीकडे कुठंही नोकरी मिळाली नाही. तेव्हा तिनं सीआयएमधील कार्यालयीन नोकरी स्वीकारली. खरं तर, तिला तेवढीच नोकरी मिळू शकली होती. नोकरी मिळाल्यावर काही काळ ती निमूटपणं नोकरी करत राहिली होती. मात्र, तीन वर्षं उलटल्यावर तिनं परत एकदा एका गुप्तचर संस्थेचे

अहवाल इतर गुप्तचर संस्थांना तत्काळ आणि सातत्यानं उपलब्ध होण्यासाठी ऑनलाइन पद्धतच योग्य असल्याचं आपलं मत निर्भीडपणं मांडायला प्रारंभ केला.

त्यानंतर सुमारे दहा वर्षांच्या आत इंटेलिपिडिया या व्यासपीठाची निर्मिती करण्यात कारमेन मेदिनाचा मोठा वाटा होता. हे व्यासपीठ गुप्तचर संस्थांना एकमेकांच्या माहितीचा वापर करता यावा म्हणून तयार केलेलं खास विकिपीडियासदृश व्यासपीठ होतं. हे सीआयएच्या त्या वेळच्या कामाच्या पद्धतीपेक्षा इतकं वेगळं होतं की एका निरीक्षकाच्या शब्दांत, ''हे म्हणजे टेक्सासच्या लोकांमध्ये शाकाहाराचा प्रसार करण्यासारखं'' होतं.

२००८पर्यंत इंटेलिपीडिया गुप्तचर संस्थांसाठी एक महत्त्वाचं साधन बनलं होतं. बीजिंग ऑलिम्पिकची सुरक्षा, मुंबईच्या हल्ल्यातील अतिरेक्यांची ओळख पटवणं, अशी अनेक वेगवेगळी आव्हाने पेलण्यासाठी गुप्तचर संस्थांनी इंटेलिपीडियाचा वापर केला होता. काही वर्षांतच या संकेतस्थळाची आकडेवारी पुढीलप्रमाणे होती- गुप्तचर संस्थांमधील सुमारे पाच लाख नोंदणीकृत वापरकर्ते, संकेतस्थळावरील माहितीची दहा लाखांवर पृष्ठे व डोळ्यांखालून घातली गेलेली सुमारे ६३ कोटी पाने (पेज व्ह्यूज) आणि मिळवलेलं 'सर्व्हिस टू अमेरिका होमलँड सिक्युरिटी पदक!' ''या संकेतस्थळाबद्दल बढाई मारणं कठीण आहे. लाखो-करोडो रुपये खर्च करून इतर उपक्रम जो बदल घडवून आणू शकले नाहीत तो यानं जवळजवळ एका रात्रीत कुठल्याही खर्चाशिवाय घडवून आणला'', असं एक वरिष्ठ अधिकारी म्हणाला.

आपली मतं मांडण्याचा मेदिनाचा पहिला प्रयत्न का फसला आणि दुसऱ्या वेळी तिची मतं कशामुळं ऐकून घेतली गेली? दरम्यानच्या काळात जग बदललं. आंतर्जालाचा वापर मोठ्या प्रमाणात होऊ लागला. शिवाय, सप्टेंबर ११च्या अतिरेकी हल्ल्यानंतर गुप्तचर संस्थांनी एकमेकांशी योग्य समन्वय साधण्याची गरज अधोरेखित झाली. मात्र, या प्रश्नावर समाधानकारक ऑनलाइन उत्तर सापडत नव्हतं. मेदिनाला सीआयएमध्ये उपसंचालकपदी बढती मिळाल्यावर तिला इंटेलिपीडियाचा पुरस्कार करण्याचा अधिकार प्राप्त झाला. त्यासाठी तिला वेगळ्या प्रकारं संवाद साधण्याची गरज होती. तिची विश्वासार्हता वाढेल अशी कोणतीतरी पद्धत तिनं वापरायला हवी होती.

आपण सर्वांनीच केव्हा ना केव्हा बहुसंख्यांना न पटणारं मत मांडण्याचा, निरर्थक धोरणाचा निषेध करण्याचा, कामाच्या नवीन पद्धतीचा पुरस्कार करण्याचा किंवा दुर्बल घटकांच्या बाजूनं उभं राहण्याचा विचार केलेला असतो. अशी मतं मांडताना तसंच या गोष्टी आपला व्यवसाय आणि आपली नाती धोक्यात न आणता प्रभावी पद्धतीनं कशा करता येतील, याचा ऊहापोह या प्रकरणात केला आहे. आवाज चढवण्याच्या योग्य वेळा कोणत्या आणि आपलं बोलणं लोकांनी ऐकावं म्हणून काय करता येईल? कारमेन मेदिनाचे अनुभव उलगडण्याखेरीज आपली

कंपनी विकताना आपल्या कंपनीच्या कच्च्या दुव्यांबद्दलही बोलणाऱ्या एका उद्योजकाकडून तसेच स्टीव्ह जॉब्जला टक्कर देणाऱ्या एका व्यवस्थापकाकडून हे सारं जाणून घेणार आहोत. कधीकधी मदतीला नेहमी तयार असणारे व्यवस्थापक वास्तवात कमीतकमी मदत का करतात, हे त्यानंतर लक्षात येईल. लिंगभेद आणि वर्णभेद यांमुळे विरोधी मत ऐकून घेण्यावर कसा परिणाम होतो याचं आकलन होईल. आपल्याला आवडणारे फोटो हे आपल्या मित्रमंडळींना आवडणाऱ्या फोटोंपेक्षा पूर्णपणं वेगळे का असतात? या सगळ्याचा उद्देश आपली मतं मांडण्यातले धोके कमी करून त्यातील फायदे पदरात पाडून घेणं हा एकच असतो.

दर्जाशिवाय प्राप्त झालेली सत्ता

कर्मचाऱ्यांनी पुढाकार घेऊन एकमेकांना मदत केली, संपर्क वाढवला, नवीन माहिती किंवा कौशल्ये आत्मसात केली आणि आपल्या कामाचं मूल्यमापन करून घेतलं, तर प्रमुखांना आणि व्यवस्थापकांना आनंद होतो. मात्र, पुढाकार घेऊन सूचनांसह मतं मांडली तर मात्र शिक्षा भोगावी लागते. उत्पादन, सेवा, किरकोळ विक्री आणि ना-नफा तत्त्वावर चालणारे व्यवसाय अशा सर्व क्षेत्रांच्या एकत्रित अभ्यासात पुढील बाब लक्षात आली होती. दोन वर्षांच्या काळात जितक्या जास्त वेळा कर्मचारी आपल्या कल्पना आणि चिंता व्यक्त करतील, तितकी त्यांच्या पगारवाढीची किंवा बढतीची शक्यता कमी होते. आणखी एका प्रयोगात असं लक्षात आलं की, ज्या वेळी काहींनी व्यक्तिगतरीत्या वर्णभेदाविरुद्ध तक्रार केली तेव्हा वर्णभेदाविरुद्ध न बोलणाऱ्यांनी त्यांना अहंकारी ठरवून त्यांच्यावर टीका केली होती. नैतिकतेच्या शिडीच्या टोकावर पोहोचल्यावर असा एकाकीपणा वाटू शकतो.

कारमेन मेदिनाच्या मार्गात आलेले अडथळे समजून घ्यायचे असतील तर आपल्याला सामाजिक रचनेमधल्या सत्ता आणि स्थान या दोन गोष्टींची गुंतागुंत सोडवावी लागेल. सत्ता म्हणजे इतरांवर अधिकार गाजवणं आणि त्यांच्या आयुष्याचे नियंत्रण करणं होय. स्थान म्हणजे इतरांकडून वाट्याला आलेला आदर आणि प्रशंसा होय. नॉर्थ कॅरोलिना विद्यापीठात प्रा. ॲलिसन फ्रेगेल यांच्या नेतृत्वाखाली झालेल्या एका प्रयोगात स्थान नसताना सत्ता गाजवण्याचा प्रयत्न करणाऱ्या लोकांना शिक्षा भोगावी लागली. ज्यांच्याबद्दल आदर वाटत नाही अशा लोकांनी अधिकार गाजवले तर इतरांना ते अवघड, जबरदस्ती करणारे आणि स्वार्थी वाटतात. ज्यांनी आपला विश्वास जिंकला नाही त्यांना काही सांगायचा अधिकार आहे, असं आपल्याला वाटत नाही. आपण त्यांना विरोध करतो. कारमेन मेदिनाच्या बाबतीत हेच झालं. परदेशी काम केल्यामुळं तिचं मायदेशातील स्थान खालावलं. तिची किंमत सहकाऱ्यांना कळावी अशी संधी तिला कधी मिळाली नाही. त्यामुळे तिनं

मांडलेल्या वेगळ्या कल्पनांवर कोणाचा विश्वास बसेना. सर्वांनी तिच्याकडं दुर्लक्ष केल्यामुळं ती अधिकाधिक निराश होत गेली.

आपण आपली मतं इतरांना पटवून देताना त्यांना आपल्याविषयी आदर वाटत नाही, असं जर आपल्या लक्षात आलं तर निराशेच्या दुष्टचक्राला सुरुवात होते. आपलं प्रभुत्व सिद्ध करण्यासाठी आपण इतरांशी अपमानास्पद बोलू लागतो. या दुष्टचक्राचं एक धक्कादायक प्रात्यक्षिक एका प्रयोगात पाहायला मिळालं. या प्रयोगात संशोधकांनी दोघा-दोघांचे गट केले आणि गटातल्या एकाला दुसऱ्याला काम सांगायचे अधिकार दिले. काम केल्यानंतर दुसऱ्याला ५० डॉलर्स इतका बोनस मिळणार होता. जेव्हा अधिकार असलेल्या व्यक्तीला सांगितलं गेलं की जोडीदाराला त्याच्याविषयी/तिच्याविषयी आदर आणि कौतुक आहे तेव्हा अधिकारी व्यक्तीनं जोडीदाराला सांगितलेली कामं साधीसोपी होती. म्हणजे ५० डॉलर्स बोनस मिळण्यासाठी जोडीदारानं एखादा गमतीशीर विनोद सांगावा किंवा आदल्या दिवसाचे अनुभव लिहून काढावेत वगैरे. याउलट, जेव्हा अधिकारी व्यक्तीला सांगितलं गेलं की जोडीदाराला त्याच्याविषयी/तिच्याविषयी तिरस्कार वाटतो त्या वेळी अधिकाऱ्यानं जोडीदाराला तीन वेळा कुत्र्यासारखं भुंकून दाखव किंवा पाच वेळा मी घाणेरडा आहे असं म्हण किंवा ५००पासून सुरुवात करून ७च्या फरकानं आकडे उलट म्हणून दाखव; वगैरे अपमानास्पद कामं सांगून उट्टं काढायचा प्रयत्न केला. जोडीदाराला आपल्याविषयी आदर वाटत नाही हे कळल्यावर अधिकाऱ्यांनी दुप्पट वेळा त्यांची ताकद जोडीदाराला खाली पाहायला लावण्यासाठी वापरली होती.

कारमेन मेदिना इतक्या खालच्या थराला पोहोचली नव्हती. तरीही तिनं आपली मतं मांडणं सुरूच ठेवलं होतं तेव्हा स्थान नसताना अधिकार गाजवण्याच्या तिच्या प्रयत्नांमुळे तिला नकारात्मक प्रतिसाद मिळू लागला. स्थान सांगून मिळत नाही. ते प्रयत्नांनी मिळवावं लागतं किंवा कुणीतरी बहाल करावं लागतं.

काही वर्षांनंतर तिच्या दुसऱ्या प्रयत्नात मेदिनानं निम्न स्तरापासून कार्यपद्धतीवर हल्ला करण्याचा प्रयत्न करून आपली नोकरी पणाला लावली नव्हती. त्याऐवजी त्या कार्यपद्धतीचा एक भाग बनून आणि आतूनच ती बदलून दर्जा प्राप्त करणं हे तिनं आपलं ध्येय ठरवलं होतं. प्रसिद्ध चित्रपट निर्माता फ्रान्सिस फोर्ड कोपोलानं नोंद केली आहे, ''सत्ता प्राप्त करणं म्हणजे नेहमी फक्त प्रस्थापित संघटनेला धक्का देणं नव्हे; प्रथम त्या पद्धतीत स्वतःसाठी जागा निर्माण करणं आणि नंतर त्याला आव्हान देणं आणि दुहेरी पद्धतीनं प्रस्थापिताला धारेवर धरणं होय''. मेदिनानं जेव्हा धोका पत्करून आपली कल्पना पुन्हा सादर केली तेव्हा माहितीच्या सुरक्षेवर लक्ष केंद्रित करण्याचा अर्ज करून प्रथम धोक्याची शक्यता कमी केली. तिची मुख्य भूमिका ज्ञान सुरक्षित ठेवण्याची होती. ''सर्वसाधारणपणं मी ती बाब केली नसती. तशी ती अगदीच सनातनी बाब होती'', अशा शब्दांत मेदिना ती आठवण सांगते.

आमच्या प्रकाशनांबाबतची सुरक्षा पार पाडणं हे माझं काम होतं. ते मला फारसं सुखावह वाटत नव्हतं; पण अखेरीस मला हव्या त्या गोष्टी करून घेण्यासाठी मी त्याचा लहान प्रमाणावर उपयोग करून घेऊ शकले. पार पाडायच्या जबाबदाऱ्यांच्या यादीत अगदी शेवटी डिजिटल प्रकाशनांच्या पर्यायाचा शोध घेण्यास प्रारंभ करणं ही ती बाब होती. आम्ही तो सुरक्षित ठेवण्याचा प्रयत्न करत होतो. माझ्याकडे सर्वसाधारण असं एक अत्युच्च सुरक्षा कवच होतं. ते कवच म्हणजे धोक्याचा एक संतुलित साचा होता.

आंतरजालावर माहितीत सहभागी करून घेणं हे तिचं म्हणणं अक्षरशः धमकी दिल्यासारखं वाटत होतं. आता तीच बाब तिच्या सुरक्षेला सुरक्षित ठेवणं या तिच्या जीवितकार्याच्या भागाची चौकट बनून सामोरी आली. ''मी कशासाठीतरी लढतेय ही बाब लोकांच्या लक्षात आली. केवळ 'जैसे थे' परिस्थितीविरुद्ध नव्हे. जर मी मला त्याबाबत सिद्ध केलं तर मला याहूनही अधिक मोठ्या बदलासाठी प्रयत्न करता येतील असं मला वाटलं''. ह्या प्रयत्नांमुळे मेदिनानं आदर संपादन केला. मनोवैज्ञानिक एडविना हॉलेंडर ज्याला विक्षिप्तपणाचे नमुने म्हणते तसे तिनं गोळा केले होते. गटाच्या अपेक्षांपासून दूर सरकणारे लंबक. विक्षिप्तपणाचे हे नमुने आदरामार्फत गोळा करता येतात; उच्च पदामुळं नव्हेत. योगदान हा त्यांचा पाया असतो. 'जैसे थे' परिस्थितीला कमी दर्जाच्या लोकांनी दिलेलं आव्हान आपण हाणून पाडतो. मात्र, उच्च पदस्थांची मौलिकता आपण कधीकधी वाखाणतो आणि कधी सहनही करतो.

सिल्व्हिया बेलेझाच्या नेतृत्वाखाली अलीकडंच झालेल्या एका प्रयोगात लोकांनी सर्वोच्च विद्यापीठातील पुरुष प्राध्यापकांचं मूल्यमापन केलं. त्या प्राध्यापकांनी टाय बांधला असताना व गुळगुळीत दाढी केली केलेली असताना केलेलं प्राध्यापकांचं मूल्यमापन आणि टीशर्ट परिधान केला व दाढी वाढवली होती तेव्हा केलेल्या मूल्यमापनात टी-शर्ट व दाढी वाढवलेल्या प्राध्यापकांकडं चौदा टक्के अधिक दर्जा व क्षमता असल्याचं दाखवलं गेलं होतं. पुष्कळसे प्राध्यापक जो औपचारिक पोशाख करतात त्यांना त्या वागण्याची किंमत मोजावी लागते. पारंपरिक संकेत झुगारून हे प्राध्यापक विक्षिप्तपणाचं बिरुद मिळवतात.

सुरक्षा व्यवस्थेत नोकरी स्वीकारल्यावर मेदिनानं डिजिटल क्षेत्रात महत्त्वाची प्रगती करण्यात काही वर्षं घालवली. सीआयएत प्रगती करण्याचं महत्त्वाचं कार्य करून माहितीत इतरांना सहभागी करून घेण्याचं आपलं स्वप्न पूर्ण करून घेण्यासाठी तिनं काहीसा विक्षिप्तपणा अंगी बाणवला. कार्यकारी स्तरावर तिला बढती मिळाली. २००५मध्ये सिअन डेनेही आणि डॉन बर्क या सीआयएमधील दोन वेगवेगळ्या अभिकरणांतील (एजन्सी) दोन विश्लेषकांनी इंटेलिपीडिया निर्माण करण्यासाठी

आपली शक्ती एकवटली. सर्व गुप्तचर व्यावसायिकांना विकिपीडियावर सहज उपलब्ध होईल अशा वर्गीकृत फरकाच्या देवाणघेवाणीत सर्वच अभिकरणांना सहभागी करून घेतलं तर विकीचं महत्त्व कमी होईल, अशी अनेक व्यवस्थापकांना शंका वाटत होती. 'ह्या उपकरणाचा वापर गुप्तचर लोकांसाठी अमलात आणणं म्हणजे आपण आपल्या मुलांना चुकीच्या पद्धतीनं वाढवलं असं लोकांना सांगण्यासारखं आहे', असं डेनेहीचं स्पष्ट मत होतं. कारमेन मेदिना सीआयएमध्ये शांतपणं बंडखोरांचं जाळं उभारत आहे ही बाब लक्षात येईपर्यंत प्रत्येक टप्प्यावर तिच्या सूचना फेटाळल्या जात असत. तिनं वरिष्ठ पातळीवरील अननुभवी लोकांना आवश्यक असलेला पाठिंबा पुरवला तसंच, गुप्ततेवर आधारित संस्कृती उभारण्यासाठी माहितीचा स्रोत उघड करण्याच्या संकल्पनेची ओळख करून देऊन त्यांच्यासाठी सुरक्षित जागा निर्माण केली.

मेदिनाकडं आता सत्ता असल्यामुळं आपल्या कल्पना कोणत्या शब्दांत व्यक्त कराव्यात याची तिला काळजी करावी लागत नव्हती; पण, ज्यामुळं अखेरीस तिला सत्ता प्राप्त झाली ती मिळवण्याच्या सगळ्या प्रक्रियेत तिला आपली बोलण्याची पद्धत बदलावी लागली होती. तिनं डावपेच अशा विचित्र पद्धतीनं बदलले की त्यांना कोणीच कधीही विरोध करू शकणार नव्हतं.

चुकीचं पाऊल उचलणं – 'सारिक प्रभाव'

रुफूस ग्रिस्कॉम आणि ॲलिसा व्होकमन यांचं पहिलं मूल जन्माला आलं तेव्हा आजूबाजूला दिसणाऱ्या चुकीच्या जाहिराती आणि वाईट सल्ले यामुळं त्यांना धक्का बसला. त्यांनी 'बॅबल' नावाचं एक ऑनलाइन मासिक व ब्लॉग सुरू केला. बॅबल प्रस्थापित पालकत्वाच्या कल्पनेला आव्हान देऊन कठोर वस्तुस्थितीचा सामना विनोदानं करत असे. २००९मध्ये जेव्हा ग्रिस्कॉमनं भांडवलदारांना बॅबलकडं आकृष्ट करून घेण्यासाठी प्रत्येक उद्योगपतीला जे शिकवलं जातं त्याच्या अगदी उलट कृती केली. त्यानं आपल्या व्यवसायामध्ये भांडवलाची गुंतवणूक का करू नये याबद्दलच्या पाच कारणांची यादी केलेली एक स्लाइड लोकांपुढं सादर केली.

ह्या त्याच्या कृतीमुळं त्याच्या व्यवसायाला खो बसला असता. गुंतवणूकदार त्यामध्ये होकाराला पुरेशा कारणांचा शोध घेत होते व तो नाही म्हणायला बळ देणारी कारणं पुरवत होता. उद्योगपतींनी आपल्या कंपनीबद्दल सहसा चांगलं बोलावं, असं मानलं जातं. मात्र, इथं त्याचा प्रतिकूल प्रेरणा देणारा दृष्टिकोन कामी आला. त्या वर्षी बॅबलनं ३.३ दशलक्ष डॉलर्सचा निधी गोळा केला.

दोन वर्षांनंतर ग्रिस्कॉमनं डिस्नेला भेट दिली. डिस्ने कंपनीला बॅबलवर कब्जा करण्यात रस आहे का हे पाहणं हा या भेटीचा हेतू होता. ह्या व्यवहारासाठी

सर्वच दृष्टीनं कमी असलेल्या कंपनीनं पुढाकार घ्यावा, ही बाब तार्किकदृष्ट्या विचार करण्यासारखी नव्हती. तुमच्या नव्यानं सुरू केलेल्या उद्योगात समस्या असणं ही गोष्ट मान्य करणं वेगळं; कारण, चुका दुरुस्त करण्याबाबत तुम्ही हमी देऊ शकता; पण जेव्हा तुम्ही स्थिरस्थावर असलेली कंपनी विकायला काढता तेव्हा त्यातील प्रोत्साहनात्मक बाबींवर भर देण्याचा तुमचा प्रयत्न असतो – तसंच अभ्रं दूर सारण्याचा – वाईट बाबी काढून टाकण्यासाठी तुम्हाला एखाद्या बाबीला दीर्घ काळ चिकटून राहावं लागत नाही.

आश्चर्य वाटायला लावणारी गोष्ट ग्रिस्कॉमनं पुन्हा एकदा केली. त्यानं बनवलेली एक स्लाइड होती, 'तुम्ही बॅबल का खरेदी करू नये हे सांगणाऱ्या या बाबी'.

डिस्नेमध्ये डिजिटल फॅमिलीच्या विभाजनाचं सादरीकरण करताना त्यानं पुढीलप्रमाणं स्पष्टीकरण दिलं. प्रत्येक भेटीच्या वेळी तीन पानांपेक्षा अधिक असलेली वापरकर्त्यांची संमती (एंगेजमेंट) ही अपेक्षेपेक्षा निम्न स्तरावर होती. बॅबल हे एक जतन करणारं संकेतस्थळ होतं; पण त्यावरील ४० टक्के मजकूर सिनेसृष्टीतील किंवा अन्य करिश्मा असणाऱ्या लोकांबद्दल असे. त्यामुळे त्याचं पुनर्नवीकरण करण्याची नितांत गरज होती.

डिस्नेनं अखेरीस ती कंपनी ४० दशलक्ष डॉलर्सला विकत घेतली.

या प्रकाराला 'सारिक प्रभाव' म्हणतात. समाजवैज्ञानिक लेस्ली सारिकच्या नावावरून हे नाव पडलं.

दोन्ही परिस्थितींत ग्रिस्कॉमनं आपल्यापेक्षा अधिक सत्ता असलेल्यांसमोर आपल्या कल्पनांचं सादरीकरण केलं आणि त्यांच्या संसाधनांच्या वापराच्या बांधिलकीसाठी त्यांची खात्री पटवली. आपल्यापैकी अनेक जण गृहीत धरतात की, एखाद्याला एखादी गोष्ट करायला भाग पाडायचं असेल तेव्हा तो त्या गोष्टीच्या बलस्थानावर भर देतो व कमकुवत भागाकडे कमी लक्ष वेधतो. अशा प्रकारचा शक्तिशाली संवाद प्रेक्षकात पाठिंबा न देण्याबाबतची जाणीव निर्माण करतो.

जेव्हा तुम्ही एखाद्या नव्या कल्पनेबद्दल किंवा परिवर्तनासाठीच्या सूचनेबाबत बोलत असता तेव्हा तुमच्या समोरचा प्रेक्षकवर्ग संशयी होण्याची शक्यता असते. गुंतवणूकदार तुमच्या युक्तिवादातील त्रुटी शोधत असतात; व्यवस्थापक तुमच्या सूचना का उपयुक्त ठरणार नाहीत, यासाठी सबबी हुडकण्यात गढलेले असतात. अशा परिस्थितीत किमान चार कारणांसाठी ग्रिस्कॉमचा आपल्या कल्पनातील चुकांवर भर देणारा सत्ताहीन संवादाचा प्रकार स्वीकारणं खरोखर अधिक प्रभावी ठरतं.

कमकुवतपणाची ढाल करून प्रेक्षकांना निःशस्त्र करणं हा पहिला फायदा असतो. मरियन फ्रिस्टेड आणि पीटर राईट या बाजारपेठ (मार्केटिंग) तज्ज्ञ

प्राध्यापकांनी पुढील निरीक्षण नोंदवलं आहे. जेव्हा आपलं मन वळवण्याचा (फशी पाडण्याचा) प्रयत्न केला जात आहे याची जाणीव आपल्याला होते तेव्हा साहजिकच आपण आपली मानसिक ढाल कामाला लावतो. बेसुमार विश्वास हा लाल सिग्नलसारखा धोक्याचा इशारा असतो व वेळीच प्रभावी हत्यारांविरोधात आपलं रक्षण करणं गरजेचं असतं. बॅबलच्या प्रारंभीच्या काळात जेव्हा ग्रिस्कॉमनं बोर्डाच्या सदस्यांसमोर पहिल्या दोन सभांत सादरीकरण केलं तेव्हा व्यवसायाशी संबंधित असलेल्या सर्व उचित बाबींसंबंधी तो बोलला होता. कंपनीचं सुप्त सामर्थ्य व विकास यांबाबत मंडळाला आश्वासित करण्याच्या आशेनं तो बोलत होता. ''प्रत्येक वेळी जेव्हा कंपनीच्या उत्तम बाजूवर भर देऊन बोलत असे तेव्हा मिळणारा प्रतिसाद संशयितासारखा होता'', अशी आठवण त्यानं सांगितली आहे. 'असंबद्ध आशावाद विक्रेता म्हणून उभा ठाकत असे', ती बाब कधीकधी अप्रामाणिकपणाची वाटत असे आणि त्याचा परिणाम म्हणून संशयवादाशी मुकाबला करावा लागत असे. अशा मनोवृत्तीचं प्रत्येकालाच वावडं असतं किंवा आपण विकले जाऊ असा संशय मनात येत असतो.

बोर्डाच्या तिसऱ्या सभेत ग्रिस्कॉमनं आपला दृष्टिकोन पूर्णतया उलटा मांडला. प्रारंभालाच कंपनीत चाललेल्या चुकीच्या गोष्टींबद्दल त्यानं मोकळेपणानं इत्थंभूत माहिती दिली. तसंच त्यामुळं त्याच्या रात्री झोपेविना कशा जातात हेही सांगितलं. हे डावपेच वादविवाद किंवा चर्चांमध्ये परिचित असले तरी ते उद्योगपतींसाठी अगदीच अपारंपरिक होते. मंडळाच्या सदस्यांनी जरी आधीच्या सभांपेक्षा स्वसंरक्षणापासून आपलं लक्ष दूर सारून ते समस्येवर तोडगा काढण्याकडं वळवून खूपच अनुकूल प्रतिसाद दिला होता तरी ग्रिस्कॉमनं तो दृष्टिकोन गुंतवणूकदारांच्या बाबतीत करून पाहायचं ठरवलं होतं. तसं केल्यावर त्याला तशाच प्रकारची प्रतिक्रिया दिसून आली. असंतुष्ट परिणामांबद्दल ते थोडे शिथिल झाले. जेव्हा त्यानं 'माझी ही कंपनी तुम्ही का विकत घेऊ नये', हे सांगणारी स्लाइड दाखवली तेव्हा पहिला प्रतिसाद हशा पिकण्याचा दिला गेला होता. नंतर शारीरिकदृष्ट्या ते अधिक मोकळे झाले. हे सर्व गंभीर – प्रामाणिकपणाचं आहे. यात कसलाच फसवणुकीचा प्रकार अथवा तशी वेगळी जाणीव नाही हे त्यांना कळून चुकलं. हे सर्व विक्रीसारखंच वाटत आहे. आपण विकले जाणार नाही असं त्यांना वाटू लागलं.

कारमेन मेदिनानं आपल्या कल्पना प्रथम मांडल्या तेव्हा तिनं त्यांच्या मर्यादा लक्षात आणून दिल्या नव्हत्या. गुप्तचर संस्थांनी आपल्या माहितीची देवघेव अधिक खुलेपणानं करावी हे सांगताना तिनं त्या प्रक्रियेतले फक्त फायदे आपल्या सहकाऱ्यांसमोर मांडले. तिच्या एका सहकाऱ्यानं मत मांडलं होतं, ''कारमेन, तू असं बोलते आहेस की तुझं म्हणणं हेच अंतिम सत्य आहे हे आम्ही कबूल करीपर्यंत तुझं समाधान होणार नाही''. मतं मांडण्याच्या दुसऱ्या फेरीत मात्र तिची मांडणी

अधिक संतुलित झाली. ''कदाचित माझी काही चूक होत असेल'', असं म्हणत ती स्वतःच्या मनातल्या काही शंकाही उपस्थित करू लागली.

मेदिना जेव्हा नोकरीत नेतेपदी पोहोचली तेव्हा तिनं इतरांच्या कल्पना किंवा प्रस्ताव पारखायला सुरुवात केली. इतर लोक जेव्हा स्वतःच्या प्रस्तावातल्या फायद्यांबद्दल बोलत असत तेव्हा ते तिच्या पटकन लक्षात येत असे. 'या प्रस्तावात खूपच कच्चे दुवे आहेत ज्यांचा कधी विचारच केला गेला नाही; पण प्रस्ताव सादर करणारे मात्र मला हे कच्चे दुवे लक्षात येऊ नयेत अशा प्रकारे सादरीकरण करत आहेत. त्यांनी जर प्रस्तावातले दोष आणि इतर नकारात्मक गोष्टींचीही चर्चा केली तर मी त्यांच्या गटात सामील होईन आणि त्यांचा प्रस्ताव विकण्याऐवजी त्यांनीच मला एखादा प्रश्न सोडवायला दिल्यासारखं होईल'.

आपल्या प्रस्तावातील दोषांबद्दल स्पष्टपणं बोलल्यामुळं संवादाची चौकट तर बदलतेच; पण, श्रोते आपल्याला कसं जोखतात यावरही परिणाम होतो. याचं उदाहरण द्यायचं तर तेरेसा अमाबिल यांच्या एका प्रयोगाचं द्यावं लागेल. या प्रयोगात तेरेसा अमाबिलनं काही लोकांना पुस्तक परीक्षण करणाऱ्या समीक्षकांच्या बुद्धिमत्तेबद्दल तसंच कौशल्याबद्दल अंदाज बांधायला सांगितला. पुस्तक परीक्षणाचा सूर बदलला तर लोकांचं समीक्षकांबद्दलचं मत बदलतं का हे त्यांना समजून घ्यायचं होतं. त्यासाठी त्यांनी *न्यू यॉर्क टाइम्समधल्या* परीक्षणांत थोडे बदल करून त्यांचा वापर केला. हे बदल एक तर खुशामती स्वरूपाचे होते किंवा जहाल टीकेच्या स्वरूपाचे होते. सहभागी झालेल्या अर्ध्यांना सकारात्मक (किंवा खुशामती स्वरूपाचे) परीक्षण वाचायला दिलं होतं.

> *आपल्या पहिल्या कादंबरीच्या १२८ प्रेरणादायी पानांमधून एक अतिशय सक्षम तरुण अमेरिकन लेखक अशा अल्विन हार्टरची ओळख होते. 'A Longer Dawn' ही एक मोठा प्रभाव पाडणारी छोटी कादंबरिका आहे – एखादी गद्य कविता म्हणावी तशी. ही कादंबरी जीवन, प्रेम आणि मृत्यू अशा मूलभूत गोष्टींना भिडते. तीही इतक्या तीव्रतेनं की तिच्या प्रत्येक पानात लेखन श्रेष्ठत्वाची नवी उंची गाठलेली दिसून येते.*

उरलेल्या अर्ध्या लोकांना परीक्षणाची जहाल टीका करणारी आवृत्ती वाचायला दिली. या आवृत्तीत भाषा तशीच होती. मात्र, काही प्रशंसापर विशेषणांऐवजी टीकात्मक विशेषणं वापरली होती.

> *आपल्या पहिल्या कादंबरीच्या १२८ निराशात्मक पानांमधून 'एक अतिशय सुमार तरुण अमेरिकन लेखक' अशी अल्विनची ओळख होते. 'A Longer*

Dawn' ही एक नगण्य प्रभाव पाडणारी छोटी कादंबरिका आहे. एखादी गद्य कविताच म्हणा ना. ही कादंबरी आयुष्य, प्रेम आणि मृत्यू अशा मूलभूत गोष्टींना भिडते; पण इतक्या कमी तीव्रतेनं की तिच्या प्रत्येक पानात दुय्यम प्रतीच्या लेखनाचा उथळपणा दिसून येतो.

यापैकी कुठलं वर्णन वाचून समीक्षक बुद्धिमान वाटतो? खरं तर दोन्ही. कारण समीक्षकाच्या लेखाचा दर्जा बदललेला नाही. शब्द आणि व्याकरणही सारखंच आहे. दोन्ही वर्णनं लिहिण्यासाठी क्षमताही तितक्याच लागतात; पण लोकांनी टीकात्मक लिहिणारा समीक्षक, प्रशंसापर लिहिणाऱ्या समीक्षकापेक्षा १४ टक्के अधिक बुद्धिमान आणि १६ टक्के अधिक कुशल असल्याचं मत मांडलं.

लोकांना वाटतं, नवखा माणूस कलेला दाद देऊ शकेल. पण, टीका मात्र एखादा जाणकारच करू शकेल. फक्त काही थोडे सकारात्मक शब्द बदलून नकारात्मक करणं; प्रेरणादायीऐवजी *निराशात्मक, सक्षमऐवजी सुमार, मोठा प्रभावऐवजी नगण्य प्रभाव, इतक्या तीव्रतेनंऐवजी इतकी कमी तीव्रता, श्रेष्ठ लेखनाच्या उंचीऐवजी दुय्यम लेखनाचा उथळपणा* : टीका करणाऱ्या समीक्षकाला अधिक बुद्धिमान ठरवण्यासाठी पुरेसं होतं. ''लोकांना दुर्दैववादी आणि निराशावादी प्रेषित अधिक शहाणे आणि ज्ञानी वाटतात''. अमाबिल नोंद करते, 'सकारात्मक वाक्यं मात्र भोळसट 'पोल्ल्यांना' प्रकारातली वाटतात.' (पोल्ल्यांना हा एक अमेरिकन शब्द आहे. एलिनॉर पोर्टरच्या १९१३मधील 'पोल्ल्यांना' या कादंबरीतून घेतलेला. त्याचा अर्थ टोकाच्या सकारात्मक दृष्टिकोनाचा भोळसट आणि मूर्ख माणूस.)

तुमच्या प्रस्तावातील दोषांपासून सुरुवात करण्याचा दुसरा फायदा हा की त्यामुळे तुम्ही बुद्धिमान वाटता. रुफुस ग्रिस्कॉमला आपल्या पहिल्या व्यवसायाच्या म्हणजे प्रकाशन व्यवसायाच्या प्रारंभी हे लक्षात आलं की पुस्तकाचं खूप सकारात्मक (किंवा खुशामतखोर) परीक्षण करण्याइतकी लाजिरवाणी गोष्ट नाही. समीक्षकांना पुस्तक कितीही आवडलं तरी परीक्षणाच्या शेवटी एखादा परिच्छेद लिहून ते पुस्तक कुठे कमी पडलं हे नोंदवणं त्यांना अत्यावश्यक वाटतं. ग्रिस्कॉमच्या मते, 'मी मूर्ख नाही. मी लेखकाच्या संपूर्ण प्रभावाखाली नाही. चांगल्या-वाइटातील फरक कळण्याइतका विवेक माझ्याकडे आहे', हे वाचकांना सांगण्याची समीक्षकांची ती पद्धत आहे. बॅबलशी संबंधित प्रश्नांबद्दल गुंतवणूकदारांशी बोलताना त्यानं दाखवून दिलं की, स्वतःच्या कल्पनांचा त्याच्यावर अतिरिक्त प्रभाव पडलेला नाही किंवा तो इतरांवर पाडण्याचा प्रयत्न करत नाही. उलट आपल्यातील वैगुण्यांची त्याला पुरेपूर जाणीव आहे. आपल्या विषयीची पक्की तयारी करून गुंतवणूकदारांना कोणती वैगुण्ये लक्षात येतील या गोष्टींचा विचार करण्याइतपत तो नक्कीच बुद्धिमान होता.

तुम्ही मांडलेल्या प्रस्तावामध्ये आढळून आलेल्या दोषांबद्दल खुलेपणानं बोलण्याचा तिसरा फायदा हा की, तुमची विश्वासार्हता वाढते. आपल्या व्यवसायात कोणकोणत्या अडथळ्यांना तोंड द्यावं लागलं याचं वर्णन ग्रिस्कॉमनं केलं तेव्हा लोकांना तो नुसताच जाणकार नव्हे तर प्रामाणिक आणि नम्रही वाटला. अर्थात, दोषांवर भर देणं कधीकधी उलटू शकतं. विशेषतः श्रोत्यांनी आधीच दोष ओळखले नसतील तर. अशा वेळी तुमची कल्पना खाली पाडण्यासाठी श्रोत्यांना आयताच दारुगोळा मिळतो. पण ग्रिस्कॉमच्या श्रोत्यांच्या मनात थोडा संशय होता आणि थोडं खोदून ते दोष शोधून काढणार होते. ''गुंतवणूकदारांचं काम असतं गुंतवणूक करण्याआधी कंपनीमध्ये काय काय चुकतंय ते शोधून काढणं. माझ्या व्यवसायात काय चुकतंय ते सांगून मी त्यांचं काम थोडं कमी करत होतो. त्यामुळं त्यांच्या मनात माझ्याबद्दल विश्वास निर्माण झाला'', असं ग्रिस्कॉमनं सांगितलं. शिवाय, आपल्या व्यवसायातील दोषांबद्दल खुलेपणानं बोलल्यावर जेव्हा तो त्याच्या व्यवसायातील जमेच्या बाजू सांगू लागला तेव्हा लोकांचा त्यावर विश्वास बसला. ''विनयानं वागण्यासाठी आणि तुमच्यातले दोष खुलेपणानं मांडण्यासाठी तुमच्याकडं आत्मविश्वास हवा'', असं ग्रिस्कॉम म्हणतो. ''माझ्या व्यवसायात काय चुकतंय हे सांगण्याची माझी तयारी असेल तर गुंतवणूकदारांना वाटतं या व्यवसायात खूप काही चांगलंही असलं पाहिजे''. डिस्नेचा ग्रिस्कॉमवर इतका विश्वास बसला की बॅबलची खरेदी केल्यानंतर त्यांनी ग्रिस्कॉमला त्याच कंपनीत आधी मॅनेजरपदी आणि मग उपाध्यक्षपदी नेमणूक करून तो व्यवसाय त्याला चालवायला दिला. तिथं त्यानं डिस्नेचे अन्योन्य क्रियेतील (इंटरॲक्टिव्ह) डिजिटल डावपेच विकसित केले. इथं परत सारिक प्रभावानं बाजी मारली.

या दृष्टिकोनाचा चौथा फायदा पुढीलप्रमाणे – आपण माहितीपर प्रक्रिया कशी करतो याला झुकते माप दिल्यामुळं प्रेक्षकांना कल्पनेचं अनुकूल मूल्यमापन करायला लावतो. याच्या स्पष्टीकरणार्थ पुढील उदाहरण पहा. मी अनेकदा कार्यकारी अधिकाऱ्यांना ते आपापल्या आयुष्यातील सकारात्मक वैशिष्ट्यांचा विचार करतात तेव्हा ते किती आनंदी असतात याचं मूल्यमापन करण्यासाठी प्रश्न विचारतो. एका गटातील लोकांना आपापल्या जीवनातील तीन उत्तम गोष्टी लिहिण्याचं काम सांगितलं होतं. दुसऱ्या गटाला तशाच प्रकारच्या बारा उत्तम बाबी लिहिण्यास सांगितल्या होत्या. ज्यांना बारा बाबी लिहायच्या होत्या, तो गट अधिक संतुष्ट असेल असं प्रत्येकाला वाटत होतं. जितकं अधिक सुख तितकी तुमची स्थिती अधिक चांगली– अशी भावना तुमच्या मनात तयार होते. परंतु अनेकदा याच्या अगदी उलट गोष्ट खरी ठरते. १२ उत्तम बाबींपेक्षा ३ उत्तम गोष्टींची यादी करून आम्ही अधिक आनंदी असतो. असं का घडतं?

एखादी सर्वसामान्य बाब अधिक महत्त्वाची आहे असं गृहीत धरणं ही गोष्ट कशाचातरी विचार करण्यापेक्षा सोपी आहे, असं मनोवैज्ञानिक नॉर्बर्ट श्वार्टझनं

दाखवून दिलं आहे. आपण विरंगुळ्याचा वापर माहितीच्या पुनर्प्राप्तीसाठी करतो. आपल्या जीवनातील तीन उत्कृष्ट घटना सादर करणं हा कार्यकारी अधिकाऱ्यांना एक प्रकारचा विरंगुळाच होता. त्यांनी ताबडतोब आपलं मुलांवरील प्रेम, पत्नी-जोडीदारावरील प्रेम, आपल्या व्यवसायावरील प्रेम यांची यादी केली. काही सकारात्मक बाबींची नोंद निश्चितपणं करता येत असल्यामुळं त्यांनी आपलं आयुष्य खूप सुंदर असल्याचा निष्कर्ष काढला. आयुष्यातील बारा उत्तम बाबींची नोंद करणं हे काम जास्त अवघड होतं. आपलं कुटुंब व आपलं काम यांची नोंद केल्यावर कार्यकारी अधिकाऱ्यांनी आपल्या मित्रांची नोंद केली आणि प्रत्येकाची स्वतंत्रपणं नोंद करता येईल का असं विचारलं. जीवनातील उत्तम १२ बाबींची नोंद करताना त्यांना खूप संघर्ष करावा लागत होता हे लक्षात आल्यावर आपली आयुष्य फारशी सुंदर नाहीत अशा निष्कर्षाप्रत ते आले.

रुफुस ग्रिस्कॉमनं बॅबलमधील कच्चे दुवे निदर्शनास आणून दिल्यानंतर नेमकं असंच घडलं होतं. त्यानं बॅबलच्या गंभीर समस्यांची कबुली दिल्यावर कंपनीत कोणत्या अयोग्य गोष्टी घडतात याची कल्पना करण्याचं काम गुंतवणूकदारांना अधिक अवघड झालं हे लक्षात आल्यावर बॅबलच्या समस्या तितक्याशा गंभीर नाहीत असं त्यांना वाटलं. बोर्डाच्या प्रारंभीच्या सभेत त्यानं जेव्हा कंपनीची उत्तम बाजू अगदी वाईट असल्याचं चित्र उभं केलं होतं तेव्हाही असंच घडताना ग्रिस्कॉमनं पाहिलं होतं. 'जेव्हा कंपनी रसातळाला नेणारे घटक मी हिरिरीनं मांडले तेव्हा बोर्डाच्या सदस्यांचा प्रतिसाद नेमका उलट होता. हे काही तितकंसं वाईट नाही. न्यूटनचा तिसरा नियम परस्परांतील मानवी व्यवहारातही तितकाच खरा ठरू शकतो : 'प्रत्येक क्रियेला तितकीच विरोधी प्रतिक्रिया असते.'

ज्याप्रमाणे उपहासात्मक नकार प्रेक्षकांना स्वतःबद्दल विचार करणं अवघड करून टाकतात तसंच, प्रभावी भाषणावरील सकारात्मक लक्षणांवर प्रक्रिया सोपं होतं.

अतिपरिचयात अवज्ञा – अपरिचितता तिरस्कार निर्माण करते

खालील परिचित गाण्यांवर नजर टाका. त्यांपैकी कोणतंही एक गाणं निवडून टेबलावर त्या गाण्याच्या चालीचा ठेका धरा –

- Happy Birthday
- Mary Had a Little Lamb
- Jingle Bells
- Rock Around the Clock
- Twinkle, Twinkle Little Star

- Row, Row Row Your Boat
- The Star-Spangled Banner

ज्या गाण्याचा तुम्ही ठेका धरला आहे ते गाणं तुमच्या मित्रांपैकी एखादा ओळखील याबाबत तुम्हाला कितपत खात्री वाटते?

हा कार्यक्रम मी अनेक वर्षं प्रमुख व विद्यार्थी यांच्या समोर केलेला आहे. रात्रीच्या भोजनाच्या वेळी जसा हा कार्यक्रम गमतीचा भाग असतो तसेच तो शैक्षणिकही असतो. तुमचा अंदाज काय आहे? जर तुम्ही कोणीच नाही, असं उत्तर दिलंत तर तुमच्या ताल-ठेका धरण्याच्या कौशल्याबाबतच तुम्ही प्रश्नचिन्ह उभं करता किंवा तुमच्या मित्रांच्या ऐकण्याच्या कुवतीबाबत गंभीर शंका उपस्थित करत असता. गाण्यावर ठेका धरल्यानंतर गाणं ओळखणं सोपं आहे असं स्टॅन्फर्ड येथे केलेल्या पहिल्या प्रयोगाच्या वेळी लोकांना वाटलं होतं. आपल्या समवयस्कांपैकी पन्नास टक्के लोक ते गाणं अचूक ओळखून दाखवतील असं प्रयोगकर्त्यांनी भाकीत केलं होतं; प्रयोगात त्यांनी गाण्यांवर ठेका धरला तेव्हा २.५ टक्के लोकांनी ते अचूक ओळखलं. एकूण १२० गाण्यांवर ठेका धरला होता. त्यापैकी ६० गाणी तरी ओळखली जातील असा अंदाज होता. प्रत्यक्षात, तीनच गाणी ओळखली गेली. असाच निष्कर्ष असंख्य संघटनांमध्ये आढळून आला. जेपी मॉर्गन चेस यांच्या वरिष्ठ नेतृत्वपदाच्या कार्यक्रमात त्यांच्या जेमी डिमॉन या प्रमुख कार्यकारी अधिकाऱ्यानं आपल्या शेजारी बसलेले कार्यकारी अधिकारी १०० टक्के गाणी ओळखतील असं केलेलं भाकीत खरं ठरलं. मात्र, अनेकदा भाकीत करताना आपला आत्मविश्वास जादा असतो. का?

तुमच्या डोक्यात गाण्याचे सूर पक्के बसलेले असल्याशिवाय गाण्याच्या ठेक्यावरून गाणं ओळखणं मानवाला अशक्य आहे. तुमच्या तुटक तुटक थपडांवरून गाणं कशासारखं आहे हे त्याला सुरांची जोड असल्याशिवाय ओळखणं अशक्य असतं. चिप आणि डॅन हीथ यांनी त्यांच्या 'Made to Stick'मध्ये लिहिलं आहे, ''श्रोते सूर ऐकू शकत नाहीत - ते फक्त तुटक तुटक थपडांचा पुंजका विलक्षण बिनतारी संदेश (मार्स कोड) ऐकल्यासारखा ऐकतात.''

मौलिक कल्पनेबद्दल बोलतानाचं हे महत्त्वाचं आव्हान आहे. जेव्हा तुम्ही नवी सूचना सादर करता तेव्हा तुम्ही फक्त सूर ऐकत नसता.

तुम्ही गाणं लिहिता.

या कल्पनेचा विचार करण्यात तुम्ही कित्येक तास, दिवस, आठवडे, महिने किंवा कदाचित काही वर्षंही खर्ची घातली असतील. तुम्ही समस्येवर विचार केला असेल, त्यावर तोडगा काढला असेल व त्या स्वप्नाची तुम्ही रंगीत तालीमही केली असेल. गीत व त्याचं संगीत तुमच्या हृदयात पक्कं झालं असेल. त्यावरून प्रथम ऐकणाऱ्या प्रेक्षकांना ते कसं वाटेल याची कल्पना करता येणं शक्य नाही.

आपण आपल्या कल्पना अनेकदा कमी प्रतीच्या करून मांडत असतो हे त्याचं स्पष्टीकरण आहे. त्या कल्पना आपल्याला इतक्या परिचित वाटत असतात की त्याबद्दल नावीन्य वाटत नसल्यानं प्रेक्षकांसमोर त्या उलगडून दाखवण्यात व त्यांना त्या विकत घ्यायला भाग पाडण्यात आपण कमी पडतो. हार्वर्ड विद्यापीठातील प्राध्यापक जॉन कोटरनं एक वर्षापूर्वी बदल घडवून आणणाऱ्या अभिकर्त्यांचा अभ्यास केला तेव्हा त्याला स्वप्नातील घटक मूळच्यापेक्षा १०च्या फरकानं लोकांपुढं मांडले जात असल्याचं लक्षात आलं. त्यांच्या गुंतवणूकदारांना (स्टेकहोल्डर्स) जितक्या प्रमाणात ऐकवण्याची गरज होती त्याच्या सुमारे दहा पट ते कमी बोलले. तीन महिन्यांच्या कालावधीत कर्मचाऱ्यांपुढं २.३ दशलक्ष शब्द व संख्या स्पष्ट व्हायला हव्या होत्या. त्या कालावधीत स्वप्नपूर्तीच्या बदलासाठी फक्त १३,४०० शब्द व संख्या (सूचना व ज्ञापन) मिळून एक तासाच्या बैठकीत ३० मिनिटांत बोलल्या गेल्या. त्या तीन महिन्यांत कर्मचाऱ्यांच्या संवादाचा ९९ टक्क्यांपेक्षा अधिक भागाचा संबंध त्या स्वप्नपूर्तीशी अजिबात नव्हता. अशा परिस्थितीत कर्मचारी ते स्वप्न समजून घेतील अशी अपेक्षा कशी करता येईल? मग स्वप्न आपलंसं करणं ही बाब तर खूप दूरची होती.

जर लोकांनी आपल्या मौलिक कल्पना स्वीकाराव्यात असं आपल्याला वाटत असेल तर आपण त्याबद्दल बोललं पाहिजे, लोकांच्या मनात त्या घोळवल्या पाहिजेत व त्यांची पुनरावृत्ती केली पाहिजे. पुढील उदाहरण लक्षात घ्या. पुढील दोन शब्दांपैकी कोणता शब्द तुम्हाला अधिक आवडतो?

इक्तिताफ *सारिक*

तुम्ही जर पुष्कळ लोकांसारखे असाल तर इक्तिताफपेक्षा तुम्ही सारिक शब्द निवडाल. परंतु त्या निवडीचा शब्दाशी काहीही संबंध नाही.

विख्यात मनोवैज्ञानिक रॉबर्ट झांजोक याला केवळ 'अनावृत प्रभाव किंवा सार्वजनिकरीत्या उघड करण्याची कृती', असं म्हणतो. सर्वसाधारणपणं ज्याच्याशी आपला अधिक संबंध येतो ती बाब आपल्याला अधिक आवडते. जेव्हा त्यानं *इक्तिताफ* व *सारिक* हे दोन निरर्थक शब्द लोकांना दाखवले तेव्हा दोन्ही शब्द लोकांच्या लेखी सारखेच होते. परंतु, जेव्हा झांजोकनं त्यापैकी एक शब्द तुलनात्मक चाचणीपूर्वी सादर केला तेव्हा लोकांनी त्यासाठी अग्रक्रम विकसित केला आणि त्यबद्दलची आवड पुढे ५, १०, २५ अशी वाढत गेली.

'*सारिक*'बद्दल तुमची आवड वाढावी म्हणून मी तो शब्द रुफुस ग्रिस्कॉमच्या याआधीच्या विभागात पाच वेळा वापरला.

'सारिक प्रभाव' अशी कोणतीही बाब नाही. इतकंच नव्हे, तर लेस्ली सारिक नावाचा कोणी समाजवैज्ञानिकही नाही. मी केवळ सार्वजनिक प्रभावासाठी तयार केलेली ती एक गोष्ट होती. (रुफुस ग्रिस्कॉम आणि या पुस्तकात उल्लेखिलेल्या अन्य सर्व व्यक्ती खऱ्याखुऱ्या अस्तित्वात आहेत.)

सार्वजनिकरीत्या उघड केलेल्या प्रभावाची अनेकदा नक्कल केली जाते. चेहरा, संख्या, ध्वनी, वास उत्पादनाचं नाव किंवा चिनी पात्र (कॅरेक्टर) अधिक परिचित होतात व त्यामुळे लक्षात राहतात. विविध संस्कृतींत आणि प्राण्याच्या गटांबाबतही ही गोष्ट खरी आहे. कोंबडीची पिलंही परिचित परिसराला अग्रक्रम देतात. पुढे दिलेली चाचणी माझी सर्वांत आवडती आहे. लोक जेव्हा आपल्या व आपल्या मित्रांच्या नेहमीच्या किंवा आरशात उलट्या दिसणाऱ्या छायाचित्रांकडं पाहतात, तेव्हा आपण मित्रांचे नेहमीचे फोटो पाहणं पसंत करतो. कारण, आपण त्यांना नेहमी तसंच पाहतो; पण आपली स्वतःची उलटी छायाचित्रं - आरशात पाहिल्यासारखी - आपल्याला आवडतात. ''परिचितता तिरस्कार निर्माण करत नाही'', असं हॉवर्ड तुलमन हा विविध क्षेत्रांत आघाडीवर असलेला उद्योगपती म्हणतो. ''परिचितता सुख निर्माण करते.''

उघड करण्याची प्रक्रिया सुख वाढवते, हे या प्रभावाचं आणखी एक स्पष्टीकरण आहे. अपरिचित कल्पनेचं आकलन होण्यासाठी जास्त प्रयत्न करावे लागतात. जितक्या अधिक वेळा आपण एखादी बाब पाहतो, ऐकतो आणि तिला स्पर्श करतो तिच्या बाबतीत आपण अधिकाधिक सुखावह होत जातो आणि तिचं आपल्याला भय वाटत नाही.

ज्याप्रमाणे चित्रपट्टी जरुरीपेक्षा अधिक काळ उघडी राहिली (ओव्हरएक्स्पोझ्ड) तर नष्ट होते आणि पुनःपुन्हा ऐकलेली गाणी अनेकदा त्रासदायकपणाचा शिक्का घेऊन आपल्या डोक्यात बसलेली असतात. तद्वतच, एखादी कल्पना वैतागवाणी वाटू शकते; पण, बोलण्याच्या संदर्भात लोक श्रोत्यांना क्वचितच तेच तेच सांगतात. एकूणच पुरावा सुचवतो की, जेव्हा लोकांपुढे ती कल्पना दहा-बारा वेळा मांडली जाते तेव्हा तिच्याबद्दलची आवड वाढत जाते. त्यापेक्षा अधिक वेळा ती मांडली जाते तेव्हा संमिश्र कल्पनांच्या बाबतीत ती उपयुक्त ठरते. जेव्हा कल्पना छोट्या असतात व अन्य कल्पनांबरोबर त्यांचं मिश्रण केलं जाऊन त्या उघडपणं मांडल्या जातात तेव्हा लोकांची जिज्ञासा टिकवून ठेवायला मदत होते. त्याचप्रमाणे कल्पना सादर करणं आणि तिचं मूल्यमापन करणं यांत विलंब झाला तर तेही हिताचंच ठरतं. विलंबामुळे कल्पनेचा विचार करायला अवसर मिळतो. जर तुम्ही तुमच्या वरिष्ठाला सूचना करत असाल तर संभाषणाला सुरुवात केल्यानंतर ३० सेकंदांच्या आत तुमचं म्हणणं सादर करा. मंगळवारी तुमचं त्याबद्दल बोलणं झालं तर त्यानंतर येणाऱ्या सोमवारी त्याची परत एकदा आठवण करून द्या व त्या आठवड्याच्या अखेरीला त्यांना त्या कल्पनेबद्दलचं मत विचारा.

जेव्हा कारमेन मेदिना सीआयएमध्ये गुप्तचर विभागाची सहसंचालक (डेप्युटी डायरेक्टर) झाली, तेव्हा गुप्तचर विभागाच्या विश्लेषकांना अधिक उघडपणे माहितीत सहभागी करून घ्यायचं असेल तर त्यांना ती कल्पना वारंवार स्पष्ट करायला हवी हे तिला माहीत झालं होतं. म्हणून गुप्त इंट्रानेटवर जी पारदर्शकता ती पुरस्कृत करू इच्छित होती त्या पारदर्शकतेचा आदर्श म्हणून तिनं ब्लॉग लिहायला प्रारंभ केला. आठवड्यातून दोनदा ती छोटी विवरणवजा भाष्यं लिहीत असे. तसंच, बातम्यांत इतरांना सहभागी करून घेण्याबाबत आणि कमी गुप्तता राखण्याबाबतची तिची मतं मांडत असे. त्यातून ह्याच गोष्टींची भविष्यात गरज पडणार असल्याचं भाकीतही ती करत असे. प्रारंभी अनेक प्रमुखांनी प्रतिसाद म्हणून ही कल्पना धुडकावून लावली; परंतु, माहिती उघड करण्याबाबतच्या संशोधनाद्वारे सुचवल्यानुसार छोटी सादरीकरणं अन्य संवादात एकमेकांना जोडल्यामुळं त्याचप्रमाणे त्यातील विलंबामुळं मेदिनाच्या कल्पनांवर विचार करणं प्रमुखांना भाग पडलं. लवकरच सीआयएमधील तंत्रज्ञानविषयक तज्ज्ञांनी संगणकीय अंतर्गत जाळं विकसित केलं. त्यावर स्वतंत्रपणं आपले स्वतःचे ब्लॉग लिहिण्याची कर्मचाऱ्यांना परवानगी मिळाली. त्याद्वारे परिचिततेचा फैलाव झाला. लोक आपल्या ब्लॉग लिहिण्याच्या धाडसाचं श्रेय मेदिनाला देऊ लागले. तिच्या प्रयत्नांच्या छोट्या छोट्या भागांतील उत्कट जागांमुळे गुप्तचर लोकांना फायदा झाला व विविध अभिकरणातील सर्व विश्लेषकांना अनौपचारिकरीत्या ज्ञानात सहभागी होता आलं.

सोडण्यापूर्वी दूर होणं

कारमेन मेदिनाबद्दल मी प्रथम ऐकलं तेव्हा मला राहून राहून एका गोष्टीचं नवल वाटत होतं. आपल्या नोकरीत इतकं नुकसान होऊनही ती आपली मतं का मांडत राहिली? हार्वर्ड विद्यापीठातील अर्थशास्त्राचे प्राध्यापक अल्बर्ट हर्शमन यांच्या विख्यात पुस्तकाचा आधार घेतला, तर असमाधानकारक परिस्थिती हाताळण्याचे चार वेगवेगळे मार्ग असतात असं लक्षात येतं. तुम्ही जर तुमच्या नोकरीमुळं, लग्नामुळं किंवा तुमच्या देशातील सरकारमुळे असंतुष्ट किंवा नाराज असाल तर पळून जाणं, स्पष्टपणं बोलणं, चिकाटी दाखवणं किंवा दुर्लक्ष करणं- यांपैकी एका पर्यायाची निवड करू शकता. वर्षानुवर्षांचं संशोधन हेच सांगतं की पळून जाणं म्हणजे परिस्थितीपासून दूर निघून जाणं - नावडणारी नोकरी सोडून देणं, अंतर्गत हिंसेने भरलेल्या लग्नाचा विच्छेद किंवा छळ होत असेल तर देशत्याग करणं. स्पष्टपणं बोलणं म्हणजे परिस्थिती सुधारण्यासाठी सक्रिय प्रयत्न करणं. नोकरीतील परिस्थिती सुधारण्यासाठी वरिष्ठांशी चर्चा करणं, आयुष्यातील जोडीदाराला समुपदेशनासाठी उद्युक्त करणं किंवा राजकीय कार्यकर्ता होऊन कमी भ्रष्टाचारी

सरकार निवडणं होय. चिकाटी म्हणजे तोंड दाबून बुक्क्यांचा मार सहन करणं, नावडणाऱ्या नोकरीतही मेहनत करणं, छळ करणाऱ्या जोडीदारालाही धरून राहणं किंवा न पटणाऱ्या सरकारला पाठिंबा देणं. दुर्लक्ष म्हणजे आहे त्या परिस्थितीत– पण स्वतःला फार त्रास करून न घेता राहणं होय. नोकरीवरून काढून टाकणार नाहीत इतपत काम करणं, आयुष्याच्या जोडीदारापासून दूर राहण्यासाठी नवे छंद लावून घेणं किंवा मतदानाला नकार देणं इत्यादी.

परिस्थिती बदला

संघटनेला अहितकारक	बाहेर पडा	मत व्यक्त करा	संघटनेला हितकारक
	दुर्लक्ष करा	चिकाटी बाळगा	

'जैसे थे' परिस्थिती कायम ठेवा

मूलतः या निवडी नियंत्रणाबाबतची जाणीव आणि बांधिलकी यांवर अवलंबून असतात. तुम्ही बदल घडवून आणू शकाल असा विश्वास तुम्हाला वाटतो का? त्यासाठी पुरेसा प्रयत्न करण्याची काळजी तुम्ही घेऊ शकाल का? 'जैसे थे' स्थितीत आपण अडकून बसलो आहोत असं जर तुम्हाला वाटलं आणि तुमची बांधिलकी नसेल तर दुर्लक्ष करणं ही तुमची निवड असेल. जर आपण फरक करू शकतो असं तुम्हाला वाटत असेल आणि तुमच्यात बांधिलकी असेल तर तुम्ही चिकाटीनं काम करत राहाल; पण, एखादी व्यक्ती, देश किंवा संघटना यांच्याशी तुमची बांधिलकी नसेल तर तुम्ही संघटना सोडाल. तुमच्या कृतीनं फरक पडेल असा तुमचा विश्वास असेल *आणि* तुम्ही मनापासून काळजी करत असाल तर बोलण्याचा विचार कराल.

आपल्या कल्पना व्यक्त करण्याच्या प्रारंभीच्या प्रयत्नात मेदिनाला गप्प बसवण्यात आल्यावर आपण बदल घडवून आणू शकतो, यावरचा तिचा विश्वासच उडाला. आपल्या जबाबदाऱ्या झटकून देणाऱ्यांपैकी ती नव्हती; परंतु, तरीही काही प्रमाणात तिच्या बांधिलकीच्या ठिकऱ्या उडाल्या. ''दुर्लक्ष आणि निष्ठा यामध्ये कुठेतरी हेलकावे खाणाऱ्या बोटीवरच्या निर्वासितासारखी माझी अवस्था झाली होती.'' इतकंच नव्हे तर नंतरची काही वर्षं आपल्या व्यक्त होण्यानं आपल्या नोकरीतील कार्याला सुरुंग लावला गेला आहे ही भावना ती झटकून टाकू शकली

नव्हती. ह्या बाबीवर दीर्घ काळ विचार केल्यानंतरची आठवण ती पुढील शब्दांत सांगते. ''तिथं पुन्हा जाण्याची मी अळंटळं करत होते. पुलाखालून बरंच पाणी वाहून गेल्याची मला खात्री वाटत नव्हती. पुन्हा तिथं जाण्याचा वेडपटपणा मी का करत होते तुम्हाला माहीत आहे का? कारण मी तिथं माईकसाठी काम करत होते. नोकरीतील तो माझा आवडता वरिष्ठ होता.''

कामाच्या ठिकाणी आपली बांधिलकीची जाणीव आणि नियंत्रण अन्य कोणाहीपेक्षा सर्वाधिकपणं थेट आमच्या वरिष्ठावर अवलंबून होतं. आपल्याला आधार देणारा वरिष्ठ असतो तेव्हा संघटनेशी असलेलं नातं अधिक मजबूत होतं. तसंच आपल्यावरील विस्तृत प्रभावाची आपल्याला जाणीव होते. मेदिनाला पुन्हा बोलण्याचा आत्मविश्वास प्राप्त करून देणाऱ्या वरिष्ठाचं रूप मी डोळ्यांसमोर आणते तेव्हा एखाद्या प्रसन्न, मृदू, विश्वासू आणि सहकार्य करणाऱ्या व्यक्तीचं चित्र माझ्या डोळ्यांसमोर उभं राहतं. त्यामुळेच मेदिनानं केलेलं माईकचं वर्णन 'उपेक्षावादाकडं आणि अस्वस्थतेकडं झुकणारा', असं वाचून मला नवल वाटलं. तिनं त्याचं वर्णन 'खडूस व्यवस्थापक व नेहमीच दुसऱ्यावर संशय घेणारा व दोष दाखवणारा', ह्या शब्दांत चपखलपणं केले होतं. आपण जेव्हा संघटनेतून बाहेर पडायला एका पायावर तयार असतो तेव्हा भेट घेणाऱ्यांच्या यादीत खडूस व्यवस्थापकाचा क्रमांक नेहमीच शेवटचा असतो. मात्र, कधीकधी तो आपली वकिलीही उत्तम प्रकारे करत असतो.

प्रसन्न लोक आपले अधिक आवडते असले तरी ते अनेकदा संघर्षाचा द्वेष अधिक करतात. इतरांना आनंदी व सुसंगत ठेवण्याच्या त्यांच्या इच्छेमुळे आमच्यासाठी चिकटून राहण्याऐवजी माघार घेण्याकडं त्यांचा कल असतो. 'कारण, प्रसन्न व्यक्तिमत्त्वाचे लोक सहकार्य आणि प्रचलिताशी जुळवून घेण्याला महत्त्व देतात. काहीतरी दबदबा निर्माण करून परस्परांतील व्यक्तिगत संबंध बिघडवण्याकडं त्यांची वृत्ती नसावी.' व्यवस्थापन संशोधक जेफ लीपाईन आणि लिन व्हॅन डायन यांनी मतं मांडणाऱ्यांचा अभ्यास केल्यावर पुढील बाब लिहिली आहे. अनेकदा तापट व्यक्तींना परंपरेच्या व इतरांच्या विरोधात भूमिका सहजपणं निभावता येतात. गुगलमधील एका कर्मचाऱ्यानं म्हटलं आहे, ''खडूस व्यवस्थापकाकडे कदाचित इंटरफेस जोडणीचा कार्यक्रम गचाळ असेल; पण, त्याची कार्यप्रणाली महान असते.

मनोवैज्ञानिक स्टीफन कोट याच्या नेतृत्वाखाली झालेल्या अभ्यासात प्रौढांनी आपल्या व्यक्तिमत्त्वातील प्रिय व अप्रिय भाग याबाबतच्या प्रवृत्तींचं सर्वेक्षण भरून दिलं होतं. नंतरचे तीन आठवडे दिवसातून सहा वेळा ते काय करत होते व त्यांना कसं वाटत होतं याचा अहवाल त्यांनी सादर केला होता. जेव्हा थोड्या प्रमाणात स्तुती वा शुभेच्छा ते लोकांना देत असत, त्यांच्या बरोबर हसत असत, प्रेम वा माया व्यक्त करत किंवा इतरांना आश्वस्त करत अथवा तडजोड करत किंवा त्यांना आनंदी ठेवण्यासाठी सवलती देत तेव्हाचे क्षण त्यांचे सर्वांत सुखाचे होते. याउलट,

खडूस प्रवृत्तीच्या लोकांना इतरांना आव्हान देण्यात, त्यांच्याशी संघर्ष करण्यात व त्यांच्यावर टीका करण्यात आनंद मिळत असे.

बोलण्याचा निर्णय घेतल्यावर आपण कोणासमोर बोलणार याला महत्त्व असतं. आपला संदेश कसा पोहोचवणार आहोत हेही तितकंच महत्त्वाचं ठरतं. आपल्याशी सहमत असलेल्या प्रेक्षकांसमोर बोलत असतो तेव्हा स्मितहास्य करणं आणि माना डोलावणं ह्या त्यांच्या सहजप्रेरणा असतात. सर्वांना सामावून घेण्याच्या व संघर्ष टाळण्याच्या आपल्या प्रयत्नांत ते अनेकदा टीकात्मक साधकबाधक मतं द्यायला संकोच करतात. खडूस व्यवस्थापकांचा कल आपल्या कर्मचाऱ्यांना व इतरांना आव्हान देण्याकडं अधिक असतो. तसंच स्वतःची वक्तृत्व क्षमता अधिक प्रभावी करण्याकडे त्यांचा कल असतो. 'उपेक्षावाद टोकाच्या थराला जात नाही तोपर्यंत बोलण्यासारखं बरंच असतं', अशी नोंद मेदिना करते. 'संघटना अशा प्रकारं चालावी असं माईकलाही वाटत नसावं', असा विश्वास मेदिना प्रकट करते. त्याबरोबर विविध विचारधारांबद्दलही त्याला आदर वाटतो ह्या बाबीचाही मेदिना उल्लेख करते. जरी तो नेहमीच सहमत नसला आणि अनेक गोष्टींबाबत आमच्यात असहमती असली तरी मी त्याच्याशी नेहमीच प्रामाणिक राहू शकले असं मला वाटतं. त्यानं मला पुरेसा वाव दिला; परंतु मी स्वतःला टांगून घेण्यापूर्वी त्यानं मला थांबवलं. (अनुचित कृती करण्यापासून वाचवलं.)

अतिशय सहमत असलेल्या प्रेक्षकांबरोबर बोलण्याऐवजी ज्यांच्यामागे मौलिकतेचा इतिहास आहे अशा लोकांच्या सूचनांना लक्ष्य करून बोललो तर ते अधिक हितावह ठरतं. ज्या व्यवस्थापकांच्या पाठीशी 'जैसे थे' परिस्थितीला आव्हान देण्याचा सराव आहे. ते इतरांच्या योगदानाच्या व कार्याच्या धमकीला कमी घाबरतात आणि नव्या कल्पनांचं स्वागत करण्याकडं त्यांचा कल अधिक असतो असं संशोधनानं दाखवून दिलं आहे. आपली संस्था आहे त्या स्थितीत तिचं रक्षण करण्यापेक्षा ती चांगली ठेवण्यासाठी ते अधिक काळजी घेतात. आपल्या संस्थेचं कार्य प्रगतिपथावर नेण्यासाठी त्यांना प्रेरणा मिळते. मात्र, याचा अर्थ ते कंपनीतील उणेपणाकडे डोळेझाक करतात; असा होत नाही. ''माईकचं त्याच्या एजन्सीवर-कंपनीवर प्रेम होतं. पण, त्याबरोबरच कंपनीवर टीका करण्याचीही त्याला इच्छा होती.'' मेदिना म्हणते, ''कंपनीच्या कार्याविषयी बोलताना त्याच्या डोळ्यांत अश्रू येत असत. तेथील अयोग्य बाबी, मनमानी करून वागणाऱ्या लोकांच्या बाबतीत तो कंपनीतील अन्य व्यवस्थापकांपेक्षा अधिक सहनशील होता'', असं मेदिना म्हणते.

सीआयएची मजबुती हाच ज्याचा सर्वप्रथम अग्रक्रम आहे अशा कडक वरिष्ठाच्या पाठिंब्यामुळे मेदिनाला बांधिलकी आणि आपल्या नियंत्रणाची जाणीव पुन्हा प्राप्त झाली. वरिष्ठ आपला पाठीराखा आहे हे लक्षात आल्यावर आपल्याजवळील

माहितीत इतरांना सहभागी करून घेण्याच्या तिच्या प्रयत्नांना अधिक उत्तेजन मिळून ती अधिक सज्ज झाली.

सीआयएमध्ये पदोन्नती मिळाल्यावर आपल्या सूचना बऱ्याच वेळा मधल्या स्तरावरचे व्यवस्थापक फेटाळून लावतात; पण, त्यांचा स्वीकार करण्यास तिचे सहकारी अधिक तयार असत- असं तिच्या लक्षात आलं. समाजवैज्ञानिकांनी या मधल्या दर्जाच्या लोकांबद्दलच्या जुळवून घेण्याच्या पद्धतीच्या परिणामांबद्दल निर्देश केला होता. तुम्ही सर्वोच्च पदी पोहोचता तेव्हा तुम्ही वेगळं असावं अशी अपेक्षा असते आणि त्यामुळे तुम्हाला ठरावीक मार्गापासून थोडं दूर जाण्याचा परवाना मिळालेला असतो. त्याचप्रमाणे जर तुम्ही अद्याप हुद्द्याच्या श्रेणीत तळाशीच असाल तर तुमच्याकडं गमावण्यासारखं फारसं काही नसतंच. उलट, तुम्ही मौलिक असल्यामुळे सर्वच बाबतींत तुमचा फायदा होणार असतो; परंतु कंपनीच्या श्रेणीमधील मधल्या विभागात - जिथं कंपनीतील बहुसंख्य कर्मचारी असतात - तिथं असुरक्षिततेचं प्रमाण मोठं असतं. आता तुम्हाला थोडा आदर मिळालेला असतो; गटात तुमचं महत्त्व किती आहे याचा अंदाज तुम्ही घेता; तुम्हाला तुमचं स्थान संकटात घालायचं नसतं. 'जैसे थे' स्थिती कायम राखून व नंतर दर्जा प्राप्त करून तुम्ही प्रमुखाचं अनुकरण करून गटाचा सदस्य असल्याशी जुळणारा उत्तम खेळ खेळता. समाजवैज्ञानिक जॉर्ज होमन्स पुढील निरीक्षण नोंदवतो. ''उच्च सामाजिक दर्जाची अभिलाषा बाळगणाऱ्याला मध्यम दर्जाच्या पारंपरिकतेतून अनुभवलेल्या चिंतेमुळं आपला तो अधिकार काढून घेतला जाईल अशी भीती वाटत असते. खालच्या स्थानावरून अधिक खालच्या स्थानावर गेल्याचं फारसं दुःख होत नाही. मात्र, मध्य स्थितीतून खालच्या स्थितीत गेल्याचं दुःख भयावह असतं.''

अलीकडेच गुगलचा प्रमुख कार्यकारी अधिकारी लॅरी पेजची व्यासपीठावर मुलाखत घेण्यास मला सांगण्यात आलं होतं. त्या कार्यक्रमापूर्वी झालेल्या भोजनाच्या वेळी मी लॅरी पेजला विचारलं की, त्यानं व सर्जी ब्रिननं स्टॅन्फर्डच्या अभ्यासक्रमातून बाहेर पडण्याची आणि कंपनीच्या प्रारंभिक इतिहासात गुगलशी पूर्ण वेळाची बांधिलकी पत्करताना अळंटळं का केली? त्याचं उत्तर त्यांच्या व्यवसायाच्या टप्प्यावर केंद्रित झालेलं होतं. विद्याक्षेत्रात ते अत्युच्च स्थानी विराजमान झालेले असते तर व्यावसायिक त्यागाचा कोणताही धोका न पत्करता त्यांनी गुगलमध्ये स्वतःला समर्पित केलं असतं. नोकरीच्या प्रारंभीच्या काळात जेव्हा त्यांना कोणतीच प्रतिष्ठा वा दर्जा नव्हता, तेव्हा कोणताही धोका पत्करायला ते अगदी तयार असत. सौर ऊर्जेवर चालणाऱ्या मोटारीवर काम करण्यात व लेगॉसच्या मुलांच्या खेळण्यातल्या ठोकळ्यांपासून प्रिंटर उभा करण्यात ते दोघे आपल्या कॉलेजात व्यग्र होते. मात्र, त्यांनी आपापल्या डॉक्टरेटच्या कामात लक्षणीय प्रगती केल्यावर तेथून बाहेर पडण्यात त्यांचं अधिक नुकसान होणार होतं.

मध्यम दर्जाच्या जुळवून घेण्याच्या आपली प्रवृत्तीमुळं जगन्मान्य गोष्टींची (किंवा गटाला मान्य) चिंता, आपापल्या प्रयत्नांनी प्राप्त झालेली सुरक्षितता मौलिकतेच्या धोक्यापेक्षा अधिक महत्त्वाची ठरते. कोलंबियाचा समाजवैज्ञानिक डेमॉन फिलिप्स आणि एमआयटीची एझरा झुकरमन यांना एका संशोधनात आढळून आलं की शेअर विश्लेषक किंवा त्यांच्या बँका ज्यांनी त्यांना कामावर ठेवलेलं असतं, त्यांचा दर्जा मध्यम असतो तेव्हा शेअर्सचं नकारात्मक मूल्यमापन होण्याची शक्यता कमी असते. शेअर्सची विक्री करण्याची शिफारस सांघिक संस्थेतील कार्यकारी अधिकाऱ्यांच्या आणि शिलकी मालाची किंमत जाणणाऱ्या गुंतवणूकदारांच्या मनात राग निर्माण करू शकते. लहान बँकातील विश्लेषकांच्या निकृष्ट दर्जाच्या नोंदींमुळे धोका पत्करण्यात त्यांना काहीच गमावण्यासारखं नसतं. मात्र, प्रसिद्धीच्या झोतात असलेल्या बँकातील ख्यातनाम विश्लेषकाभोवती सुरक्षेचं जाळं असतं; परंतु, सर्वसामान्य बँकेतील विश्लेषक प्रगती करण्याच्या प्रयत्नात असतात. अशा वेळी नकारात्मक शिफारस त्यांच्या नोकरीतील प्रगतीला मर्यादा घालू शकते.

कारमेन मेदिना जसजशी उच्च पदावर चढत गेली तसतसं आपल्या कल्पनांची अभिव्यक्ती वरच्या स्तरावरील वा निम्न स्तरावरील लोकांसाठी करणं अधिक प्रभावी ठरतं आणि मधल्या दर्जाच्या व्यवस्थापकांना सूचना करण्यात कमी वेळ घालवणं इष्ट ठरतं, असं तिच्या लक्षात आलं. वरिष्ठ प्रमुख एक दुर्मीळ कर्मचारी म्हणून तिच्याकडे पाहत असत. तसंच ती बदल घडवून आणू शकेल यावर त्यांचा विश्वास होता. कनिष्ठ कर्मचाऱ्यांकडून तिला मिळणाऱ्या वाढत्या पाठिंब्यामुळं तिची विश्वसनीयता अधिक दृढ झाली. सीआयएमधील उदयोन्मुख कर्मचाऱ्यांना ती आपल्या विचारात सहभागी करून घेत असे. तिच्या दूरदृष्टीमुळं त्यांची उत्सुकता शिगेला पोहोचत होती व ते तिच्या दर्जाला मान्यता देत असत. ''तरुण कर्मचारी तिच्या ताज्या नव्या दमाच्या कल्पनांना दाद देत असत आणि ते तिच्याकडं एक आदर्श म्हणून पाहत असत. त्यामुळं इतरांना तिच्या बोलण्याकडं दुर्लक्ष करणं कठीण जात असे.'' मेदिनाची सहकारी सुसान बेंजामीन पुढील नोंद करते. ''ह्यामुळं तिच्या आदरावर शिक्कामोर्तब झालं आणि इतरांना तिचं म्हणणं ऐकणं भाग पडलं.''

बोलताना स्त्री म्हणून बोलणं आणि दुहेरी अल्पसंख्याकांचं दुप्पट दुःख

मध्यम दर्जाच्या व धोका न पत्करणाऱ्या व्यवस्थापकांसमोर बोलणं कोणालाही आव्हानात्मकच असतं. मात्र, पुरुषांचं वर्चस्व असलेल्या संघटनेत एखाद्या स्त्रीनं विशेषतः कारमेन मेदिनासारखीनं बोलणं खूपच आव्हानात्मक असतं. प्रथम जेव्हा मी तिची कथा ऐकली, तेव्हा सर्वसामान्य माणसाप्रमाणं व्यावसायिक क्षेत्रात स्त्रियांना कमी लेखण्याचे दिवस आता संपले असं मी गृहीत धरलं होतं. मेदिनाचं मूल्यमापन

तिच्या लिंगभावापेक्षा तिच्या कल्पनांच्या गुणवत्तेवर अखेरीस केलं जाईल असं मला वाटलं होतं. मात्र, मी पुरावा न्याहाळू लागलो तेव्हा आजही स्त्रियांचं बोलणं ऐकून घेणं पुरुषांना खूपच कठीण जातं हे मला कळून चुकलं व मी अतिशय निराश झालो. विविध संस्कृतींमध्ये ठरावीक साच्याचा लिंगभावाचा जबरदस्त प्रभाव लोकांवर असतो हे दर्शवणारा भरपूर पुरावा समोर आला. त्यावरून पुरुषांनी आपल्या मतावर ठाम असण्याची अपेक्षा व्यक्त केली जाते. तसंच स्त्रिया ह्या ठरावीक प्रवृत्तीच्या (कॉम्युनल) असाव्यात अशी इच्छा व्यक्त केली जाते. स्त्रिया जेव्हा आपली मतं व्यक्त करतात तेव्हा त्या लिंगभावाच्या ठरावीक साच्याचं उल्लंघन करतात. त्यामुळे प्रेक्षक त्यांचं मूल्यमापन आक्रमक असं करतात. अभिव्यक्ती ही नेतृत्वाची कृती आहे. ''जेव्हा एखादी मुलगी नेतृत्व करण्याचा प्रयत्न करते तेव्हा 'दादागिरी करणारी' असं तिला संबोधलं जातं'', असं शेरिल सँडबर्गनं तिच्या *'लीन इन'मध्ये* म्हटलं आहे.

जेव्हा मी माझ्याकडील माहितीचं विश्लेषण करतो तेव्हा हाती आलेले निकाल पाहून मला फार बेचैन व्हायला होतं. एका आंतरराष्ट्रीय बँकेत आणि आरोग्यविषयक काळजी घेणाऱ्या कंपनीत महसूल उत्पन्न वाढवणाऱ्या नव्या कल्पनांची अभिव्यक्ती पुरुषांनी केली तर तिची नोंद 'उच्च दर्जाची कामगिरी' अशी केली जाते; पण तशी नोंद स्त्रियांच्या संदर्भात केली जात नाही असं मला आढळलं. अन्य अभ्यासातही जे पुरुष कार्यकारी अधिकारी आपल्या सहकाऱ्यांपेक्षा अधिक बोलतात त्यांना बक्षीस दिलं जातं; पण स्त्री-कार्यकारी अधिकारी तशाच प्रकारची कृती करतात तेव्हा स्त्रिया व पुरुष दोघांकडूनही त्यांचं अवमूल्यन केलं जातं. त्याचप्रमाणं जेव्हा कंपनीत सुधारणा व्हावी म्हणून स्त्रिया काही सूचना करतात तेव्हा त्या पुरुषांपेक्षा कमी निष्ठावान असल्याचा निवाडा केला जातो. साहजिकच त्यांच्या प्रस्तावांची अंमलबजावणी होण्याची शक्यता कमी असते. विशेषतः पुरुषांचं वर्चस्व असणाऱ्या संघटनांमध्ये स्त्रियांना आपल्या अभिव्यक्तीची किंमत मोजावी लागते.

व्यक्त होण्याच्या आपल्या पहिल्याच प्रयत्नाची कारमेन मेदिनाला किंमत मोजावी लागली. ''स्वीकारार्ह (समाजमान्य) वर्तनाची जी कक्षा पुरुषांसाठी निश्चित केलेली असते त्यापेक्षा स्त्रियांसाठी ठरवलेली कक्षा अरुंद असते'', असं मेदिना म्हणते. तिच्या दुसऱ्या व्यावसायिक प्रवासात तिला वेगळा अनुभव आला. माहिती ऑनलाइन ठेवणं हा तिच्या कामाचा एक भाग होता. आता ती आपल्या कल्पनांची अभिव्यक्ती पारदर्शीपणा यावा म्हणून करत असल्यामुळं ती आक्रमक आहे असं इतरांना वाटत असलं, तरी त्याची चिंता करण्याची तिला गरज नव्हती. ''नव्वदच्या दशकाच्या प्रारंभी जेव्हा सगळ्याच बाबी स्फोटासारख्या अंगावर धावून आल्या तेव्हा ह्या बदलासाठी माझ्या बांधिलकीनं माझी व्यावसायिक प्रगती होत नसल्यामुळं माझ्या व्यक्तिगत वैफल्यानं मी बावचळून गेले होते. माझी बांधिलकी माझ्यावरच

केंद्रित झाली होती. तसंच, व्यावसायिक टप्प्याचा दुसरा भाग पहिल्या भागापेक्षा पूर्णतया वेगळा होता. माझं लक्ष माझ्या जीवनकार्यावर केंद्रित झालं होतं'', असं मेदिनानं मला सांगितलं होतं. जेव्हा स्त्रिया इतरांच्या वतीनं बोलतात तेव्हा त्या तीव्र प्रतिक्रिया टाळतात. कारण, त्यांना स्त्रीवादी संबोधलं जातं, असं विस्तृत संशोधनानं दाखवलेलं आहे.

पुरुषांचं वर्चस्व असलेल्या सीआयएमध्ये स्त्री असल्यामुळं मेदिनाचा रस्ता निःसंशय खाचखळग्यांनी भरलेला होता; परंतु प्यटोरिकन स्त्री म्हणून ती एक नव्हे तर दोन अल्पसंख्य गटाची सदस्य होती. नव्या संशोधनानं पुढील बाब दाखवून दिली आहे. दोन अल्पसंख्य गटांची सदस्य असल्याच्या तिच्या दर्जानं अभिव्यक्तीची किंमत व त्याचे फायदे कदाचित विशाल केले असतील. आफ्रिकन-अमेरिकन असलेल्या अँशले रोझेटी या व्यवस्थापन संशोधिकेनं पुढील बाब नमूद केली आहे. काळे पुरुष व गोऱ्या स्त्रिया यांच्यापेक्षा जेव्हा ती खंबीरपणं मतं मांडत असे तेव्हा अँशलेला वेगळ्या प्रकारं वागवलं जात असे. सहकाऱ्यांबरोबर काम करताना दोन अल्पसंख्य गटांच्या सदस्यत्वाला तोंड देताना तिला दोन संकटांशी सामना करावा लागत असल्याचं आढळलं. जेव्हा एखाद्या काळ्या स्त्रीला अपयश प्राप्त होतं तेव्हा काळे पुरुष तसंच गोरे पुरुष व स्त्रिया यांच्या नेत्यांपेक्षा तिचं अतिशय कठोरपणानं मूल्यमापन केलं जात असे. काळे पुरुष वा स्त्रिया यांच्याबद्दलच्या ठरावीक साच्यात त्या चपखल बसत नाहीत व त्यांनी केलेल्या चुकांचा अन्याय्य दोष त्यांना सहन करावा लागतो. दुहेरी अल्पसंख्यत्वाच्या संदर्भात अपयश हा पर्याय नसतो, असं रोझेट निदर्शनास आणून देते.

रोझेट व तिच्या सहकाऱ्यांनी आणखी एक कुतूहलजनक बाब निर्देशित केली आहे. जेव्हा काळ्या स्त्रिया कृतीद्वारा वर्चस्व दाखवतात तेव्हा काळ्या पुरुषांना व गोऱ्या स्त्रियांना ज्या शिक्षांचा सामना करावा लागतो तसा काळ्या स्त्रियांना करावा लागत नाही. कारण, त्या दुहेरी अल्पसंख्यत्वाच्या कोणत्याच वर्गवारीत मोडत नाहीत. कोणत्या वर्गात त्यांना घालावं ते त्यांना कळत नाही. त्यामुळं कोणत्याही साच्याचं 'काळे' किंवा 'स्त्रिया' असं वर्गवारीचं उल्लंघन न करता त्यांना वर्तनात लवचिकपणा आणता येतो.

मात्र, जेव्हा त्यांच्या कुवतीचा निखळ पुरावा असतो तेव्हाच हे घडू शकतं. अल्पसंख्य गटाच्या सदस्यांना सत्ता, अधिकार वापरण्यापूर्वी दर्जा प्राप्त करणं हे विशेषतः महत्त्वाचं असतं. शांतपणे गुप्त बाबी ऑनलाइन उपलब्ध करून देणं हा तिच्या कामाचा असलेला भाग कार्यक्रम पत्रिकेवर पुढं सरकवून कारमेन मेदिनानं आपल्या यशाची उभारणी इतरांचं लक्ष फारसं वेधून न घेता केली होती. ''मी रडारच्या खाली उडू शकत होते. (रडारच्या कक्षेत न येता) खरं सांगायचं झालं तर मी जे करत होते त्याकडे कोणाचंच लक्ष नव्हतं. तसंच मी पुन्हापुन्हा तेच करून

आमच्या संघटनेला प्रसिद्धी देत होते. हा जवळपास इतरांच्या नकळत केलेला प्रयोग होता. त्यात मी न बिचकता पुढं गेले.''

गाठीशी भरपूर विजय बांधल्यावर मेदिनानं पुन्हा अभिव्यक्त व्हायला सुरुवात केली. ह्या वेळी तिचं म्हणणं ऐकून घ्यायला लोक तयार होते. जेव्हा स्त्रिया सर्वोच्च पदावर पोहोचतात तेव्हा त्या चालकाच्या भूमिकेत असतात हे स्पष्ट होतं. त्यांनी पूर्वग्रह आणि दुटप्पीपणावर मात केल्याचं लोकांना कळून चुकतं. त्याचबरोबर त्यांच्याकडे असाधारण प्रेरणा आणि कसब असल्याचं लोक मान्य करतात; परंतु जेव्हा बोलणं बहिऱ्या कानांवर पडतं - लोक ऐकूनही दुर्लक्ष करतात - तेव्हा काय घडतं?

मार्ग सापडला नाही

तिशीची डोना डुबिन्स्की लाजरीबुजरी होती. तिच्या आयुष्यातला तो अतिशय खडतर काळ होता. १९८५ साली ॲपलमध्ये वितरण व विक्री विभागाची व्यवस्थापक म्हणून काम करत असताना ती अक्षरशः सकाळपासून ते रात्रीपर्यंत अखंड कार्यरत होती. संगणकाच्या मागणीत झालेली विस्फोटक वाढ पूर्ण करण्यासाठी ती संगणक ठिकठिकाणी रवाना करण्यात गढलेली असे. मात्र, अचानक स्टीव्ह जॉब्जनं अमेरिकेतील सर्व सहाच्या सहा गोदामं रद्द केली आणि त्यानं जरुरीप्रमाणं संगणकाची मागणी ऐन वेळी जुळणी करून ते रातोरात फेड-एक्समार्फत रवाना करण्याची पद्धत स्वीकारली.

डुबिन्स्कीला ही घोडचूक आहे असं वाटलं. ही बाब कंपनीला भविष्यात संकटात ढकलू शकणारी होती. ''यशस्वी वितरणावर ॲपलचं यश अवलंबून होतं असं मला वाटत होतं'', असं डुबिन्स्की म्हणत होती. काही काळ हे चालेल व आपोआप रद्द होईल असं तिला वाटत होतं म्हणून तिनं त्याकडं दुर्लक्ष केलं. मात्र, जेव्हा असं घडलं नाही तेव्हा तिनं आपली बाजू मांडण्यास सुरुवात केली. वितरणव्यवस्था उत्तम चालू होती याबाबत तिनं आग्रहानं प्रतिपादन केलं. मागील तीन महिन्यांच्या नोंदी तिनं सादर केल्या. त्यानुसार तक्रारीला वावच नव्हता.

वितरण क्षेत्रात तिचा हात धरणारं कोणी नव्हतं. तरीही, तिनं घेतलेले आक्षेप फेटाळले गेले. परिणामी, जॉब्जच्या प्रस्तावाचं पुनर्निरीक्षण करण्याचं काम तिच्यावर सोपवण्यात आलं. त्यात तिला कितीतरी महिने घालवावे लागले. ह्याबाबतच्या अखेरच्या बैठकीत तिच्या वरिष्ठांच्या वरिष्ठानं संगणकाची आयत्या वेळी जरुरीप्रमाणं जुळणी करण्याच्या कामाला सर्वांची सहमती आहे का असं विचारलं. जॉब्जकडं सत्ता तसंच बहुसंख्य अनुयायी होते. डुबिन्स्कीला पाठिंबा देणारे अल्पसंख्य होते. अशा वेळी मंडळाच्या अध्यक्ष व प्रसिद्धी प्राप्त केलेल्या कंपनीच्या संस्थापकासमोर बोलून तिनं त्याला आव्हान द्यायचं की शांत राहून जॉब्जला खूश ठेवायचं?

१९८०च्या दशकात 'ॲपल'मध्ये व्यवस्थापकपदी असलेल्या थोड्या स्त्रियांपैकी डुबिन्स्की एक असली, तरी ''लिंगभाव हा वादाचा मुद्दा असल्याचा विचारही कधी माझ्या मनात आला नाही'', असं डुबिन्स्की म्हणते. इतकी तिची कंपनीशी बांधिलकी होती. तिनं जीव ओतून कंपनीसाठी काम केलं होतं. वितरणाच्या एका भागाची जबाबदारी तिच्यावर होती. त्यावर तिचं नियंत्रण होतं. तिनं आपल्या मतावर ठाम राहण्याचा निश्चय केला. जॉब्जनं मांडलेल्या प्रस्तावावरील आक्षेपांचा पुनरुच्चार केला. आपली बाजू सिद्ध करण्यासाठी काही वेळाची गरज आहे हे ओळखून तिनं आपल्या वरिष्ठाच्या वरिष्ठांची भेट घेतली व आपला अखेरचा निर्णय पुढील शब्दांत सादर केला. ''जर पुढच्या तीस दिवसांत तिनं प्रतिप्रस्ताव (काउंटर प्रपोझल) सादर केला नाही तर ती ॲपल सोडून निघून जाईल.''

वाळूवर अशी अनाकर्षक रेषा काढणं धोक्याचं होतं. तिची ही विनंती मात्र मान्य केली गेली. जरुरीनुसार उत्पादनाकडं धाव घेण्याऐवजी डुबिन्स्कीनं ग्राहक सेवा केंद्रांच्या एकीकरणाचा अनोखा प्रस्ताव विकसित केला. हा प्रस्ताव कोणताही धोका न पत्करता काही इच्छित लाभ करून देणारा होता. तिचा हा प्रस्ताव स्वीकारला गेला.

''उत्पादन व त्याचा प्रभाव याबाबत माझं म्हणणं ऐकलं गेलं'', असं डुबिन्स्की स्पष्टीकरण देते. ''काहीतरी घडवून आणणारी, अशा दृष्टिकोनातून लोकांनी माझ्याकडे पाहिलं. तुम्ही काहीतरी देऊ शकता अशी तुमची ओळख पटली तर तुमचं काम तुम्ही करता व ते उत्तम प्रकारं करता व त्यातूनच तुमच्याबद्दल आदर निर्माण होतो.'' अधिकार गाजवण्यापूर्वी तिनं प्रतिष्ठा संपादन केली होती व म्हणूनच ती आपल्या विक्षिप्तपणाचं भांडवल करू शकत होती.

बाहेरून पाहणाऱ्याला स्टीव्ह जॉब्जच्या विरुद्ध बोलणं म्हणजे लढाई हरण्याच्या शक्यतेसारखंच वाटू शकतं; पण, त्याची असहमती दाखवण्याची प्रवृत्ती लक्षात घेतली तर जिच्याशी संघर्ष करणं शक्य आहे अशाच प्रकारची जॉब्ज ही व्यक्ती होती. आपल्या कामात जे जागरूक असतात त्यांच्याबद्दल जॉब्जला आदर वाटत असे आणि कामाच्या नव्या पद्धतींचं तो स्वागत करतो हे डुबिन्स्कीला ठाऊक होतं. शिवाय, ती जे सांगत होती ते तिच्या स्वतःसाठी नव्हतं; तर ॲपलच्या भल्यासाठी तिची धडपड चालली होती.

तिला जी कल्पना चुकीची वाटते तिला आव्हान देण्याची तयारी दाखवणं हा तिचा स्वभावधर्म होता. तिला वरची जागा - उच्च पद प्राप्त झालं होतं. असं पद पटकावणारी ती एकटी नव्हती. १९८१पासून मॅकिन्टोश चमूनं जॉब्जला आव्हान देणाऱ्या व्यक्तीला पारितोषिक देण्याची प्रथा सुरू केली होती आणि जॉब्जनं त्या प्रत्येकाकडं 'ॲपल'मधल्या एकेका महत्त्वाच्या विभागाची जबाबदारी सोपवून त्यांना बढती दिली होती.

कारमेन मेदिना आणि डुबिन्स्की यांच्या अनुभवांवरून असमाधान हाताळण्याच्या उत्तम मार्गाबद्दल काही मूलभूत प्रश्न उपस्थित होतात. मौलिकतेच्या शोधात दुर्लक्ष हा पर्याय असू शकत नाही... चिकाटी हा व्यक्त होण्याच्या धाडसाचा हक्क प्राप्त करण्याचा एक तात्पुरता मार्ग आहे; पण दीर्घ कालावधीत दुर्लक्ष आणि चिकाटी यामुळं 'जैसे थे' परिस्थिती राखली जाते आणि असमाधानावर तोडगा काढण्यात तुम्ही कमी पडता. परिस्थिती पालटण्यासाठी बाहेर पडणं आणि व्यक्त होणं हेच व्यवहार्य पर्याय आहेत.

काही वर्षांपूर्वी हर्शमननं बाहेर पडण्याच्या पर्यायातील मोठ्या धोक्याबाबत सावध केलं होतं. तुमची स्वतःची स्थिती बदलण्याचा फायदा त्यातून होत असला तरी त्यामुळे इतर कोणाचं भलं होत नाही. कारण, 'जैसे थे' परिस्थिती कायम राखण्याची क्षमता त्यात असते. 'बाहेर पडण्याच्या संधीची कमतरता व्यक्त व्हायला खाद्य पुरवते', असा युक्तिवाद हर्शमन करतो.

अलीकडच्या काळात जग बदलल्यामुळं कारमेन मेदिनाच्या काळापेक्षा नाट्यमयरीत्या बाहेर पडणं अधिक सुकर झालं आहे. १९९५ साली सीआयएमधून बाहेर काढण्यात आल्यावर तिला तिच्या योग्यतेचं पद मिळू शकत नव्हतं. एकाच संस्थेत अनेक वर्षं काढणं ही भूतकालीन बाब झाली आहे. सतत बदलणाऱ्या नोकरबाजारानं अनेकांना इतर कर्मचाऱ्यांबरोबर नव्या पदावर जाणं शक्य झालं. जागतिकीकरण, समाजमाध्यमं आणि जलद वाहतूक व्यवस्था व संपर्क तंत्रज्ञान यांमुळे आपल्याला पूर्वीपेक्षा अधिक संचाराच्या संधी उपलब्ध झाल्या आहेत. हे सर्व फायदे लक्षात घेता जर तुमच्या नोकरीत तुम्ही असंतुष्ट असाल तर दुसरीकडं जाणं अधिक सोपं झालं आहे. मग, आपल्या तोंडच्या वाफेची किंमत का मोजायची?

हर्शमनच्या मते नोकरीतून बाहेर पडणं मौलिकतेसाठी वाईट असतं; परंतु, डोना डुबिन्स्कीचा अनुभव बाहेर पडण्यावर एक वेगळाच प्रकाश टाकतो. ॲपलमध्ये वितरणविषयक लढाई जिंकल्यावर ती क्लेरिस या ॲपलच्या आज्ञावलीच्या दुय्यम विभागात आंतरराष्ट्रीय विक्री व विक्रीविषयक बाबी हाताळण्यासाठी वरिष्ठ पदावर रुजू झाली. काही वर्षांतच तिच्या गटानं क्लेरिसमधली अर्धी विक्री काबीज केली. १९९१ साली ॲपलनं क्लेरिसला स्वतंत्र कंपनीचा दर्जा देणं नाकारलं तेव्हा डुबिन्स्की संधीच्या प्रभावा अभावी इतकी निराश झाली की तिनं ॲपलला रामराम ठोकला आणि पॅरिसला जाऊन चित्रं रंगवायला सुरुवात केली आणि एखाद्या मोठ्या जीवितकार्यात योगदान करता यावं म्हणून विचार करू लागली. जेफ हॉकिन्स नावाच्या एका उद्योगपतीशी तिची भेट झाली. पाम संगणक ही तंत्रज्ञानाची पुरेशी मोठी लाट आहे हे लक्षात घेऊन त्या नव्या उद्योगात प्रमुख कार्यकारी अधिकारी म्हणून ती कार्य करू लागली.

डुबिन्स्कीच्या नेतृत्वाखाली नवा पाम पथदर्शी उद्योग विकसित केला गेला. व्यक्तिगत डिजिटल उपकरणाला अननुभवी बाजारपेठेत भरघोस यश मिळालं.

पाम पथदर्शी प्रयोग १९९६मध्ये केला गेला आणि दीड वर्षांच्या कालावधीत एक दशलक्षाहून एकक विकली गेली; पण १९९७ साली पामची मालकी 3.comकडे आली तेव्हा डुबिन्स्कीला तेथील काही डावपेचात्मक निर्णय मान्य झाले नाहीत. उदा., आर्थिक बाजू सांभाळणाऱ्या गटानं सर्व विभागांनी आपापल्या खर्चात १० टक्क्यांनी कपात करावी असं सांगितलं गेलं. त्या वेळी डुबिन्स्की त्याविरोधात बोलली. तिनं जी क्षेत्रं यशस्वी होत आहेत त्यांच्यात अधिक गुंतवणूक करण्याची व ज्यांना तसं यश प्राप्त होत नाही त्यांच्या खर्चात कपात करावी अशी कळकळीची विनंती केली. त्यावर तिला सांगण्यात आलं, ''तू संघटित क्षेत्रासाठी उत्तम सदस्य नाहीस. तुला पुन्हा पूर्वीच्या जागी जाण्याची व तिथं काम करण्याची गरज आहे''.

निराश झालेल्या डुबिन्स्की व हॉकिन्य दोघांनी 'पाम' सोडली व 'हँडस्प्रिंग' ही नवी कंपनी १९९८मध्ये स्थापन केली. जेमतेम वर्षभरात 'हँडस्प्रिंग'नं Visor हा हातात धरता येण्यासारखा (हँडहेल्ड) संगणक बाजारात आणला. त्या उत्पादनानं एक चतुर्थांश बाजारपेठेचा ताबा घेतला. ट्रिओ स्मार्टफोन विकसित केल्यानंतर हँडस्प्रिंग कंपनी २००३ ला 'पाम'मध्ये विलीन झाली. त्यानंतर काही वर्षांनी स्टीव्ह जॉब्जनं आयफोन बाजारात आणला.

डुबिन्स्की काही वर्षांपूर्वीची एक आठवण सांगते, स्टीव्ह जॉब्जबरोबर त्याच्या कार्यालयाच्या दालनात बोलत असताना स्टीव्ह जॉब्ज म्हणाला होता, ''कोणत्याही परिस्थितीत मी कधी फोन तयार करणार नाही. आमच्यामुळं प्रभावित झाल्याचं तो मान्य करील का? आम्ही महत्त्वपूर्ण फोन बनवल्यावर त्याचा विचार बदलला का? नाही, तो हे कधीच मान्य करणार नाही. मात्र आडमुठा असूनही तो बदलला''.

बाहेर पडण्याच्या अशक्यतेनं कारमेन मेदिनाला राष्ट्रीय सुरक्षेत प्रगती करण्याची प्रेरणा दिली... डोना डुबिन्स्कीला सोडून जाण्याच्या शक्यतेनं स्मार्टफोनच्या उत्क्रांतीची प्रणेता बनण्याची क्षमता प्राप्त करून दिली. आवाज उठवणं हे नोकरीतून बाहेर पडण्यापेक्षा स्वाभाविकरीत्या श्रेष्ठ नाही, हा धडा यातून घ्यायचा आहे. काही वेळा मौलिकतेसाठी असह्य वाटणारी संस्था सोडणं हा उत्तम मार्ग ठरू शकतो. आपली मतं व्यक्त करणं आणि आपल्याला वाटणाऱ्या धोक्यापासून आपलं संरक्षण करणं आणि गरज पडली तर संस्थेतून बाहेर पडण्याची तयारी ठेवणं, हाच सर्वांत उत्तम मार्ग म्हणून आपण त्यावर अवलंबून राहू शकतो. जॉब्जप्रमाणं आपले वरिष्ठ बदलणारे असतील तर तिथंच चिकटून राहून व्यक्त होणं हे करता येण्यासारखं असतं; पण, वरिष्ठ तसे नसतील व आपल्या प्रेक्षकांत बदलण्याच्या दिशेनं जाण्याचा मोकळेपणा नसेल तर अन्यत्र अधिक चांगल्या संधी आपल्याला कदाचित मिळण्याची शक्यता असते.

काय होऊ शकेल, याबाबतचे प्रश्न मनात रेंगाळू शकतात. मेदिनानं सीआयए सोडलं असतं तर सीआयएच्या बाहेर राहून पारदर्शकतेची ती प्रणेती बनू शकली

असती का? डुबिन्स्की ॲपलमध्येच राहिली असती तर कंपनीनं आयफोन विकसित केला असता का? किंवा अन्य नावीन्यपूर्ण उत्पादनांचा वेगळा संच निर्माण केला असता का?

अशा जर-तरची (काउंटरफॅक्च्युअल) उत्तरं आपल्याला कधीच मिळणार नाहीत. मात्र, मेदिना व डुबिन्स्की यांनी घेतलेल्या निर्णयांवरून आपण काहीतरी धडा घेऊ शकतो. अखेरीस जरी एकीनं व्यक्त होण्याचा पर्याय निवडला, तर दुसरीनं बाहेर जाणं पसंत केलं तरी एका अर्थी दोघींनी निवडलेले पर्याय समानच होते. दोघींनी गप्प बसण्यापेक्षा व्यक्त होण्याचं ठरवलं. तसंच दीर्घ कालावधीच्या संशोधनाद्वारे असं दिसून आलंय की ज्या चुकांचा आपल्याला खेद वाटतो तो आपण चुकीच्या गोष्टी केल्यामुळे वाटत नसतो, तर न केल्यामुळं वाटत असतो. ह्या चुका सुधारण्याची परत एक संधी मिळाली तर आपल्यापैकी बहुतेक जण स्वतःवरची बंधनं कमी करून जास्त प्रमाणात कल्पना मांडतील. हेच नेमकं कारमेन मेदिना आणि डोना डुबिन्स्कीनं केलं व त्याचं त्यांना फारसं वाईटही वाटलं नाही.

४

मूर्खांची घोडदौड

अचूक वेळ, वेळकाढूपणाची मुत्सद्देगिरी आणि पहिली खेळी खेळल्यामुळे होणारे तोटे.

''जे काम परवावर ढकलणं तुम्हाला शक्य आहे
ते उद्या करू नका.''

–मार्क ट्वेन

आपल्या हॉटेलच्या खोलीत खूप उशिरा एक तरुण डेस्कवरील एका कोऱ्या कागदाच्या तुकड्याकडे टक लावून पाहत बसला होता. चिंतातुर अवस्थेतच अनेक मजले खाली असलेल्या एका खोलीतील सल्लागाराला आपल्या काही कल्पना सांगाव्यात म्हणून तो फोनजवळ गेला. तो सल्लागार नंतर धापा टाकतच जगाचा इतिहास बदलून टाकणाऱ्या भाषणावर चर्चा करण्यासाठी अनेक मजले चढून वर आला. पहाटे ३.०० वाजता तो माणूस अद्याप उत्कंठेने काम करत होता. 'थकल्याभागल्यानं व शक्तिपात झाल्यानं तो जवळजवळ कोसळण्याच्याच बेतात होता.' ही घटना १९६३च्या ऑगस्टमधली. वॉशिंग्टनची नोकऱ्यांसाठी आणि स्वातंत्र्यासाठी मोर्चा काढण्याची तयारी नव्हती तसंच मार्टिन ल्यूथर किंगचीही दुसऱ्या दिवशी सकाळी करावयाच्या समारोपाच्या भाषणाची तयारी झाली नव्हती.

''थोडीही झोप न घेता किंग रात्रभर काम करीत राहिला. त्या कार्यक्रमात त्याचं भाषण सर्वांत शेवटी होणार होतं. त्याचं भाषण दूरदर्शन आणि आकाशवाणीवरून अमेरिकेतील आणि जगभरातील लक्षावधी लोक पाहणार वा ऐकणार होते. त्यामुळे ते भाषण महत्त्वाचं होतंच; शिवाय, ते शहाणपणाचं आणि प्रेरणादायी असणं आवश्यक होतं...'' अशी आठवण किंगच्या पत्नीनं – कोरेटानं – सांगितली आहे.

मोर्चाची घोषणा दोन महिन्यांपूर्वी वृत्तपत्रांनी प्रसिद्ध केली होती. ही संस्मरणीय घटना होती हे किंगला माहीत होतं. प्रसारमाध्यमं व अन्य मिळून किमान हजारो लोकांच्या जमावाची अपेक्षा होती. किंग आपल्या भाषणात नेहमीच अनेक प्रसिद्ध व्यक्तींचा उल्लेख करत असे. स्वतःला पाठिंबा देण्यासाठी प्रसिद्ध व्यक्तींनी हजर राहावं यासाठी तो स्वतः होऊन प्रयत्न करत असे. श्रोत्यांमध्ये नागरिक हक्काच्या प्रणेत्या रोझा पार्क्स व जॅकी रॉबिन्सन होत्या. मार्लन ब्रँडो आणि सिडने पोयटिअर हे सिनेक्षेत्रातले लोक होते व गायकांपैकी हॅरी बेलाफोंट आणि बॉब डीलन होते.

समारोपाचं भाषण तयार करायला किंगला तुलनेनं फारच थोडा वेळ मिळाला होता. त्यामुळं त्यानं ताबडतोब भाषणाचा मसुदा तयार करायला सुरुवात करणं साहजिकच होतं. प्रत्येक वक्त्याला प्रारंभी पाचच मिनिटांचा अवधी दिला होता म्हणून विशेषतः शब्दांची निवड काळजीपूर्वक करणं आवश्यक होतं. इतिहासातील बेंजामीन फ्रँकलिन ते हेन्री डेव्हिड थोरोपर्यंतच्या सर्व महान विचारवंतांनी व किंगप्रमाणेच समान नाव असलेल्या वक्त्यांनी मार्टिन ल्यूथरसकट सर्वांनी मोठ्या भाषणापेक्षा छोटं भाषण तयार करायला अधिक वेळ लागतो हे अनुभवलेलं होतं. ''दहा मिनिटांच्या भाषणाची तयारी करण्यासाठी मला दोन दोन आठवड्यांचाही अवधी लागू शकतो व मला हवं तेवढं बोलण्याची मुभा असते तेव्हा मला तयारी करण्याची गरजही भासत नाही'', असं राष्ट्राध्यक्ष वूड्रो विल्सनचं म्हणणं होतं. परंतु, किंगनं आदल्या रात्री दहा वाजेपर्यंत मोर्चाचं भाषण लिहायला प्रारंभ केला नव्हता.

मुलांनी त्यांचं नेमून दिलेलं काम शेवटच्या क्षणापर्यंत न थांबता वेळेच्या आत पूर्ण करावं म्हणून शिक्षक व पालक सतत त्यांच्या मागे लकडा लावत असतात. जगभर स्वयंमदतीच्या संसाधनांचा कुटिरोद्योग वेळकाढूपणावर मात करण्यासाठी संघर्ष करत असतो. पण हीच दिरंगाई किंगच्या आयुष्यातील सर्वांत उत्तम भाषणाचं कारण ठरली तर काय म्हणायचं?

'थांबला तो संपला', या म्हणीनं आयुष्यात कोणत्याही कामाची लवकर केलेली सुरुवात ही यशाची गुरुकिल्ली असते, असं आपल्या मनावर सतत ठसवलं जात असतं. अर्थपूर्ण कामाच्या संदर्भात वेळेआधीच काम पूर्ण करण्याचा सल्ला नेहमीच आपल्याला दिला जातो. जेव्हा एखाद्या उत्पादनाचा शोध लावण्यासाठी किंवा नवा व्यवसाय सुरू करण्यासाठी आपल्याला मौलिक कल्पना सुचते, तेव्हा ती अमलात आणणारे आपणच पहिले असावे म्हणून जलद कार्यवाहीसाठी आपल्याला प्रोत्साहित केलं जातं. वेगवान असण्याचे स्पष्ट फायदे आहेत ही बाब अर्थातच खरी आहे. कामाला प्रारंभ करून ते तडीस नेण्याची आणि बाजारात अन्य स्पर्धकांवर मात करण्याची आपल्याला खात्री असते. पण, मौलिक व्यक्तींच्या अभ्यासातून जलद कृती करणं व त्या क्षेत्रात बाजी मारणं ही बाब त्यामुळे मिळणारे फायदे लक्षात घेता त्यातून होणाऱ्या तोट्यांपुढे निष्प्रभ ठरते असं आश्चर्यकारकरीत्या माझ्या

लक्षात आलं आहे. लवकर बाहेर पडणाऱ्या पक्ष्याला खाद्य मिळतं हे खरं आहे; पण, कधीकधी पक्षीच सावज बनतो हे लक्षात घेणं गरजेचं आहे.

मौलिक कार्यवाही केव्हा करायची या प्रश्नाचा ऊहापोह ह्या प्रकरणात केला आहे. जेव्हा तुम्ही प्रवाहाविरुद्ध जायची तयारी करत असता, तेव्हा भल्यापहाटे प्रारंभ करायचा की मध्यान्हीपर्यंत थांबायचं, हे ठरवण्याची संधी तुम्हाला असते. तसंच संधिप्रकाश होईपर्यंत वेळ काढायचा की नाही हे तुम्ही ठरवू शकता. कामाचा आरंभ आणि शेवट करताना केल्या जाणाऱ्या दिरंगाईचे अनपेक्षित फायदे विचारात घेऊन वेळेवर काम करण्याबद्दलची हितावह वाटणारी आपली सर्वसाधारण समजूत खोडून काढणं हा माझा उद्देश आहे. आपण आपल्या कल्पना केव्हा तीव्रतेनं जगासमोर मांडाव्यात हेही सांगण्याचा मी प्रयत्न करणार आहे. एखादी बाब पुढं ढकलणं जितकं वाईट ठरू शकतं, तितकंच ते गुणात्मकदृष्ट्या हिताचं ठरू शकतं याबद्दल मी चर्चा करणार आहे. उद्योगात पहिला डाव लावणारे वा खेळी खेळणाऱ्या उद्योगपतींना कसं वारंवार बिकट परिस्थितीला तोंड द्यावं लागतं व जुनेजाणते नवनिर्मितीकार नव्यांना मागे का टाकू शकतात आणि योग्य क्षणाची वाट पाहत चिकाटीनं थांबणारे नेते प्रभावी परिवर्तन का घडवून आणतात, याचीही चर्चा करणार आहे. नियत कालावधीपेक्षा अधिक वेळ लावणं हे जरी संकटात घालणारं असलं तरी असं थांबून राहणं वा एकाच बाबीवर भिस्त ठेवून राहण्याचा धोका कमी करणारं ठरू शकतं. मौलिक होण्यासाठी कोणतीही गोष्ट प्रथमच केली पाहिजे असं नाही. पुष्कळसे यशस्वी मौलिक नेहमी वेळेवरच पोहोचतात असं नाही. ते उशिरा येण्याची प्रथा पाळत स्वतःचं अस्तित्व दाखवून देतात.

दुसरं – दा विन्ची कोड

अलीकडेच जिहा शिन नावाची पीएचडी करणारी असाधारण–असामान्य सर्जनशील विद्यार्थिनी माझ्याकडं आली. तिनं पुढील अंतःप्रेरणा विरोधी कल्पना माझ्या समोर मांडली. दिरंगाई मौलिकतेला पूरक ठरू शकते, असं विधान तिनं केलं. तुम्ही कदाचित कामाचा विचार करत असाल; पण, त्याबाबतीत खरी प्रगती करणं अथवा ते पुढं ढकलून वा संपवताना कमी उत्पादक होईल असं काहीतरी तुम्ही करता. जेव्हा तुम्ही काम बाजूला सारता तेव्हा तुम्ही एकाच विशिष्ट कल्पनेवर विचार करण्याऐवजी वेगळ्या विचारप्रक्रियेत गुंतण्यासाठी वेळ काढता – जणू वेळ विकत घेता, असं शिनचं म्हणणं होतं. परिणामी, मौलिक कल्पनांच्या रुंदावलेल्या कक्षेत तुम्ही विचार करता. अखेरीस कामासाठी अधिक मौलिक दिशेचा विचार करता. मी तिला तिचा हा विचार कसोटीस लावून पाहण्याचं आव्हान दिलं.

शिननं कॉलेजमधील विद्यार्थ्यांना विद्यापीठाच्या आवारातील सुविधा पुरवणाऱ्या दुकानांनी (गृहोपयोगी वस्तू व धान्य वगैरे मिळणारं घराजवळील दुकान) रिकाम्या केलेल्या जागा भरण्यासाठी व्यवसायविषयक प्रस्ताव लिहिण्यास सांगितलं. जेव्हा त्यांनी लगेच ते काम हाती घेतलं तेव्हा दुसरं सोयीचं दुकान यासारख्या रूढ कल्पना मांडण्याकडं त्यांचा कल होता. शिननं त्यात भाग घेणाऱ्या काहींना यादृच्छया थोडा वेळकाढूपणा - थोडं सबुरीनं काम करण्यास सांगितलं. हातातील काम थोडा वेळ बाजूला ठेवून संगणकावर माइनस्वीपर, फ्रीसेल आणि सॉलिटेअर (पत्त्यांचा खेळ) खेळण्यास सांगितलं. त्यानंतर त्यांनी व्यवसायविषयक अधिक अनोख्या कल्पना - मार्गदर्शपर केंद्र, साठवणुकीच्या सोयी अशासारख्या कल्पना प्रस्तावात मांडल्या. अंतिम प्रस्तावांचं स्वतंत्ररीत्या मूल्यमापन केलं गेलं. कोणते प्रस्ताव ताबडतोब लिहिले व कोणते काही वेळानंतर लिहिले याची मूल्यमापन करणाऱ्यांना माहिती दिली नव्हती. थोड्या वेळकाढूपणानंतर मांडले गेलेले प्रस्ताव २८ टक्के अधिक सर्जनशील होते.

अशा निष्कर्षांमुळे आपण जरी हुरळून गेलो, तरी सर्जलशीलतेचं खरं कारण वेगळं काम करणं हे नव्हतं व त्याची आम्हाला चिंता वाटत होती. कदाचित, खेळानं त्यांना मानसिक हुरूप पुरवला असेल, अधिक सर्जनशील विचार करण्याची ऊर्जा दिली असेल किंवा खेळानं केवळ कामातून विरंगुळा देऊन विचार करायला प्रवृत्त केलं असेल; परंतु, कामापासून काही काळ दूर होणं वा खेळ खेळणं यामुळं हे घडलं नाही असं हा प्रयोग दाखवून देतो. खेळ खेळण्यापूर्वी व कामाबद्दल माहिती करून घेण्यापूर्वी त्यांनी अधिक अनोखे प्रस्ताव मांडले नव्हते. ते करण्यासाठी त्यांना प्रत्यक्षतः त्यापासून दूर जाण्याची गरज होती. खेळताना कामाच्या विचाराला प्राधान्य नव्हते. मात्र, मनात कुठेतरी त्याचा विचार चालू होता. जेव्हा त्यांनी कामाला तत्काळ सुरुवात केली व नंतर थोडं त्यापासून दूर जाऊन पुन्हा कामाला प्रारंभ केला, तेव्हा त्यांनी ताज्या दमानं प्रगतीच्या दिशेनं वाटचाल सुरू केली आणि जाणूनबुजून दिरंगाई केल्यावर त्यांनी दूरच्या शक्यतांचा विचार केला व अधिक सर्जनशील कल्पना मांडल्या. प्रगती थोडी पुढं ढकलल्यावर, एकाच विशिष्ट डावपेचावर अडून बसल्यावर उपलब्धी प्राप्त करण्यासाठी त्यांना एकाच विशिष्ट कल्पनेवर विविध मार्गांनी विचार करणं शक्य झालं.

वास्तव जगात शिनचे निष्कर्ष खरे ठरतील का, हे पाहण्यासाठी तिनं कोरियन फर्निचर कंपनीकडून माहिती गोळा केली. नियमितपणे आपलं काम पुढं ढकलणारे आणि अधिक वेळ चाकोरीबाहेरचा विचार करण्यात घालवणाऱ्यांचं मूल्यमापन अधिक सर्जनशील असल्याचं मूल्यमापकांकडून निर्देशित केलं गेलं. वेळकाढूपणा नेहमीच सर्जनशीलतेला ऊर्जा पुरवतो असं नाही. जर कर्मचाऱ्यांना मुळातच मोठ्या समस्या सोडवण्याची प्रेरणा नसेल तर केवळ एखादं काम टाळल्यामुळं त्यांची

पिछेहाटच होईल; पण, प्रगती करण्याची तीव्र इच्छा असेल तर काम बाजूला सारल्यानं (काही काळ) त्यांना अधिक सर्जनशील तोडगे सापडू शकतील.

दिरंगाई सर्जनशीलतेची शत्रूही असू शकते; पण, सर्जनशीलतेसाठी ते एक संसाधनही बनू शकतं. औद्योगिक क्रांतीमुळं लागलेला कार्यक्षमतेचा ध्यास आणि प्रॉटेस्टंटांची कार्यसंस्कृती उदयास येण्यापूर्वी मानवी संस्कृतीनं दिरंगाईचे फायदे वा त्यातील हित ओळखलं होतं. प्राचीन इजिप्तमध्ये, 'प्रोकास्टिनेशन' या शब्दासाठी दोन भिन्न क्रियापदं वापरली जात होती. एकाचा अर्थ होता आळशीपणा, तर दुसऱ्याचा अर्थ होता योग्य वेळेची वाट पाहणं. इतिहासातील बहुसंख्य मौलिक विचारवंत आणि संशोधक हे वेळकाढूपपणा करणारे होते ही योगायोगाची बाब नव्हती. सर्वांत महत्त्वाचं उदाहरण आहे लिओनार्दो द विन्चीचं. त्याच्या मौलिक उपलब्धी होत्या चित्रं काढणं, ती रंगवणं, शिल्पकृती तयार करणं, वास्तुरचना आणि संगीत, गणित, अभियांत्रिकी, भूगर्भविज्ञान, नकाशाविज्ञान, शरीररचनाविज्ञान आणि वनस्पतिविज्ञान. दा विन्चीनं १५०३पासून काही वर्षं अनेक वेळा पुनःपुन्हा 'मोनालिसा'चं चित्र रंगवलं व तसंच अर्धवट सोडून दिलं. १५१९मध्ये आपल्या मृत्यूच्या अगोदर काही दिवस त्यानं ते पूर्ण केलं असा अभ्यासकांचा अंदाज आहे. तो त्या चित्रात फारसं लक्ष न घालता आपला वेळ निरनिराळ्या कोनांतून त्या चित्राकडं पाहण्यात दवडत असे, अशी टीकाकारांची समजूत आहे. तसंच अन्य काही व्यवधानांनीही त्याला गुंतवून ठेवल्यामुळं ते काम त्याच्याकडून पूर्ण होत नव्हतं. मात्र, हे अडथळे (दृष्टीविषयक प्रयोग) मौलिकतेच्या दृष्टीनं महत्त्वाचे ठरले होते. इतिहासकार विल्यम पॅनापॅकर म्हणतो :

> *प्रकाश कशा प्रकारे भूपृष्ठावर येतो, ह्याबाबतच्या लिओनार्दोच्या अभ्यासामुळे 'मोनालिसा'चं रूप सतत बदलणं आणि 'सेंट जॉन बॅप्टिस्ट चर्च'चं रंगकाम करणं या गोष्टी तो करू शकला. त्याच्या या प्रकाशविषयक कामानं कदाचित त्याचा प्रकल्प पूर्ण होण्यास वेळ लागला असेल; पण, रंगकामातील अंतिम उपलब्धी त्याच्या प्रयोगावरच आधारित होती... त्याच्या समकालीन कलाकारांप्रमाणे तो मनाच्या चलबिचलीपासून मुक्त होता. तो व त्याचे समकालीन कलावंत आपण करत असलेलं आपलं काम आयुष्यभराचं उत्तम काम असल्याचा विचार करत असत. थोड्या कालावधीत चौफेर विचार करून आपल्या खासगी कल्पनांवर (सर्वस्वी आपल्याच कामाकरता सुचलेल्या) त्यांचं सार्वजनिक काम अवलंबून होतं... सर्जनशील दिरंगाईच्या निवडीप्रमाणे केलेल्या उपयोजनानं त्याला कमी महत्त्वाची कामे करायला पूर्णपणं मज्जाव केला. जेव्हा एखादी व्यक्ती विश्वाचं अंतर्गत कार्य जाणून घेण्यासाठी धडपडत असते, तेव्हा कोणीतरी आधुनिक सुमार पंथाच्या*

आहारी गेलेल्याला अशा व्यक्तीत दोष दिसणं शक्य असतं. मध्यम दर्जाच्या कलेच्या निर्मितीसाठी सामान्य स्वरूपाची शिस्त आवश्यक असते. ती सुरक्षित असते व कोणालाच ती धमकीवजा वाटत नाही. सुमार दर्जामुळे कोणतीही बाब बदलत नाही... पण, असामान्य क्षमता अनियंत्रित असते व तिला नियंत्रणाखाली ठेवता येत नाही. असामान्य कार्य वेळापत्रकाप्रमाणे वा आधी निश्चित केलेल्या आराखड्यानुसारच केलं जातं, असं नाही.

दा विन्चीनं सुमारे १५ वर्षं 'द लास्ट सपर' या चित्राची कल्पना विकसित करण्यात घालवली. त्याच वेळी तो अन्य प्रकल्पांवरही काम करत होता. बाकावर बसलेल्या रेखाकृती काढण्यापासून चित्राचा प्रारंभ झाला. जवळजवळ एक तपानंतर त्याच रेखाकृतीतून एका क्षितिजसमांतर टेबलाभोवती १३ जण बसलेले आहेत, अशा एका प्रसिद्ध व अनोख्या चित्राची निर्मिती झाली. चित्र पूर्ण करण्यास लागणाऱ्या विलंबामुळं तो अनेकदा वैतागत असला तरी मौलिकता घाईघाईत साधता येत नाही हे त्याच्या लक्षात आलं होतं. ''असामान्य लोक कधीकधी कमी काम करतात तेव्हा बरंच काही प्राप्त कतात. कारण, ते शोधांचा विचार करत असतात आणि अनुरूप कल्पनेसाठी आपल्या मनाची जडणघडण करत असतात.''

विलंब करण्यातील शिस्त

महान समस्या सोडवणाऱ्यांमध्ये आणि सर्जनशील विचारवंतांमध्ये उशीर करणं वा योग्य वेळेची वाट पाहणं हा सवयीचा भाग झालेला असतो. अमेरिकेतील उच्च माध्यमिक शाळांत 'Super bowl of science' या नावानं ओळखल्या जाणाऱ्या विज्ञान प्रज्ञा शोध स्पर्धा जिंकणाऱ्यांचं उदाहरण लक्षात घ्या. रेना सबोटनिक या मनोवैज्ञानिकाच्या नेतृत्वाखालील चमूनं ह्या सर्वोत्तम कृती करणाऱ्या विद्यार्थ्यांच्या मुलाखती त्यांनी ते यश प्राप्त केल्यानंतर १० वर्षांहून अधिक काळ लोटल्यावर घेतल्या. तेव्हा ते सर्व ३०-३५ वयोगटात होते. नेहमीचं दैनंदिन काम, सर्जनशील कार्य तसंच सामाजिक जीवनात आणि आरोग्यविषयक वर्तनात ते दिरंगाई करतात का असा प्रश्न त्यांना विचारला. तेव्हा प्रश्नात नमूद केलेल्या चार क्षेत्रांपैकी किमान दोन क्षेत्रांत ते वेळकाढूपणा करत असल्याचं त्यातील ६८ टक्क्यांहून अधिक जणांनी कबूल केलं. विशेषतः सर्जनशील कार्यासाठी दिरंगाई फलद्रूप ठरते असं त्यातून सिद्ध झालं. विज्ञान स्पर्धा जिंकलेल्यांनी ''विलंबाचा मार्ग विज्ञानविषयक समस्येतील अनपेक्षित निवड दूर सारण्यासाठी केला जातो'', असं सांगितलं. ''जेव्हा एखादं काम मी पुढं ढकलतो तेव्हा प्रलंबित केलेल्या कामावर विचार करण्यासाठी मला वेळ हवा असतो'', असं एकानं स्पष्टीकरण दिलं. दुसरा म्हणाला, ''विज्ञानविषयक कल्पना परिपक्व होण्यासाठी वेळ लागतो. अवेळी प्रतिसाद देण्याची ऊर्मी रोखून धरण्यासाठी

काम पुढं ढकलणं हा एक मार्ग असतो''. अकाली प्रौढ झालेल्यांच्या ह्या सर्व मुलाखती घेतल्यावर सबोटनिकच्या चमूनं एक विचित्र निष्कर्ष काढला. निष्कर्षात म्हटलं होतं, ''विरोधाभासानं सर्जनशील क्षेत्रात कामं पुढं ढकलल्यानं कमाल व किमान बाबी पणाला लागण्याची शक्यता सर्वाधिक असते''.

अमेरिकेच्या इतिहासात किंगच्या भाषणाइतकं प्रसिद्ध असलेलं एकच भाषण असेल. ते म्हणजे अब्राहम लिंकननं गेटिसबर्ग इथं केलेलं भाषण. केवळ २७२ शब्दांत यादवी युद्ध म्हणजे स्वातंत्र्याच्या जाहीरनाम्यातील समता व स्वातंत्र्य या वचनांची पुनर्रचना होय, असं त्यात म्हटलं होतं. भाषण देण्यासाठीचं औपचारिक निमंत्रण लिंकनकडं दोन आठवडे आधीच पोहोचलं होतं. गेटिसबर्गला जायला निघण्याच्या आदल्या दिवशी अध्यक्षांचं अर्धंच भाषण तयार झालं होतं. जॉन निकोलाय या त्याच्या सचिवांनी लिहिलं आहे, ''लिंकननं त्याबाबतीत त्याचा नेहमीचा शिरस्ता अनुसरला असावा. विचारांची मांडणी कशी करायची, कोणते वाक्प्रचार वापरायचे ते मनात योजून ठेवणं आणि सगळं मनासारखं जमेपर्यंत लिखाण करायचं नाही असं त्याचं धोरण होतं''. भाषणाच्या आदल्या रात्रीपर्यंत समारोपाचा मसुदा लिहिला नव्हता. भाषणाच्या दिवशी सकाळी त्यांनी आपल्या भाषणाचा मसुदा निश्चित केला. सर्वाधिक खात्री पटेल असा विचार विकसित करून मांडण्यासाठी लिंकन थांबला होता.

'माझं एक स्वप्न आहे' या आपल्या प्रसिद्ध भाषणापूर्वी किंगनं उन्हाळ्याच्या प्रारंभी आपल्या तीन घनिष्ठ सल्लागारांकडून भाषणाचा योग्य आशय व सूत्र यांबाबत सल्ला घेतला होता. किंगनं नंतर क्लॅरेन्स जोन्स या आपल्या भाषण लिहून देणाऱ्या वकिलाबरोबर विस्तृत संवाद साधला. त्यानंतर किंगनं जोन्स व अन्य कार्यकर्त्याला भाषणाच्या मसुद्याच्या कामाला प्रारंभ करायला सांगितलं.

नंतरच्या आठवड्यात किंगनं दिशा वा विषय (भाषणासंदर्भात) नियत वेळापूर्वी दूर सारण्याचा मोह टाळला. भाषणाच्या सक्रिय तयारीला लागण्यापूर्वी मोर्चाच्या ४ दिवस आधीपर्यंत तो थांबला होता. मोर्चाच्या आदल्या रात्री त्यानं आपल्या सल्लागारांना एकत्र बोलावलं. त्यांना मूळ मुद्द्याकडं वळण्यास सांगितलं. जोन्सच्या आठवणीअनुसार किंग म्हणाला, ''आपल्या नागरिक हक्काच्या संघर्षातील हा एक महत्त्वाचा टप्पा आहे. त्यामुळं सर्वोत्तम विचार-कल्पना मांडण्यासाठी आपण सर्वतोपरी प्रयत्न करायला हवेत''. चळवळीतील महत्त्वाच्या व्यक्तींपासून सर्वांनी हे करायला हवं. किंगनं सभेची सुरुवात 'उत्तम दृष्टिकोन मिळण्यासाठी आपल्या कल्पनांचं पुनर्निरीक्षण करायला हवं' हे स्पष्टीकरण देऊन केली.

अधिक माहिती गोळा करण्यासाठी आणि भाषण मुद्देसूद व्हावं म्हणून किंगनं जोन्सला 'झिगरनिक प्रभावा'मार्फत मिळणारा फायदा घेण्यास सुचवलं. १९२७ साली रशियन मनोवैज्ञानिक ब्लूमा झिगरनिकनं लोकांना प्रयोगाद्वारे दाखवून दिलं

की लोकांना पूर्ण झालेल्या कामापेक्षा अपूर्ण राहिलेल्या कामांचं अधिक चांगलं स्मरण होतं. एकदा काम संपल्यावर आपण त्याबाबत विचार करणं सोडून देतो; पण, जेव्हा त्यात अडथळा येतो आणि ते अर्धवट सोडून दिलं जातं तेव्हा ते आपल्या मनात सक्रिय असतं. जेव्हा जोन्सनं आपल्या आधीच्या भाषणाच्या मसुद्याची त्या दिवशी संध्याकाळी झालेल्या चर्चेशी तुलना केली तेव्हा ''माझ्या अंतर्मनात खोलवर दडलेल्या बाबी कार्य करू लागल्या आहेत असं काहीसं मला वाटलं'', असं जोन्स म्हणाला.

चार महिन्यांनंतर दानशूर म्हणून प्रसिद्ध असलेल्या नेल्सन रॉकफेलर या गव्हर्नरला जोन्स भेटला होता. त्याचं कुटुंब नागरिक हक्कांना पाठिंबा देणारं होतं. बर्मिंगहॅमच्या तुरुंगातून किंगला जामिनावर सोडवून आणण्यासाठी निधी गोळा करण्याचा जोन्सचा प्रयत्न चालू होता. शनिवारी रॉकफेलरनं बँक उघडून एका ब्रीफकेसमध्ये एक लाख डॉलर्स घालून ती बॅग जोन्सच्या ताब्यात दिली. बँकिंगच्या नियमानुसार जोन्सला प्रॉमिसरी नोटवर सही करावी लागणार होती. रॉकफेलरनं त्यासाठी लागणारी रक्कमही देऊ केली... किंगच्या भाषणाच्या आदल्या रात्रीची ही आठवण सांगताना प्रॉमिसरी नोटचं रूपक खूपच प्रभावी असल्याचं जोन्सच्या लक्षात आलं. दुसऱ्या दिवशी किंगनं सुरुवातीलाच त्या रूपकाचा उपयोग केला: 'जेव्हा आपल्या घटनेच्या शिल्पकारांनी घटनेचे व स्वातंत्र्याच्या जाहीरनाम्याचे लेखन केले तेव्हा त्यांनी प्रॉमिसरी नोटवरच सही केली होती... अमेरिकेनं त्या प्रॉमिसरी नोटनुसार विशेषतः अन्य वर्णीयांच्या बाबतीत जे करायला हवं होतं ते केलं नाही हे उघडच आहे.'

अखेरीस किंगनं जेव्हा जोन्सला भाषणाचा संपूर्ण मसुदा तयार करायला सांगितला तेव्हा त्या मसुद्यानं कल्पनांच्या एका विस्तृत संचाचं रूप धारण केलं होतं: पण, वेळकाढूपणाची ती एकमेव जमेची बाजू नव्हती.

पंखांवर आरूढ होणं आणि प्रार्थना करणं

किंगनं आपलं महत्त्वपूर्ण भाषण केल्यानंतर पन्नास वर्षांनी आपल्या सर्वांच्या मनात 'माझं एक स्वप्न आहे' हे चार शब्द काळ्या दगडावरच्या रेघेसारखे कायमचे कोरले गेले आहेत. मानवी इतिहासात हे शब्द एक लक्षणीय वाक्प्रचार बनून राहिले आहेत; कारण, त्यातून अधिक चांगल्या भविष्याचं हुबेहूब चित्र रंगवलं गेलं आहे. पण स्वप्न कल्पनेचा भाषणात कुठंच उल्लेख नव्हता वा किंगच्या भाषणाच्या संहितेतही तो आढळत नाही म्हणून मी चकित झालो.

किंगचं भाषण चालू असताना धार्मिक संगीत गाणारी (गॉस्पेल) किंगची आवडती गायिका महालिया जॅक्सन मागून ओरडली, ''मार्टिन, त्यांना (लोकांना)

स्वप्नाबद्दल सांगा''. किंगनं आपलं भाषण चालूच ठेवलं होतं. तिनं पुन्हा त्याला प्रोत्साहित करून आठवण करून दिली. कार्यक्रमाला प्रत्यक्ष अडीच लाख उपस्थित प्रेक्षक व दूरदर्शनवरून लाइव्ह कार्यक्रम पाहणारे लक्षावधी प्रेक्षक असूनही किंगनं आपल्या भाषणाचा मसुदा बाजूला सारून आयत्या वेळी त्यात बदल करून लोकांसमोर भविष्याचं प्रेरणादायी स्वप्न उभं केलं. 'सर्व लोकांसमक्ष, कॅमेऱ्यासमोर आणि ध्वनिप्रक्षेपक चालू असताना मार्टिन स्वप्नांच्या पंखांवर आरूढ झाला', असं क्लॅरेन्स जोन्सला वाटलं. नवख्या कल्पना सुचण्यासाठी अवसर मिळणं याखेरीज वेळकाढूपणाचा आणखीही एक लाभ होतो. त्यामुळे आयत्या वेळी बदल करण्याचा मार्ग मोकळा राहतो. जेव्हा खूप आधी आपण योजना आखतो तेव्हा निश्चित केलेल्या विशिष्ट रचनेला वा आराखड्याला आपण चिकटून राहतो. त्यामुळे आपल्या स्वप्नांच्या दुनियेतील सर्जनशील शक्यतांचे दरवाजेही बंद होतात. काही वर्षांपूर्वी बर्कले विद्यापीठातील मनोवैज्ञानिक डोनाल्ड मॅक-किनॉननं अमेरिकेतील बहुतेक सर्जनशील वास्तुरचनाकार तांत्रिकदृष्ट्या कुशल- पण मौलिक नसलेल्या समवयस्कांपेक्षा अधिक उत्फूर्तपणं काम करणारे होते. त्यांनी स्वनियंत्रण व सदसद्विवेकबुद्धीच्या संदर्भात स्वतःचं मूल्यमापन अधिक उच्च स्तरीय असल्याचं म्हटलं होतं. पिझ्झा विक्रीच्या साखळी दुकानांचा फ्रॅन्सेस्का जिनो आणि डेव्हिड हॉफमन यांच्या बरोबर अभ्यास केला तेव्हा किमान कार्यक्षमता व तत्परता असं मूल्यमापन करण्यात आलेल्या प्रमुखांनी चालवलेली दुकानं सर्वाधिक फायदा मिळवून देणारी ठरली होती. त्याचप्रमाणं मुत्सद्देगिरीच्या संदर्भात संशोधन करणाऱ्या सुचेता नाडकर्णी आणि पॉल हरमन यांनी भारतातील जवळजवळ दोनशे कंपन्यांचा अभ्यास केला. ज्या कंपन्यांनी सर्वाधिक परतावा (रिटर्न) मिळवून दिला होता त्यांच्या प्रमुख कार्यकारी अधिकाऱ्यांनी कार्यक्षमता व तत्परता याबाबतीत स्वतःचं मूल्यमापन सर्वाधिक खालच्या स्तरावर केलं होतं.

वरील दोन्ही उदाहरणांमध्ये अतिशय यशस्वी संस्था ज्या कार्यकारी अधिकाऱ्यांमार्फत चालवल्या जात होत्या, ते कामाचा जम बसण्यापूर्वी वेळ फुकट दवडत असत असं त्यांनी कबूल केलं होतं. तसंच, काम वेळेवर उरकण्यासाठी कराव्या लागणाऱ्या धावपळीत ते कधीकधी अपयशी ठरत. जरी अशा सवयी कामाच्या प्रगतीत अडथळा आणत असल्या तरी कार्यप्रमुखांनी डावपेचांमध्ये अधिक लवचिकपणा आणण्याचे दरवाजे खुले राहतात. भारतीय कंपन्यातील प्रत्येक कंपनीच्या उच्च व्यवस्थापकीय स्तरावरच्या अनेक अधिकाऱ्यांच्या चमूनं आपल्या प्रमुख कार्यकारी अधिकाऱ्यांचं डावपेचांच्या संदर्भात मूल्यमापन केलं. ज्या प्रमुख कार्यकारी अधिकाऱ्यांनी काळजीपूर्वक योजना आखली, वेळेवर कामाला प्रारंभ केला व कर्तव्यदक्षतेनं काम पार पाडलं त्यांची गणना अधिक ताठर अशी केली गेली. एकदा त्यांनी डावपेच आखले की ते त्याला चिकटून राहत. ज्या

प्रमुख कार्यकारी अधिकाऱ्यांचा कल कामाला विलंब करण्याकडं होता, ते अधिक लवचीक व हरहुन्नरी होते. नव्या संधींवर झडप घालण्यात आणि डावपेच बदलून येणाऱ्या आव्हानांना सामोरे जाण्यास सक्षम होते.

आपलं भाषण देण्यासाठी व्यासपीठावरील ध्वनिक्षेपकाकडं जाईपर्यंत किंग आपल्या भाषणाची मनात उजळणी करत होता. ड्र्यू हॅन्सेन या राजकारण्यानं *द ड्रीममध्ये* लिहिलं, ''भाषणाची वेळ येईपर्यंत किंग मसुद्यातील भाषणात खोडाखोड करत होता व नवं काहीतरी लिहीत होता. व्यासपीठावर भाषण देण्यासाठी उभा राहीपर्यंत तो आपल्या भाषणाचं संपादन करत होता. 'बेअरिंग द क्रॉस' या पुस्तकासाठी पुलित्झर पारितोषिक मिळालेला इतिहासकार डेव्हिड गॅरोनं पुढील निरीक्षण नोंदवलं आहे. एखादा जाझ संगीतकार जसा संगीतात आयत्या वेळी बदल करतो तशीच उत्स्फूर्त कृती किंगनं केली. लिखित भाषणातील सुरुवातीच्या भागाचं शीर्षक होतं, घटना आणि स्वातंत्र्याचा जाहीरनामा. 'सर्व मानवांना आयुष्य, स्वातंत्र्य आणि सुख मिळवण्याची हमी देणारं वचन' ह्या बाबी होत्या. प्रत्यक्ष भाषण देताना किंगनं वर उद्धृत केलेल्या ओळीचा विस्तार करून वांशिक समतेवर भर दिला. ''सर्व मानवांना - काळ्या तसेच गोऱ्या - समानतेच्या हक्कांची खात्री दिली जाईल'', असं म्हटलं.

भाषण सुरू झाल्यावर ११ मिनिटांनी महालिया जॅक्सननं किंगला आपल्या स्वप्नात सर्वांना सहभागी करून घेण्याचं स्मरण करून दिलं. त्याला ही सूचना ऐकू गेली की नाही, हे कळायला मार्ग नाही. परंतु, 'अचानक मी निश्चय केला' अशी किंग आठवण सांगतो. किंगनं त्या क्षणी भावनावेगाला अनुसरून स्वप्न उलगडून दाखवलं. भाषण संपल्यावर काय घडलं याची नोंद हॅन्सननं पुढीलप्रमाणं केली आहे. ''किंगनं इतका नवा मजकूर आयत्या वेळी आपल्या भाषणात घातला की त्यामुळं भाषणाची लांबी मूळच्यापेक्षा दुप्पट झाली''.

महान मौलिक खूपच वेळकाढू असतात. मात्र, ते योजना तयार करण्याला फाटा देत नाहीत. मुत्सद्दीपणानं ते वेळकाढूपणा करतात. ते वेगवेगळ्या शक्यतांमध्ये बदल करून वा सुधारणा करून आणि त्यांची चाचपणी करून हळूहळू प्रगती करतात. स्वप्नाबद्दलच्या ओळी जरी आयत्या वेळी घुसडल्या असल्या तरी त्यांचा उपयोग यापूर्वी निरनिराळ्या वेळी केलेल्या भाषणांत किंगनं केला होता. ह्या स्वप्नाबद्दल सुमारे वर्षभरापूर्वी म्हणजे नोव्हेंबर १९६२मध्ये आल्बनीमध्ये केलेल्या भाषणानंतर काही महिन्यांनी बर्मिंगहॅम ते डेट्रॉइट अशा विविध ठिकाणी केलेल्या भाषणांत वारंवार त्याचा उल्लेख केला होता. त्या 'स्वप्न'वर्षात त्यानं ३५० भाषणं केली व त्यासाठी २ लाख ७५ हजार मैलांचा प्रवास केला.

किंगनं 'स्वप्न'भाषण जरी लांबणीवर टाकलं असलं तरी त्याच्या जवळ माहितीचा खजिना होता. आपलं भाषण अस्सल व्हावं म्हणून त्या माहितीचा तो

उत्स्फूर्तपणे लीलया उपयोग करू शकत असे. ''किंगनं वक्तृत्व उठावदार व्हावं म्हणून त्यासाठी लागणाऱ्या सर्व खुब्या जमा केल्या होत्या. त्यामध्ये त्याच्या स्वतःच्या व अन्य धर्मोपदेशकांच्या उपदेशपर प्रवचनांतील यशस्वी ठरलेले उतारे, आख्यायिका, बायबलमधील कडवी व त्याच्या आवडत्या कवींच्या काव्यातील चरण- इत्यादींचा समावेश असे'', असं हॅन्सननं म्हटलं आहे. किंग आपल्या भाषणासाठी आधी वापरलेल्या साहित्याची पुनर्रचना करून, एकत्र करण्यात जेवढा वेळ घालवत असे तितका वेळ ते लिहिण्यात घालवत नसे... त्यामुळं प्रत्यक्ष भाषण देताना त्यात लवचिकपणा आणणं त्याला सहज शक्य होत असे....''किंगनं भाषणाची लिखित संहिता बाजूला ठेवण्याचा निर्णय घेतला नसता तर मोर्चाच्या वेळचं त्याचं भाषण इतकं संस्मरणीय ठरलं असतं की नाही हे सांगणं कठीण आहे''.

उद्गाते वा प्रणेते आणि स्थैर्य प्राप्त करणारे

शंभरहून अधिक कंपन्या सुरू करण्यात सहभागी झालेल्या आयडिया लॅबचा संस्थापक बिल ग्रॉसनं अपयश किंवा यश कोणत्या निश्चयामुळं, धडाडीमुळे मिळतं हे पाहण्यासाठी एक विश्लेषणात्मक कार्यक्रम राबवला. कल्पनेचं अनन्यसाधारणत्व, चमूबरोबर काम करण्याची कार्यक्षमता, उद्योगविषयक प्रारूपाची गुणवत्ता किंवा पैशाची उपलब्धता हे घटक सर्वाधिक महत्त्वाचे नव्हते. ''योग्य व अचूक वेळ साधणं हा पहिल्या क्रमांकाचा घटक होता'', असं ग्रॉसनं स्पष्टीकरण दिलं आहे. ''यश व अपयशातील ४२ टक्क्यांचा फरक अचूक वेळेमुळं पडला होता''.

अमेरिकन संस्कृतीत लोकांचा प्रथम खेळी खेळणाऱ्याच्या फायद्यावर नितांत विश्वास असतो. आम्हाला अनुयायी नव्हे तर नेते बनण्याची इच्छा असते. प्रतिस्पर्ध्याच्या आधी शोध लावण्याची वैज्ञानिक घाई करतात. संशोधक आपल्या शत्रूच्या अगोदर स्वामित्व हक्कासाठी अर्ज करण्याची घाई करतात; उद्योगपती आपल्या स्पर्धकांच्या अगोदर आपली उत्पादनं बाजारात आणण्याची इच्छा बाळगून असतात. आपलं नवं उत्पादन, सेवा अथवा तंत्रज्ञान प्रथम बाजारपेठेत दाखल करणारे तुम्ही असाल तर ज्ञानाच्या वक्ररेषेवर तुम्ही ऊर्ध्व दिशेनं प्रगती करू शकता; महत्त्वाच्या स्थानावर आणि ग्राहकांच्या मक्तेदारीवर कब्जा करू शकता. या धारदार बाबी अडथळे निर्माण करून तुमच्या स्पर्धकांना बाजारपेठेत प्रवेश करू देत नाहीत. त्यांचे स्वतःचे नवीन काही करण्याचे प्रयत्न तुमच्या स्वामित्व हक्कामुळं आणि उच्च प्रतीच्या क्षमतेमुळे सफल होत नाहीत. त्यांची प्रगती खुंटते, कारण, ग्राहकांची नव्या उत्पादनाबाबतची खात्री पटवणं ही बाब अतिशय खर्चीक असते.

पीटर गोल्डर आणि जेरार्ड टेलिस या बाजारपेठांवरील संशोधकांनी ज्या कंपन्या उद्गात्या आहेत वा स्थिरस्थावर झालेल्या आहेत, अशांच्या केलेल्या एका

तुलनात्मक अभिजात अभ्यासात पुढील बाबी लक्षात आल्या. प्रणेते असणाऱ्या कंपन्या प्रथम खेळी खेळणाऱ्या होत्या. एखादं उत्पादन विकणं वा ते विकसित करणं यावर भर देणाऱ्या होत्या. स्थैर्य प्राप्त झालेल्या कंपन्या आपलं उत्पादन संथपणे बाजारात आणतात. प्रणेत्या कंपन्या जम बसवण्यासाठी बाजारात प्रवेश करेपर्यंत स्थैर्य प्राप्त झालेल्या कंपन्या थांबून राहतात. नाव कमावलेल्या शेकडो उत्पादनांतील तीन डझन वेगवेगळ्या प्रकारांतील उत्पादनांचं विश्लेषण केलं तेव्हा अपयशाच्या प्रमाणात अविश्वसनीय वाटेल इतका फरक गोल्डर व टेलिस यांना आढळला. प्रणेत्या कंपन्यांच्या अपयशाशी ४७ टक्क्यांच्या अपयशाशी तुलना करता स्थैर्य प्राप्त झालेल्यांच्या अपयशाचं प्रमाण फक्त ८ टक्के होतं. प्रणेत्या कंपन्या स्थिरस्थावर झालेल्या कंपन्यांपेक्षा ६ पटींनी अधिक अपयशी होण्याची शक्यता होती. उद्गात्या कंपन्या तग धरून राहिल्या असल्या तरी स्थैर्य झालेल्या कंपन्यांनी २८ टक्के बाजारपेठा ताब्यात ठेवल्या होत्या. त्या तुलनेत उद्गात्या कंपन्यांना १० टक्केच बाजारपेठा काबीज करता आल्या होत्या.

प्रथम खेळी खेळणाऱ्यांची निम्न पातळी वारंवार उच्च स्तरापेक्षा अधिक उच्च असल्याचं आश्चर्यकारकरीत्या दिसून आलं होतं. प्रणेत्या कंपन्या कदाचित काही वेळा बाजाराचा मोठा हिस्सा काबूत ठेवत असल्या तरी त्यांना शेवटी फक्त तग धरून राहण्याची निम्न स्तरावरची संधी प्राप्त होते; इतकेच नव्हे, तर त्यांचा नफाही निम्न स्तरावरच असतो. बाजारपेठांचं संशोधन करणाऱ्या लिसा बोल्टनचे थोडक्यात निष्कर्ष पुढीलप्रमाणे : विशिष्ट उद्योगधंद्यात पहिली खेळी खेळणाऱ्यांना काही बाबींचे फायदे मिळतात. पण, संशोधन करणाऱ्यांचे निष्कर्ष संमिश्र असतात आणि त्यातून एकूणच पहिली खेळी खेळणाऱ्यांना फायदा मिळतो या निष्कर्षाला पाठिंबा मिळत नाही.

एखाद्या नव्या क्षेत्रात धाव घेण्याची भुरळ तुम्हाला पडली असेल तर ही माहिती तुम्हाला थंडपणानं थांबवील व तुम्हाला आदर्श वेळ साधण्याबाबत काळजीपूर्वक विचार करायला भाग पाडेल; पण बोल्टनला काहीतरी भयावह आढळून आलं. पहिली खेळी खेळणाऱ्यांना फायदा होतो ह्याबाबत कोणताही पुरावा नाही हे समजलं तरीही त्यावरच लोक विश्वास ठेवतात. प्रणेते यशस्वी होतात– असा विचार करणं सोपं असतं; अयशस्वी ठरलेले दीर्घ काळ विस्मरणात जातात. त्यामुळे तसे लोक क्वचितच असतात असं आपण गृहीत धरतो... पहिली खेळी खेळणाऱ्यांना फायदा होतो. ह्या मिथच्या ठिकऱ्या उडवण्याचा सोपा उपाय म्हणजे पहिली खेळी खेळणाऱ्यांना *तोटा* का होतो ह्याची कारणं लोकांना शोधायला पाहिजेत. तुमच्या अनुभवावरून आद्य प्रणेते असणाऱ्यांचे चार मोठे तोटे कोणते?

स्थैर्य प्राप्त झालेल्या नामांकित कंपन्या अनेकदा नक्कल करतात; परंतु ह्या तोचतोचपणामुळे मूळ ठसा पुसला जातो. सध्याच्या मागणीशी जुळते घेण्याऐवजी

नवीन काहीतरी (उत्पादन) बाजारात आणण्याची तयारी होईपर्यंत त्या कंपन्या चांगल्या संधीची वाट पाहत बसतात. बाजारात वस्तू आणण्यासाठी त्या संथ गतीनं काम करतात. कारण, त्याच प्रकारातील उत्पादनं, सेवा किंवा तंत्रज्ञान याबाबतीत क्रांती करण्याच्या कामात त्या व्यग्र असतात. घरात व्हिडिओ गेम्स त्यांचे मन रिझवतात. १९७२मध्ये त्या गेम्सचे प्रणेते होते मॅग्नाफॉक्स ओडिसी. प्राथमिक स्वरूपाचे खेळ हे त्यांचं वैशिष्ट्य होतं. स्थैर्य प्राप्त झालेल्या नितेंडो कंपनीनं १९७५मध्ये जपानमध्ये वितरणासाठी त्या खेळांचे हक्क मिळवले. नंतरच्या दशकात नितेंडो एंटरटेनमेंट सिस्टमनं *सुपर मारिओ ब्रोस* आणि *लिजंड ऑफ झेल्डा* यांसारखे खेळ निर्माण करून मॅग्नाफॉक्सला दूर सारलं. नितेंडोनं अन्योन्य क्रियेवर प्रभाव टाकणाऱ्या आधुनिक पात्रं असलेल्या व वापरायला सोप्या असलेल्या नियंत्रकांची रचना करून खेळाचं स्वरूपच बदलून टाकलं. मौलिक होण्यासाठी पहिलं असण्याची गरज नसते. अधिक चांगलं व थोडंसं वेगळं, इतकाच त्याचा अर्थ असतो.

जेव्हा मौलिक लोक प्रणेते बनण्यासाठी धाव घेतात तेव्हा मर्यादा ओलांडण्याकडे त्यांचा कल असतो. तोच पहिला तोटा असतो. आंतरजालाचा बुडबुडा फुटण्यापूर्वी गोल्डमन सॅक (अमेरिकेतील एक प्रसिद्ध बँक) येथील जोसेफ पार्क नावाचा एक तरुण कर्मचारी चित्रपटागृहात प्रवेश न मिळाल्यामुळे निराश होऊन बसून राहिला होता. सनसनाटी चित्रपट तिकीट काढून पाहण्यासाठी लांबचा प्रवास करण्याची त्याला काय गरज होती? फक्त संकेतस्थळावर जाऊन एखादा चित्रपट निवडून त्याला तो घरच्या घरी पाहता आला असता.

२५० दशलक्ष डॉलर्सची रक्कम उभी करूनही कोझ्मो कंपनीचा संस्थापक पार्कचं २००१मध्ये दिवाळं निघालं. शब्दशः कोणतीही वस्तू एका तासात ग्राहकाला घरपोहोच देण्याचं त्यानं दिलेलं भलतंच वचन त्याच्या अंगाशी आलं. ते वचन ही त्याची मोठी चूक ठरली. त्याचबरोबर जी प्रगती कधी झालीच नाही, त्या प्रगतीला साहाय्यकारी ठरणाऱ्या राष्ट्रीय प्रक्रियांच्या उभारणीत केलेली गुंतवणूकही सपशेल फसली. तीन हजार नव्यानं उभारलेल्या उद्योगव्यवसायांच्या अभ्यासानं सुमारे चारपैकी तीन नवे व्यवसाय अयशस्वी ठरतात याकडं निर्देश केला आहे. अवेळी केलेल्या मूल्यमापनानं म्हणजेच ज्यासाठी बाजारपेठा अद्याप अनुकूल नाहीत, अशा बाबींत केलेल्या गुंतवणुकीमुळं पदरी अपयश येतं, असं या अभ्यासानं दाखवून दिलं आहे.

पार्कनं आपल्या व्यवसायाची वाटचाल थोड्या संथ गतीनं केली असती, तर उपलब्ध तंत्रज्ञान लक्षात घेता एका तासात वस्तू घरपोच देण्याचा उद्योग अव्यावहारिक व कमी फायदा देणारा आहे हे त्याला समजलं असतं. ऑनलाइन चित्रपट भाड्यानं घेण्यासाठी ग्राहकांकडून प्रचंड मागणी होती. नेटफ्लिक्सची नुकती कुठे सुरुवात झाली होती. कोझ्मो कंपनीला ईमेलवरून चित्रपट भाड्यानं देणं कदाचित शक्य

झालं असतं व नंतर ऑनलाइन चित्रपट देता आले असते. काही कालानंतर पार्कला तंत्रज्ञानावर ताबा मिळवता आला असता. तसंच त्या बदलामुळं इन्स्टाकार्टसारख्या कंपनीला व्यवस्थापकांची सर्व कामे (माल आणणं, वर्गवारी करणं, किमती ठरवणं व वस्तू घरपोच देणं) करून एका तासात गृहोपयोगी वस्तूंचं वितरण मोठ्या प्रमाणावर व फायदेशीर प्रकारं करणं शक्य झालं असतं. जेव्हा स्थैर्य लाभलेल्या कंपन्या बाजारपेठांत प्रवेश करतात तेव्हा बाजारपेठा अधिक सुरचित असल्या तर त्या कंपन्या प्रारंभी ग्राहकांना काय द्यावं, यावर विचार करत बसण्याऐवजी आपलं लक्ष दर्जेदार गुणवत्तायुक्त वस्तू पुरवण्याकडं केंद्रित करू शकतात. ''प्रथम बाजारात प्रवेश करणाऱ्यानं काय केलं हे पाहणारे तुम्ही दुसरे किंवा तिसरे असू शकता... व ते पाहून तुम्ही त्या वस्तूत सुधारणा करू शकत नाही का?'' माल्कम ग्लॅडवेलनं एका मुलाखतीत विचारलं होतं, ''कल्पना जेव्हा खरोखरच गुंतागुंतीच्या होतात आणि जेव्हा जग गुंतागुंतीचं होतं तेव्हा कोण त्यातून मार्ग काढील हा विचार करणं मूर्खपणाचं असतं'', ग्लॅडवेलनं म्हटलं आहे, ''अनेक चांगल्या गोष्टी लक्षात यायला वेळ लागतो''.

दुसरा मुद्दा : उशिरा खेळी खेळणारे लोक यशस्वी होण्यासाठी अधिक योग्य असतील यावर विश्वास ठेवण्याचंही एक कारण आहे. जोखीम पत्करणारे प्रथम डाव खेळणारे असल्यमुळं त्यांचा कल आततायी कृती करण्याकडं असतो. दरम्यानच्या काळात जोखमीपासून दूर राहणारे उद्योजक बाजूला उभं राहून योग्य संधीची वाट पाहत असतात व बाजारपेठात प्रवेश करण्यापूर्वी आपल्या वस्तूंच्या जोखमीचा समतोल साधत असतात. आज्ञावली निर्माण करण्याच्या उद्योगांच्या एका अभ्यासात व्यवसायातील डावपेचांचा अभ्यास करणाऱ्या एलिझाबेथ पोन्टिक्स आणि विल्यम बार्नेट यांना पुढील बाब आढळली. जेव्हा उद्योजक अतिशयोक्तीवर आधारलेल्या बाजारातील जमावाच्या पाठोपाठ जाण्याची धावपळ करतो तेव्हा त्यांचे नवे उद्योग टिकून राहणं वा त्यांची वाढ होणं या शक्यता कमी होतात. जेव्हा उद्योजक बाजारपेठा शांत व व स्थिर होईपर्यंत थांबतात तेव्हा त्यांना उच्च प्रतीचं यश मिळण्याची शक्यता असते. 'जुळवून न घेणारे... बाजारातील कल लक्षात घेऊन आनंद मानणारे बाजारात टिकून राहतात, त्यांना पैशाचा पुरवठा होतो व अखेरीस ते लोकांपर्यंत पोहोचतात.'

तिसरा मुद्दा : स्थैर्य प्राप्त झालेले उद्योजक आपल्या कमी बेफिकिरीच्या महत्त्वाकांक्षामुळे आपली उत्पादनं अधिक चांगली व्हावीत म्हणून स्पर्धकांच्या तंत्रज्ञानापेक्षा आपलं तंत्रज्ञान सुधारू शकतात. जेव्हा बाजारात तुम्ही प्रथम उतरता तेव्हा तुम्हीच सर्व चुका करता. दरम्यान, स्थैर्य प्राप्त झालेले लोक तुमचं निरीक्षण करू शकतात आणि तुमच्या चुकांतून ते धडा घेतात. ''पहिला डाव खेळणं ही एक हिकमत आहे. ध्येय नव्हे''. पीटर थील आपल्या 'झिरो टू वन' या पुस्तकात

लिहितो, ''जेव्हा अन्य एखादा तुम्हाला हुसकावण्यासाठी बाजारपेठेत शिरतो तेव्हा पहिला डाव खेळणं नेहमीच हिताचं ठरतं असं नाही''.

चौथा मुद्दा : जेव्हा प्रणेत्यांचा कल आपल्या आवडीनिवडींना चिकटून राहण्याकडे असतो तेव्हा स्थैर्य प्राप्त झालेले लोक बाजारातील बदलांचं तसंच ग्राहकांच्या बदलत्या आवडीनिवडींचं निरीक्षण करू शकतात. अमेरिकेतील गेल्या शंभर वर्षांच्या मोटर उद्योगांच्या केलेल्या अभ्यासात उद्गात्यांचं तग धरून राहण्याचं प्रमाण निम्न स्तरावर होतं. कारण, ते कायदेशीरपणा प्रस्थापित करण्यासाठी झगडत होते. बाजारपेठेला अनुकूल नसणारा कार्यक्रम त्यांनी विकसित केला होता. त्यामुळं ग्राहकांच्या गरजांच्या बाबतीत स्पष्टपणा आणताना ते कालबाह्य झाले होते. स्थैर्य प्राप्त झालेल्यांनासुद्धा बाजारपेठा तयार होईपर्यंत थांबण्याची चैन अनुभवता येणार होती. वार्बी पार्करनं ई-कॉमर्सला प्रारंभ केला तेव्हा दशकभराहून अधिक काळ अन्य कंपन्यांनीही चश्मे ऑनलाइन पद्धतीनं विकण्याचा प्रयत्न केला होता. त्यांना फारसं यश प्राप्त झालं नव्हतं. नील ब्ल्यूमेंथॉलनं मला सांगितलं, ''ह्याआधी हे यशस्वी झालं असण्याची शक्यता नाही; कारण, जी उत्पादनं लोक सहसा ऑनलाइन खरेदी करू शकत नाहीत ती त्यांना आरामात खरेदी करता यावी म्हणून आम्हाला ॲमेझॉन, झप्पोज व ब्ल्यू नाईलसाठी थांबावं लागलं''.

बाजाराच्या जगापलीकडंसुद्धा ही बाब खरी ठरते. अनेक मौलिक लोक व चळवळी पराभूत होतात; कारण, हे सर्व जण काळाच्या पुढे विचार करणारे असतात. सीआयएमध्ये नव्वदच्या दशकात जेव्हा कारमेन मेदिनानं प्रथम अतिशय वेगानं माहिती पोहोचवण्यासाठी आपली डिजिटल माहितीची संकल्पना सर्वांपुढे मांडली तेव्हा तिची एजन्सी त्या कल्पनेचा विचार करायलाही तयार नव्हती. जसजसा इलेक्ट्रॉनिक संपर्क अधिकाधिक सुरक्षित व परिचित होऊ लागला, तसतसे लोक ती संकल्पना स्वीकारण्यास तयार झाले. ११ सप्टेंबरचा दहशतवादी हल्ला आणि इराकमधील (अण्वस्त्र) मोठ्या प्रमाणातील युद्ध साहित्याबद्दल पटवली गेलेली चुकीची ओळख व एजन्सीमधील माहिती परस्परांना देण्यात हयगय झाल्यानं मोजावी लागलेली किंमत अधिक स्पष्ट रूपात पुढे आली. 'वेळेची अचूकता हेच सर्वस्व असतं.' मेदिनाची सहकारी सुसान बेंजामिन नोंद करते, ''त्या मधल्या काळात तंत्रज्ञानाला खराखुरा विरोध करणाऱ्या लोकांनाही वेगळ्या प्रकारं विचार करण्याची गरज असल्याचं स्पष्ट झालं. ज्यांच्या डोक्यात अर्धाच मेंदू आहे - जे फारसा विचार करत नाहीत - त्यांनाही तिच्या म्हणण्याकडं दुर्लक्ष करणं कठीण जात होतं. तिनं दाखवलेल्या मार्गानं वाटचाल करायला हवी ह्याबाबतही ते तिच्याशी सहमत होते''.

१८४०मध्ये हंगेरियन डॉक्टर इग्नाझ सेमेलविसनं वैद्यकीय विद्यार्थ्यांनी (शिकाऊ डॉक्टर्स) प्रसूतीच्या वेळी हात स्वच्छ धुवून सुईणपण केलं, तर नवजात बालकांच्या मृत्युदरात नाट्यमयरीत्या घट होते हा शोध लावल्यावर त्याची खिल्ली

उडवण्यात आली व इग्नेझची अखेर वेड्याच्या इस्पितळात झाली. जंतूंच्या प्रभावाची माहिती मांडणारे लुई पाश्चर आणि रॉबर्ट कोच या उपपत्तीचे जनक ठरले. त्यांनी वैज्ञानिकदृष्ट्या त्या उपपत्तीला कायदेशीरपणा मिळवून दिला. त्यापूर्वी दोन दशके आधी इग्राझने आपला शोध सांगितला होता. म्हणजेच तो काळाच्या पुढं होता. भौतिक वैज्ञानिक मॅक्स प्लँक एकदा म्हणाला होता, ''विरोधकांची खात्री पटवून आणि प्रकाशात आणून सत्य विजयी होत नाही; उलट, त्याचे विरोधक अखेरीस मरण पावल्यावर त्या वैज्ञानिक सत्याचा विजय होतो''.

कुठलीही बाब प्रथम करणं शहाणपणाचं *नसतं* असं मला सुचवायचं नाही. जर आपण सर्वच जण दुसऱ्यानं प्रथम कृती करावी म्हणून थांबलो तर मौलिक लोक निर्माणच होणार नाहीत. कोणालातरी उद्‌गाता बनावंच लागेल आणि ते कधीकधी फायद्याचं ठरतं. पहिला डाव खेळण्यातील फायद्यांचा कल स्वामित्व तंत्रज्ञानाच्या शोधाशी जोडला जाऊ लागला तेव्हा दिसू लागला किंवा जेव्हा मजबूत आंतरजालाचा परिणाम असताना किंवा उत्पादन व सेवा अधिक मौल्यवान होतात, जेव्हा ते वापरणाऱ्यांची संख्या अधिक असते. (उदा., दूरध्वनीची सेवा किंवा समाजमाध्यमांचा वापर) परंतु बहुसंख्य वेळा तुमची पहिली खेळी असते तेव्हा यश उच्च पातळी गाठू शकत नाही. जेव्हा बाजाराचं स्वरूप अनिश्चित, अनोळखी किंवा पुरेसं विकसित झालेलं नसतं तेव्हा उद्‌गाता वा प्रणेता होणं फायद्याचं होऊ शकत नाही. जर तुमच्याकडं मौलिक कल्पना असेल तर आपल्या स्पर्धकांवर मात करण्याचा हेतू मनात ठेवून घाईघाईनं पाऊल उचलणं ही चूक आहे. ज्याप्रमाणं कामातील दिरंगाई कामात लवचिकता आणण्याची संधी देऊ शकते, त्याचप्रमाणे बाजारात उशिरा प्रवेश करण्यानं ज्ञान मिळवण्याचे आणि नैपुण्य मिळवण्याचे दरवाजे खुले होऊ शकतात. त्याचबरोबर मौलिकतेशी संबंधित जोखीमही कमी होऊ शकते.

परंतु, जेव्हा आपण आपल्या कामाच्या वेळापत्रकापलीकडे आणि उत्पादनाच्या तग धरून राहण्याच्या कालचक्रापलीकडं डोळे विस्फारून पाहतो तेव्हा काय घडतं? माणसाच्या आयुष्यात दीर्घ काळ कृती थांबवून ठेवणं योग्य असतं का?

सर्जनशीलतेची दोन जीवनचक्रं : असामान्य क्षमतेचे तरुण आणि वृद्ध वस्ताद

मौलिकता तारुण्याच्या कारंजातून उदयाला येते, असा सर्वसाधारण समज आहे. विनोद खोसला या प्रसिद्ध धाडसी भांडवलदारानं पुढील उद्‌गार काढले आहेत. ''पस्तिशीच्या आतले लोक बदल घडवून आणतात. ४५ वर्षांपुढील लोकांना नव्या कल्पना सुचत नाहीत''. ऐन विशीत आपला सापेक्षतेवरील क्रांतिकारक शोधनिबंध प्रसिद्ध केल्यावर आल्बर्ट आइन्स्टाईननं असंच निरीक्षण नोंदवलं होतं. 'व्यक्तीनं

तिशीच्या आत विज्ञानात मोठं योगदान केलं नसेल तर तो ते कधीच करू शकणार नाही'. नवनिर्मिती करणाऱ्यांची मौलिकता काळ जसजसा पुढं सरकतो तसतशी नाहीशी होते ही दुर्दैवाची बाब आहे. भौतिक विज्ञानातल्या सापेक्षतेवरच्या दोन निबंधांनी भौतिक विज्ञानात कमालीचा बदल घडवून आणणाऱ्या आइन्स्टाईननं नंतर क्वाँटम यांत्रिकीमुळं मोठं परिवर्तन घडवून आणणाऱ्या शोधाला विरोध केला होता. ''मला माझ्या अधिकारितेवरच्या तिरस्काराची शिक्षा देण्यासाठीच दैवानं मलाच अधिकारिता बनवलं'', अशा शब्दात आइन्स्टाईननं आपली खंत व्यक्त केली.

मात्र, ही अवनती अपरिहार्य नाही. जेव्हा कंपन्या सूचनापेट्या ठेवतात तेव्हा तरुणांपेक्षा वयानं मोठ्या कर्मचाऱ्यांचा कल अधिक व उच्च प्रतीच्या कल्पना सादर करण्याकडं असतो. ५५ वर्षांपेक्षा मोठ्या कर्मचाऱ्यांकडून सादर केलेल्या सूचना अधिक मौल्यवान असतात. तंत्रज्ञानविषयक नवे उद्योग स्थापन करणारे व ज्यांनी मोठ्या धाडसानं भांडवल गोळा केलं होतं ते सरासरीनं ३८ वर्षांचे होते.

कला व विज्ञानात शिकागो येथील अर्थतज्ज्ञ डेव्हिड गॅलेन्सननं दाखवून दिलं की, लवकर यशाचं शिखर गाठणाऱ्यांचं-तरुणांचं आपण सहज स्मरण करतो. मात्र, अनेक वृद्ध वस्ताद उशिरा परिपक्व होतात. औषधांच्या शोधाच्या क्षेत्रात पाहिल्यावरही अशीच उदाहरणं आढळतात. जेम्स वॅटसननं वयाच्या पंचविसाव्या वर्षी डीएनएची दुहेरी सर्पिल रचना शोधण्यास मदत केली. रॉजर स्पेरीनं वयाच्या ४९व्या वर्षी मेंदूच्या उजव्या व डाव्या अर्धगोलातील विविध वैशिष्ट्ये शोधून काढली. चित्रपटक्षेत्रात ऑर्सन वेलेसचा *सिटिझन केन* हा त्याचा सर्वोत्कृष्ट चित्रपट. हा पहिलाच वैशिष्ट्यपूर्ण चित्रपट त्यानं वयाच्या २५ व्या वर्षीच निर्माण केला. आल्फ्रेड हिचकॉकनं आपल्या तीन दशकांच्या कारकिर्दीत *व्हर्टिगो, नॉर्थ बाय नॉर्थवेस्ट* व *सायको* हे तीन सर्वोत्तम चित्रपट अनुक्रमे वयाच्या ५९, ६० व ६१व्या वर्षी बनवले. कवितेच्या प्रांतात ई.ई. कमिंग्सनं आपली पहिली प्रभावी कविता वयाच्या बाविसाव्या वर्षी लिहिली. वयाची चाळिशी उलटण्यापूर्वीच त्याच्या सर्वोत्तम कामापैकी अर्धं काम पूर्ण झालं होतं. रॉबर्ट फ्रॉस्टनं आपल्या एकूण कवितांपैकी पुनःपुन्हा छापल्या गेलेल्या (अनेक आवृत्ती) ९२ टक्के कविता त्याच्या चाळिशीनंतर लिहिल्या होत्या. सर्जनशीलतेचं हे जीवनचक्र नाट्यमयरीत्या कोणती बाब स्पष्ट करतं? काही जण यशाचं शिखर लवकर का गाठतात आणि इतरांचा विकास उशिरा का घडून येतो?

आपण मौलिकतेच्या शिखरावर कधी पोहोचतो आणि तिथं किती काळ राहतो ते आपल्या विचार करण्याच्या पद्धतीवर अवलंबून असतं. गॅलेन्सननं जेव्हा नवनिर्मिती करणाऱ्यांचा अभ्यास केला तेव्हा नवनिर्माणाच्या दोन वेगवेगळ्या पद्धती असल्याचा त्याला शोध लागला. संकल्पनात्मक आणि प्रयोगात्मक ह्या त्या दोन पद्धती होत. संकल्पनात्मक नवनिर्माते मोठ्या कल्पना लढवतात आणि

त्या कार्यान्वित करण्यास सुरुवात करतात. प्रयोगात्मक नवनिर्माते प्रयत्न-प्रमाद पद्धतीद्वारा समस्या सोडवतात. ते करत असताना ते शिकतात व विकसित होत जातात. एखाद्या विशिष्ट समस्येवर ते काम करत असतात; परंतु प्रारंभी त्यांच्या जवळ निश्चित असा तोडगा नसतो. आधी योजना आखण्याऐवजी ते काम करत असतानाच त्या योजनेचा आराखडा ठरवतात. ई.एम.फॉस्टर म्हणतो ते पुढीलप्रमाणे थोडक्यात सांगता येईल. ''मी जे म्हणतोय ते पाहिल्याशिवाय मी काय विचार करतोय ते मला कसं समजणार?''

गॅलेन्सनच्या मते संकल्पनात्मक नवनिर्माते धावपटू असतात आणि प्रयोगात्मक निर्माते लंबी रेस (मॅरेथॉन) खेळणारे घोडे असतात. नोबेल पारितोषिक मिळवणाऱ्या अर्थतज्ज्ञांचा अभ्यास केला तेव्हा संकल्पनात्मक नवनिर्मात्यांनी आपलं सर्वाधिक प्रभाव टाकणारं काम वयाच्या ४३व्या वर्षी केल्याचं आढळलं. याउलट, प्रयोगात्मक निर्मात्यांनी आपली कामं ६१व्या वर्षी केल्याचं दिसून आलं. जेव्हा त्यानं प्रसिद्ध कवींच्या पुनःपुन्हा उद्धृत केल्या जाणाऱ्या कवितांचं विश्लेषण केलं तेव्हा संकल्पनात्मक नवनिर्मात्या लेखकांची काव्यनिर्मिती वयाच्या २८व्या वर्षी झाली होती. तुलनेनं प्रयोगात्मक नवनिर्मात्या लेखकांची सर्वोत्तम साहित्यनिर्मिती ३९व्या वर्षी झालेली होती असं आढळलं. दुसऱ्या एका स्वतंत्रपणे केलेल्या अभ्यासात भौतिकविज्ञानात नोबेल पारितोषिक मिळवलेल्या असामान्य क्षमतेच्या तरुणांमधील निम्मे वैज्ञानिक सैद्धान्तिक कार्य करणारे संकल्पनात्मक निर्माते होते. जुन्या जाणत्या भौतिक वैज्ञानिकांतील ४५ व त्यावरील वयाच्या ९२ टक्के लोकांचं कार्य प्रयोगात्मक होतं.

संकल्पनात्मक आणि प्रयोगात्मक हे मूलभूत फरक नवनिर्मात्यांमधील काही जण यशाचं मौलिक शिखर लवकर गाठतात व इतरांना विकसित होण्यास का वेळ लागतो याचं स्पष्टीकरण देतात. संकल्पनात्मक नवनिर्मिती वेगानं होऊ शकते. कारण, त्यासाठी अनेक वर्षे खर्चून शिस्तबद्ध शोध घेण्याची गरज नसते. जेव्हा वॅटसन आणि क्रिक यांनी डीएनएची दुहेरी सर्पिल रचना शोधली तेव्हा ढीगभर माहिती गोळा करण्याची त्यांना गरज नव्हती. त्यांनी एक सैद्धांतिक त्रिमिती प्रारूप बनवले आणि रोझॅलिंड फ्रँकलिननं पुरवलेल्या क्ष-किरणांच्या प्रतिमा तपासल्या. त्याच्या जोडीला महत्त्वाची संकल्पनात्मक घडामोड आधीच येण्याची शक्यता होती. कारण, जेव्हा आपण ताज्या परिप्रेक्ष्यातून समस्येला भिडतो तेव्हा आश्चर्यकारकरीत्या सहजपणं एखादी बाब समोर येते. 'संकल्पनात्मक नवनिर्माते जेव्हा प्रथम समस्येला सामोरे जातात तेव्हा बहुधा आपलं महत्त्वाचं त्या त्या विषयातील योगदान देतात,' असं गॅलेन्सनला दिसून आलं. त्यामुळंच संकल्पनात्मक नवनिर्माते एकदा समस्या सोडवण्याच्या पारंपरिक पद्धतीकडं वळले की कमी मौलिक होतात असं गॅलेन्सन स्पष्टीकरण देतो.

वाढत्या वयामुळं संकल्पनात्मक नवनिर्मात्यांची अक्षमता त्यांच्या तरुण सहकाऱ्यांच्या तेजस्वी उपलब्धीशी बरोबरी करू शकत नाही. त्यांच्या गाठीशी असलेल्या काहीशा जादूच्या कसबाचा ऱ्हास होत जातो. त्याऐवजी जमेस असलेल्या अनुभवाच्या साठ्याचा त्यांना उपयोग होतो. पक्क्या बनलेल्या विचारांच्या सवयींनी मनात केलेलं घर संकल्पनात्मक नवनिर्मात्यांचे शत्रू बनते... संकल्पनात्मक नवनिर्माते नवी महत्त्वाची उपलब्धी ताब्यात घेऊ शकणारे होऊ शकतात.

संकल्पनात्मक नवनिर्माता म्हणून आइन्स्टाईनची हीच समस्या होती. तो जेव्हा विशेष सापेक्षतेची उपपत्ती विकसित करत होता तेव्हा तो संशोधनात्मक वैज्ञानिक अभ्यास करत नव्हता, तर तो वैचारिक प्रयोग करत होता. प्रकाशकिरणाचा तो पाठलाग करत असल्यासारखं त्याला वाटत होतं. विज्ञानाला त्यानं दिलेलं महत्त्वाचं योगदान होतं ते म्हणजे कल्पना व सिद्धान्ताच्या आधारे केलेल्या प्रयोगांचं स्पष्टीकरण होय. आइन्स्टाईननं सापेक्षतेच्या तत्त्वांचं अंतर्गतीकरण (इंटर्नलाइज) केल्यानंतर त्याला क्वाँटम भौतिक विज्ञानाची मागणी असलेल्या त्या तत्त्वांपासून दूर राहण्यासाठी जिवाचा आटापिटा करावा लागला. काव्याच्या प्रांतातही ई.ई.कमिंग्सलाही अशाच प्रकारच्या अडथळ्याशी सामना करावा लागला या बाबीकडे गॅलेन्सन निर्देश करतो. आपणच भाषा, व्याकरण आणि विरामचिन्हांबाबत विशीच्या प्रारंभीच्या काळात केलेल्या नियमांबाबत विचार करताना पन्नाशीच्या जवळ आल्यावर एका टीकाकाराने म्हटले, ''कमिंग्स अद्यापही एका बाबीबाबत प्रयोगशील आहे. कमिंग्सबद्दल बुचकळ्यात टाकणारी गोष्ट म्हणजे तो नेहमी प्रगतीविषयी बोलत असतो; पण, तो स्वतः आहे तिथंच राहतो''. कमिंग्स जेव्हा ६५ वर्षांचा झाला तेव्हा आणखी एका समीक्षकानं टीका केली, ''कमिंग्स हा साहसी मौलिक कवी आहे; पण त्याची सर्व पुस्तकं अगदी एकसारखी आहेत''. अब्राहम मास्लो हा मनोवैज्ञानिक म्हणतो, ''जेव्हा तुमच्याकडे हातोडी असेल तेव्हा (समोरची) प्रत्येक गोष्ट तुम्हाला खिळ्यासारखीच दिसते''.

याउलट, प्रयोगात्मक नवनिर्मिती करताना आवश्यक असलेला ज्ञानसाठा करायला आणि कौशल्य प्राप्त व्हायला काही वर्षं अथवा दशकं लागू शकतात. मात्र, तेव्हा तो काळ अधिक टिकाऊ मौलिकतेचं संसाधन ठरतो. रॉजर स्पेरीला मांजरांवरचा व मानवांवरचा स्प्लीट ब्रेनचा प्रयोग करायला अनेक वर्षे लागली. त्याला मेंदूचे दोन अर्धगोल कसं काम करतात ते निश्चित ठरवायचं होतं. रॉबर्ट फ्रॉस्टनं त्याच्या नेहमी उद्धृत केल्या जाणाऱ्या बहुसंख्य कविता आपल्या विशीत लिहिल्या होत्या आणि फक्त आठ टक्के कविता तिशीत लिहिल्या होत्या. पण, त्याच्या चाळिशीत व नंतर साठीत त्याची कविता पुन्हा बहरली. रॉबर्ट लोवेल या कवीनं रॉबर्ट फ्रॉस्टबद्दल पुढील निरीक्षण नोंदवलं आहे. ''प्रत्येक टप्प्यावर फ्रॉस्टनं

आपली कविता महान वास्तवानं समृद्ध होईपर्यंत लोक, स्थळं यांची निरीक्षणं कसोटीला लावून पाहिली.'' एखाद्या शोधक प्रवाशाप्रमाणं फ्रॉस्टनं धाडसीपणानं जगभर बोलले जाणारे खरेखुरे संवाद लक्षपूर्वक ऐकून त्यातून कवितेला उपयोगी पडणारं साहित्य जमा केलं. ''लोकांच्या बोलण्यातून न ऐकलेले शब्द किंवा शब्दसमूह यांचा उपयोग मी कधीच करत नाही'', अशी कबुली फ्रॉस्ट देत असे. 'प्रत्येक कविता म्हणजे विविध घटकांच्या मिश्रणाचा प्रयोग होता. लेखकाला त्याचं नवल नव्हतं तसंच ते वाचकालाही नव्हतं.' हे त्याचं आवडतं ब्रीदवाक्य होतं. ''मी जेव्हा कवितेची सुरुवात करतो तेव्हा सुखान्त कविता लिहू शकणार नाही हे मला माहीत नसतं... तुम्हाला शेवट सुखी करणारा कवी हवा असतो'', असं म्हणायला त्याला आवडत असे.

संकल्पनात्मक नवनिर्मात्यांचा कल प्रारंभी मौलिक कल्पना निर्माण करण्याकडे असतो; पण, त्या कल्पनांची नक्कल करण्याची जोखीमही त्यात असते. प्रयोगात्मक कामाचा मार्ग दीर्घकालीन असतो; पण, त्यांना अनेक वेळा पुनर्नवीकरण करता येतं हे सिद्ध झालं आहे; आपल्या जुन्याच कल्पना पुन्हा सादर करण्याऐवजी प्रयोग आपल्याला सतत नव्या कल्पना शोधून काढायला सक्षम बनवत असतात. मार्क ट्वेननं आपलं *ॲडव्हेंचर्स ऑफ हकलबरी फिन* हे पुस्तक वयाच्या ४९व्या वर्षी प्रकाशित केलं. ते लिहिताना त्यानं 'प्रयत्न-प्रमाद' पद्धतीचा वापर केला. लिहिता लिहिता प्रभावी कथानक शोधलं, निश्चित रूपरेखा मनात न करता तो लिहित गेला, अशी अभ्यासकांनी नोंद केली आहे. मार्क ट्वेननं त्याबाबतीत म्हटलं आहे, ''जसजशी छोटी गोष्ट वाढत वाढत दीर्घ झाली तसतसा मूळ हेतू नष्ट झाला आणि अगदी वेगळ्याच कथानकानं मूळ कथानकावर मात केली''.

आपल्या वाढत्या वयाबरोबर आपली मौलिकता टिकवून ठेवण्यासाठी आणि त्या त्या क्षेत्रातील तज्ज्ञता गाठीशी बांधण्याचा उत्तम मार्ग म्हणजे प्रयोगात्मक दृष्टिकोन स्वीकारणं हा आहे. आपल्याला काही निर्मिती करायची असेल तर आपण काही थोड्याफार योजना आधी आखू शकतो आणि वेगवेगळ्या प्रकारच्या कामचलाऊ कल्पना व त्यावरील तोडगे यांची चाचपणी करायला प्रारंभ करतो. जर आपल्यात पुरेशी चिकाटी असेल तर काहीशा अभिनव व उपयुक्त कल्पनेशी आपण अडखळतोदेखील. प्रयोगात्मक दृष्टिकोनाचा दा विन्चीला खूप उपयोग झाला. यानं आपलं *द लास्ट सपर* हे चित्र पूर्ण केलं तेव्हा तो ४६ वर्षांचा होता. पन्नाशीच्या पूर्वार्धात त्यानं *मोनालिसाच्या* कामाला सुरुवात केली. ''चित्र रेखाटूनच त्याला त्याबाबतच्या स्वप्नाचं आकलन स्पष्ट झालं'', असं एका अभ्यासकानं लिहिलं तर दुसऱ्यानं, ''जो शिल्पकार कधीच एखादी आकृती अंतिम म्हणून स्वीकारत नाही व मातीमध्ये काम करणाऱ्या शिल्पकारासारखं मूळचे हेतू झाकोळण्याची जोखीम पत्करून काम करत राहतो'', अशी नोंद केली आहे.

मार्टिन ल्यूथर किंगही (ज्यूनि.) असाच प्रयोगात्मक नवनिर्मिती करणारा होता. नागरिक हक्कांबाबत जाहीरपणं भाषणं देण्याचं त्यानं ठरवलं होतं तेव्हा तो फक्त ३४ वर्षांचा असताना त्यानं आपलं 'स्वप्ना'बाबतचं भाषण केलं होतं. वयाच्या पंधराव्या वर्षी नागरिक हक्कांवरचं शेवटचं मौलिक भाषण त्यानं राज्यपातळीवर केलं होतं. मधली काही दशकं त्यानं आपल्या स्वप्नपूर्तीसाठी साहाय्यक होतील अशी गीतं, कविता यांची चाचपणी करण्यात घालवली. त्यानं केलेल्या हजारो भाषणांच्या रंगीत तालमींत वेगवेगळ्या संगीतरचना व धृपदांचा तो सातत्यानं वापर करत असे. एखाद्या वाकबगार जाणकाराइतका अनुभव गाठीशी बांधल्यावर त्याला मौलिकता प्राप्त करता आली. व्यवस्थापन अभ्यासक कार्ल वीक त्याचं वर्णन करताना म्हणतो, ''जुन्या बाबी नव्या बाबींशी एकत्र करून तो नव्याजुन्याचा संयोग घडवून आणतो''.

जे योग्य संधीची वाट पाहतात त्यांच्या वाट्याला उत्तम गोष्टी येतात. प्रयोगात्मक नवनिर्मिती करणाऱ्यांना मौलिक होण्यासाठी केव्हाही विलंब होत नाही. फॉलिंग वॉटर ह्या अतिशय ख्यातनाम असलेल्या वास्तुरचनेचं कंत्राट मिळाल्यावर फ्रँक लॉयड राइटनं त्याच्या अंतिम रचनेचं रेखाटन अखेर वयाच्या ६८व्या वर्षी पूर्ण केलं. तत्पूर्वी थोडीफार रेखाटनं करण्यात एक वर्षभराचा वेळ त्यानं घालवला होता. भौतिक विज्ञानातील नोबेल पारितोषिक विभागून मिळवणाऱ्या रेमंड डेव्हिसनं आपलं संशोधन वयाच्या ५१व्या वर्षी सुरू केलं आणि ते वयाच्या ८०व्या वर्षाच्या नाजूक अवस्थेत पूर्ण केलं. जेवढे अधिक प्रयोग तुम्ही करता, तितकी जुन्या कल्पनांबाबतची तुमची बंधनं कमी होतात. तुमच्या श्रोत्यांकडून, कॅनव्हासवरच्या चित्रांकडून किंवा तुम्ही जमवलेल्या माहितीच्या आधारे तुम्ही लावलेल्या शोधामधून तुम्ही शिकत असता. स्वप्नाच्या कल्पनेच्या मार्गात रुतून बसण्यापेक्षा तुमच्या सभोवतालच्या स्वप्नांच्या परिप्रेक्ष्याची अचूकता सुधारावी म्हणून तुम्ही जगाकडं नजर टाकता.

असामान्य क्षमता असणाऱ्या तरुणांसाठी पुढं वाटचाल करणं ही उत्तम योजना आहे. मात्र जुने-जाणते निपुण होण्यासाठी मॅरेथॉन धावण्याचा प्रयोग करताना (मोठं स्वप्न पाहताना) चिकाटीची गरज असते. दोन्हीही मार्ग मौलिकतेकडं नेणारेच असतात. तरीही आपल्यापैकी जे अंतर्ज्ञानाच्या अडसरात अडकून पडत नाहीत व संथ आणि नियमित गतीनं प्रयोगशील राहतात ते मौलिकतेच्या दीर्घ कालपटावर प्रकाश टाकू शकतात. ''अर्थात, प्रत्येक ६५ वर्षे वयाचा उपलब्धी प्राप्त न झालेला माणूस शोध न लावलेला प्रयोगात्मक नवनिर्माता नसतो''. लेखक डॅनियल पिंक म्हणतो, ''पण, ही बाब अव्याहतपणं कुतूहलजनक निश्चयाला उत्तेजन देणारी असू शकते. तसंच अधेमधे लुडबुड करणाऱ्या आणि सशांची अंधूकशीही भीती नसणाऱ्या कासवांना जवळ करणारी असू शकते. अथवा कुतूहलाला आणि निश्चयाला बळ देणारी असते''. (स्लो अँड स्टेडी विन्स द रेस)

५

सोनेरी स्वप्नं आणि दुसऱ्याला पराभूत करण्यासाठी केलेल्या फसव्या साधनांचा वापर

आघाडी निर्माण करणं व ती टिकवून ठेवणं

"स्टार-बेली स्नीचेसच्या
पोटावर चमचमणारे तारे
प्लेनबेली स्नीचेसची
ताऱ्यांशिवाय शरीरे
तारे नव्हते मोठे, खरं तर अगदीच चिमुकले.
त्यात काय विशेष वाटले?
पण तारे होते म्हणून, गर्वाने स्टारबेली स्नीचेस
म्हणत आम्हीच किनाऱ्यावरचे सर्वोत्तम स्नीचेस.
नाक वर करून फुरफुरताना इतरांना सांगणं
त्या प्लेनबेली स्नीचेसशी आमचं काय देणंघेणं!"

-डॉ. सूस

ल्यूसी स्टोनच्या मोठेपणाच्या आठवणी धूसर होत चालल्या आहेत; पण, अमेरिकेत ल्यूसी स्टोनखेरीज अन्य कोणीही स्त्रियांच्या मताधिकाराबद्दल काहीही केलेलं नाही. १८८५मध्ये स्त्रियांच्या हक्कांबाबत तिनं एक ठाम भूमिका मांडली. त्यामुळे हजारो लोक प्रभावित होऊन तिच्या पावलावर पाऊल टाकण्यास तयार झाले. तिला आदरांजली अर्पण करताना ते स्वतःला ल्यूसी स्टोनचे पाईक म्हणवून घेत असत. नंतरच्या शतकभरात ल्यूसी स्टोनच्या अनुयायांत वैमानिक अमेलिया अरहार्ट, कवयित्री एडना सेंट डीं. व्हिन्सेंट मिले, कलाकार जॉर्जिया

ओ'किफे यांचा समावेश होता. सध्या तिच्या अनुयायांमध्ये बेयॉन्स, शेरिल सँडबर्ग, सारा जेसिका पार्कर आणि स्पँक्सची संस्थापक सारा ब्लेकली यांचा समावेश आहे.

ल्यूसी स्टोन विवाहानंतर आपलं पूर्वाश्रमीचं नाव लावणारी अमेरिकेतील पहिली स्त्री होती. अनेक पहिल्या गोष्टी करणारी ती होती. प्रथम पदवी धारण करणारी अमेरिकेतील मॅसाच्युसेट्समधली ती पहिली स्त्री होती. 'स्त्रियांचे हक्क' या विषयातील ती पहिली पूर्ण वेळ अमेरिकन अधिव्याख्याता होती. तिच्या चळवळीला पाठिंबा देणाऱ्या अगणित लोकांना तिनं प्रथम एकत्र आणलं आणि अनेक प्रतिस्पर्ध्यांचं मन वळवून त्यांना चळवळीत सामील करून घेतलं. जाहीरपणं बोलणाऱ्या मूठभर स्त्रियांपैकी ती एक होती. स्त्रियांच्या हक्काबद्दल बोलणारी तीच एकमेव स्त्री होती. तिनं राष्ट्रीय सभांचं नेतृत्व केलं आणि देशातच स्त्रियांचं आघाडीचं वृत्तपत्र *वुमन्स जर्नल* सुरू केलं. हे वृत्तपत्र पन्नास वर्षं चाललं. कॅरी चॅपमनच्या शब्दांत सांगायचं तर, ''१९व्या घटनादुरुस्तीसाठी व स्त्रियांच्या हक्कांसाठी यशस्वीरीत्या मोहीम चालवल्यानंतर स्त्रियांना मतदानाचा हक्क प्राप्त झाला. *वुमन्स जर्नलनं* बजावलेल्या भूमिकेशिवाय मतदानाच्या हक्काची कल्पनाही करणंही शक्य नाही''.

१८५१मध्ये 'स्त्रियांचे हक्क' या विषयावर एका सभेचं आयोजन केलं गेलं होतं; पण, त्या सभेत शेवटच्या दिवशी लोकांनी आग्रह करेपर्यंत स्टोन व्यासपीठावर बोलायला उभी राहिली नव्हती. 'समाजाकडून आम्हाला बारीकसारीक किरकोळ बाबींपेक्षा अधिकाची अपेक्षा आहे', असं स्टोननं जाहीरपणं सांगितलं. राज्यांच्या कायदेमंडळांसाठी मतदान करण्याचा आणि मालमत्ता आपल्या नावावर करण्याचा स्त्रियांना हक्क मिळावा यासाठी विनंतीअर्ज करण्याचं तिनं स्त्रियांना आवाहन केलं. तिच्या या शब्दांनी स्त्रियांच्या हक्काच्या चळवळीला अग्निकुंडाचं स्वरूप प्राप्त झालं. स्टोनची ही जळजळीत भाषा अटलांटिक महासागर ओलांडून युरोपात जाऊन पोहोचली. त्यामुळे ब्रिटिश तत्त्ववेत्ते जॉन स्टुअर्ट मिल व हॅरिअट टेलर मिल प्रभावित झाले व त्यांनी आपला स्त्रियांच्या मताधिकाराबद्दलचा आपला प्रसिद्ध निबंध प्रकाशित केला. इंग्लंडमध्ये त्या निबंधानं स्त्रियांच्या मताधिकारासाठी कार्य करणाऱ्या कार्यकर्त्यांना पाठबळ मिळालं.

अमेरिकेत रोचेस्टर येथील शिक्षिका सुसान बी. अँथनीवर याचा विलक्षण प्रभाव पडला. स्टोनच्या भाषणानं प्रेरित होऊन सुसान अँथनी मताधिकाराच्या चळवळीत सामील झाली. दोन वर्षांनंतर एलिझाबेथ कॅडी स्टँटन या अन्य एका स्त्रीनं पुढील स्तुतिपर टिपण सुसान बी. अँथनीवर लिहिलं. ''तिच्याशी तुलना करता येईल अशी स्त्री आपल्याकडे नाही''.

पुढील जवळजवळ १५ वर्षं स्टोन, अँथनी व स्टँटन या तिघींनी स्त्रियांच्या मतदानाच्या अधिकारासाठी एकत्रितपण कार्य केलं. मात्र, स्त्रियांना समान हक्क मिळवण्याचं ध्येय प्रत्यक्षात येण्यापूर्वीच त्यांची ही आघाडी डळमळीत झाली.

१८६९मध्ये अँथनी व स्टँटन स्टोनबरोबरच्या आघाडीतून फुटून बाहेर पडल्या व त्यांनी आपली मताधिकारासाठीची चळवळ स्वतंत्रपणं सुरू केली. पूर्वीच्या एकत्रित आघाडीतल्या ह्या दोन गटांची एकमेकांचे पिढीजात शत्रू असल्याप्रमाणं तीव्र भांडणं होऊ लागली. त्यांनी आपापली वेगळी वृत्तपत्रे प्रकाशित करण्यास प्रारंभ केला. विनंतीअर्ज व निधी संकलनही स्वतंत्रपणं केलं जाऊ लागलं. तसंच कायदेमंडळात प्रचारही स्वतंत्रपणं होऊ लागला. इतिहासकार जीन बेकरनं, ''ह्या फुटीनं चळवळीत दुप्पट ऊर्जा खर्च होत होती. ती आकारानं लहान असली तरी संस्थात्मकदृष्ट्या मर्यादित होती'', या शब्दांत खंत व्यक्त केली. त्यामुळं स्त्रिया राजकारणासाठी अयोग्य आहेत या नेहमीच्या साचेबंद विचाराला पुष्टी मिळाली. वृत्तपत्रे एका महत्त्वपूर्ण बाबीसाठी हा लढा चालू आहे यावर लक्ष केंद्रित करण्याऐवजी त्याकडे 'कोंबड्यांची झुंज' म्हणून पाहिल्यासारखा हा प्रकार आहे या विचाराला प्रोत्साहन देत होती. स्टोनच्या संघटनेतील नेत्यांना फोडण्याची एक योजना अँथनीनं आखली. अँथनी व स्टँटन यांनी स्टोनविरोधात दाखवलेलं शत्रुत्व इतकं प्रखर होतं की स्त्रियांच्या मताधिकार चळवळीच्या इतिहासातून त्यांनी स्टोनला हद्दपार केलं. स्टँटनच्या मुलीलाही हे सगळं घृणास्पद वाटलं. स्टोनच्या ह्या चळवळीतील सहभागाबद्दल प्रकरण लिहून तिनं आईनं केलेली चूक दुरुस्त केली. ह्या तीनही नेत्यांची हाती घेतलेल्या कामाबद्दल विलक्षण बांधिलकी असूनही त्याची अखेर संतप्त व विध्वंसक संघर्षात का झाली?

ध्येयाच्या दिशेनं वाटचाल चालू राहावी म्हणून मौलिक लोक कशा आघाड्या करतात, केल्या जाणाऱ्या आघाड्यांमध्ये येणाऱ्या अडचणींवर कशी मात करतात याचा मागोवा या प्रकरणात घेतला आहे. सर्वसाधारणतः 'जैसे थे' परिस्थिती बदलण्यासाठी केल्या जाणाऱ्या पुष्कळशा प्रयत्नांत अल्पसंख्याकांचा गट चळवळीत सामील होऊन बहुसंख्याकांच्या गटाला आव्हान देतो. आघाड्या बलवान असतात. मात्र, त्या स्वभावतः अस्थिर असतात. सदस्यांबरोबर असलेल्या व्यक्तिगत नातेसंबंधांवर त्यांचं अस्तित्व मोठ्या प्रमाणावर अवलंबून असतं. ल्यूसी स्टोनची सुसान बी. अँथनी व स्टँटनबरोबरच्या मताधिकाराच्या चळवळीसाठी केली गेलेली सर्वांत महत्त्वाची आघाडी मोडून ती जवळजवळ मरणपंथाला लागली. आपल्या आव्हानाच्या विश्लेषणाद्वारे आणि स्वतःच्या कल्पनेला एक संधी द्यावी यासाठी चाणाक्ष उद्योगपतीनं केलेला संघर्ष, जवळजवळ पूर्ण न झालेला; पण, नंतर लोकप्रिय झालेला डिस्नेचा चित्रपट तसंच occupy wall Street या उदाहरणांवरून मजबूत प्रभावी आघाडी उभारण्यात प्रगतिशील धोरणं आणि व्यावहारिक गुण यांचा नाजूक समतोल साधावा लागतो हे लक्षात येतं. 'ओ कॅनडा' ह्या गीताचं गायन आघाडीला का मदत करू शकतं, सामान्य डावपेच सर्वसाधारण गुणवत्तेपेक्षा अधिक प्रभावी का ठरू शकतात, पश्चिमेकडील राज्ये पूर्वेकडील व दक्षिणेकडील

राज्यांपेक्षा मतदानाचा अधिकार अधिक लवकर का जिंकू शकतात आणि मित्रापेक्षा शत्रूला जोडीदार बनवणं अनेकदा का शहाणपणाचं का ठरतं, याचा ह्या प्रकरणात उलगडा केला जाईल.

आघाडी बनवण्याची गोल्डीलॉक्स ही उपपत्ती या अंतर्ज्ञानाची गुरुकिल्ली आहे. चळवळ सुरू करणारे मौलिक लोक अनेकदा तिचे सदस्य असतात. नेत्यांच्या कल्पना व आदर्श त्यांच्या अनुयायांसाठी अनेकदा अतिशय सनसनाटी वाटणारे असतात. विरोधी गटाबरोबर आघाडी करताना चळवळीचा मूळ हेतू सौम्य स्वरूपात सांगणं श्रेयस्कर असतं. त्यामुळे शक्य तितकी शांतता प्रस्थापित करता येते. तरीही आघाडीतील घटकांना सामील करून घेताना मूळ हेतूचं विस्मरण होऊ देता कामा नये. त्यासाठी फार जहाल वा फार मिळमिळीत संदेश न जाता योग्य मध्यम मार्गाची गरज असते.

आत्ममग्नतेचे सूक्ष्म भेद

समान ध्येय समोर असले, तर विविध गट एकत्र येतात असं आपण गृहीत धरतो. वास्तवात मात्र, अनेकदा असे गट एकमेकांपासून दूर गेलेले दिसतात. डार्टमाउथमधील मनोवैज्ञानिक ज्यूडिथ व्हाईटच्या मते हे तडे अथवा दूरत्व समजून घेण्यासाठी क्षितिजसमांतर शत्रुत्वाच्या संकल्पनेचं भिंग उपयोगी पडतं. जरी मूलभूत उद्दिष्टात ते गट सहभागी होत असले, तरी पुरोगामी गट अनेकदा मुख्य प्रवाहातील गटांना कमी लेखून त्यांना संपवून टाकतात. शतकापूर्वी सिग्मंड फ्रॉइडनं लिहिलं होतं, ''अन्यथा, एकसारख्या असणाऱ्या लोकांमधील सूक्ष्म मतभेद अचूकतेनं वेगळेपणाच्या व शत्रुत्वाच्या भावनेच्या पायाचा आधार बनतात''.

क्षितिजसमांतर शत्रुत्व सर्वत्रच आढळून येतं असं व्हाइटचं निरीक्षण आहे. जेव्हा बहिऱ्या स्त्रीनं 'मिस अमेरिका'चा मुकुट पटकावला तेव्हा विजयी म्हणून तिच्या यशाचं कौतुक शब्दांनी केलं नाही तेव्हा बहिऱ्या-मुक्यांसाठी कार्य करणाऱ्या कार्यकर्त्यांनी निषेध व्यक्त केला. ती पूर्णतः बहिरी नव्हती त्यामुळं चिन्हांची भाषा न वापरता तिनं बोलून त्या सन्मानाला उत्तर दिलं. जेव्हा अमेरिकेतील एका विद्यापीठात उजळ काळ्या वर्णाच्या स्त्रीची कायद्याची प्राध्यापिका म्हणून नेमणूक केली गेली तेव्हा तेथील काळ्या विद्यार्थ्यांच्या संघटनेनं ती पुरेशी काळी नाही, ह्या मुद्द्यावरून तिच्या नेमणुकीला हरकत घेतली. एका पुरोगामी पर्यावरणवादी कार्यकर्त्यानं ग्रीन पीसच्या मुख्य प्रवाहातील कार्यकर्त्याची 'पर्यावरणाच्या छोट्याशा फायद्यानं प्रेरित झालेला निर्विकार राक्षस', अशा शब्दांत संभावना केली. हरित चळवळीच्या एकात्मतेला त्याच्यापासून धोका आहे या कारणास्तव त्याला दूर करण्यात आलं होतं. अशा प्रकारचं शत्रुत्व का असतं याचं स्पष्टीकरण विविध चळवळींत आणि

अल्पसंख्य गटांत क्षितिजसमांतर वैर याबाबतच्या व्हाइटच्या नेतृत्वाखाली झालेल्या मनोवेधक संशोधनातून मिळतं.

एका अभ्यासानुसार व्हेगन आणि शाकाहारी सदस्यांनी आपल्या व अन्य एका गटातील लोकांचं सर्वसामान्य लोकांच्या तुलनेत मूल्यमापन केलं. व्हेगन असणाऱ्यांबद्दल शाकाहारी लोकांनी जितकं पूर्वग्रहदूषित मत व्यक्त केलं त्याच्या तिप्पट पूर्वग्रहदूषित मत व्हेगननी शाकाहारी लोकांबद्दल व्यक्त केलं. अगदी कडव्या व्हेगन्सच्या नजरेला मुख्य प्रवाहातला सर्वसामान्य शाकाहारी माणूस विचारशून्य अनुयायासारखा वाटतो. जर त्यांना खरोखरच हेतूविषयी काळजी असती तर त्यांनी अंड्यासारखे प्राणिजन्य पदार्थ खाल्ले नसते. ग्रीसमधील दुसऱ्या एका अभ्यासात कडव्या परंपरावादी पक्षाच्या सदस्यांनी उदारमतवादी पक्षाच्या सदस्यांपेक्षाही त्याच विचाराच्या पक्षाच्या सदस्यांचं प्रतिकूल मूल्यमापन केलं. कमालीच्या उदारमतवादी पक्षाच्या सदस्यांनी पक्षातील कडव्या पारंपरिक ज्यूंनी ज्यू स्त्रिया धर्माचं पालन करत नाहीत वा धार्मिक सणवार पाळत नाहीत अशा ज्यू स्त्रियांच्या मानानं परंपरावादी ज्यू स्त्रियांचं मूल्यमापन अधिक नकारात्मक केलं. जर तुम्ही खरे श्रद्धावान असाल तर तुम्हाला प्रवेश मिळेल, असा स्पष्ट इशारा यातून दिला गेला आहे. कडव्या गटाबरोबर तुम्ही जितकी ओळख पटवाल तितकं अधिक तुमच्या मूल्यांना धमक्या देणाऱ्या नेमस्त गटापेक्षा तुम्हाला त्यांच्यापासून वेगळं दाखवणं कठीण होईल.

अशा प्रकारच्या क्षितिजसमांतर शत्रुत्वामुळं सुसान बी अँथनी आणि एलिझाबेथ कॅडी स्टँटन या दोघी ल्यूसी स्टोनपासून विभक्त झाल्या. अँथनी व स्टँटन तुलनेनं पुरोगामी होत्या. स्टोन मुख्य प्रवाहाशी अधिक जोडलेली होती. त्यांच्यातील ऐक्याला १८६६मध्ये तडा गेला. आफ्रिकन-अमेरिकनांवरचा राजकीय प्रभाव कमी करण्यासाठी स्त्रियांचा पाठिंबा मिळेल, असा जॉर्ज फ्रान्सिस ट्रेनला विश्वास वाटत होता. जॉर्ज फ्रान्सिस ट्रेन ह्या वंशवादी म्हणून प्रसिद्ध असलेल्या व्यक्तीला अँथनी व स्टँटन यांनी आपल्या चळवळीत सहभागी करून घेतलं. त्या दोघींनी ट्रेनला मोहिमेत घेतल्याबद्दल व त्यांच्या प्रयत्नांना तो करत असलेली आर्थिक मदत पाहून ल्यूसी स्टोन चिडली.

अँथनी व स्टँटन यांनी आफ्रिकन-अमेरिकन पुरुषांना मताधिकार मान्य केला जावा या १५व्या घटनादुरुस्तीच्या प्रस्तावाला विरोध केला तेव्हा ही भेग अधिक रुंदावली. त्यांनी एक दुर्धर प्रस्ताव मांडला. जर स्त्रियांना मताधिकाराचा अधिकार मिळणार नसेल तर तो अन्य अल्पसंख्य गटांनाही मिळता कामा नये अशी त्यांनी भूमिका घेतली. त्यांची भूमिका केवळ लवचीकच नव्हे, तर पुरोगामी होती. शिवाय, त्या दुरुस्तीला अनुकूल असणाऱ्या उदारमतवादी गटापर्यंत पोहोचण्याचा त्यांचा प्रयत्न होता. स्टोन एखादा कायदा संपुष्टात आणणाऱ्याला अधिक सहानुभूती दाखवणारी होती. समान हक्कांच्या सभेत बोलताना आघाडी चालू ठेवण्याचा मनोदय

तिनं व्यक्त केला. तिनं काळे कार्यकर्ते व अँथनी आणि स्टँटन यांच्यात समझोता घडवून आणण्याचा प्रयत्न केला.

दोन्ही बाजू कदाचित बरोबर असतील; ...स्त्रियांकडेही ज्याची खोली मोजता येणार नाही अशा चुकांचा खजिना होता व नीग्रोंकडेही समजण्यापलीकडच्या चुकांचा खजिना असतो... पंधराव्या दुरुस्तीसाठी मी परमेश्वराला धन्यवाद देते आणि प्रत्येक राज्य ती दुरुस्ती स्वीकारील अशी मी आशा करते. त्या भयानक खड्ड्यातून कोणी बाहेर आला तर मी त्याला धन्यवाद देईन.

अँथनी व स्टँटन यांना ल्यूसी स्टोननं काळ्या पुरुषांच्या मतदानाच्या हक्काला दिलेला पाठिंबा म्हणजे स्त्रियांच्या मतदानाच्या हक्काला दिलेला मोठा धोका आहे असं वाटत होतं. संयुक्त संघटनेशी असलेली बांधिलकी त्यांनी तोडली आणि पुढील आठवड्यात आपल्या स्त्रियांच्या स्वतंत्र मताधिकार राष्ट्रीय संघटनेची घोषणा केली. मे १८६९मध्ये स्टोन व तिच्या सहकारी गटानं एक पत्रक प्रसिद्ध करून त्यामार्फत अधिक सर्वंकष संघटना स्थापण्याबाबत आवाहन केलं. मात्र, त्याला फारसा प्रतिसाद मिळाला नाही. पानगळीच्या ऋतूपर्यंत आपला स्वतंत्र गट स्थापन करण्यावाचून त्यांना पर्याय उरला नाही. दोन दशकांहून अधिक काळ दोनही संस्था परस्परांत अंतर राखून होत्या. एकाच कारणासाठी स्वतंत्रपणं झटत होत्या आणि अन्य ठिकाणी इतरांच्या कार्याला छेदही देत होत्या.

स्त्रियांची मताधिकाराची चळवळ दुभंगल्यावर ल्यूसी स्टोनला तसंच अँथनी आणि स्टँटनला नवी आघाडी करण्याची गरज भासू लागली. त्यांना एका अनपेक्षित ठिकाणाहून – वुमेन्स ख्रिस्टियन टेंपरन्स युनियनकडून पाठिंबा मिळाला. ही संस्था अल्कोहोलच्या नशेत वापरल्या जाणाऱ्या अपशब्दांविरोधात लढण्यासाठी स्थापन झाली होती. दारुडे पुरुष अनेकदा आपल्या बायकांना शिव्या देत असत. दारूच्या व्यसनांमुळं त्यांची कुटुंबं दारिद्र्याच्या खाईत लोटली जात असत. याउलट, मताधिकारासाठी झटणाऱ्या गटांच्या विरोधात डब्ल्यूसीटीयू (विमेन्स ख्रिस्तियन टेम्परन्स युनियन) अतिशय परंपरावादी होती. तिचे सदस्य अतिशय पारंपरिक होते. त्यामध्ये मध्यम वर्गीय आणि उच्च-मध्यम वर्गीय स्त्रिया होत्या. त्या कडवी धार्मिक श्रद्धा असणाऱ्या तसंच पारंपरिक मूल्य जपणाऱ्या होत्या. तरीही कशा कोण जाणे डब्ल्यूसीटीयू आणि मताधिकारासाठी झगडणाऱ्या आघाड्या प्रत्येक राज्यात निर्माण झाल्या. मताधिकारासाठी झटणाऱ्या गटांनी डब्ल्यूसीटीयूला आपल्या चळवळीत सामील करून घेण्याची कारणं स्पष्ट होती. मताधिकाराची चळवळ कायदेमंडळावर प्रभाव पाडण्यात कमी पडत होती. मताधिकारविरोधी संघटना जोर धरत होती व त्या संघटना स्त्रियांच्या मताधिकार चळवळीविरोधात कार्य करत होत्या. परिणामी,

मताधिकार चळवळ डळमळीत होत होती. १८८०च्या दशकाच्या प्रारंभी स्टँटन व अँथनी यांच्या संघटनेच्या सदस्यांची संख्या कमी होऊन ती जेमतेम शंभर राहिली होती. दरम्यान डब्ल्यूसीटीयू सदस्यसंख्येचा स्फोट अनुभवत होती. तिची सदस्यसंख्या १८७४मध्ये काही हजार होती, ती १८७६मध्ये १३ हजार झाली आणि १८९०पर्यंत ती लाखाच्या घरात पोहोचली. देशातील सर्वांत मोठ्या स्त्री-संघटनेच्या पाठिंब्यानं मताधिकार चळवळ अर्थपूर्ण प्रगती करू शकणार होती. डब्ल्यूसीटीयू ही संघटना मताधिकार चळवळीत सहभागी होण्यास का तयार झाली हे एक कोडंच आहे.

एका चातुर्यपूर्ण प्रयोगात स्टॅन्फर्ड येथील स्कॉट विल्टरमूथ आणि चिप हीथ या संशोधकांनी तीन लोकांचा एक गट असे गट करून त्यांना 'ओ कॅनडा' हे राष्ट्रगीत एकाच वेळी पण वेगवेगळ्या परिस्थितींत ऐकवले. नियंत्रित स्थितीतील गट राष्ट्रगीत गायले जात असताना त्यातील शब्द मनातल्या मनात म्हणत होते. प्रायोगिक गट ते गाणं मोठ्यानं गात होता. नियंत्रित गटातील लोकांनीही ते गाणं गायलं, पण एकत्रितपणं नाही. प्रत्येक व्यक्ती ते गाणं वेगळ्याच सुरात ऐकत होती.

या प्रयोगात सहभागी झालेल्यांना आपल्या गायनाची चाचणी घेतली जात आहे असं वाटत होतं; परंतु, नंतर त्याला वेगळं वळण देण्यात आलं. गायनानंतर त्यांना दुसऱ्या एका अभ्यासात गुंतवण्यात आलं. त्या ठिकाणी त्यांना पैसे स्वतःजवळ ठेवण्याची किंवा गटामध्ये वाटून सहकार्य करण्याची संधी देण्यात आली होती. ज्यांनी काही मिनिटं गायनात घालवली त्यांच्या वर्तनावर त्याचा परिणाम व्हायला नको होता. पण, तो झाला. ज्या गटांनी गाणं एकत्रितपणं गायलं त्यांनी अधिक लक्षणीयरीत्या पैसे वाटून घेतले. त्यांनी वेगळ्या वातावरणातील सहकाऱ्यांपेक्षा परस्परांविषयीच्या आपल्या भावना एखाद्या संघाप्रमाणं असल्याचं दाखवून दिलं.

समान मूल्यं असणाऱ्या गटाशी आघाडी करताना आपण मुत्सद्देगिरीतील डावपेचात सहभागी होण्याच्या बाबींकडं दुर्लक्ष करतो. अलीकडेच वूसेक, जुंग आणि ब्रेडन किंग या नॉर्थ वेस्टर्न विद्यापीठातील आणि सारा सोल या स्टॅन्फर्ड विद्यापीठातील समाजवैज्ञानिकांनी सामाजिक चळवळीत उदयाला आलेल्या वेगळ्या आघाड्यांचा मागोवा घेतला. उदा., पर्यावरणीय कार्यकर्ते व 'गे' लोकांच्या हक्कासाठी कार्य करणारे कार्यकर्ते, स्त्रीवादी चळवळ आणि शांतता चळवळ, नौदल ठाणे आणि मूळ अमेरिकन वंशाचे लोक इत्यादी. आघाडीचं भाकीत ठरवणारा महत्त्वाचा घटक म्हणजे डावपेचातील भागीदारी असं संशोधकांना आढळलं. जरी ते वेगवेगळ्या कारणांसाठी झटत असले तरी ह्या गटांना एकत्र येण्याची ओढ वाटते व त्यासाठी ते समान पद्धतीचा वापर करतात. जर तुम्ही गेलं दशकभर निषेध व मोर्चात सामील होण्यात घालवली असली तर समान ध्येयासाठी कार्य करणाऱ्या अन्य संघटनांबरोबर व समुदायाबरोबर ओळखीची भावना निर्माण होणं सुलभ होतं.

आघाडीची भरभराट होण्यासाठी केवळ समान ध्येयं पुरेशी नसतात, असं स्टोनच्या लक्षात आलं. ती नोंद करते, ''लोकांमध्ये त्यांना वाटणाऱ्या उत्तम पद्धती व साधनं यांतही मतभेद असतात''. स्टँटन पुढील बाबींकडं निर्देश करते. ''संघटना दोन गटांत विभागते तेव्हा पद्धतीमधील वेगळेपणा हा मुख्य वादग्रस्त प्रश्न असतो.'' स्टोनची राज्यपातळीवर अनेक मोहिमांशी बांधिलकी होती. अँथनी व स्टँटन यांना फेडरल संविधानात्मक दुरुस्ती हवी होती. स्टोननं आपल्या संघटनेत पुरुषांना सामील करून घेतलं होतं. अँथनी व स्टँटन फक्त स्त्रियांनाच सदस्यत्व देण्याबाबत अनुकूल होत्या. बदल घडवून आणण्यासाठी स्टोनचा भर भाषणं व सभांवर होता. अँथनी व स्टँटन यांचा अधिक भर संघर्षात्मक बाबींवर होता. त्याचबरोबर अँथनी त्याच वेळी अवैध मतदान करत असे व अन्य स्त्रियांनाही तोच कित्ता गिरवण्यासाठी प्रोत्साहन देत असे.

मताधिकाराच्या लढ्यासाठी ज्यांनी टेम्परन्सच्या कार्यकर्त्यांबरोबर आघाडी केली ते कार्यकर्ते आपल्या पद्धतीमध्ये अधिक नेमस्त झाले होते. त्यामुळं दोन्ही गटांना समान मुद्दे शोधण्यास मदत झाली. त्याच वेळी त्या दोघी स्थानिक डब्ल्यूसीटीयू क्लबसबरोबर संघटन करत होत्या. ल्यूसी स्टोननं मताधिकार क्लब्स सुरू केले. दोनही गटांना प्रचाराचा आणि प्रकाशनांचा विस्तृत इतिहास होता. त्यांनी राज्याच्या कायदेमंडळांपुढे बोलणं आणि प्रचार करणं, लेख प्रसिद्ध करणं, मेळावे भरवणं आणि संबंधित साहित्याचं वितरण करणं, चर्चा घडवून आणणं आणि मताधिकाराच्या मागणीसाठी सभा घेणं ही कामं एकत्रितपणं करायला प्रारंभ केला. मताधिकारासाठी चळवळ करणाऱ्या टेम्परन्सच्या कार्यकर्त्यांनी स्त्रियांना मतदानाची परवानगी मिळावी म्हणून लोकांची मनं वळवली. हे करत असताना मताधिकारासाठी झटणाऱ्यांनी मित्र लाभावेत म्हणून एका उत्तम तत्त्वाचा शोध लावला. त्याचा उपयोग एका तरुण दूरदृष्टी असणाऱ्या उद्योजिकेनं प्रभावीपणं करून घेतला. कल्पनेला एक संधी देण्याचा प्रस्ताव तिनं तिला नकार देणाऱ्यांसमोर मांडला व त्या नकाराचं होकारात रूपांतर करून घेतलं.

शीघ्रकोपी पुरोगामी

२०११मध्ये कॉलेजच्या वरच्या वर्गातली मेरिडिथ पेरी नावाच्या एका विद्यार्थिनीला तंत्रज्ञानाबाबत काहीतरी मूलभूत चूक झाल्याचं दृष्टोत्पत्तीस आलं. फोन करण्यासाठी तिला वायरची गरज नव्हती किंवा आंतरजालाशीही जोडून घेण्याचं काही कारण नव्हतं. ज्यासाठी पूर्वी वायरची गरज भासत असे, त्या सर्व गोष्टी तिला आता विना वायर करण्याची सुविधा होती. आपल्या छात्रनिवासाच्या खोलीत ती बसली होती. ती अद्याप जुन्यापुराण्या उपकरणाच्या घटकाद्वारा भिंतीला चिकटूनच बसली होती.

आपला फोन व संगणक वापरण्यासाठी तिला विना वायर ऊर्जा हवी होती. आपला फोन व संगणक वापरण्यासाठी तिला ही उपकरणं भिंतीवरील प्लगमध्ये जोडणं आवश्यक होतं. तिला विना वायर ऊर्जा हवी होती.

हवेतून ज्यामध्ये ऊर्जास्रोत येऊ शकेल अशा गोष्टींवर ती विचार करू लागली. दूरदर्शनचा रिमोट फारच दुबळा होता. रेडिओलहरीही अतिशय क्षीण होत्या. क्ष-किरणही कमालीचे धोकादायक होते. भौतिक कंपनांचं ऊर्जेत रूपांतर करता येऊ शकेल असं एक उपकरण तिला अचानक सापडलं. जर ते आगगाडीखाली ठेवलं तर गाडीनं तयार केलेली ऊर्जा ते गोळा करू शकेल. अर्थात ऊर्जा गोळा करण्यासाठी लोकांनी गाडीभोवती गोळा होणं व्यवहार्य नव्हतं. ध्वनी कंपनलहरींमार्फत प्रवास करतो ह्याची तिला जाणीव होती. अदृश्य व शांत श्राव्यातीत (अल्ट्रासाउंड) ध्वनीचा कंपनलहरी निर्माण होण्यासाठी ती उपयोग करू शकली तर काय घडेल?

तिच्या भौतिकविज्ञानाच्या प्राध्यापकांनी हे अशक्य असल्याचं तिला सांगितलं. अल्ट्रासॉनिक (माणसं ऐकू शकतील त्यापेक्षा उच्च श्राव्यध्वनी) अभियंत्यांनीही त्यांचीच 'री' ओढली. या प्रयत्नांवर ती आपला वेळ फुकट दवडत असल्याचं जागतिक कीर्ती मिळवलेल्या काही वैज्ञानिकांनी तिला सांगितलं. तितक्यात तिनं एक शोधस्पर्धा जिंकली. त्यानंतर चार आठवड्यांनी भरलेल्या एका डिजिटल परिषदेत एका पत्रकारानं त्या तंत्रज्ञानाचा उपयोग करून दाखवण्याचं तिला आव्हान दिलं. संकल्पनेचा पुरावा होता; परंतु, तिच्याजवळ कृतीशील पुरावा नव्हता. 'आधी कोंबडी की आधी अंडं', ही समस्या तिच्या पुढे होती. प्रतिकृतीचा एक नमुना निर्माण करण्यासाठी तिला निधीची गरज होती; परंतु, तिची कल्पना इतकी पुरोगामी होती की गुंतवणूकदारांना प्रथम नमुना डोळ्यांखालून घालण्याची इच्छा होती. त्या तंत्रज्ञानाची सुरुवात करणारी ती एकमेव संस्थापक होती. तिला अभियांत्रिकीची पार्श्वभूमी नव्हती. पुढे वाटचाल करण्यासाठी तिला पाठीराख्यांची गरज होती.

त्यानंतर तीन वर्षांनी पेरीची व माझी भेट एका गुगल समारंभात झाली. मार्क क्यूबन, मारिसा मेयर आणि पीटर थील यांच्या संस्थापक निधीतून मिळालेल्या ७५०,००० डॉलर्स या प्रारंभिक रकमेतून तिच्या चमूनं पहिला कार्यान्वित होणारा नमुना नुकताच तयार केला होता. तो नमुना तारेपेक्षा अधिक वेगानं दूरवरची उपकरणं विद्युतभारित करू शकत होता आणि ग्राहकांसाठी दोन वर्षांत तो नमुना तयार होणार होता. २०१४च्या अखेरीर्यंत यू बीम या तिच्या कंपनीनं १८ स्वामित्व हक्क मिळवले आणि १० दशलक्ष डॉलर्सची रक्कम या साहसी प्रकल्पासाठी गोळा केली होती. पेरीनं बिल क्लिंटन आणि नोबेल पारितोषिक विजेता स्नूप डॉग यांच्या बरोबर व्यासपीठावर बसण्याचा मान मिळवला होता. तिलाच एकटीला श्रोतृवृंदानं उभं राहून मानवंदना दिली होती. हे उत्पादन किती चागंलं कार्य करील यावर चर्चा

चालू राहिली. मात्र तिनं त्या तंत्रज्ञानाची व्यवहार्यता (व्हाएबिलिटी) सिद्ध करून मूलभूत अडथळ्यांवर मात केली होती. पेरी म्हणाली होती, ''सध्या कंपनीत काम करणाऱ्या प्रत्येकाला ही बाब शक्य होईल असं वाटत नव्हतं. किंबहुना त्याबाबत प्रत्येकाच्या मनात साशंकता होती''.

'जैसे थे' परिस्थितीशी दोन हात करताना प्रत्येक मौलिकाला सहज कराव्या लागणाऱ्या तीव्र संघर्षाचा पेरीलाही सामना करावा लागला. त्यासाठी महत्त्वाच्या शेअरधारकांच्या संभाव्य साशंकतेवर मात करावी लागली. तिचे प्रारंभीचे प्रयत्न फसले. तेव्हा तिनं त्या क्षेत्रातल्या तंत्रज्ञानविषयक तज्ज्ञांच्या भेटी घेतल्या. हे सर्व तज्ज्ञ गणित व भौतिकविज्ञानातील चुका शोधण्यात कमालीचे तयार होते. त्यामुळं तिच्या बरोबर काम करण्याचा विचारही त्यांच्या मनात कधी आला नव्हता. ती त्यांना नंतर पैसे देण्याच्या बोलीवर कंत्राटदार म्हणून काम करण्यास बोलावत होती; पण, आपल्याला पैसे कधीच मिळणार नाहीत असं त्यांना वाटल्यानं त्या प्रस्तावाचा काहीच उपयोग झाला नाही.

अखेरीस, प्रभावाच्या संदर्भात ऐकलेल्या समंजसपणाच्या प्रत्येक बाबीवर ती आरूढ झाली. (त्याबाबत विचार करू लागली.) ती काय निर्माण करू इच्छिते ते सांगणं तिनं सोडून दिलं. वायरलेस ऊर्जा निर्माण करण्याची योजना स्पष्ट करून सांगण्याऐवजी तिला हव्या असलेल्या तंत्रज्ञानाची साद्यंत माहिती ती पुरवू लागली. तिचा जुना संदेश होता, 'मी हवेतून दूरवर ऊर्जा पाठवण्यासाठी ऊर्जेपासून तयार होणारी ट्रान्सड्यूसर विद्युतयंत्रणा उभारण्याचा प्रयत्न करत आहे'. तिच्या नव्या संदेशात मूळ हेतू झाकला गेला होता. 'ह्या तीन प्रचलांसह ट्रान्सड्यूसरची रचना करू शकेल अशा व्यक्तीच्या शोधात मी आहे. तुम्ही हा भाग बनवू शकाल का?' हा तिचा नवा संदेश होता.

ह्या बदललेल्या दृष्टिकोनाचा उपयोग झाला. तिनं दोन ध्वनिविषयक तज्ज्ञांना बोलावून ट्रान्समीटरची रचना करण्यास सांगितलं. एका इलेक्ट्रिकल अभियंत्याला इलेक्ट्रॉनिक्सची रचना करायला सांगितलं. ''ह्या सर्व गोष्टी एकाच वेळी माझ्या डोक्यात आल्या. वाइटात वाईट काय होईल तर कोणीतरी माझ्यावर खटला भरेल'', असं पेरी कबूल करते. ''माझं ज्ञान आणि कौशल्य लक्षात घेता माझ्याकडं दुसरा मार्ग नव्हता''. लवकरच तिच्या मंडळावर ऑक्सफर्ड व स्टॅन्फर्ड येथून डॉक्टरेट मिळवलेल्या व्यक्ती सहयोगी म्हणून आल्या. त्यांच्या पदव्या गणित आणि सदृशीकरणातील होत्या. त्यांनी ही कल्पनेची उपपत्ती तात्त्विकदृष्ट्या प्रत्यक्षात आणता येण्यासारखी आहे ही बाब निश्चित केली. त्यासाठी प्रारंभिक निधी आणि वाकबगार अधिकाऱ्याची नेमणूक पुरेशी होती. हा अधिकारी सुरुवातीला अतिशय संशयग्रस्त होता. ''मी त्याला माझे सगळे स्वामित्व हक्क दाखवले तेव्हा तो म्हणाला, 'ते जाऊ दे. ह्यानंच काम होऊ शकेल.'''

लोकप्रिय टेड संभाषणात व पुस्तकात सायमन सिनेक म्हणतो की, तुम्हाला लोकांना प्रेरित करायचं असेल तर 'का' या प्रश्नानं प्रारंभ करा. आपण जर आपल्या कल्पना, आपल्या उत्पादनाला मार्गदर्शन करणारा हेतू यामागील दूरदृष्टी इतरांना सांगू शकलो तर लोक आपल्या मागे गोळा होतील. हा सल्ला उत्तम आहे. जेव्हा तुम्ही 'जैसे थे' स्थितीला आव्हान देत काहीतरी मौलिक करू पाहता तेव्हा आपल्या 'का' या प्रश्नाचं स्पष्टीकरण तुम्ही काळजीपूर्वक द्यायला हवं. नैतिक परिवर्तनाची धुरा सांभाळणारे जेव्हा आपल्या 'का' या प्रश्नाचं स्पष्टीकरण देतात तेव्हा त्यामध्ये खोलवर रुतून बसलेल्या समजुतींशी खोलवर संघर्ष होण्याची जोखीम असते. जेव्हा काय काय शक्य आहे या कल्पनेच्या पलीकडे उडी मारवी लागते. तेव्हा शक्यतेच्या सर्व कल्पनांची मोडतोड होण्याची शक्यता असते.

यशस्वी होण्यासाठी मौलिकांना अनेकदा संयत पुरोगामी बनावे लागते, असे डेब्रा मेयेर्सन आणि मॉरिन स्कली या संशोधकांना आढळून आले आहे. परंपरेपासून फारकत घेणाऱ्या व नेहमीच्या तत्त्वाच्या विरुद्ध जाणाऱ्या कल्पनांवर त्यांची श्रद्धा असते तरीही आपल्या कल्पना कमी धक्कादायक व्हाव्यात म्हणून ते आपल्या पुरोगामित्वाबाबत फारसे आग्रही राहत नाहीत. मेरिडिथ पेरी अशीच संयत पुरोगामी होती. तिनं असंभवनीय वाटणाऱ्या कल्पनेचे अतिशयोक्तिपूर्ण लक्षण धूसर करून ती संभवनीय केली. जेव्हा तांत्रिक तज्ज्ञांचं मन तिच्या बरोबर धाडसी काम करण्यासाठी ती वळवू शकली नाही तेव्हा आपला मूळ हेतू बाजूला ठेवून तिच्या बरोबर थोडं काम करण्यासाठी तिनं त्यांची खात्री पटवून दिली.

'का'पेक्षा 'कसं' या प्रश्नावर लक्ष केंद्रित करून तिनं लोकांना कमी पुरोगामी होण्यास मदत केली. एका प्रयोगाच्या मालिकेत जेव्हा जहाल राजकीय दृष्टिकोन असणाऱ्यांना त्यामागील कारणपरंपरा स्पष्ट करण्यास सांगितलं तेव्हा ते आपल्या मुद्द्याला चिकटून बसले. 'का' या स्पष्टीकरणानं त्यांना आपली समजूत पक्की करण्याचा आधार मिळाला. मात्र, जेव्हा जहाल धोरणाचे परिणाम कसे होतात याबद्दल स्पष्टीकरण देण्यास सांगितलं तेव्हा ते अधिक नेमस्त झाले. आपल्या आकलनातील कच्च्या दुव्यांशी कसा सामना करायचा याचा विचार करताना आपले काही टोकाचे दृष्टिकोन अव्यावहारिक असल्याचं कसं जाणवून द्यायचं हेही ठरवावं लागतं.

आघाड्या करताना मौलिक खऱ्या स्वप्नाला दडवून ठेवून आपल्या पुरोगामीवादाला (फसव्या पद्धतीनं) मुरड घालू शकतात. अमेरिकेचा नौदल लेफ्टनंट जोश स्टाईनमन सिलिकॉन व्हॅलीप्रमाणं तंत्रज्ञानविषयक हब लष्करी तळाबाहेर सुरू करण्याचं एक भव्य स्वप्न पाहत होता. जर त्यानं नौदलाच्या पुनर्नवीकरणाचा विचार करणारा जंगी प्रस्ताव मांडला, तर त्याला विरोध होईल हे स्टाईनमन ओळखून होता. त्यामुळे त्यानं सावध पवित्रा घेतला. त्यानं नौदलाचा प्रमुख अँडमिरल

जोनाथन ग्रीनर्ट याला खऱ्या काळवेळाची अद्ययावत माहिती देणारं नवं तंत्रज्ञान सादर केलं. कुतूहल वाटून ग्रीनर्टनं विचारलं, ''त्यामुळं काय होईल?'' रिअर अँडमिरल स्कॉट स्टीअर्नीनं एक साधासा प्रश्न स्टाईनमनला विचारला. लष्करानं तांत्रिक भवितव्याबद्दल काय विचार करावा? स्टाईनमन आठवण सांगतो, ''मी म्हटलं की महोदय, जेव्हा आपण हल्ला करू तेव्हाचा भविष्यकाळ आज्ञावलीचा (सॉफ्टवेअरचा) असेल. यंत्रसामग्रीचा (हार्डवेअरचा) नसेल. अमेरिकन नौदलाचं अस्तित्व सिलिकॉन व्हॅलीत असणं ही आपली गरजच आहे''.

या गोष्टीला काही महिने उलटल्यानंतर काही ज्यूनिअर अधिकाऱ्यांनी आज्ञावलीच्या महत्त्वाबद्दल असंच बोलणं केलं. नौदल प्रमुखानं (सीएनओनं) त्या कल्पनेचा पुरस्कार करणारं भाषण दिलं. ते भाषण पेंटागॉनच्या भोवती फिरत राहिलं. लवकरच संरक्षण सचिवांनी सिलिकॉन व्हॅलीत दूतावास सुरू करण्याची घोषणा केली. मनोवैज्ञानिक रॉबर्ट सियाल्डिनी ज्याला तरफेनं दार उचकटणं म्हणतो तसं तंत्र स्टाईनमननं इथं वापरलं. एखादी छोटीशी विनंती करून तिचं प्रारंभिक साहाय्य घेऊन दिल्ली दरवाजा उघडायचा. एकदम पुरोगामी मागणी करण्याऐवजी मवाळ विनवणी करून स्टाईनमननं आघाड्या प्राप्त केल्या.

युती वा आघाड्या अनेकदा तुटतात. कारण, लोक आपल्या पुरोगामीवादाला थोडीशीही मुरड घालायला नकार देतात. २०११ साली आर्थिक व सामाजिक विषमतेच्या विरोधात सुरू झालेल्या ऑक्युपाय वॉल स्ट्रीट चळवळीच्या मोठ्या अपयशाचं ते एक कारण होतं. त्याच वर्षीच्या निवडणुकात बहुसंख्य अमेरिकनांनी चळवळीला पाठिंबा दिल्याचं दिसून आलं होतं. पण, लवकरच चळवळ फुटली. श्रजा पोपोविच ह्या कार्यकर्त्याच्या मते चळवळीनं घेतलेल्या टोकाच्या भूमिकेमुळं चळवळीचे पुष्कळसे संभाव्य मित्र दूर गेले. पुरोगामी डावपेचातून बाहेर पडल्यावर चळवळीला ते नाव देणे ही जीवघेणी घोडचूक होती. लोक त्या नावाकडं फारसे आकृष्ट झाले नाहीत. त्या गटानं फक्त बंडखोरी केली असं पोपोविचला वाटत होतं. 'उरलेला ९९ टक्के गट' अद्याप कदाचित तसाच होता. त्यांनी धारण केलेल्या occupy ह्या नावातून सूचित केलं जात होतं की तुम्ही करत असलेली प्रत्येक बाब तुम्ही सोडून दिली व काहीतरी नवीन करण्यात गुंतवून घेतलंत तर तुम्ही त्या गटाचे व्हाल असं पोपोविचनं लिहिलं. 'शांततामय निषेधातील स्फोटकांच्या प्रचंड साठ्यातील व्यापून टाकणं हे केवळ एक शस्त्र' आहे. अधिक मुद्देसूद सांगायचं तर विशिष्ट कार्यालाच वाहून घेणाऱ्या व्यक्तीलाच आमंत्रित केलं जातं... यशस्वी होण्यासाठी शर्थीचे प्रयत्न करून चळवळी लढाव्या लागतात तेव्हा तात्पुरत्या सहभागी होणाऱ्यांची गरज भासते.' '९९ टक्के' त्यात सामील असतातच. ती चळवळ प्रत्येकानं त्यात सहभागी व्हावं, म्हणून आपले अग्रक्रम असलेले डावपेच वापरताना चळवळीच्या नावात थोडा मवाळपणा आणून आणि

तिची कक्षा रुंदावून मुख्य प्रवाहातील अधिकाधिक नागरिकांचा पाठिंबा मिळवणं तिला शक्य होतं.

स्त्रियांच्या मताधिकाराच्या चळवळीत याच टप्प्यावर जेव्हा अँथनी व स्टँटन यांनी वंशवादी जॉर्ज फ्रान्सिस ट्रेनला १८६७मध्ये चळवळीत सहभागी करून घेतलं होतं, तेव्हा आत्ममग्नतेतील बारीकसारीक मतभेदांनी आपला कुरूप चेहरा वर काढला होता. स्टोननं लिहिलं होतं, की ट्रेनचा मताधिकाराला मिळालेला पाठिंबा 'ज्या लोकांच्या मनात अद्यापही ह्या चळवळीबाबत खात्री पटलेली नाही त्यांना ही बाब निंद्य ठरवायला पुरेसा होता.' तिच्या नवऱ्यानं अँथनीला धोक्याचा इशारा दिला. ''ह्या प्रकारची युती म्हणजे स्त्रिया व काळे यांच्या मतांना होणारी इजा दुरुस्तीपलीकडची असेल''.

परंतु, स्त्रियांना जर तो हक्क मिळू शकत नसेल तर काळ्यांनाही तो मिळता कामा नये या आपल्या पुरोगामी समजुतीपासून ती तसूभरही ढळली नाही. ती कन्सास राज्यभर ट्रेनबरोबर मोहिमेत सहभागी झाली. त्यानं दिलेल्या निधीचा उपयोग मताधिकाराच्या प्रचारासाठी व्हावा म्हणून तिनं वृत्तपत्र सुरू केलं. जेव्हा स्टँटननं समान हक्काच्या संघटनेची प्रतिष्ठा ट्रेनशी जोडून घेतल्यामुळं डागाळते आहे असं खडसावलं तेव्हा तिनं बचावात्मक पवित्र घेतला : ''तुला काय म्हणायचंय ते मला कळतंय. माझ्याकडे वृत्तपत्र आहे आणि तुझ्याकडं नाही म्हणून तुझ्या मनात वैर, राग आणि द्वेष आहे''. स्टँटननं ट्रेनबरोबरच्या सहभागात अँथनीची बाजू घेतली. जोपर्यंत ती व्यक्ती आपल्याला तिच्याइतक्या खालच्या स्तरावर आणायला भाग पाडत नाही तोपर्यंत सैतानाकडून मदत स्वीकारणं योग्य व शहाणपणाचं असतं.

ही आघाडी महागात पडली. कन्सास राज्याला स्त्रियांना मताधिकार देणारं पहिलं राज्य म्हणून मान मिळवण्याची संधी होती; पण, मते गमावल्यामुळं त्यांचा पराभव झाला. त्याचबरोबर काळ्यांना मताधिकार देण्याचा प्रस्तावही बारगळला. या दोन्ही पराभवांसाठी ट्रेन बरोबरच्या युतीला चळवळीतल्या लोकांनी जबाबदार धरलं. काही वर्षांनंतर स्टँटन व अँथनी यांनी आपली स्वतःची नवी संघटना सुरू केली तेव्हा त्यांनी मागच्या चुकांवरून धडा घेतला नाही. आपली टोकाची भूमिका थोडीही मवाळ करण्यास त्यांनी नकार दिला. जो कोणी मताधिकाराला पाठिंबा देईल तो त्यांचा मित्र बनला. त्यांनी स्टँटननं व्हिक्टोरिया वूडहल या कार्यकर्तीबरोबर हातमिळवणी केली. वूडहल ही अमेरिकेच्या अध्यक्षपदासाठी निवडणूक लढवणारी पहिली स्त्री होती. परंतु, मताधिकार चळवळीची पुरोगामी विषयसूची तिनं कमी लेखली. वूडहलनं भूतकाळ वेश्याव्यवसायात भोंदूगिरी करून लोकांना फसवण्यात घालवला होता. तिने लैंगिक स्वैराचाराचा पुरस्कार केला होता. ती जाहीरपणं सांगत असे की, माझ्याजवळ काढून न घेता येणारा घटनात्मक आणि निसर्गतः कोणावरही जास्तीतजास्त अथवा कमीतकमी काळ माझ्या

मतानुसार प्रेम करण्याचा हक्क आहे आणि मला वाटलं तर ते प्रेम दिवसागणिक बदलण्याचाही मला अधिकार आहे''.

मताधिकाराच्या विरोधकांनी वूडहलची भूमिका खरोखर मताधिकाराची नसून लैंगिक स्वैराचाराची आहे, असं म्हणून तिचा वापर केला. अँथनी व स्टँटनच्या संघटनेतून मोठ्या संख्येनं सभासदांनी सदस्यत्व काढून घेतलं. संघटनेची सदस्यसंख्या इतकी कमी झाली की सभेसाठी पुरेशी गणसंख्या गोळा करणंही अवघड होऊ लागलं. मताधिकाराला पाठिंबा देणाऱ्या कायदेमंडळ सदस्यांनीही मते मिळवण्याची बाब दूर ठेवा, असा सल्ला दिला. मताधिकाराच्या चळवळीत गुंतलेल्यांनी वूडहलची मोहीम, आमच्या कार्यकर्त्यांना घाबरवण्यासाठी वापरण्यात आलेली मोहीम अतिशय सक्षम असल्याचं म्हटलं गेलं. त्यामुळं ज्या कारणासाठी चळवळ सुरू झाली होती त्याची वीस वर्षं पिछेहाट झाली होती. अँथनीच्या चरित्रकारांनी नंतर लिहिलं, ''टीकेचं मोहोळ इतकं जबरदस्त होतं की चळवळीवर आधी केलेले हल्ले मिसुरीच्या चक्रीवादळापुढं उन्हापावसासारखे क्षुद्र वाटू लागले''.

वूडहलबरोबरची आघाडी शाबूत ठेवताना पुरोगामीवादाच्या मवाळपणाचं महत्त्व स्टँटननं ओळखलं नाही. तिनं स्टोन व इतर काही जुन्या आणि संभाव्य आघाड्या दूर लोटल्या. हे करताना तिनं चळवळीच्या आतले (लोक) व बाहेरचे (लोक) यांच्या युतीचं त्यातील नाट्यपूर्ण मतभेदांकडं दुर्लक्ष करून मूल्यमापन केलं. तिची ही चूक व्यवस्थापन संशोधक ब्लेक अँशफोर्थ आणि पीटर रीनजेन यांनी लखखपणं दाखवून दिली आहे. आतले व बाहेरचे यांच्या युतीचं प्रतिनिधित्व करणाऱ्यांबाबत स्पष्ट कल्पना असतात. आतल्या लोकांसाठी गटाशी जोडलेली आणि सर्वांत केंद्रस्थानी असलेली व्यक्ती महत्त्वाची प्रतिनिधी असते. मताधिकार चळवळीसाठी स्पष्टपणे स्टँटन व अँथनी या त्या व्यक्ती होत्या. पण बाहेरच्यांसाठी अतिशय टोकाचा दृष्टिकोन स्वीकारणारी व्यक्ती गटाचं प्रतिनिधित्व करते. ती व्यक्ती होती वूडहिल. तिच्याबद्दलच्या व्यक्तिगत कंड्यांनी मताधिकाराच्या चळवळीला गालबोट लागलं. चळवळ झाकोळून गेली इतकंच नव्हे तर स्त्रियांसाठी तुलनेनं मतदानाच्या मवाळ कल्पनेचा विचार करणाऱ्या अनेकांनाही दूर सारले; पण, आपली लैंगिक स्वैराचाराची कल्पना दूर सारली नाही. टोकाच्या घेतलेल्या या भूमिकेवरून अँथनी व स्टँटन यांच्या मताधिकार चळवळीचे मूल्यमापन बाहेरच्यांनी केले तेव्हा स्टोनला आपली चळवळ त्यांच्यापासून दोन हात दूर ठेवण्यावाचून अन्य पर्याय उरला नाही.

मित्रांपेक्षा शत्रूंशी अधिक चांगल्या आघाड्या

द गॉडफादरच्या दुसऱ्या भागात मायकेल कोर्लिऑन 'तुमचे मित्र जवळ ठेवा- मित्रांशी घनिष्ठ संबंध असू देत पण शत्रूंशी अधिक घनिष्ठ संबंध ठेवा', असा सल्ला

देतो. मात्र, जे लोक स्पष्टपणे या दोनही प्रकारात मोडत नाहीत त्यांच्याबद्दल काय करायचं?

सामान्यतः आपण आपल्या नातेसंबंधांकडं सकारात्मक वा नकारात्मक अशा एका साखळीबद्ध दृष्टिकोनातून पाहत असतो; आपल्या जवळच्या मित्रांचा आपल्याला पाठिंबा असतो. आपले सर्वांत मोठे शत्रू आपल्या विरोधात सक्रियपणं कार्यरत असतात. परंतु, संशोधनाद्वारे निर्देश केला जातो की आपल्याला दोन वेगवेगळे अक्ष काढण्याची गरज आहे. एक नातेसंबंध कसा सकारात्मक असतो ते दाखवण्यासाठी व दुसरा स्वतंत्ररीत्या नातेसंबंध कसा नकारात्मक असतो ते दर्शवण्यासाठी. शुद्ध सकारात्मक आणि पूर्णतया नकारात्मक नातेसंबंधात आपल्याला सकारात्मक व नकारात्मक संबंध दिसून येतात. मनोवैज्ञानिक त्यांना संमिश्र नातेसंबंध असं संबोधतात. तुम्ही त्यांना फ्रेमिनिज म्हणून ओळखू शकता. फ्रेमिनिज कधी तुम्हाला पाठिंबा देतात तर कधी धोका देतात.

		सकारात्मकता	
		निम्न	उच्च
नकारात्मकता	निम्न	परिचित : तटस्थ	मित्र : कायम पाठिंबा
	उच्च	शत्रू : कायम धोका देणारे	फ्रेमिनिज : संमिश्र

स्टँटन व अँथनी दोघांबरोबरचे स्टोनचे नातेसंबंध खोलवर संमिश्र स्वरूपाचे होते. त्या दोघी मित्र व शत्रू दोन्हीही होत्या. एका बाजूनं स्टोन स्टँटनचा उपहास व अँथनीच्या उद्योगी वृत्तीचं कौतुक करत असे. तसंच, त्यांच्या उत्पादक सहभागातून दर्जेदार निर्मिती झाल्याचं सिद्धही झालं होतं. दुसऱ्या बाजूनं विचार केला तर स्टोननं त्यांच्या 'वेडसर मित्र' आणि 'भीषण आघाडी'ला हरकत घेतली होती. कारण, त्यामुळे स्त्रियांच्या मताधिकाराच्या चळवळीची सन्मान्यता धोक्यात येत होती. अँथनी व स्टँटन यांचं वर्तन दुटप्पी, फसवणुकीचं होतं. त्यांनी स्टोनच्या नावाचा वापर तिच्या परवानगीशिवाय त्यांच्या वंशवादी साहाय्यकाला शुभेच्छा देण्यासाठी केलेल्या जाहिरातीत केला होता. अगदी अलीकडे म्हणजे १८६९च्या पानगळीच्या ऋतूत स्टोननं लेखी कळवलं, "मताधिकाराच्या कार्यासाठी झटणाऱ्या सर्व मित्रांना

हार्दिक सहकार्य. एकेकट्यानं लढण्यापेक्षा ते अधिक चांगलं''. तसंच स्टोनची संघटना 'तुमच्या संघटनेची कधीही शत्रू वा वा विरोधक असणार नाही.' तरीही स्टोनच्या गटपरिषदेच्या ठिकाणी अँथनीनं दुर्दैवी खेळी खेळून स्टँटनला अध्यक्ष म्हणून निवडून आणण्याचा प्रयत्न केला. स्टोननं तिला व्यासपीठावर बोलावलं आणि अँथनीनं स्टोनला दोषी ठरवून तिची संघटना नष्ट करण्याचा व चिरडून टाकण्याचा प्रयत्न केला.

१८७२मध्ये स्टँटननं एक दिलजमाईचा प्रस्ताव स्टोनसमोर मांडला. 'भले बुरे जे घडून गेले ते विसरून जाऊ' (झालं गेलं विसरून जाऊ) म्हणून तिची विनवणी केली. 'आपण सर्वांनी कामात गढून जाऊ या' असा पवित्रा स्टोननं घेतला. स्टोननं काही समेटाची पावलं उचलली. स्टँटनच्या काही लेखांना व भाषणांना तिनं आपल्या वृत्तपत्रात प्रसिद्धी दिली. नंतर अँथनीनं स्टोनला पत्र पाठवलं त्यात सहकार्याचा आणि शिस्तबद्ध मोहिमेचा प्रस्ताव मांडला होता व तिला रॉचेस्टरला निमंत्रित केलं होतं. 'आपण सर्व जण एकत्र आहोत आणि आपण एक सर्वश्रेष्ठ स्त्री आहोत हे निश्चित करू या.' स्टोननं ही विनंती नाकारली.

स्टोनचा नकार ही मोठी चूक होती असं मूल्यमापन आज करणं सोपं आहे. पण, हे म्हणताना सिंहावलोकनाचा फायदा मिळतो हे लक्षात घेणं गरजेचं आहे. ती विनंती स्टोननं तेव्हा मान्य केली असती तर कदाचित संघटनेला मताधिकार काही वर्षं आधी मिळाला असता; परंतु जर तुम्ही द्विधा नातेसंबंधांचा आपल्या तणावाच्या पातळीवर कसा परिणाम होतो याचा अभ्यास केला तर स्टोनच्या विरोध करण्यात शहाणपणा होता, असं म्हणावं लागेल.

द्विधा नातेसंबंध हाताळण्याचा अतिशय प्रभावी मार्ग शोधून काढण्यासाठी मिनेसोटा विद्यापीठातील व्यवस्थापन विषयाचे प्राध्यापक मिशेल डफी यांनी एक अभ्यास केला. या अभ्यासात त्यांनी पोलीस अधिकाऱ्यांचं सर्वेक्षण केलं. त्या सर्वेक्षणात किती वेळा त्यांच्या नजीकच्या सहकाऱ्यांनी त्यांच्या आत्मविश्वासाचं खच्चीकरण केलेलं असतं व कितीदा त्यांना पाठिंबा दिलेला असतो त्याचबरोबर त्यांच्या तणावाची पातळी व त्यांची गैरहजेरी यांचा अभ्यास केला. नकारात्मक नातेसंबंध तणावपूर्ण होते यात नवल नव्हतं. जेव्हा अधिकाऱ्यांना आपल्याच सहकाऱ्यांकडून तुच्छ लेखलं जातं तेव्हा त्यांची (कामाशी असलेली) बांधिलकी कमी होते. अशा वेळी ते अनधिकृतपणे कामातून दूर होतात व अनेकदा गैरहजर राहतात. त्यांच्या अधिकृत व अनधिकृत रजांचं प्रमाण वाढतं.

जेव्हा तुच्छता दर्शवणारा सहकारी कधीकधी पाठिंबाही देतो तेव्हा काय घडतं? अशा वेळी सगळं सुरळीत चालत नाही. परिस्थिती अधिकच बिकट होते. एका व्यक्तीनं तुच्छता दाखवणं व पाठिंबाही देणं यांमुळे बांधिलकीचा स्तर खालावतो आणि कामाचं अधिक नुकसान होतं. नकारात्मक नातेसंबंध असंतुष्ट करणारे असतात.

पण, त्यांचं भाकीत करणं शक्य असतं. जर एखादा सहकारी सतत तुम्हाला कमी लेखत असेल तर तुम्ही त्याच्याशी अंतर राखता आणि वाइटाची अपेक्षा धरता. मात्र, जेव्हा तुम्ही द्विधा संबंधांशी व्यवहार करता तेव्हा सतत तुमच्यावर पाळत ठेवली जाते. त्यामुळे तुम्ही सतत जागरूक राहता. *त्या व्यक्तीवर प्रत्यक्षात केव्हा विश्वास ठेवायचा याचा निर्णय घेणं तुम्हाला अवघड असतं.* डफीच्या चमूनं स्पष्ट केल्याप्रमाणं, ''त्यामध्ये अधिक भावनात्मक ऊर्जा खर्च होते आणि विसंगत वृत्तीच्या व्यक्तींबरोबर व्यवहार करण्यात संसाधनांचा ताळमेळ जमवावा लागतो''.

एका अभूतपूर्व अभ्यास मालिकेत बर्ट उचिनोला आढळलं की नकारात्मक नातेसंबंधांपेक्षा द्विधा नातेसंबंध अक्षरशः अपायकारक आहेत. एका अभ्यासानुसार अधिक द्विधा नातेसंबंधमुळं तणावाचा उच्च स्तर, निराशा आणि जीवनाबद्दल असमाधान यांच्याशी सामना करावा लागण्याची शक्यता असते. दुसऱ्या एका अभ्यासात वयोवृद्ध प्रौढांनी आपल्या जीवनात दहा महत्त्वाच्या व्यक्तींबरोबरच्या नातेसंबंधांचं मूल्यमापन केलं आणि चिंता वाढवणारी दोन कामं पूर्ण केली. ती दोन कामं पुढीलप्रमाणे : फारशी पूर्वतयारी न करता ठोकलेलं भाषण आणि गणिताची दिलेली झटपट चाचणी (rapid fire). एकाहून अधिक द्विधा नातेसंबंधात सहभागी झालेल्यांची दोन्ही कामे करताना हृदयाच्या ठोक्यांत वाढ झाली होती.

ल्यूसी स्टोनला द्विधा सबंधांबरोबर मैत्री करण्यातली जोखीम उमगली होती. १८७१मध्ये तिनं लिहिलं होतं, ''त्या लोकांबरोबर हातमिळवणी न करणं हेच उत्तम. ते आमचे जुने शत्रू आहेत. ते आमचे मित्र आहेत हे आम्हाला माहीत नव्हते''. अमेरिकन अभ्यासातले तज्ज्ञ व चरित्रकार आंद्रे मूर कर नोंद करतात, ''स्टोन, स्टँटन किंवा अँथनीचं वर्तन नियंत्रित करण्यास वा त्याबाबतचं भाकीत करण्यास असमर्थ होती''. त्याला प्रतिसाद म्हणून बेकरच्या मते, ''स्टोननं स्टँटन व अँथनीच्या भयानक राक्षसापासून बाधा होण्याच्या प्रभावापासून आपली संस्था मुक्त ठेवण्याचा प्रयत्न केला''.

वाईट नातेसंबंध तोडणं आणि द्विधा संबंधांपासून मुक्ती मिळवणं ही आपली सहजप्रेरणा असते. परंतु, आपलं वर्तन त्याच्या अगदी उलट असतं असं पुरावा सांगतो. आपण आपले तथाकथित फ्रेनिमिज तोडतो व आपल्या शत्रूचं परिवर्तन करण्याचा प्रयत्न करतो.

'जैसे थे' परिस्थितीला आव्हान देण्याच्या प्रयत्नात मौलिक अनेकदा आपल्या विरोधकांकडं दुर्लक्ष करतात. जर कोणीतरी आधीच बदलाला विरोध करत असेल तर तर्कसंगतदृष्ट्या तुम्ही तुमचा वेळ दवडण्यात हशील नाही. त्याऐवजी तुम्हाला आधीपासूनच पाठिंबा देणाऱ्यांबरोबरचे संबंध अधिक दृढ करा.

सदासर्वकाळ आपल्याला पाठिंबा देणारे आपले उत्तम मित्र नसतात. प्रथम ते आपल्या विरोधात असतात आणि नंतर आपल्याकडं वळतात.

अर्धशतकापूर्वी विख्यात मनोवैज्ञानिक इलियट अँरोन्सननं एका प्रयोगमालिकेचं आयोजन केलं. त्या प्रयोगमालिकेच्या निष्कर्षानुसार आपल्या प्रतिष्ठेची हानी व लाभ याबाबत आपण प्रत्यक्ष प्रतिष्ठेच्या पातळीपेक्षा अधिक संवेदनशील असतो. जेव्हा कोणीतरी आपल्याला नेहमीच पाठिंबा देतं, तेव्हा आपण त्याचा पाठिंबा गृहीत धरतो व त्याला फारसं महत्त्व देत नाही; पण, एखादा शत्रू म्हणून आला व नंतर उत्साही समर्थक बनला की त्याला आपण विश्वासू पाठीराखा म्हणतो. ''जसा काळ पुढं सरकतो तसं एखाद्याला आपण अधिक आवडू लागतो तसतसा तोही आपल्याला आवडणाऱ्यापेक्षा अधिक मर्जीतला होत जातो'', अँरोन्सन स्पष्टीकरण देतो, ''जेव्हा एखादी व्यक्ती प्रारंभी आपल्यासंबंधी काही भावना धारण करते व हळूहळू ती आपल्याबद्दल सकारात्मक होते व कायमच तिच्या भावना सकारात्मक होत्या असं आपल्याला वाटू लागतं''.

आपल्याला विशेषतः आधी शत्रू असलेल्यांचं रूपांतर मित्रात झालं तर त्याच्याबाबत दृढ जवळीक वाटू लागते. त्यांची आपल्याबद्दलची भावना तशीच असते का? होय – विरोधकांना मित्र बनवण्याचा हा दुसरा फायदा आहे. आपण त्यांना आवडावं म्हणून प्रारंभीचा नकारात्मक ठसा पुसून टाकण्यासाठी कठोर परिश्रम करावे लागतील. मी त्या व्यक्तीबाबत चुकीचा ग्रह करून घेतला, असं त्यांना स्वतःलाच बजावावं लागेल. पुढे वाटचाल करताना त्यांचे विचार पुन्हा ज्ञानात्मक विसंगतीत बदलण्यापूर्वी त्यांचे सकारात्मक नातेसंबंध कायम राखण्यासाठी त्यांना खास पद्धतीनं प्रेरित करण्याची गरज भासेल. तिसरी आणि सर्वांत महत्त्वाची गोष्ट. आपले जुने विरोधक इतरांची मनं वळवून त्यांना आपल्या चळवळीत सामील व्हायला लावतात. आपल्या वतीनं ते युक्तिवाद करू शकतात. कारण, त्यांना विरोधकांच्या व तटस्थ राहणाऱ्यांच्या चुकीच्या समजुती, शंकाकुशंका माहीत असतात. ते अधिक विश्वसनीय स्रोत (माहितीचा) असतात. ते केवळ पॉलियानाचे अनुयायी किंवा कायम 'होयबा' नसतात. अँरोन्सनच्या एका अभ्यासात ज्यांनी नकारात्मकतेनं प्रारंभ केला होता व नंतर अधिक सकारात्मक झालेल्यांनी लोकांची मने वळवून मते परिवर्तित करण्याचा प्रयत्न केला होता. अगदी अलीकडे संघटित (कॉर्पोरेट) क्षेत्रातील कार्यकारी अधिकारी मंडळाच्या (बोर्ड) सदस्यांकडून सूक्ष्मदृष्ट्या प्रभावित झाले होते. मंडळाच्या सदस्यांनी प्रथम युक्तिवाद केला व नंतर मिळतेजुळते घेतले. त्यातून संदेश दिला गेला, 'मतांची गंभीररीत्या दखल घेतली जाते असं आढळलं'.

आपल्या शत्रूला टाळण्याऐवजी ल्यूसी स्टोन त्यांच्यात सक्रियपणे गुंतून गेली. 'द बॅटल हिम ऑफ द रिपब्लिक' लिहिणारी प्रसिद्ध कवयित्री ज्यूलिया वॉर्ड होवेला बदलण्यास तिनं मदत केली. स्त्रियांच्या मताधिकाराच्या सभेसाठी स्टोननं तिला निमंत्रित केलं होतं. ती नाराजीनंच, स्टोन तिची नावडती असल्यासारखा विचार

करून मनात बंडखोरी ठेवूनच तिथं उपस्थित राहिली होती. परंतु, स्टोनचं भाषण ऐकल्यानंतर होवे तिची जवळची मैत्रिण व त्या चळवळीतील मोठ्या नेत्यांपैकी एक बनली.

१८५५मध्ये स्त्रियांच्या मताधिकाराच्या सभेत ही चळवळ विवाहासाठी अननुकूल असल्याचं वर्णन करून एकानं चळवळीची टर उडवली. सभा उधळली. चळवळीची निंदा करून 'ती काही निराश स्त्रियांनी चालवलेली चळवळ' असल्याचं विधान केलं. त्याच्या बोलण्याकडं दुर्लक्ष करण्याऐवजी स्टोननं आपल्या भाषणात त्याचा चांगला समाचार घेतला. प्रेक्षकांनी टाळ्या वाजवून स्टोनला दाद दिली.

> *शेवटच्या वक्त्यानं 'काही थोड्या निराश स्त्रियांनी चालवलेली ही चळवळ आहे', असं म्हणून तीवर आडवळणानं टीका केली आहे. माझ्या आठवणीतल्या वर्षांपासून मी निराश असलेली स्त्रीच आहे. मी जेव्हा व्यवसाय शोधू लागले तेव्हा मी निराश झाले... शिक्षक, शिवणकाम व घरकाम याखेरीज नोकरीचा प्रत्येक दरवाजा माझ्यासाठी बंद होता. शिक्षण, विवाह व धर्मकार्य प्रत्येक बाबतीत स्त्रियांच्या पदरी निराशाच येत असे. म्हणून ही निराशा प्रत्येक स्त्रीच्या हृदयात खोलवर रुतवून ती त्यापुढं वाकणार नाही हे पाहणं माझ्या आयुष्याचं ध्येय ठरलं.*

जेव्हा स्टोन सर्वत्र फिरून तिच्या गर्भपाताबाबतच्या भाषणांचे सूचनाफलक लावत असे तेव्हा तरुण लोक तिच्या मागोमाग जाऊन ते फलक खाली ओढून काढत असत. स्टोननं त्यांना विचारलं, ''तुम्ही आपल्या आईवर प्रेम करता का?'' त्यांचं उत्तर होतं ''होय, निश्चितच''. नंतर तिनं विचारलं, ''आपल्या बहिणीबद्दल प्रेम वाटतं ना?'' यावर त्यांचं उत्तर ''होय. अर्थातच'', असं होतं. स्टोननं त्यांना स्पष्ट करून सांगितलं की दक्षिणेकडल्या राज्यात त्यांच्या वयाचे लोक गुलाम म्हणून विकले जातात. विकले गेले की त्यांची आपल्या कुटुंबाशी कधीच भेटगाठ होत नाही. करनं म्हटलं आहे, ''तिनं त्यांना आपल्या संध्याकाळच्या भाषणासाठी खास पाहुणे म्हणून निमंत्रित केलं''. असं गल्लीबोळात भरती झालेले लोकच उपयुक्त सिद्ध होतात. तसंच ते अन्य त्रास देणाऱ्यांचाही धोका कमी करतात.

१८५९मध्ये फ्रान्सिस विलार्ड नावाच्या एका कॉलेज विद्यार्थिनीनं तिच्या वृत्तपत्रात लिहिलं की, ल्यूसी स्टोन शहरात होती. मला तिचे विचार आवडत नाहीत. असं म्हणून तिनं आपलीच पारंपरिक मतं सांगितली. विलार्ड नंतर टेम्परन्स चळवळीत सामील झाली. परंतु काही वर्षांनी ती स्त्रियांच्या मताधिकार चळवळीचा एक प्रभावी नेता बनली. तिच्या या हृदयपरिवर्तनामागं स्टोनचा मोठा प्रभाव होता.

मला ते दिवस आठवतात जेव्हा मला सुसान व ल्यूसी यांची खूपच भीती वाटायची; पण, आता मी त्यांचा आदर करते. त्यांच्यावर प्रेम करते. इतकंच नव्हे तर त्यांनी मला दिलेल्या आशीर्वादाचं मोल किती आहे हे मी शब्दांत व्यक्त करू शकत नाही. माझ्यासारख्या अतिशय भेदरटांना या स्त्रियांनी जगात कामाच्या ठिकाणी स्थान मिळवून दिलं. जर त्यांनी झाडं पेटवली नसती आणि मार्ग शोधला नसता तर आम्ही पुढं येण्याची अजिबात शक्यता नव्हती.

१८७६मध्ये टेम्परन्सच्या कार्यकर्त्यांबरोबर मताधिकार चळवळीतील स्त्रियांना एकत्र आणण्याचे प्रयत्न विलार्डनं केले. नंतरच्या दोन दशकांच्या कालावधीत जेव्हा जेव्हा विलार्डनं राज्याला भेट दिली, तेव्हा स्त्री मताधिकार चळवळ व टेम्परन्स यांच्या मैत्रीचा आलेख उंचावलेला असे. डब्ल्यूसीटूमधल्या सनातनी सदस्यांची तिनं उदारमतवादी स्त्री-मताधिकाराच्या चळवळीत सहभागी होण्यासाठी कशी खात्री पटवली असेल? ह्या यशाचा मागोवा हॉलीवुडमध्ये घेता येतो. हॉलीवुडमध्ये चित्रपट जन्म घेतात व नष्टही होतात. या दोन्ही बाबी आपली स्वप्न तेथील कार्यकारी अधिकाऱ्यानं विकत घ्यावीत म्हणून लेखक त्या अधिकाऱ्यांची मनं कशी वळवतात यावर अवलंबून असतं.

परिचित बाजार – हृदयापासून लळा लागणे

१९९०च्या दशकाच्या प्रारंभी चित्रपट कथालेखकांच्या एका गटानं डिस्नेनं आतापर्यंत कधीही न केलेल्या बाबीचा प्रस्ताव मांडला. त्यांना एका मौलिक संकल्पनेवर आधारित चैतन्ययुक्त चित्रांचा एक चित्रपट (ॲनिमेशन फिल्म) बनवायचा होता. अर्धशतकाच्या वाटचालीत *सिंड्रेला* व *स्नो व्हाइटसारखे* दर्जेदार चित्रपट देणाऱ्यांना शून्यातून ताजी कथा लिहून त्यावर चित्रपट बनवण्याचा ध्यास लागला होता. स्टुडिओ प्रमुख जेफ्री काट्झेनबर्गच्या मनात संशय होता. हा एक प्रयोग आहे असं तो सहकाऱ्यांना सांगत होता. ''कोणालाच त्यामध्ये कसलीच खात्री वाटत नव्हती'', अशी आठवण काढून दिग्दर्शक रॉब मिनकॉफ म्हणतो, ''त्याकडं डिस्नेचा सुमार चित्रपट म्हणून पाहिलं जात होतं''.

अखेरीस द *लायन किंगचं* हस्तलिखित तयार झालं. तो चित्रपट १९९४ सालचा सर्वाधिक आकर्षक चित्रपट ठरला. त्या चित्रपटानं दोन ऑस्कर आणि एक गोल्डन ग्लोबच अशी पारितोषिकं पटकावली. काट्झेनबर्ग म्हणाला होता, ''जर या चित्रपटानं ५० दशलक्षांचा गल्ला जमवला तर कौतुक म्हणून मी त्यापुढं गुडघे टेकीन''. प्रत्यक्षात २०१४पर्यंत त्या चित्रपटानं एक अब्ज डॉलर्सची कमाई केली.

अनेक मौलिक कल्पनांप्रमाणं ह्या चित्रपटालाही डोकं वर काढायला खूप काळ जावा लागला. आफ्रिकेतील सिंहांबरोबरची *बॉबी* या नावानं तो प्रथम आला. (हरीण

या प्रमुख पात्राऐवजी); पण पहिलं हस्तलिखित अयशस्वी ठरलं तेव्हा पाच लेखक पुनर्विचारासाठी एकत्र जमले. 'राजाचा वारस कोण?' ह्या महाकाव्यातील गोष्टीचा खल करण्यात त्यांनी दोन दिवस घालवले. नंतर त्यांनी आपली कथा डिस्नेच्या कार्यकारी अधिकाऱ्यांच्या गटाला दाखवली. मायकेल एस्नरनं प्रथम प्रतिसाद दिला की त्याला काही लक्षात येत नाहीये. त्यातील आवाका लक्षात येण्यासाठी त्यानं विचारलं, ''ह्याचं (कथानकाचं) तुम्ही *किंग लिअर* करू शकाल का?''

योगायोगानं मिन्कॉफनं काही आठवड्यांपूर्वीच किंग लिअर हे नाटक पुन्हा एकदा वाचलं होतं. त्यामुळं किंग लिअरची संकल्पना त्यात चपखल का बसू शकणार नाही ते त्यानं स्पष्ट केलं. नंतर खोलीत अगदी मागे बसलेल्या मॉरिन डोन्ली या निर्मात्यानं शेक्सपिअरच्याच दुसऱ्या नाटकाची सूचना करत म्हटलं, ''नाही. हे *हॅम्लेट* आहे''.

अचानक ते सगळ्यांच्या लक्षात आलं असं मिन्कॉफ म्हणाला. ''सगळ्यांकडून सामुदायिक सुस्कारा टाकला गेला. अर्थात, ते हॅम्लेटच होतं. काका बापाला (हॅम्लेटच्या) ठार करतो आणि नंतर *हॅम्लेट* वडिलांच्या मृत्यूचा बदला घेतो. म्हणून आम्ही तो सिनेमा '*हॅम्लेट* विथ लायन' अशा शीर्षकाचा करायचं ठरवलं''. त्या महत्त्वाच्या क्षणी त्या चित्रपटाला हिरवा कंदील दाखवण्यात आला.

कटिंग रूम फ्लोअरपासून कोणत्या गोष्टीमुळं चित्रपट वाचला ते जाणून घेण्यासाठी मी माझा मोर्चा जस्टिन बर्गकडं वळवला. जस्टिन बर्ग स्टॅन्फर्ड येथे सर्जनशीलतेचा तज्ज्ञ होता. लेखकांना सिंहापासून सुरुवात करावी लागणार होती, असं स्पष्टीकरण बर्गनं दिलं. त्यांनी *हॅम्लेटपासून* प्रारंभ केला असता तर शेक्सपिअरच्या सचेतन चित्रांचा चित्रपट तयार झाला असता. एका अनोख्या साच्यापासून (template) प्रारंभ करणं हीच मौलिकतेची गुरुकिल्ली होती; पण, त्यानं अनेक आव्हानं समोर उभी केली होती.

एका प्रयोगात बर्गनं लोकांना कॉलेज विद्यार्थी नोकरीच्या मुलाखतीत ज्याच्या साहाय्यानं यशस्वी होतील अशा एका उत्पादनाची रचना करायला सांगितलं. तीन वळी एकमेकांत अडकवण्याच्या परिचित कल्पनेपासून प्रारंभ करण्याची सूचना केली. नंतर एखाद्या अनोख्या कल्पनेकडे जाण्यास सांगितलं. पुस्तकांच्या दुकानांचे व्यवस्थापक आणि ग्राहक यांनी फलस्वरूप निर्माण झालेल्या कल्पना संपूर्णतया पारंपरिक असल्याचं मूल्यमापन केलं.

बर्गच्या मते कल्पनानिर्मितीचा प्रारंभ बिंदू चित्रकारानं आपल्या कॅनव्हासवर चित्रासाठी पहिल्या मारलेल्या कुंचल्याच्या फटकाऱ्यासारखा असतो. तो फटकारा संपूर्ण चित्राला आकार देणारा असतो. कल्पनेच्या बंधांत ठेवणारा असतो. तीन वलयांच्या परस्पर बंधांनी प्रारंभ करून बर्गच्या नेतृत्वाखालील चमूत सहभागी झालेल्यांनी रिझ्युमे (वैयक्तिक माहिती) व व्यावसायिक कार्ड ठेवण्यासाठी अनेक

कप्पे असलेलं फोल्डर यांसारख्या उत्पादनांची कल्पना मांडली. पूर्णतया जग बदलून टाकणारी ही कल्पना नव्हती. काहीतरी मौलिक मिळण्यासाठी आम्हाला अधिक अपरिचित – स्थिती, वस्तू, घटना यांची गरज होती.

एकमेकांत गुंतलेल्या तीन वलयांऐवजी बर्गनं त्या प्रयोगात सहभागी झालेल्यांना अधिक अनोखा आरंभबिंदू सादर केला. तो होता, in-line skate for roller blading. त्यामुळं सहभागी झालेल्यांवर कोणताच पारंपरिकतेचा पगडा नव्हता. नंतर त्यांनी निर्माण केलेल्या कल्पनांपैकी ३७ टक्के कल्पना अधिक मौलिक होत्या. सहभागी झालेल्यांपैकी एकानं निरीक्षण नोंदवलं की नोकरीसाठीच्या मुलाखतीत किती वेळ गेला हे ठरवणं कठीण असतं. तसंच, आपल्या घड्याळाकडं पाहण्याचा उद्धटपणा करण्याची तुम्हाला इच्छा नसते. तसं केल्यामुळं मुलाखत घेणाऱ्याच्या डोळ्यांशी असलेला संपर्क तुटतो. केवळ स्पर्शानं मागोवा घेता येईल असं घड्याळ बनवणं हा त्यावरील तोडगा होता. त्यासाठी रोलर स्केट्सची चाकं जशी त्यातील भौतिक घटकांमुळं आपला आकार किंवा वीण बदलतात तसं काहीतरी करायचं होतं.

जरी अनोख्या आरंभबिंदूनं आमच्या मौलिकतेला खतपाणी घातलं, तरी आमच्या प्रेक्षकांना ती बाब रुचकर (घशाखाली उतरणारी) किंवा पटणारी किंवा व्यावहारिक वाटली नाही. सूक्ष्म वेळ दाखवण्यासाठी निर्देश केला तरी घड्याळावर दाब देण्याची कृती म्हणजे विचित्र (असाधारण) वर्तनच होतं. ही समस्या सोडवण्यासाठी बर्गनं त्यांच्यापुढं इन लाइन स्केटचा अनोखा आरंभबिंदू ठेवला. पण, त्याला एक वेगळा पीळ दिला. सहभागी झालेल्यांनी आपल्या कल्पना विकसित केल्यावर त्यानं नोकरीच्या मुलाखतीच्या वेळी नेहमी वापरल्या जाणाऱ्या एका उत्पादनाचं चित्र त्यांना दाखवलं. त्यांच्या कल्पना अधिक सुधारित स्वरूपात सादर करता याव्यात म्हणून त्यांना काही मिनिटांचा अवधी दिला. ज्या व्यक्तींना वेळ जाणून घेण्याची सभ्य रीत हवी होती त्यांच्या दृष्टिकोनात त्यामुळं खूप फरक पडला. स्पर्शानं वेळ सांगणाऱ्या घड्याळाऐवजी पेनची रचना केली गेली.

अतिशय यशस्वी होणाऱ्या कल्पनांचा अनोखेपणातून प्रारंभ होतो. नंतर त्यात परिचिताची भर घातली जाते. त्यामुळे आधी आपण ज्यावर बोललो त्या सार्वजनिकरीत्या उघड करणाऱ्या गोष्टींचं भांडवल केलं जातं. सरासरीनं पाहता अनोख्या प्रारंभ बिंदूत परिचिततेची भर घातल्यावर प्राप्त झालेल्या कल्पना १४ टक्के अधिक मौलिक व व्यावहारिक असल्याचं मूल्यमापन केलं गेलं होतं. बर्गनं निर्देश केल्याप्रमाणं जर प्रयोगाची सुरुवात इन लाइन स्केटऐवजी पेनानंच केली असती तर बहुधा पारंपरिक पेनासारखंच काहीतरी तयार झालं असतं; परंतु, नोकरीसाठीच्या मुलाखतीच्या संदर्भात काहीतरी अनपेक्षित प्रारंभ करून इन लाइन स्केटसारखी तुम्ही अनोखी व उपयुक्त अशा दोन्ही बाबींनी परिपूर्ण असलेली कल्पना विकसित करू शकता.

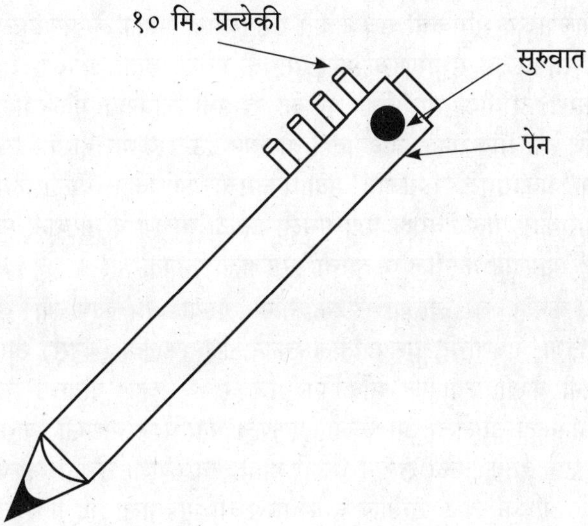

द लायन किंगच्या उदाहरणात जेव्हा मॉरिन डोन्लीनं हा मजकूर *हॅम्लेटसारखा* होऊ शकेल, असं सुचवलं तेव्हा असंच घडलं. परिचिततेच्या मात्रेनं (डोस) कार्यकारी अधिकाऱ्यांना अनोख्या वेगळ्याच सॅव्हानाच्या कुरणीय प्रदेशाचा मजकूर अभिजात कथानकाशी जोडून घेता आला. ''त्यानं लोकांच्या खूप मोठ्या गटाला संदर्भबिंदू दिला'', असं मिन्कॉफ स्पष्ट करतो... ''फक्त मौलिकता असेल तर तुम्ही लोक गमावू शकता. कार्यकारी अधिकाऱ्यांना ती (मौलिकता) विकायची असते म्हणून ते मुठीच्या (हँडल) शोधात असतात. त्यातून त्यांना अडकवण्यासाठी काहीतरी गवसतं''. *द लायन किंगच्या* चमूनं *हॅम्लेटपासून* संकेत (इशारा) घेतला. असणं किंवा नसणं या क्षणाची जाणीव होऊन त्यांनी त्यामध्ये बबून, रफिकी ह्या पात्रांची भर घालून त्यांच्या तर्फे सिम्बाला कोण आहे, त्याची व त्याच्या महत्त्वपूर्ण स्थानाची जाणीव करून दिली. त्यांच्यात उदयाला येऊ पाहणाऱ्या नेत्यानं जोपर्यंत परिचित बाबींशी संबंध जोडला नव्हता तोपर्यंत स्त्रियांच्या मताधिकार चळवळीत टेम्परन्सचे कार्यकर्ते मंचावर आले नव्हते. वँडरबिल्टच्या होली मॅक कमॉन या समाजवैज्ञानिक नेत्यानं सांगितलेल्या दोन महत्त्वाच्या मुद्द्यांचा त्यांच्या मतदानाचा अधिकार मिळवण्याच्या मोहिमेत उपयोग करेपर्यंत – न्याय आणि सामाजिक सुधारणा हे ते दोन मुद्दे तिच्या भाषणात आले नव्हते. न्यायाच्या मुद्द्यानं न्याय्य गोष्टींवर लक्ष केंद्रित केलं व स्त्रियांच्या मतदानाच्या अभेद्य अधिकारावर भर दिला. सामाजिक सुधारणांच्या मुद्द्यानं स्त्रियांच्या संगोपनाच्या पद्धती आणि घरगुती व नैतिक गुणवत्ता यांमुळे देशाची कशी प्रगती होईल यावर भर दिला. काही वेळा

न्यायाचा मुद्दा पुरोगामी ठरवला गेला. कारण, त्यामुळे पारंपरिक लिंगभावाबाबत ठरावीक साच्याच्या भूमिकेची सर्व क्षेत्रांत स्त्रीपुरुषांना समान लेखल्यामुळं मोडतोड होत होती. सामाजिक सुधारणांचा मुद्दा अधिक मवाळ होता. कारण, सनातन्यांनी अनन्यसाधारण ठरावीक साचाच्या भूमिका खासगी जीवनात मौल्यवान मानल्या होत्या आणि त्या सार्वजनिक जीवनातही योगदान देऊ शकणार होत्या. 'सार्वजनिक मातृत्व' या प्रकारामुळं समाजात मताधिकाराचा अधिकार मिळालेल्या स्त्रिया शिक्षण, शासकीय पातळीवरील भ्रष्टाचाराला आळा घालणं व गरिबांना मदत करणं या गोष्टीतही योगदान करतील व त्याचा समाजाला फायदा होईल.

मॅक कमॉन व त्याच्या सहकाऱ्यांनी गेल्या २५ वर्षांच्या काळातील मताधिकाराच्या भाषणांची, वृत्तपत्रांतील रकाने, चिन्हफलक (बॅनर्स) आणि पत्रकं यांची छाननी केली. त्यातील सांकेतिक मजकूर - तेव्हा न्यायाचा मुद्दा सर्वांत आधी व अनेकदा आलेला आढळला. एकूणच मताधिकारवाद्यांनी न्यायाची बाजू एकूण ३० टक्के इतके वेळा लावून धरली होती. त्याच्याशी तुलना करता त्याच्या निम्म्यापेक्षा अधिक वेळ सामाजिक सुधारणेच्या मुद्द्याला दिला होता. मात्र, न्यायाचा मुद्दा डब्ल्यूसीटीयूच्या बहिऱ्या कानावर फक्त आदळला. (त्याचा काही उपयोग झाला नाही) ते सर्व जण पारंपरिक लिंगभाव भूमिकेला चिकटून राहिले व स्त्री-पुरुष समानतेची भूमिका त्यांनी नाकारली. सामाजिक सुधारणेचा मुद्दाही परिचित मूल्याच्या दुमदुमणाऱ्या आवाजापुढे निष्प्रभ ठरला. टेम्परन्सचे सनातनी कार्यकर्ते परिवर्तनाची नव्हे तर स्थैर्याची आशा बाळगून होते. फ्रान्सिस विलार्ड ह्या डब्ल्यूसीटीयूच्या उदयोन्मुख नेत्यानं प्रमाणिकपणं अधिकाधिक लोक स्वीकारतील अशी त्या विषयाची पुनर्मांडणी केली. फ्रान्सिस विलार्डनं न्याय अथवा सामाजिक सुधारणेच्या मुद्द्याला हातच घातला नाही. मताधिकाराच्या मतपत्रिकेचा मुद्दाही तिनं उपस्थित केला नाही. त्याऐवजी ती म्हणाली, ''घर सुरक्षित ठेवण्याची मतपत्रिका''.

पश्चिमेकडची राज्यं कशी जिंकली?

मताधिकाराकडे विलार्ड संरक्षणाचं एक हत्यार म्हणून, दारूच्या जुलमाविरुद्धचं एक शस्त्र म्हणून पाहत होती. मतपत्रिकेची प्रभावी गॉगलशी तिनं तुलना केली. त्याचा वापर करण्याचं वचन देत ती म्हणाली, ''छताच्या गाडीला जाळावं, तिचं भडक वाफेत रूपांतर होईपर्यंत, ती धुक्यासारखी विरून जाईपर्यंत तिला होरपळवून टाका''. घराची सुरक्षितता हे डब्ल्यूसीटीयूच्या सदस्यांचं ध्येय होतं. आता मताधिकाराचा वापर इच्छित ध्येय गाठण्यासाठी साधन म्हणून करता येणार होता. टेम्परन्सची बाजू लावून धरणाऱ्यांना दारूच्या दुष्परिणामांशी लढण्याची इच्छा होती. त्यासाठी त्यांना मताची गरज होती. बेकरनं लिहिलं आहे,

घर सुरक्षित ठेवण्याचा धार्मिक आधार हा मताधिकार मागण्याचा एक अप्रत्यक्ष मार्ग होता. पण अमेरिकेत स्त्रियांच्या ह्या दोन प्रभावी चळवळी त्याच्याशी जोडल्या गेल्या... मताधिकार एक वैश्विक गरजेचा हक्क अँथनी व स्टँटन यांच्या मनात नैसर्गिक हक्क म्हणून ठाण मांडून बसला होता. विलार्डसाठी ते एक हत्यार वा साधन होतं... घरगुती स्त्रियांसाठी एक डावपेचात्मक आवाहन होतं.

जेव्हा मॅक कमॉननं स्त्रियांची मताधिकाराची चळवळ व तिची डब्ल्यूसीटीयू बरोबरील आघाडी यांचा ४ दशकांचा अभ्यास केला तेव्हा त्या माहितीवरून पुढील बाबी लक्षात आल्या. मताधिकार चळवळीनं न्यायाचा मुद्दा एखाद्या राज्यात उपस्थित केला नव्हता तेव्हा त्या राज्यात पुढील वर्षी डब्ल्यूसीटीयूबरोबरची आघाडी वृद्धिंगत होण्याची शक्यता दिसून आली नाही. खरं म्हणजे आघाडी थोडी कमी होण्याचीच शक्यता होती; परंतु, मताधिकार चळवळीनं ज्या राज्यात घराच्या संरक्षणाची मांडणी केली त्या राज्यात डब्ल्यूसीटीयूत सामील होण्याऱ्या शक्तींमध्ये लक्षणीय वाढ झाली आणि त्या राज्यात अखेरीस मताधिकार मंजूर होऊ शकला. अखेरीस विलार्डच्या नेतृत्वानं अनेक राज्यांत स्त्रियांना मतदानाच्या पूर्ण हक्कांचा लाभ झाला आणि शालेय मंडळांसाठी १९ राज्यांत मतदानाचे हक्क प्राप्त झाले. हा मुद्दा विशेषतः पश्चिमेकडील राज्यांत प्रभावी ठरला. १९व्या घटनादुरुस्तीद्वारे स्त्रियांना मतदानाचा पूर्ण हक्क प्राप्त होण्यापूर्वी पश्चिमेकडील ८१ टक्के राज्ये व भूप्रदेशांनी स्त्रियांना मतदानाचा हक्क पारित केला होता. तुलनेनं पूर्वेकडील फक्त दोन राज्यांनी व दक्षिणेकडील एकाही राज्यानं हा हक्क स्त्रियांना दिला नव्हता.

फ्रान्सिस विलार्डनं स्त्रियांची मताधिकाराची चळवळ सुरू करण्याची अजिबात शक्यता नव्हती. जस्टिन बर्गचं संशोधन सुचवतं की जर स्त्रियांनी आपली घरं सुरक्षित ठेवण्याच्या परिचित ध्येयापासून प्रारंभ केला असता, तर त्यांनी कधीच मताचा विचार केला नसता. पुरोगामी विचारसरणी बरेच वेळा मूळ पणाला लावलेली बाब जमिनीत मूळ धरण्यासाठी आवश्यक असते; परंतु, एकदा पुरोगामी विचारसरणी रोवल्यावर मूळ मताधिकार मागणाऱ्यांना विस्तृत प्रमाणावर प्रेक्षकांपर्यंत पोहोचण्यासाठी अधिक संयत मध्यस्थाची गरज असते. फ्रान्सिस विलार्डला टेम्परन्सच्या कार्यकर्त्यांबद्दल विश्वास होता. कारण, ती आपल्या भाषणातून सुखावह वाटणाऱ्या परिचित कल्पना लोकांना सांगत असे. तिनं प्रचंड प्रमाणात प्रभाव टाकणाऱ्या धार्मिक गोष्टींचा आपल्या भाषणात वापर केला. तसंच ती नियमितपणे बायबलमधील कथांचाही भाषणात उपयोग करत असे.

संयत पुरोगामित्वाचा फ्रान्सिस विलार्ड उत्तम नमुना होती. बेकर लिहितो, ''ती अधिकाधिक प्रगतिशील कारणांकडे वळत असली तरी तिच्या भाषणात काहीच

पुरोगामी वाटत नसे''. संभाव्य भागीदारांनी शक्तीनिशी सामील व्हावं म्हणून ती दोन उपदेशांमार्फत (धड्यांमार्फत) लोकांची मनं वळवत असे. पहिली बाब म्हणजे आपल्याला मूल्यांबाबत वेगळा विचार करण्याची गरज आहे. इतरांनी आपल्या मूल्यात सहभागी व्हावं किंवा त्यांनी आपली मूल्यं स्वीकारावीत म्हणून त्यांची खात्री पटवण्याऐवजी आपल्याला आपली मूल्य त्यांच्या मूल्यांचा पाठलाग करण्यासाठी साधन म्हणून वापरावी लागतील... इतरांचे आदर्श बदलणं अवघड गोष्ट आहे; पण, लोक जी परिचित मूल्यं धारण करतात त्यांच्याशी आपला कार्यक्रम जुळवून घेणं त्या मानानं सोपं आहे.

दुसरी गोष्ट म्हणजे मेरिडिथ पेरीच्या उदाहरणात आपण पाहिलं तिचं वायरलेस ऊर्जा निर्माण करण्याचं खरं उद्दिष्ट तिनं लपवून ठेवलं होतं. पारदर्शकता नेहमीच उत्तम धोरण ठरू शकत नाही. आपल्या संभाव्य सहकाऱ्यांबरोबर जास्तीतजास्त रोखठोक व्यवहार करण्याची इच्छा असूनसुद्धा काही वेळा मौलिकांना आपल्या प्रेक्षकांसाठी आपल्या कल्पनांची फेररचना करण्याची गरज भासते. दारूच्या दुष्परिणामाविरुद्ध लढताना तिनं फसव्या पद्धतीनं मत आपल्याकडं वळवून घेतली.

परंतु गटाला उद्देशून बोलताना प्रत्येक वेळी न्यायाच्या मुद्द्याचा उपयोग झालाच असं नाही. मताधिकाराच्या चळवळीत असलेल्या अनेक पुरोगामी स्त्रियांना न्यायाच्या मुद्द्यानं आकर्षित केलं होतं. कारण, लिंगभावाच्या समान भूमिकेला त्या अनुकूल होत्या. कमालीच्या परंपरावादी असलेल्या टेम्परन्सच्या कार्यकर्त्यांना घरसुरक्षेचा संयत मुद्दा आघाडी पक्की करण्यास कारणीभूत ठरला. परंतु, आघाडीतील इतरांची मनं वळवून त्यांना मताधिकार चळवळीत प्रत्यक्षतः सामील करून घेण्यासाठी घरसुरक्षेचा मुद्दाही मवाळ करावा लागला. मॅक कमॉनच्या संशोधनानुसार अन्य ध्येयांसाठी फक्त साधन म्हणून नव्हे, तर मताधिकारांच्या ध्येयावर अधिकाधिक स्त्रियांनी विश्वास ठेवावा म्हणून त्यांच्यात बदल करण्यासाठी 'सोनेरी स्वप्नां'ची कथा आवश्यक होती : संयत सामाजिक चळवळीच्या नेत्यांना 'संभाव्य सदस्यांची भरती करण्याच्या आयोजनात यशस्वी होण्यासाठी अस्तित्वात असलेल्या व दीर्घ काळ टिकून राहिलेला सांस्कृतिक खजिना व 'जैसे थे' परिस्थितीचं आव्हान या दोन्हीचा उचित समतोल साधावा लागेल.' राज्यातील मताधिकार संघटनांच्या सदस्यसंख्येत मताधिकार चळवळीनं आपले प्रश्न न्याय किंवा घरसुरक्षा ह्या संज्ञा देऊन मांडल्यावरही बदल झाला नाही; पण, जेव्हा त्यांनी स्त्रिया समाजात कशी सुधारणा करू शकतात या मुद्द्याला उठाव दिला तेव्हा सदस्यसंख्येत एकदम भर पडली. त्याबरोबरच मताधिकार कायद्याची वाटचालही सुरू झाली. ''मौलिकता प्रत्येकालाच हवी असते. पण, त्यामध्ये एक मधुर ठिपका असेल'', असं रॉब मिन्कॉफ स्पष्ट करतो. ''जर ती बाब पुरेशी नसेल तर ती कंटाळवाणी किंवा वैताग आणणारी ठरते. जर ती फारच मौलिक असेल तर

प्रेक्षकांना तिचं आकलन होणं कठीण जातं. पाकीट फाडणं नव्हे तर ते पुढे ढकलणं हे ध्येय असलं पाहिजे''.

मताधिकार चळवळीत सामील होण्याच्या आधीपासून स्त्रियांसमोर बोलताना ल्यूसी स्टोन न्याय व समतेचा संदर्भ नेहमी देत होती. मात्र चळवळीबाहेरच्या प्रेक्षकांसमोर सामाजिक सुधारणेच्या मुद्द्याचा अधिक सावध राहून ती भाषणात अंतर्भाव करत असे आणि पारंपरिक लिंगभाव भूमिकेचा आदर करत असे. १८५३मध्ये बेफाम झालेल्या प्रेक्षकांनी स्त्री–हक्काच्या सभेच्या कामकाजात अडथळे आणण्यास सुरुवात केली तेव्हा स्टोननं व्यासपीठ ताब्यात घेतलं. न्यायाचा मुद्दा समोर ठेवून बोलण्याऐवजी तिनं घरगुती क्षेत्रातील स्त्रियांच्या योगदानाला पाठिंबा दिला. ती म्हणाली, ''आपल्या स्वतःच्या घराच्या उंबरठ्यावर उभी राहून स्त्री–प्रेम, औदार्य आणि शांतता या गोष्टी वाटते आणि त्या दारातूनच उत्तम घडवलेले पुरूष जे पुढं जग अधिक चांगलं करायला मदत करतात त्यांना जगात पाठवते त्या स्त्रीचं स्थान कोणत्याही राजाच्या स्थानापेक्षा अधिक उंचीवरचं असतं''. स्त्रिया अधिक चांगलं योगदान करू शकतात असं तिनं सुचवलं. त्या निरनिराळ्या व्यवसायांत प्रवेश करत आहेत त्याच वेळी स्वतःची तुलना पुरुषांबरोबर न करण्याचीही काळजी घेत असल्याचंही तिनं सांगितलं. तिनं मंत्री झालेल्या एका स्त्रीचा उल्लेख केल्यावर प्रेक्षकांनी नाराजी दर्शवली तेव्हा स्टोननं आपण स्त्रियांच्या घरगुती भूमिकेला पाठिंबा देत असल्याचं प्रेक्षकांना स्मरण करून दिलं. ''ज्यांना चांगली शिकवण द्यायला आई नाही ते पुरुष अशी नाराजी दर्शवतात''.

आपण एकत्रितपणं उभं राहतो : संघर्षरिषेच्या दोन्ही बाजूला आघाड्या तयार करणं

दोन दशकांच्या संघर्षांनंतर, मताधिकाराच्या दोन संघटना अखेरीस तत्त्वज्ञान व डावपेच यांबाबतीत एकत्र येऊ लागल्या होत्या. एलिझाबेथ कॅडी स्टॅंटन आणि सुसान बी अँथनी या दोघींनी दशकांहून अधिक काळापर्यंत पुरोगामी आघाड्या टाळल्या होत्या. त्या आपली ऊर्जा सर्वसामान्य जनतेला प्रशिक्षण देण्यात गुंतवत होत्या. स्टॅंटननं ह्या चळवळीचा इतिहास लिहिण्याचं काम हाती घेतलं. अँथनी देशभर फिरून भाषणं देत होती व चळवळीचा प्रसार करत होती. ल्यूसी स्टोनच्या मताशी टेम्परन्सच्या कार्यकर्त्यांबरोबर आघाडी करण्याच्या मूल्याशी सहमत होत होती व मुख्यतः स्त्रियांच्या मताधिकाराच्या मोहिमेवरच अन्य प्रश्नांपेक्षा अधिक संयतपणं लक्ष केंद्रित करत होती.

काही वर्षांपूर्वी इस्राइल आणि पॅलेस्टाईन यांच्यातील संघर्षाचा अभ्यास करताना हार्वर्ड येथील मनोवैज्ञानिक हर्बर्ट केल्मननं, गटांतर्गत संघर्षामुळं दोन

गटांत अनेकदा संघर्ष होतात व ते विकोपास जातात, असं निरीक्षण नोंदवलं होतं. जरी स्टोनची संघटना पुन्हा एकत्र येण्याच्या फायद्याबाबत अपरिचित नव्हती; तरी अँथनी व स्टँटनच्या संघटनेत भांडणं व बेबनाव होता. स्टँटननं टेम्परन्सच्या कार्यकर्त्यांबरोबरच्या युतीला हरकत घेतली होती व आपलं लक्ष मताधिकारावर मर्यादित केलं होतं. अनेक सदस्यांनी मताधिकाराचं राज्य पातळीवर किंवा फेडरल (संघराज्य) पातळीवर कायद्यात रूपांतर करावं का व तो अधिकार पूर्ण असावा की अंशतः असावा, असा प्रश्न विचारला होता.

आपल्या मित्रांमध्ये बदल घडवून आणण्यास स्टोन जितकी प्रभावी होती तितकीच अँथनीबरोबर वाटाघाटी करण्यासाठी ती अयोग्य व्यक्ती होती. जेव्हा या दोन स्त्रियांत अविश्वास निर्माण झाला तेव्हा त्यांची युती भांडणाऱ्या नेत्यांवर अवलंबून नव्हती, तर दोन प्रकाशमान काठ्यांवर अवलंबून होती. ब्लॅक अँशफोर्ड आणि पीटर रीनजेन लिहितात : ''यामुळे प्रत्येक संघटनेच्या सदस्याला स्टँटनच्या पुरोगामी भूमिकेतील स्पर्धेच्या फूट पाडण्याच्या कृतीला दोष देता येत होता. प्रत्येक बाजू दुसऱ्या बाजूच्या आक्रमक प्रवृत्तीच्या व्यक्तीला दोष देऊ शकत होती. तसंच, त्यांच्यासाठी व्यासपीठाची तयारी करताना विरोधी गटाच्या सदस्यांबरोबर सहकार्य करताना संघर्षरेषेच्या दोन्ही बाजूंना आघाड्या उभारणं व वाटाघाटीसाठी शक्तिशाली व्यक्तीला पाठवणं ही कृती केल्मनला क्वचित प्रभावी ठरते असं वाटत होतं. प्रत्येक गटात लक्ष देऊन ऐकणारी माणसं हवीत तसंच समान ध्येय, पद्धती ओळखणारी माणसं हवीत तशीच एकत्र येऊन समस्येची उकल करणारीही हवीत''.

स्टोन व अँथनी यांनी चर्चेत लुडबुड करणाऱ्या व्यक्तींचं उपद्रवमूल्य ओळखून त्यांना चर्चेतून दूर केलं. तसंच प्रत्येक संघटनेतील ७ सदस्यांची संयुक्त समितीवर नियुक्ती करावी. ती समिती एकीकरणाच्या अटीबाबत वाटाघाटी करील; पण, अँथनी व स्टोननं नमूद केलेली तत्त्वे सहमतीचा पाया निर्माण करण्यास पुरेशी नव्हती. अँथनीच्या संघटनेतून स्थापन झालेल्या समितीनं अशा प्रकारचा बेबनाव अनुभवला होता. त्यांना एक स्वतंत्र ८ सदस्यांची समिती मदत करण्यासाठी नियुक्त करावी लागली. जेव्हा अखेरीस त्यांची सहमती झाली तेव्हा त्यांचा प्रस्ताव आधी ठरलेल्या तत्त्वांच्या व्याप्तीबाहेर इतका जाणारा होता की स्टोनची समिती त्यावर निर्णय घेण्यास अधिकारी म्हणून कमी पडली.

एकत्र येण्याचा प्रयत्न तीन वर्षे केल्यावर १८९०मध्ये पुढील बाब लक्षात आली. ऐक्याचं आणि पुढच्या माणसाकडं कारभार सोपवण्याचं आव्हान- दोन्ही सोपी नाहीत. 'तरुण पिढीला ऐक्याची इच्छा आहे. ज्या वृद्धांना भांडणाची कारणं माहीत आहेत ते लवकरच जग सोडून गेलेले असतील.' अँथनीच्या समितीबरोबर तिची मुलगी आणि नवरा यांनी मैत्रीच्या यशस्वी वाटाघाटी केल्या. अँथनीनं संयत पुरोगामीवादाचं मूल्य इतकं जाणून घेतलं की स्टँटननं ''ल्यूसी व अँथनीसारख्याच

प्रकारे फक्त मताधिकाराकडं लक्ष देतात. त्या धार्मिक आणि सामाजिक बंधांकडं लक्ष देत नाहीत. दोनपैकी कोणत्याच संघटनेतील तरुण स्त्रिया त्याकडं लक्ष देत नाहीत. त्यांचा हेतू व विचार एकच असल्यामुळं त्यांना एकत्र यायला कोणतीच हरकत नसावी'', असं प्रतिपादन केलं.

अँथनी व स्टँटन दोघींनी स्टोनबरोबरचे संबंध कधीच दुरुस्त केले नाहीत. जेव्हा स्टोनचं निधन झालं तेव्हा तिच्या योगदानाच्या कार्यामुळं तिच्याबद्दल चार प्रशंसापर शब्द बोलणं त्यांना भाग पडलं. ''ल्यूसीखेरीज कोणाचाच विजय झाला नाही'', असं अँथनीनं जाहीर केलं. ''आमच्या ५० वर्षांच्या चळवळीच्या कालखंडात प्रेक्षकांसमोर जाऊन त्यांची मनं जिंकणारी तिच्यासारखी दुसरी स्त्री झाली नाही. ती एकटी पाय रोवून उभी होती''.

स्टँटनच्या मते, ''अमेरिकेतील कोणत्याही स्त्रीच्या मृत्यूनंतर स्टोनइतका मान व जाहीर प्रतिष्ठा कोणालाच दिली गेली नाही. स्टोन ही स्त्रियांना दिल्या जाणाऱ्या वाईट वागणुकीबद्दल समाजातील लोकांची हृदये ढवळून काढणारी स्त्री होती. तसंच, त्यांच्यातील बरेच वर्षांचा बेबनाव स्टोनमुळं होता; कारण, तिला गुलामांवर होणाऱ्या अन्यायाची तिच्या स्वतःवर होणाऱ्या अन्यायापेक्षा तीव्र जाणीव होती. माझं तत्त्वज्ञान जास्त अहंकारी होतं''.

तत्त्वचिंतक जॉर्ज सान्तायानानं लिहिलं, ''भूतकाळ ज्यांच्या लक्षात नसतो ते त्याची पुनरावृत्ती करतात म्हणून त्यांची निंदा केली जाते''. अमेरिकन स्त्रियांच्या मताधिकाराच्या चळवळीत किमान दोन वेळा तरी ही बाब खरी असल्याचं सिद्ध झालं होतं. १८९०मध्ये अँथनीच्या संघटनेतील दोन सदस्य तिनं राष्ट्रीय संघटना निर्माण करण्याचं ठरवल्यामुळं व संयत पुरोगामित्वाकडं ती झुकल्यामुळं संतप्त होऊन त्या संघटनेतून बाहेर पडले. त्यांनी एक विरोधी गट निर्माण केला आणि ऐक्याच्या प्रयत्नांवर हल्ला केला. अँथनी व स्टँटननं ती बंडखोरी मोडून काढली. मात्र, बारीकसारीक मतभेदांच्या विरोधात आत्ममग्न राहणाऱ्या आपल्या वारसांना इशारा देण्यासाठी त्या तिथं जवळपास नव्हत्या. शतकाच्या अखेरीस त्यांनी स्त्रियांच्या अधिकाराच्या राष्ट्रीय संघटनेचं नेतृत्व कॅरी चॅपमन काटच्या हाती सोपवलं. ती पूर्वी टेम्परन्सची व डब्ल्यूसीटीयूची कार्यकर्ती होती.

ॲलिस पॉल नावाची अधिक पुरोगामी स्त्री मताधिकार चळवळीसाठी भाषणं देणं, लेख लिहिणं, प्रचार करणं अशा मवाळ साधनांमुळं समाधानी नव्हती. अधिक धाडसी कृती कराव्यात म्हणून ती उत्सुक होती. तिनं उपोषण (भूकसंप) सुरू केलं. पॉलनं तारतम्याला अनुसरून घेतलेली काटची भूमिका नाकारली व मताधिकार बहाल न केल्याबद्दल डेमोक्रॅटिक पक्षाला दूषणं दिली. पॉलच्या भूमिका इतक्या टोक गाठणाऱ्या पुरोगामित्वाच्या होत्या की त्यामुळे तिला राष्ट्रीय मताधिकार संघटनेतून हाकलण्यात आलं. तिनं १९१६मध्ये आपली वेगळी संघटना स्थापन

केली. १९१८मध्ये राष्ट्रीय संघटनेच्या सदस्यांची संख्या दशलक्षावर गेली तेव्हा पॉलच्या संघटनेत अवघे १० हजार सदस्य होते. तिनं आपल्या पूर्वसुरींप्रमाणं आफ्रिकन अमेरिकनांशी युती टाळली. तिच्या गटानं व्हाइट हाउससमोर निदर्शनं केली व अध्यक्ष वूड्रो विल्सन यांची टर उडवली. एका प्रेक्षकानं लिहिलंय, ''अध्यक्ष वूड्रो विल्सन यांनी घटनादुरुस्तीला पाठिंबा देण्यामागे काटच्या पुरोगामी नव्हे, तर प्रगतिशील नेतृत्वाचा वाटा आहे''.

१९८३मध्ये मृत्युशय्येवर अखेरच्या घटका मोजत असताना ल्यूसी स्टोन पुढील चार शब्द आपल्या मुलीच्या कानात कुजबुजली. ''जग अधिक चांगलं करा.'' १९वी घटनादुरुस्ती मंजूर व्हायला आणखी २७ वर्षं जावी लागली. मात्र, जेव्हा संपूर्ण देशभर स्त्रियांना मताधिकार मिळाला तेव्हा स्टोनचं संयमित पुरोगामित्व प्रकर्षानं जाणवत होतं. करनं मत व्यक्त केलं, ''स्टोननं पुरवलेलं संघटनात्मक प्रारूप अखेरीस कॅरी चॅपमननं स्वीकारलं आणि १९२०मध्ये घटनादुरुस्तीकडं यशस्वी वाटचाल केली''.

६

मूळ हेतूशीच गद्दारी

भावंडं, पालक, शिक्षक आणि आदर्श वाटणाऱ्या व्यक्ती मौलिकतेला कसं खतपाणी घालतात?

''आपण आपल्या भावाचे पालनकर्ते नाही... असंख्य लहानमोठ्या पद्धती वापरून त्याचे जडणघडणकर्ते आहोत.''

–हॅरी आणि बोनॅरो ओव्हरस्ट्रीट

क्षणभरापूर्वी तो तिसऱ्या तळावर (बेस) आपली हॅट सावरत शांतपणं उभा होता. आता मात्र, तो आपले पाय आपल्या पिशवीपासून एकदा डावीकडे तर एकदा उजवीकडे हलवत नाचवत होता. सुरुवातीचा फायदा व्हावा म्हणून तो होम प्लेटच्या दिशेनं चालू लागला.

बेसबॉलच्या मैदानावर पाऊल रोवणाऱ्यांपैकी तो एक महान खेळाडू होता. ह्या पदावर तो पूर्वीही होता. मागील चार वेळा आपल्या संघाचं त्यानं बेसबॉलच्या जागतिक मालिकेत नेतृत्व केलं होतं. चारही वेळा यांकीजकडून त्यांचा पराभव झाला होता. ह्या वेळी वेगळं काहीतरी घडेल अशी आशा तो बाळगून होता. यांकीजविरुद्धचा पाचव्या स्पर्धेतला हा डाव होता आणि त्याचा संघ ८व्या फेरीत ६–४ असा पराभूत होण्याच्या मार्गावर होता. दोन खेळाडू बाहेर गेले असल्यामुळे त्याच्या समोर पेचप्रसंग उभा ठाकला. आपल्याला आत घेण्यासाठीच्या प्रयत्नांवर विश्वास टाकावा की पुन्हा संघात प्रवेश करण्यासाठी बेसची चोरी करावी?

बेसची चोरी करणं ही बेसबॉलमधली अतिशय जोखमीची खेळी असते. त्या जोखमीमुळे तुमच्या संघाची गुणसंख्या वाढण्याची शक्यता ३ टक्क्यांपेक्षा कमी असते. हे यशस्वी होण्यासाठी तुम्हाला साधारणतः बेसकडं घसरत जाण्याची गरज असते. क्षेत्ररक्षकाबरोबर होणारी टक्कर वेदनादायी असते. होमबेसची चोरी करणं

हे त्याहीपेक्षा अधिक जोखमीचं काम असतं. जेव्हा तुम्ही दुसरा किंवा तिसरा बेस चोरण्याचा प्रयत्न करता, तेव्हा बहुधा तुमची पाठ त्याच्याकडे असण्याऐवजी बॉलरचं तोंड त्या दिशेला असतं. त्यामुळं बॉल फेकणं त्याला सहज शक्य होतं. बॉलरला चेंडू हवेतून फक्त ६० फूट भिरकवावा लागतो तर बॅट्समनला ९० फूट अंतर पायी कापावं लागतं. थोडक्यात सांगायचं तर, तुम्हाला चेंडू उलटा फिरवावा लागतो आणि जरी आपण हे करू शकू असं तुम्हाला वाटत असलं तरी अन्य बेसवर होणाऱ्या टक्करीपेक्षा इथं तुम्ही जखमी होण्याची शक्यता चौपटीनं वाढते.

२०१२च्या संपूर्ण बेसबॉलच्या हंगामात फक्त तीन खेळाडूंनी होम बेस चोरण्याचा प्रयत्न केला होता. बेसबॉलचा सदासर्वदाचा प्रख्यात खेळाडू रिकी हँडरसननं आपल्या कारकिर्दीत १४०० बेस चोरले होते; तरी, त्यांपैकी फक्त एकच खराखुरा चोरलेला बेस होता. लो ब्रॉकनं आपल्या एकूण ९३८ यशस्वी प्रयत्नांत एकदाही होम बेसची चोरी केली नव्हती.

हा खेळाडू वेगळा आहे. आधुनिक काळात होम बेस चोरणाऱ्या इतर खेळाडूंपेक्षा जास्तीतजास्त वेळा होम बेस चोरण्याचा विक्रम त्यानं केला आहे. त्यानं १९ वेळा बेस चोरला आहे. जवळजवळ शतकभराहून अधिक काळात फक्त दोनच खेळाडूंनी चोरलेल्या बेसची संख्या दोन अंकी झाली आहे.

बेस चोरणाऱ्या संघाचं नेतृत्व त्यानं दोनदा केलं होतं; परंतु, होम बेस चोरण्याचा त्याचा निर्णय गतीवर अवलंबून होता असं तुम्हाला वाटत असेल तर थांबून थोडा विचार करा. वयाच्या ३६व्या वर्षी त्याचा ऐन उमेदीचा काळ सरला होता. नेहमीच्या हंगामातील खेळाचा एक तृतीयांश काळ तो जखमी झाल्यामुळं त्याला गमवावा लागला होता. सहा वर्षांपूर्वी त्यानं एका मोसमात ३७ बेस चोरले होते. गेल्या दोन हंगामांत मिळून त्यानं त्याच्या निम्मेच बेस चोरले होते. आता त्याचे केस रुपेरी झाले होते. त्याचं वजनही वाढलं होतं. खेळाची वृत्तांकनं करणारे वार्ताहर त्याचं वर्णन 'करड्या केसांचा लठ्ठ माणूस असं', करू लागले होते. ज्या स्थानावर खेळण्याची सर्वांची इच्छा असते त्या चौथ्या क्रमांकावर तो खेळत असे. आता ७व्या स्थानावर तो बॅटिंगसाठी येतो. पुढच्या वर्षी तो खेळातून निवृत्त होईल.

माणसाचा वेग ही त्याची इतिहासातील गोष्ट. परंतु, आपलं सगळं आयुष्य त्यानं इतर जण बघ्याची भूमिका घेत असत तेव्हा कृती करण्यात घालवलं होतं. आता तो थांबणार नाही. योग्य संधीची वाट पाहत तो थांबतो. संधी मिळताच तो वेगानं पुढं सरसावतो. त्याला होम बेस गाठायचा आहे; पण, क्षेत्ररक्षक त्याआधी त्याला गाठतो. निर्णयाबाबत कोणतीच निश्चिती नसते. जेव्हा पंचांचा निर्णय बॅट्समनच्या बाजूनं लागतो तेव्हा तो सुरक्षित असतो. (बाद नसतो)

अखेरीस, हे सारे प्रयत्न खूपच तोकडे व खूप उशिरा झालेले होते. यांकीजबरोबरच्या पहिल्या डावात तो हरला होता; पण, त्याच्या प्रयत्नांनी प्रतीकात्मक हेतू साध्य केला होता. एका क्रीडा इतिहासकारानं लिहिलं, ''होम बेस चोरण्यामुळं त्याच्या संघाला खूप मोठं मानसिक प्रोत्साहन प्राप्त झालं''. त्या खेळाडूलाही ते व्यक्तिशः जाणवलं. ''माझ्या होम बेस चोरण्यामुळं असेल किंवा नसेल, पण, संघात नवचैतन्य निर्माण झालं''. त्यांनी मालिका जिंकली व इच्छित स्पर्धाही जिंकली. काही वर्षांनी या खेळाडूच्या कारकिर्दीबद्दल सांगताना एका पत्रकारानं लिहिलं, ''त्यानं बेसबॉलमध्ये होम बेस चोरण्याचे केलेले प्रयत्न ही बेसबॉलमधली सर्वोत्तम व सामुदायिकरीत्या केलेली धाडसाची घटना निश्चितच होती''.

पहिली बाब म्हणजे वर्णभेद तोडणं : मौलिक होण्यासाठी आपल्याला काही जोखीम पत्करण्याची मनाची तयारी करावी लागते. जेव्हा कालौघात मान्य केलेल्या परंपरेच्या विरोधात जाऊन तुम्ही त्या समाप्त करू इच्छिता तेव्हा त्यात यश मिळण्याची अजिबात खात्री नसते. रॉबर्ट क्लिन लिहितो, ''प्रगतीमध्ये नेहमीच जोखीम वा धोका (अंतर्भूत) गुंतलेला असतो. पहिल्या बेसवर एक पाय रोवून तुम्ही दुसरा बेस चोरू शकत नाही''

१९४७मध्ये ज्या दिवशी जॅकी रॉबिन्सन मेजर लीग बेसबॉलचा पहिला 'काळा खेळाडू' म्हणून आला त्या दिवसापासून वंशवादी सहकाऱ्यांनी त्याच्या बरोबर वा त्याच्या विरुद्ध खेळण्यास नकार दिला. त्याचे विरोधक जाणूनबुजून आपल्या बुटाच्या काटेरी टोकांनी त्याला जखमा करत असत, त्याला द्वेषपूर्ण पत्रं लिहीत असत. तसंच जीवे मारण्याची धमकीही देत असत. एका मोठ्या अमेरिकन कंपनीत तो नंतर पहिला 'काळा अध्यक्ष' झाला. तसंच बेसबॉल खेळाचं निवेदन करणारा देशातील पहिला कृष्णवर्णीय ठरला.

सामाजिक प्रघातांविरुद्ध बंड करण्याचं बळ त्याला कुठून मिळालं? आणि सामाजिक, भावनिक व शारीरिक जोखमांविरोधात निर्धारानं पाय रोवण्याची शक्ती त्याला कशी प्राप्त झाली?

बेसबॉल खेळाडूंच्या कौटुंबिक पार्श्वभूमीचं अवलोकन आपण करू शकलो तर त्यातून आपल्याला याबाबतचा काही संकेत मिळू शकतो. हा संकेत काहीशा अशक्य वाटणाऱ्या स्थानातून मिळतो. ज्या खेळाडूंनी बेस चोरण्याबाबतचा पहिला विचार इतरांसमोर मांडला त्यातून काही धागेदोरे हाती लागतात. बेसबॉलच्या आधुनिक युगात खेळाच्या मोसमात १६२ डावांचा प्रघात सुरू झाला तेव्हापासून फक्त दहा खेळाडूंनी दोन वेगवेगळ्या हंगामांत किमान ७० बेसेस चोरले. त्यात तुम्हाला काही समान प्रकार आढळतो का ते खालील यादीवर नजर फिरवून सांगा.

खेळाडूचं नाव	चोरलेले बेसेस	जन्मस्थान	जन्म क्रमांक	कुटुंबातील मुलांची संख्या
रिकी हँडरसन	१३०, १०८	शिकागो, इलिनॉइस	४	७
लो ब्रॉक	११८, ७४	एल डोरॅडो, अर्कान्सस	७	९
व्हिन्स कोलमन	११०, १०९	जॉकसनव्हिले, फ्लोरिडा	१	१
माओरी विल्स	१०४, ९४	वॉशिंग्टन, डी.सी.	७	१३
रॉन रेफ्लोअर	९७, ७८	डेट्रॉइट, मिशिगन	३	४
ओमर मोरेनो	९६, ७७	प्युअर्टो आर्मेलिस, पनामा	८	१०
टिम रेन्स	९०, ७८	सॅन्फोर्ड, फ्लोरिडा	५	७
विली विल्सन	८३, ७९	माँटगोमेरी, अलाबामा	१	१
मार्किस ग्रिसॉम	७८, ७६	अटलांटा, जॉर्जिया	१४	१५
केनी लॉफ्टन	७५, ७०	इस्ट शिकागो, इंडियाना	१	१

काही बेसबॉल खेळाडू इतरांपेक्षा अधिक बेस का चोरतात हे निश्चित करण्याचं ध्येय डोळ्यांसमोर ठेवून विज्ञान इतिहासकार फ्रँक सलोवे आणि मनोवैज्ञानिक रिचर्ड झ्वाइनहाफ्ट यांनी चातुर्यानं काहीतरी केलं. त्यांनी व्यावसायिक बेसबॉल खेळणारे ४००पेक्षा अधिक भाऊ शोधून काढले. त्यातून त्यांना एकाच कुटुंबातून आलेल्या आणि अर्धा डीएनए समान असलेल्या व सारख्याच वातावरणात ज्यांची जडणघडण झाली अशा खेळाडूंच्या कामगिरीची तुलना करणं शक्य झालं. त्यांनी काढलेले निष्कर्ष अचंबित करणारे होते : कोणता भाऊ अधिक बेसेस चोरत होता याचं भाकीत जन्मक्रमावरून करता येत होतं.

मोठ्या भावांच्या मानानं धाकट्या भावांनी १०.६ *पटींनी* बेसेस चोरण्याची शक्यता *अधिक* होती.

धाकटे भाऊ काही नेहमीच उत्तम खेळाडू नव्हते. बॅटिंगच्या सरासरीतही धाकट्या भावांना फायदा होत नव्हता. उदा., बोलर असणाऱ्या भावांची तुलना करता वयानं मोठ्या असलेल्या भावांना बॉलवर नियंत्रण ठेवणं काही प्रमाणात शक्य होत होतं. त्यांचा कल अधिक फटके मारण्याकडं व कमीतकमी चालण्याकडं होता. महत्त्वाचा फरक होता तो जोखीम स्वीकारण्याच्या प्रवृत्तीत. अधिक बेस चोरण्याच्या प्रयत्नांत धाकटे भाऊ बॉलने ठोकले जाण्याची शक्यता ४.७ पटींनी अधिक होती. बहुधा, होमप्लेटवर गर्दी खेचून घेण्यात त्यांना धाडस वाटत असावं. परंतु, ते फक्त धिटाईची कृती अधिक करत होते असं नाही; तर, आपल्या मोठ्या भावंडांपेक्षा धाकट्या भावांनी ३.२ अधिक वेळा सुरक्षितपणं बेस चोरण्याची शक्यता होती.

वस्तुतः, त्यांच्या धोका पत्करण्याच्या सवयीमुळेच धाकट्या भावंडांची बेसबॉल खेळण्याची इच्छा कमी होण्याची शक्यता अधिक होती. ८००० लोकांच्या केलेल्या निरनिराळ्या २४ अभ्यासांत पुढील गोष्टी आढळल्या. उशिरा जन्माला आलेले ज्या खेळात जखमी होण्याचं प्रमाण अधिक आहे अशा फुटबॉल, रग्बी, बॉक्सिंग, बर्फावरील हॉकी, कसरतीचे खेळ, स्क्यूबा डायव्हिंग, टेकडीवरील स्किइंग, स्की-जंपिंग, बॉबस्लेडिंग आणि मोटरच्या शर्यती ह्यांसारख्या खेळांत भाग घेण्याची १.४८ पटींनी जास्त असते. प्रथम जन्माला आलेले बेसबॉल, टेनिस, पळापळ करायला न लागणारे खेळ, सायकलिंग व गटाने करण्याची कामे असणारे खेळ खेळण्यास अग्रक्रम देतात.

जेव्हा धाकटे भाऊ व्यावसायिक बेसबॉल खेळण्याचा पर्याय निवडतात, तेव्हा ते बेसकडे जाण्याच्या मार्गावर वेगानं हालचाल करतात. आधुनिक युगात होम बेस चोरण्यात आपल्या सहकारी खेळाडूंवर अधिराज्य गाजवणाऱ्या या तीन खेळाडूंकडे दृष्टिक्षेप टाका. त्या सर्वांना त्यांच्यापेक्षा तीन मोठी भावंडं आहेत. आधुनिक काळातील 'बेस चोरणाऱ्यांचा जनक' म्हणून ज्याचं नाव घेतलं जातं तो जॅकी रॉबिन्सन ५ भावंडांत सर्वांत धाकटा होता. आधुनिक युगात होम बेस

चोरण्यात दुसऱ्या क्रमांकावर ज्याचं नाव घेतलं जातं तो रॉड कॅर्यू पाच भावंडांत चौथा होता. अचूक वेळ साधण्याबरोबरच 'काही प्रमाणात धोका पत्करण्याचीही तयारी असावी लागते', अशी कॅर्यू नोंद करतो. होम बेस चोरताना ''मला इजा होईल अशी कोणतीही भीती माझ्या मनात येऊ शकत नाही. तशी येतही नाही. कारण, मी मला नेहमी नियंत्रणात ठेवतो'', असं तो स्पष्टीकरण देतो. बेस चोरण्यात ज्याचा तिसरा क्रमांक लागतो तो पॉल मॉलिटर बेस चोरण्याला 'धाडसाचा खेळ' म्हणतो. ८ भावंडांत त्याचा चौथा क्रमांक होता.

अशीच पद्धत वर उद्धृत केलेल्या बेस चोरण्याच्या क्रमांकांतून पुढं येते. दोन वेगवेगळ्या मोसमांत किमान ७० बेस चोरणाऱ्या वरील दहा खेळाडूंपैकी अर्ध्याहून अधिक खेळाडूंना ४ मोठी भावंडं आहेत व ७ जणांना किमान दोन मोठी भावंडं आहेत. हे बेस चोरणारे ७ पटाईत खेळाडू सरासरीनं आपल्या कुटुंबातील भावंडांमध्ये सरासरीनं ६.९ इतक्या स्थानावर होते तर ७१ टक्के खेळाडूंची भावंडं त्यांच्यापेक्षा वयानं मोठी होती.

कुटुंबात उशिरा जन्मलेले बेसबॉलच्या खेळात अधिक धोका पत्करतात. हा फरक फक्त खेळाच्या क्षेत्रातच असतो असं नाही; तर, राजकारण व विज्ञान या क्षेत्रांतही दिसून येतो. सामाजिक व बौद्धिक प्रगतीवरही त्याचे गंभीर परिणाम आढळून येतात. महत्त्वाच्या बदलावर नेमकं बोट ठेवणाऱ्या एका अभ्यासातून सलोवेनं दोन डझनांहून अधिक वैज्ञानिक क्रांती आणि मानवाला प्रगतीचा मार्ग दाखवणारे शोध यांचं विश्लेषण केलं. त्यात कोपर्निकसचं खगोलविज्ञान ते डार्विनचा उत्क्रांतिवाद, न्यूटनचं गतिविज्ञान ते आइन्स्टाईनच्या सापेक्षतावादापर्यंतच्या शोधांचा समावेश होता. नंतर त्यानं वर्णपट क्षेत्रातील जवळजवळ ४००० वैज्ञानिकांची मतं – 'जैसे थे' स्थितीला पाठिंबा देणाऱ्यांपासून ते नव्या कल्पनांबाबत टोकाची भूमिका घेऊन त्यांची शिफारस करणारे – जाणून घेण्यासाठी शंभरहून अधिक विज्ञान इतिहासकारांची मदत घेतली. नंतर त्यानं वैज्ञानिक 'जैसे थे' परिस्थितीचं समर्थन करतात की नव्या क्रांतिकारी उपपत्तीचं स्वागत करतात, याबाबत भाकीत वर्तवण्यासाठी वैज्ञानिकांच्या कुटुंबातीतील भावंडांचा जन्मक्रमांकानुसार वेध घेतला. प्रत्येक उदाहरणात प्रथम जन्मलेल्यांची संख्या, त्यांचा सामाजिक वर्ग (क्लास), कुटुंबाचा आकार व निष्कर्षांवर परिणाम करणारे अन्य घटक नियंत्रित केले.

न्यूटनचे गुरुत्वाकर्षणाचे व गतीचे नियम आणि आइन्स्टाईनची खास सापेक्षतेवादाची उपपत्ती ज्या काळात पुरोगामी समजली जात होती, त्या काळात प्रथम जन्माला आलेल्यांशी तुलना केली तेव्हा नंतर जन्माला आलेल्या तिपटीहून अधिकांनी या कल्पनांना पुष्टी दिली. कोपर्निकसचे 'पृथ्वी सूर्याभोवती फिरते', हे प्रारूप प्रसिद्ध झाल्यानंतरच्या पन्नास वर्षांत उशिरा जन्माला आलेल्या वैज्ञानिकांमध्ये कोपर्निकसच्या प्रारूपाला समर्थन देणाऱ्यांची संख्या आधी जन्माला आलेल्यांपेक्षा

५.४ पटींनी अधिक असण्याची शक्यता होती. गॅलिलिओनं दुर्बिणीचा शोध लावला व त्या प्रतिमानाला पाठिंबा देणारे शोध प्रसिद्ध झाल्यावर हे प्रमाण १.१ इतकं घटलं. कारण, आता ती उपपत्ती पुरोगामी राहिलेली नव्हती. आधी जन्माला आलेल्यांनीही ती सम प्रमाणात स्वीकारली होती.

कुटुंबात उशिरा जन्माला आलेली मुलं बंडखोरी करतात, याचा बोलका पुरावा सलोवेनं उत्क्रांतिवादाच्या सिद्धान्तावर दिल्या गेलेल्या प्रतिक्रियांच्या विश्लेषणातून पुढे आलेला आहे. त्यानं डार्विननं आपले प्रसिद्ध निष्कर्ष प्रकाशित करण्यापूर्वी म्हणजे १७०० ते १८५९ या कालखंडातील शेकडो वैज्ञानिकांनी उत्क्रांतीच्या कल्पनेला दिलेल्या प्रतिसादांचं मूल्यमापन केलं व त्याची तुलना प्रथम जन्माला आलेल्या १०३ पैकी ९ जणांच्या प्रतिक्रियांशी केली. डार्विननं आपले शोध प्रसिद्ध केल्यानंतर १६ वर्षांनी उत्क्रांतीच्या सिद्धान्ताला पाठिंबा दर्शवणाऱ्या उशिरा जन्माला आलेल्यांची संख्या प्रथम जन्माला आलेल्यांपेक्षा ९.७ पटींपासून ते ४.६ पटींपर्यंत घटली. त्या वैज्ञानिक कल्पनेचा स्वीकार झाल्यावर आधी जन्माला आलेल्यांना त्याचा प्रसार करणं अधिक सुखावह झालं.

तरुण वैज्ञानिकांना ज्येष्ठ वैज्ञानिकांपेक्षा क्रांतिकारी कल्पना अधिक स्वीकारार्ह वाटतात. ज्येष्ठ वैज्ञानिक वयानुरूप सनातनी झालेले असतात व वयाबरोबर आपल्या श्रद्धेत अडकून पडलेले असतात. परंतु, वयापेक्षाही जन्मक्रमांक अधिक परिणामकारक ठरतो. 'उशिरा जन्माला आलेला ८० वर्षांचा वृद्धही उत्क्रांतिवादाचा सिद्धान्त २५ वर्षे वयाच्या प्रथम जन्माला आलेला ज्या उत्साहात स्वीकारतो त्याच उत्साहात स्वीकारतो.' सलोवे उत्क्रांतिवादाच्या सिद्धान्तावर युक्तिवाद करताना लिहितो, ''ते केवळ ऐतिहासिक वास्तव बनलं. कारण, सर्वसाधारणपणं लोकसंख्येत उशिरा जन्माला आलेल्यांच्या संख्येत प्रथम जन्माला आलेल्यांची संख्या तुलनेनं २.६ ते १.०० इतक्या प्रमाणात वाढली''.

मोठ्या वैज्ञानिक उलथापालथींना उशिरा जन्माला आलेले हे आधी जन्माला आलेल्यांपेक्षा दुपटीनं मान्यता देण्याची शक्यता असते. 'हा फरक योगायोगानं निर्माण झाल्याची शक्यता साधारणतः एक अब्ज लोकांमध्ये एकपेक्षा कमी इतकी आहे', असं सलोवेचं निरीक्षण आहे. 'उशिरा जन्माला आलेले आधी जन्माला आलेल्यांपेक्षा पुरोगामी सुधारणांना समर्थन देण्यात जवळजवळ अर्ध शतक पुढं असतात.' जेव्हा त्यानं ३१ राजकीय क्रांतींचा अभ्यास केला, तेव्हा असेच निष्कर्ष पुढं आले. उशिरा जन्माला आलेले आमूलाग्र बदलाला पाठिंबा देण्याची शक्यता आधी जन्माला येणाऱ्यांच्या मानानं दुप्पट असते.

प्रथम जन्माला आल्याचं कार्ड धारण करणारा मी होतो. ह्या निकालामुळं मी प्रारंभी धास्तावलो. मात्र, अखेर जन्मक्रमांकाबद्दलचं संशोधन अभ्यासल्यावर माझ्या लक्षात आलं की, यातील कोणतीच पद्धती दगडात कोरल्यासारखी अक्षय नाही.

उशिरा जन्माला आलेल्या मुलांच्या ताब्यात मौलिकता देण्याची गरज नाही; परंतु पालकत्वाच्या ज्या प्रथा-पद्धती प्रामुख्यानं लहान वयाच्या मुलांसाठी वापरल्या जातात त्यांचा वापर कोणत्याही क्रमांकावर जन्माला आलेल्या मुलांना अधिक मौलिक बनवू शकतो.

हे प्रकरण मौलिकतेच्या कौटुंबिक मुळांचा अभ्यास करणारं आहे. धाकटं मूल असणं यात कोणतं अनन्यसाधारणत्व आहे व कुटुंबाचा आकार त्यात कोणती भूमिका बजावतो तसंच त्याच्या पालनपोषणावर कोणते परिणाम होतात? जी उदाहरणं ह्या ठरावीक साच्यात बसत नाहीत त्यांची संगती कशी लावायची? बेस चोरणाऱ्या यादीतील एकुलती एक असणारी तीन मुलं प्रथम जन्माला येऊन बंडखोरी करणारी मुलं आणि नंतर जन्माला येऊन बंडखोरी करणारी मुलं यांचं काय करायचं? भावंडं, पालक आणि आदर्श ठरवलेल्यांचा जोखीम पत्करण्याचा आपल्या प्रवृत्तींवर होणाऱ्या परिणामांच्या अभ्यासासाठी पायाभूत साहित्य म्हणून मी जन्मक्रमांकाचा वापर करीन. आपण जशी अपेक्षा करतो त्याप्रमाणं भावंडं का नसतात, याचा अभ्यास करण्यासाठी मी जॅकी रॉबिन्सनची जडणघडण कशी झाली यांचा अभ्यास करेन. तसंच, अमेरिकेतील सर्वांत मौलिक विदूषकांचा-विनोदी नटांचा अभ्यास करेन. मुलं विधायक किंवा विध्वंसक बंडखोर का बनतात हे तुम्हाला निश्चित करता येईल. कोणाला फसवू नका हे मुलांना सांगणं ही कशी चूक आहे हे तुमच्या लक्षात येईल. त्याबरोबरच आपण मुलांची स्तुती करतो ती कशी प्रभावहीन असते व त्यांना कशी चुकीची पुस्तके वाचून दाखवतो हेही लक्षात येईल. ज्या लोकांनी व्यक्तिशः आपली आयुष्ये धोक्यात घालून ज्यू मुलांना मानवसंहारातून वाचवलं, त्यांच्या पालकांकडून आपण काय शिकतो?

बंडखोरीसाठी जन्म

रोझा पार्कनं माँटरोमेरी बसमध्ये धैर्य दाखवलं. त्याच्या आधी दशकभर म्हणजे १९४४ साली जेव्हा लष्करात लेफ्टनंटच्या हुद्द्यावर असलेल्या जॅकी रॉबिन्सननं बसच्या मागच्या सीटवर बसण्यास नकार दिल्यामुळं त्याच्यावर कोर्टमार्शल खटला चालवला गेला होता. बस ड्रायव्हर ओरडला, ''जर तू मागच्या सीटवर गेला नाहीस तर मी तुला खूप त्रास देईन''. त्यावर रॉबिन्सननंही त्याला कडक शब्दांत उत्तर दिलं, ''त्रास देण्याच्या धमकीला मी भीक घालत नाही''. अशाच प्रकारचं धाडस त्यानं बेसबॉलच्या जागतिक मालिकेत होम बेस चोरताना केलं होतं. रॉबिन्सन म्हणतो, ''मी खेळाच्या योजनेत अचानक बदल करण्याचा निश्चय केला. विशेषतः आमचा संघ फक्त दोन धावांनी पिछाडीला असताना होम बेस चोरण्याचा डावपेच बेसबॉल खेळातला उत्तम निर्णय नव्हता. परंतु ठरवलं आणि तसं केलंही. वस्तुतः मी ते केलं किंवा नाही यानं काहीच फरक पडणार नव्हता''.

'मी त्याची अजिबात पर्वा करत नव्हतो' आणि 'मी त्याला अजिबात भीक घालत नाही' हे दोन्ही उद्गार जॅकी रॉबिन्सन धोक्याच्या परिस्थिती कशी हाताळायला शिकला होता, याबाबतच्या काही मूलभूत बाबींकडं निर्देश करतात. स्टॅन्फर्डच्या जेम्स मार्च या विख्यात प्राध्यापकाच्या मते, आपल्यापैकी अनेक जण निर्णय घेतात तेव्हा आपण काही तर्कसंगत परिणामांचा अनुभव घेत असतो. विशिष्ट परिस्थितीत कोणती कृती केल्यामुळे उत्तम निकाल मिळेल? जर तुम्ही जॅकी रॉबिन्सनसारखे असाल व तुम्ही कायम 'जैसे थे' परिस्थितीला आव्हान देत असाल तर तुम्ही औचित्याच्या तर्काऐवजी वेगळ्या पद्धतीनं कार्यरत राहाल. माझ्यासारखी व्यक्ती ह्या परिस्थितीत कशी वागेल याचा विचार करून काय परिणाम होतील हे भाकीत वर्तवण्यासाठी बाहेरच्या जगाकडं पाहण्यापेक्षा तुम्ही तुमच्या अंतर्यामीच्या ओळखीकडं वळाल. तुमचा निर्णय तुम्ही कोण आहात किंवा काय होऊ इच्छिता यावर आधारित असेल.

आपण परिणामांचा विचार करून कृती करतो, तेव्हा आपण धोका पत्करण्याच्या प्रयत्नांत असतो. पण, औचित्याचं तर्कविज्ञान तुम्हाला धोक्याच्या काळजीतून मुक्त करतं. आपल्याला हवा तसा परिणाम घडून येईलच याबाबतचा विचार आपण कमी करतो आणि आपल्यासारखी व्यक्ती पोटतिडिकीनं काय करील, यासंबंधीचा विचार करून आपली कृती करतो आणि या प्रवृत्तीवर जन्मक्रमाचा प्रभाव पडतो.

वर्षानुवर्षे प्रथम जन्माला आल्याच्या फायद्यांची स्तुती करून त्याचं अवडंबर माजवून ठेवलं आहे. कुटुंबातील सर्वांत मोठ्या मुलासाठी यशाचं वातावरण तयार केलेलं असतं. त्याच्याकडं परिपूर्ण लक्ष दिलं जातं. लाड करणारे पालक आपला बहुमोल वेळ व शक्ती त्याच्यासाठी खर्च करतात. प्रथम जन्मक्रम असलेली मुलं विज्ञानातलं नोबेल पारितोषिक मिळवण्याची, अमेरिकन काँग्रेसमन होण्याची व नेदरलँड्समध्ये स्थानिक राष्ट्रीय पातळीवरच्या निवडणुकात जिंकण्याची शक्यता जास्त असते. ह्या व्यक्ती बहुराष्ट्रीय कंपन्यामध्ये सर्वोच्च स्थानापर्यंत पोहोचण्याची सर्वाधिक शक्यता असते असंही दिसून येतं. १५००पेक्षा अधिक प्रमुख कार्यकारी अधिकाऱ्यांच्या कामगिरीचं विश्लेषण केल्यावर त्यातील ४३ टक्के प्रथम जन्मले असल्याचं आढळलं.

अगदी अलीकडे अर्थतज्ज्ञ मार्को बर्टोनी आणि जिओर्जिओ ब्रुनेलो यांनी जन्मक्रमांकाचा व्यावसायिक कारकिर्द यशस्वी होण्यावर कोणता परिणाम होतो, याचा बारकाईनं अभ्यास केला. युरोपातील जवळजवळ डझनभर देशांतील ४००० लोकांचा अनेक दशकांपेक्षा अधिक काळाचा मागोवा घेतला. कामगार बाजारात (लेबर मार्केट) प्रथम जन्म घेतलेल्यांना नंतर जन्म घेतलेल्यांपेक्षा १४ टक्के वरच्या श्रेणीतील वेतन प्रारंभीच मिळत होतं. प्रथम जन्मलेल्यांना शिक्षणाचा अधिक फायदा मिळाला. त्यामुळे त्यांना अधिक वेतनाची मागणी करणं शक्य झालं.

तरीही, कामाच्या प्रारंभी मिळालेला हा फायदा ३०व्या वर्षापर्यंत नाहीसा होतो. उशिरा जन्माला आलेल्यांना अधिक वेगानं वेतनवृद्धी मिळते. कारण, अनेकदा अधिक वेतन देणाऱ्या नोकरीकडं वळण्याची त्यांची तयारी असते. 'प्रथम जन्मलेल्यांची नंतर जन्मलेल्यांपेक्षा धोका टाळण्याची वृत्ती अधिक असते.' त्या अर्थतज्ज्ञांनी नोंद करताना लिहिलं, ''नंतर जन्मलेले पिण्याच्या वाईट सवयीत आणि धूम्रपानात आकंठ बुडलेले असण्याची शक्यता असते. तसंच निवृत्तीसाठी पैशाची योजना करण्याची, जीवन विमा पॉलिसीचा संच विकत घेण्याची शक्यता कमी असते''. मनोवैज्ञानिक डीन सिमॉन्टन स्पष्ट करते, ''उशिरा जन्माला येणाऱ्यांची प्रमाणित चाचण्यांतील कामगिरी सुमार दर्जाची असणं, शालेय स्तरावर कमी गुण मिळवणं आणि प्रतिष्ठित व्यवसायांकडं पाठ फिरवणं या त्यांच्या गौण क्षमता म्हणता येणार नाहीत. उलट, प्रथम जन्माला येणाऱ्यांचा या क्षमतांविषयीचा ध्यास हा नंतर जन्माला आलेल्यांच्या दृष्टीनं अधिकार आणि जुळवून घेण्यासाठी स्वीकारलेल्या अप्रिय तडजोडी आहेत असं वाटत असण्याचीही शक्यता आहे''.

जरी या सगळ्याला कायदेशीरपणा लाभत असला, तरी जन्मक्रमांकाच्या विज्ञानाला दुष्कृत्यांचा इतिहास आहे व तो आजही वादग्रस्त राहिलेला आहे.(विज्ञान वादग्रस्त की इतिहास वादग्रस्त?) तुम्ही कोण आहात हे जन्मक्रम *ठरवत नाही;* तुम्ही विशिष्ट प्रकारे विकसित होऊ शकता, याबाबतच्या फक्त *शक्यता वर्तवता येतात.* इतर अनेक घटकांचं त्यामध्ये योगदान असतं. हे घटक जीवविज्ञानातील व तुमच्या अनुभवविश्वातील असतात. जन्मक्रमांकाचा प्रभाव वेगळा करण्यात संशोधनांतर्गत अडचणींचा डोंगर उभा राहिलेला आहे. तुम्ही यादृच्छिक प्रयोग करू शकत नाही. एखाद्या प्रयोगातील सर्व घटक सारखे नसतील, तर निदान तुलना करण्यासाठी दोन गटांमध्ये सारखे घटक असावेत अशी अपेक्षा असते. चाचणीत सामील झालेल्या लोकांची विभागणी पूर्वग्रहविरहित पद्धतीनं केली जाते. त्यामुळे चाचणीवर परिणाम करणाऱ्या, पण, प्रयोगाच्या आखणीत लक्षात न घेतलेल्या घटकांचा परिणाम कमी होतो व चाचण्यांमधील निष्कर्षांची विश्वासार्हता वाढते. अनेक अभ्यासांत वेगवेगळ्या कुटुंबांतील भावंडांची तुलना करण्याच्या टप्प्यावर असं लक्षात आलं की, भावंडांच्या तुलनेपेक्षा जास्त कठोर तुलना सामील झालेल्या कुटुंबात व्हायला पाहिजे तेव्हा हे संशोधन थांबवावं लागलं. जेव्हा अधिक कठोर तुलना कुटुंबामध्ये होऊ लागली तेव्हा तसंच हाफ सिबलिंग, (आई किंवा वडील एकच असणं) सावत्र भावंडं, दत्तक घेतलेली भावंडं, मयत भावंडं व एकाच घरात वाढणारी अन्य मुलं- यांच्यात तुलना कशा करायच्या याबाबत सहमती होऊ शकली नाही. परिणामी, हा प्रयोग थांबवावा लागला. जन्मक्रम तज्ज्ञांची अनेक निष्कर्षांबाबत पायाभूत असहमती चालूच राहिली होती. पुढे आलेल्या पुराव्याचं समाजवैज्ञानिक म्हणून समीक्षण करून खरी वाटणारी माझी निरीक्षणं

सर्वांसमोर मांडावीत असं मला वाटलं. जेव्हा गोळा केलेली माहिती तपासली तेव्हा जन्मक्रमांकाचा मुद्दा वेगळ्या वाटेनं जाण्याचा धोका पत्करण्याबाबतच्या माझ्या अपेक्षेपेक्षा अधिक चांगल्या प्रकारे लावता येत होता.

एका अभ्यासात लोकांनी आपली स्वतःची व आपल्या भावंडांची शालेय स्तरावरील कामगिरी आणि केलेली बंडखोरी यांचं मूल्यमापन केलं. उच्च शैक्षणिक यश मिळवणारे नंतर जन्माला आलेल्या मुलांच्या तुलनेत प्रथम जन्मले असण्याची शक्यता २.३ पट अधिक असते. शेवटच्या क्रमांकावर जन्म घेणारे प्रथम जन्म घेणाऱ्यांपेक्षा दुप्पट अधिक बंडखोरी करण्याची शक्यता असते. जेव्हा आजपर्यंतच्या आयुष्यात सर्वांत अपारंपरिक किंवा सर्वाधिक बंडखोर बाबी कोणत्या केल्या, ते लिहिण्यास सांगितलं तेव्हा उशिरा जन्मलेल्यांनी लांबलचक प्रतिसाद देऊन अधिक अपारंपरिक वर्तनाचं वर्णन केलं. अशा प्रकारचे शेकडो अभ्यास ह्याच निष्कर्षाकडे निर्देश करतात. प्रथम जन्माला येणाऱ्यांचा कल अधिक वर्चस्व गाजवण्याकडे, महत्त्वाकांक्षी असण्याकडे, तारतम्यबुद्धीनं विचार करणं याकडं असतो. उशिरा जन्म घेणाऱ्यांची प्रवृत्ती जोखीम स्वीकारण्याकडं व मौलिक कल्पना कवेत घेण्याकडं असते. प्रथम जन्माला आलेल्यांचा कल 'जैसे थे' परिस्थितीचा स्वीकार करण्याकडे, तर उशिरा जन्माला आलेल्यांची त्या परिस्थितीला आव्हान देण्याची प्रवृत्ती असते.

उशिरा जन्मलेल्यांचा कल धोका स्वीकारण्याकडं असतो, याबाबत दोन प्रभावी स्पष्टीकरणं दिली जातात. एक स्पष्टीकरण मुलं आपलं भावंडांतील वैमनस्य कसं हाताळतात याच्याशी संबंधित आहे. दुसरं आहे पालक लहान मुलांचं संगोपन कसं वेगळ्या प्रकारं करतात याच्याशी संबंधित आहे. आपण जरी जन्मक्रमावर नियंत्रण ठेवू शकत नसलो तरी त्याचा फायदा कसा उठवता येतो यावर आपण प्रकाश टाकू शकतो.

योग्य स्थान–नोकरी निवडणं, स्पर्धा न करता स्पर्धा करणं

अनेक भावंडांचं निरीक्षण करा. चक्रावून टाकणारी वस्तुस्थिती तुमच्या लक्षात येईल. कुटुंब म्हणून त्यांची व्यक्तिमत्त्वं सारखी असली तरी प्रत्येकाचं व्यक्तिमत्त्व वेगळं असतं. जेव्हा समरूप जुळी भावंडं (आयडेंटिकल) एकाच कुटुंबात वाढतात तेव्हा ती एकमेकांसारखीच असतात. पण, जेव्हा समरूप जुळी भावंडं जन्मापासून वेगळी केली जातात व वेगळ्या कुटुंबात वाढतात– तेव्हाही ती एकमेकांसारखी नसतात. तीच गोष्ट जुळ्या नसणाऱ्या भावंडांबाबतही खरी आहे. जेव्हा ती वेगवेगळ्या कुटुंबांत लहानाची मोठी होतात तेव्हा ती एकत्र वाढलेल्या भावंडांपेक्षा वेगळी असतात. स्टीव्हन पिंकर हा हार्वर्डचा मनोवैज्ञानिक थोडक्यात सांगतो, ''दत्तक घेतलेली भावंडंही यदृच्छया रस्त्यावरून उचललेल्या दोन लोकांपेक्षा जास्त समान

राहिलेली नसतात. मौलिकतेच्या दृष्टीनं ही बाब महत्त्वाची आहे. समान पालकांनी त्यांना वाढवलं असलं तरी प्रौढ वयात त्यांच्या जुळवून घेण्याच्या प्रवृत्ती किंवा जोखीम स्वीकारणं या गोष्टी एकमेकांशी साधर्म्य दाखवत नाहीत''.

ह्या गूढाची उकल करण्यास कदाचित योग्य स्थान वा नोकरी स्वीकारणं ही बाब साहाय्यकारी ठरेल. ह्या संकल्पनेचं मूळ डॉक्टर व मानसोपचारतज्ज्ञ आल्फ्रेड अँडलरच्या कामात सापडतं. सिग्मंड फ्रॉइडनं पालकत्वावर दिलेला भर समाधानकारक नाही व त्यातून व्यक्तिमत्त्व विकासावरील भावंडांच्या महत्त्वपूर्ण प्रभावाचा वेध घेता येत नाही, असा अँडलरला विश्वास वाटत होता. प्रथम क्रमांकाचं मूल पहिलं एकच मूल म्हणून आपलं आयुष्य सुरू करतात. प्रारंभी आपल्या पालकांशी त्यांची निजखूण पटते. मात्र, जेव्हा धाकट्या भावंडांचं घरात आगमन होतं तेव्हा प्रथम जन्माला आलेल्यांचं जणू 'खास स्थान' कमी होतं आणि ती मुलं पालकांना काहीतरी चांगलं करून दाखवण्याचा प्रयत्न करतात. ती मुलं आपले नियम धाकट्या भावंडांवर लादतात व लहान भावंडांवर स्वतःचा अधिकार प्रस्थापित करतात. त्यामुळे लहान भावंडांत बंडखोरी करण्यास अनुकूल परिस्थिती निर्माण होते.

मोठ्या भावंडांबरोबर थेट बौद्धिक व शारीरिक स्पर्धेच्या आव्हानाला तोंड देताना धाकटं भावंड आपण ठळकपणं सर्वांच्या नजरेस पडावं म्हणून वेगळाच मार्ग निवडतं. सलोवेच्या मते, 'जबाबदार उपलब्धी देणारं स्थान वा जागा ही विशेषतः मोठ्या भावंडांसाठी मोकळी सोडलेली असते. एकदा ही जागा भरली की धाकट्या भवंडांना त्याच जागेसाठी प्रभावीपणं प्रयत्न करणं अवघड होऊन बसतं'. ही बाब अर्थातच दोन भावंडांतील वयाच्या अंतरावर अवलंबून असते. जर दोघांमध्ये एखाद्या वर्षाचा फरक असला तर धाकटं भावंड स्वतःची काळजी घ्यायला पुरेसं चाणाक्ष वा सक्षम असतं. सात वर्षांचा फरक असला तर महत्त्वाचं स्थान धाकट्या भावंडांसाठी खुलं राहतं व ते मिळवण्यासाठी थेट स्पर्धा करण्याचं कारण उरत नाही. बेसबॉल खेळणाऱ्या दोन भावांमध्ये जेव्हा दोन ते पाच वर्षांचं अंतर असतं, तेव्हा ते भाऊ ज्यांच्यात दोन ते पाच वर्षांपेक्षा कमी अंतर असतं त्या भावांपेक्षा वेगवेगळी स्थानं भूषवतात. जॅकी रॉबिन्सननं कॉलेजात असताना धावण्याच्या शर्यतीत भाग घेतला होता. पण, त्याच्याहून वयानं पाच वर्षांनी मोठ्या असणाऱ्या मॅक या भावाला तो शर्यतीत हरवू शकला नव्हता. मॅकनं ऑलिम्पिक खेळात २०० मीटर धावण्याच्या स्पर्धेत रजत पदक मिळवलं होतं. रॉबिन्सननं आपलं वेगळेपण एनसीएएच्या खेळात दाखवून विस्तृत उडीत (ब्रॉड जंप) नैपुण्य दाखवलं आणि यूसीएलएममध्ये बास्केट बॉल व त्याचबरोबर धावणं व बेसबॉलमध्ये नाव कमावलं.

अशा तऱ्हेनं, विशिष्ट स्थान पटकावणं हा प्रकार अन्य कुटुंबांमध्येही दिसून येतो का? या कुतूहलापोटी मी माझा मोर्चा अमेरिकेतील विनोदाच्या जगाकडं वळवला.

हास्यप्रधान नाटक हाच मुळात बंडखोरीचा प्रकार आहे, लोकसंख्येतील मानकांशी तुलना करता विदूषकांचा वा विनोदी नटांचा कल अधिक मौलिक व बंडखोर होण्याकडे असतो. या क्षेत्रात ते जितके उच्च गुण मिळवतील तितकं त्यांना व्यावसायिक यश अधिक लाभतं. जेव्हा एखादा विनोद अपेक्षेपेक्षा दूर पोहोचतो किंवा दुसऱ्याला इजा न करता एखादं पवित्र तत्त्व मोडतो वा झुगारून देतो आणि अस्वीकरणीय बाब स्वीकरणीय बनवतो तेव्हा लोक हसतात. अपेक्षांना आव्हान देताना आणि गाभा-मूल्यांबाबत प्रश्न उपस्थित करताना विदूषकांना वा विनोदी नटांना मोजूनमापून धोका पत्करावा लागतो. हे सारं करताना एका विशिष्ट बिंदूवर प्रेक्षकांना न दुखावता त्यांच्याकडं दुर्लक्ष करावं लागतं. विदूषकांना वा विनोदी नटांना सर्जनशीलतेची गरज असते. विनोदी नट बनण्याची निवड करणं याचा अर्थ स्थिर जीवनाचं चांगलं भाकीत झटकून देणं हाच असतो. जिम कॅरीच्या वडिलांच्या मनात विनोदी नट बनण्याचा विचार आला होता, पण त्यानं सुरक्षित असा लेखापालाचा व्यवसाय निवडला. जेरी सेनफिल्ड थट्टेच्या सुरात म्हणत असे : ''मी कधी नोकरी केलीच नाही.''

योग्य जागा प्राप्त करणं याबाबत आमच्या जवळ असलेल्या माहितीवर आधारित उशिरा जन्माला आलेली मुलं महान विनोदी नट होण्याची शक्यता अधिक असते. पुष्कळशा पारंपरिक नोकऱ्या वयानं मोठ्या असलेल्या भावंडांनी आधीच पटकावलेल्या असल्यामुळे त्यासाठी झगडत बसण्याऐवजी वा त्यांच्यापेक्षा अधिक चलाख व सक्षम होण्याऐवजी लहान भावंडं विनोदी नट होऊ शकतात. अन्य गुणवत्तांप्रमाणे लोकांना हसवण्याची क्षमता वयावर किंवा परिपक्वतेवर अवलंबून नसते. तुमचं कुटुंब मोठं असलं तर योग्य स्थानासाठी डावं-उजवं करण्यासाठी तुमच्याकडं फार थोडे पर्याय असतात. अशा वेळी तुमचं योग्य स्थान म्हणून तुम्ही विनोदी नट बनण्याची निवड करण्याची शक्यता अधिक असते.

महान विनोदी नट प्रथम जन्माला आलेले असण्याऐवजी शेवटच्या क्रमांकावर असण्याची शक्यता अधिक असते का, हे शोधण्यासाठी 'कॉमेडी सेंट्रल २००४'च्या सदैव महान ठरलेल्या १०० महान विनोदी नटांच्या यादीचं विश्लेषण केलं. ती यादी (टॅली) मौलिक विनोदी नटांची संपूर्ण माहिती देणारी होती. हे विनोदी नट त्यांच्या बंडखोरीच्या साहित्याबद्दल प्रसिद्ध होते. ती बंडखोरी सामाजिक मानकांना व राजकीय विचारप्रणालीला आव्हान देणारी होती. तसंच, त्यामध्ये जॉन कार्लिनपासून ख्रिस रॉक ते जोन सिव्हर्स ते जॉन स्टुअर्ट यांचा समावेश होता.

संख्याशास्त्रीयदृष्ट्या प्रथम जन्माला आलेले व शेवटच्या क्रमांकावर जन्माला आलेले यांची संख्या समान असायला हवी. जेव्हा त्या शंभर मौलिक विनोदी नटांचा मी मागोवा घेतला, तेव्हा त्यांपैकी ४४ जणांचा जन्मक्रमांक शेवटचा होता. त्यांच्याशी तुलना करता प्रथम जन्मलेल्यांची संख्या फक्त २० होती. ते सर्व जण ज्या कुटुंबातील सरासरी अपत्यसंख्या ३.५ होती अशा कुटुंबातील होते. तरीही

सरासरी पाहता त्यांच्यापैकी जवळजवळ निम्मे जण त्या कुटुंबातील एकमेव अपत्य होते. दैवयोगाने येणाऱ्या भावंडांच्या क्रमवारीत ते ४८ टक्के उशिरा जन्मले होते. (अन्यथा – दे शुड हॅव बीन बाय चान्स.)

भावंड असलेले विनोदी नट जितकं भाकीत केलं होतं, त्यापेक्षा ते शेवटी जन्माला येण्याचा योगायोग ८३ टक्के अधिक होता. शेवटच्या क्रमांकावर येऊन विनोदी नट होण्याचा योग दशलक्षांत दोघांच्याच वाट्याला येतो.

शेवटी जन्माला आलेलं भावंड खास विनोदी नटांकडे वळतं तेव्हा वयानं मोठ्या भावंडांना पारंपरिक जागांची अधिक उपलब्धी प्राप्त झालेली होती. अकरा भावंडांत स्टीफन कोलबर्ग सर्वांत लहान होता. त्याची मोठी भावंडं बौद्धिक मालमत्ता समजल्या गेलेल्या स्थानांवर कार्यरत होती. काँग्रेसचा प्रतिनिधी, सरकारी वकील– अशा प्रतिष्ठित व्यवसायांत त्यांचा समावेश झाला होता. चेल्सा हँडलरची पाच मोठी भावंडं यांत्रिक अभियंता, शेफ (खानसामा), वकील, परिचारिका अशा व्यवसायांत होती. या सर्व नोकऱ्यांसाठी शैक्षणिक दाखले प्राप्त करणं शक्य असतं. तसंच, त्यात निश्चित वेतनही मिळतं. लुईस सी.के.च्या तीन मोठ्या बहिणींत एक डॉक्टर, एक शिक्षिका व एक सॉफ्टवेअर इंजिनिअर आहे. जिम गॅफिगनची पाच मोठी भावंडं व्यवस्थापक आहेत. तिघे जण बँकेत कार्यकारी अधिकारी आहेत. एक डिपार्टमेंट स्टोअरचा महाव्यवस्थापक आहे व एक जण ऑपरेशन व्यवस्थापक आहे. मेलब्रूकचे तीन मोठे भाऊ अनुक्रमे औषधविक्रेता, पुस्तकांच्या दुकानाचा मालक आणि सरकारी अधिकारी आहेत.

भावंडं एकमेकांसारखी का नसतात, हे गूढ सोडवण्यास मानाचं स्थान मदत करतं. उशिरा जन्माला आलेली मुलं वेगळे राहण्यासाठी जाणूनबुजून सक्रिय असतात; परंतु, केवळ उठून दिसण्याच्या प्रयत्नांखेरीज या गोष्टीत अधिक काही बाबी आहेत. समानता राखण्याचा कितीही निकराचा प्रयत्न केला तरी मुलांच्या जन्मक्रमानुसार पालक मुलांना वेगवेगळ्या पद्धतीनं वागवतात. हेच वागणं त्यांच्या व्यक्तिमत्त्वाला आकार देऊन त्यांना आणखी भिन्न होण्यास मदत करतं.

कठोर पालनकर्त्यांचा निसरडा उतार

रॉबर्ट झाजोंक या मनोवैज्ञानिकानं पुढील निरीक्षण नोंदवलं आहे. प्रथम जन्माला आलेलं मूल प्रौढ माणसांच्या सहवासात वाढतं–वावरतं. पण, जेव्हा तुम्हाला तुमच्यापेक्षा मोठी भावंडं असतात तेव्हा तुम्ही त्या मोठ्या भावंडांकडून शिकण्यात अधिक वेळ घालवता. जॅकी रॉबिन्सन पहिलं अपत्य म्हणून जन्माला आला असता, तर प्रामुख्यानं त्याचं संगोपन आईकडूनच झालं असतं. पण, पाच मुलांना जेवू-खाऊ घालण्यासाठी मॅली रॉबिन्सनला कामं करणं भाग होतं. त्याचा परिणाम म्हणून

रॉबिन्सनची मोठी बहीण विला मे म्हणते, ''मी छोटी आई बनले होते''. ती त्याला अंघोळ घालून त्याच्या अंगावर कपडे चढवत असे. त्याला खाऊ-पिऊ घालत असे. जेव्हा ती किंडरगार्टनमध्ये जाऊ लागली तेव्हा आईला मनवून ती त्याला आपल्या बरोबर शाळेत घेऊन जाऊ लागली. तीन वर्षांचा रॉबिन्सन तेथील वाळूत दिवसभर खेळत असे. विला मे अधूनमधून खिडकीतून डोकावत 'भाऊ ठीक आहे', ना यावर लक्ष ठेवत असे. दरम्यान, रॉबिन्सनच्या मोठा भाऊ मारामारीत त्याचं रक्षण करण्यास तयार झाला होता.

जेव्हा मोठी भावंडं पालकांची भूमिका बजावतात व समोर आदर्श ठेवतात तेव्हा तुम्हाला (लहान भावंडांना) शिक्षेला, अनेक नियमांना सामोरं जावं लागत नाही. मोठ्या भावंडांनी संरक्षण दिल्यामुळं तुम्ही निर्धास्त राहता. सरतेशेवटी, लवकर धोकाही पत्करता. प्रौढांनी काळजीपूर्वक विचारात घेतलेल्या संधी व काही चांगला पद्धतशीर प्रयत्न करण्याऐवजी तुम्ही इतर मुलांनी स्वीकारलेला मार्ग अनुसरता.

जेव्हा पालकाची भूमिका दुसऱ्या मुलांना निभवायची नसते तेव्हा पालक प्रथम जन्माला आलेल्या अपत्यावरही कडक शिस्तीचा बडगा उभारतात आणि नंतर जन्माला येणाऱ्या मुलांच्या बाबतीत तितकं कठोर न राहता लवचीक बनतात. अनुभवानं पालकही अधिकाधिक लवचीक बनतात. तितकेसे कठोर वागत नाहीत. शिवाय, शेवटी जन्माला आलेल्या अपत्यांची बरीचशी कामे पालकांना करावी लागत नाहीत. कारण, मोठी भावंडं तो कार्यभार सांभाळतात. रॉबिन्सन जेव्हा शेजारच्याच टोळीत शिरला तेव्हा नेहमीच दुकानातून वस्तूंची उचलेगिरी करीत असल्याच्या आरोपाखाली पकडला गेला. त्याला शिक्षा न देता त्याच्या आईनं पोलीस स्टेशनवर मोर्चा नेला व आपल्या मुलाला खूप कठोरपणं पोलीस स्टेशनवर वागवलं, असं तेथील कॅप्टनला सांगितलं. रॉबिन्सनची चरित्रकार मेरी के लिंग लिहिते, ''अशा वेड्यावाकड्या वागण्यातून त्याची सुटका होत असे. कारण, त्याचे नेहमीच लाड केले जात असत... अखेरीस तो कुटुंबातलं शेंडेफळ होता व त्याच्या मोठ्या भावंडांना जशा कौटुंबिक जबाबदाऱ्या पार पाडाव्या लागल्या तशी वेळ रॉबिन्सनवर आली नाही''.

पालकत्वाच्या ह्या बदलत्या पद्धतीचा अनुभव लिझ विन्स्टेडनंही घेतला. लिझ विन्स्टेड द *डेली शो*ची सहनिर्माती होती. चालू घडामोडींच्या माध्यमातील सादरीकरणाला आव्हान देणारा तो पहिला वृत्तनिवेदनाचा कार्यक्रम होता. कार्यक्रम वृत्तनिवेदनासारखा दिसत असला तरी तो विडंबनात्मक होता. ''आम्ही त्यांच्यातलेच एक होऊन त्यांची थट्टा करणारे होतो. असं पूर्वी कधी घडलं नव्हतं'', असं विन्स्टेडनं लिहिलं आहे.

अतिशय सनातनी पालकांच्या पाच अपत्यांपैकी विन्स्टेड सर्वांत लहान होती. ती मिनेसोटा येथे लहानाची मोठी झाली. आपल्या भावंडांपेक्षा तिला अधिक स्वातंत्र्य

मिळालं. ''माझे पालक वृद्ध असल्यामुळं मला माझं म्हणणं त्यांना पटवून देता येत होतं. (मी त्यांच्यावर विजय मिळवला होता.) मला विविध प्रकारची सुरक्षा होती. काही करण्यासाठी त्यांची परवानगी घेणं मी सोडून दिलं होतं. मी फक्त सार्वजनिक बस हेच वाहन वापरत असे. मी रात्रभर घराबाहेर राहत असे. ते सुटीवर जात आणि मला एकटीला हायस्कूलमध्ये सोडत असत. ते खूपच थकले होते व 'हे तू करू शकणार नाहीस', हे म्हणायचंच ते विसरून गेले होते''. जेव्हा ती लहान होती तेव्हा तिला पोहता येत नव्हतं. तरीही तिच्या आईनं ती इनर ट्यूबमधून खालच्या तळ्यात पडण्याची भीती असल्याचा इशारा तिला कधीच दिला नव्हता. ''मी घाबरायला हवं होतं हे मला कळत नव्हतं. आणि थोडक्यात सांगायचं तर, म्हणूनच मी नेहमी डोकं पुढं करून सूर मारते. म्हणूनच तेव्हा आणि आता जीवनातील धोक्यांकडे केवळ आव्हान म्हणून न पाहता शर्थीची लढाई म्हणूनच मी पाहिलं'', असं स्पष्टीकरण विन्स्टेड देते. ''पालकांनी अशा ढळढळीतपणे दुर्लक्ष केल्याचा परिणामानं मला कायम नम्रता स्वीकारण्याचा त्रास आयुष्यभर सहन करावा लागला''.

बालपणापासूनच विन्स्टेडला लोकांचं लक्ष वेधून घ्यावं लागत असे. जेने हा सध्या मेयर असलेला तिचा भाऊ आठवण सांगतो, ''सगळं कुटुंबच जेव्ही एखादी गोष्ट अचानक बोलत असे तेव्हा तीही तितक्याच जोरानं किंवा त्याहीपेक्षा मोठ्या आवाजात त्या बोलण्याचा प्रतिवाद करत असे''. वयाच्या दहाव्या वर्षी विन्स्टेडनं आपल्या कॅथालिक शिक्षिकेला विचारलं होतं की कुत्री व ज्यू स्वर्गात का जात नाहीत? वयाच्या बाराव्या वर्षी धर्मगुरूनं तिला सांगितलं की, ती अल्टर बॉय होऊ शकणार नाही तेव्हा तिनं अल्टर गर्ल होण्याचा प्रस्ताव मांडून त्याला आव्हान दिलं होतं. तसंच, ह्या कल्पनेचा पुरस्कार करणारं पत्र तिनं बिशपला लिहिलं होतं. ह्या कल्पनेपासून तिच्या पालकांनीही तिला परावृत्त केलं नाही. जेव्हा इतरांनी तिच्या मूल्यांबद्दल शंका उपस्थित केली तेव्हाही तिच्या पालकांनी तिला पाठिंबाच दिला. काही वर्षांनी ती गर्भपाताला अनुकूल विचार मांडू लागली तेव्हा वडिलांचे पुढील उद्गार तिच्या कानांवर पडले. ''किमान माझी मुलगी तिला काय वाटतं ते बोलून दाखवते व ती आपलं खरं स्वरूप लपवत नाही''.

कुटुंब जितकं मोठं तितका उशिरा जन्माला आलेल्यांना गलथान नियम व चाली-रीती यांचा अधिक सामना करावा लागतो व ती त्यापासून दूर जातात. मोठ्या भावंडांना तसं करावं लागत नाही. ''मी खूप मोठ्या कुटुंबातून - नऊ पालकांच्या कुटुंबातून - आलो आहे'', असा विनोद जिम गॅफिगन हा विनोदी नट करतो. ''जेव्हा तुम्ही भल्या मोठ्या कुटुंबात वयानं सर्वांत लहान असता तेव्हा तुम्ही वयात येईपर्यंत तुमचे पालक भ्रमिष्ट झालेले असतात''.

अनेक मौलिकांचं धोका स्वीकारण्याच्या प्रवृत्तीचं स्पष्टीकरण त्यांच्या असाधारण निर्णयक्षमतेत आणि कुटुंबातील शेंडेफळ म्हणून त्यांना मिळणारं संरक्षण

यांद्वारा आपण देऊ शकतो. ''अशा पालकांचं वर्तन कोणताही जन्मक्रमांक असला तरी मुलांमधील बंडखोरीला उत्तेजन देऊ शकतं. सर्वांत धाकट्या मुलाच्या बाबतीत तर ह्या बाबी नेहमीच घडतात.'' मात्र, सलोवेचं निरीक्षण मजेशीर आहे. तिच्या निरीक्षणानुसार, कुटुंबात ज्यांना भावंडं आहेत अशा मुलांच्या मानानं एकेकट्या मुलांच्या व्यक्तिमत्त्वाचं भाकीत करणं कठीण आहे. प्रथम अपत्याप्रमाणेच कुटुंबात एकेकटी जन्माला आलेली मुलं मोठ्यांच्या जगातच पालकांबरोबर लहानाची मोठी होतात. शेवटी जन्माला आलेल्यांप्रमाणे त्यांना जबरदस्त संरक्षण प्राप्त होतं. त्यामुळे 'आपणहून पुरोगामी बनायला ती अधिक स्वतंत्र असतात'.

जन्मक्रमांकाचा पुरावा मुलांना मौलिक बनण्यासाठीचं स्वातंत्र्य पुरवतो या महत्त्वाच्या मुद्द्यावर प्रकाश टाकतो. मात्र, असं केल्यानं ती मुलं त्या स्वातंत्र्याचा फायदा उठवून विविध प्रकारं बंडखोरी करण्याचा धोका असतो. अशा बंडखोरीमुळं ती स्वतःला व इतरांना संकटात पाडू शकतात. कोणत्याही क्रमांकावर जन्माला आलेल्या मुलाला मौलिक बनण्यासाठी प्रवृत्त केल्यावर ती मुलगी मौलिकतेच्या कोणत्या मार्गानं जाईल त्याबाबतची दिशा कोण निश्चित करतं? रॉबिन्सननं आपलं टोळीतील आयुष्य झिडकारून तो नागरिक हक्काच्या चळवळीचा कार्यकर्ता कसा बनला, हे जाणून घेण्यास मी उत्सुक होतो. तसंच, मुलं आपल्या स्वातंत्र्याचा वापर सन्माननीय होण्यासाठी किंवा समाजविघातक बनण्यासाठी करतात आणि त्यासाठी सक्रिय वा निष्क्रिय, सर्जनशील की विध्वंसक यांपैकी कोणते घटक त्यांना आकार देतात?

या प्रश्नाचं उत्तर शोधणं हे सॅम्युएल व पर्ल ओलिनर या अनुक्रमे समाजवैज्ञानिक व शैक्षणिक संशोधक या दोघांचं आयुष्यभरासाठीचं काम झालं. त्यासाठी त्यांनी एका पायाभूत विशेष अभ्यासाचं आयोजन केलं. त्यामध्ये त्यांनी नरसंहाराच्या काळात ज्या बिगर ज्यूंनी आपली आयुष्यं धोक्यात घालून ज्यूंची आयुष्य वाचवली- त्यांची तुलना त्याच शहरात राहणाऱ्या- पण, अशा प्रकारे मदतीचा हात पुढे न करणाऱ्यांशी केली. ज्यांनी केवळ बघ्याची भूमिका घेतली त्यांच्यात व मदत करणाऱ्यांत अनेक गोष्टी समान होत्या. त्या पुढीलप्रमाणे - शैक्षणिक पार्श्वभूमी, व्यवसाय, घर, घराभोवतीचा परिसर आणि राजकीय व सामाजिक श्रद्धा. बालपणात दोन्ही गटांतील लोक सारखीच बंडखोरी करणारे होते - ज्यूंना वाचवणारे लोक आम्हा बघ्यांसारखेच होते. त्यांनाही पालकांनी आज्ञा न पाळल्याबद्दल, चोरी केल्याबद्दल, खोटारडेपणासाठी, आक्रमक कृतीसाठी व सांगितलेली गोष्ट न केल्याबद्दल शिस्त लावण्याचा प्रयत्न केला होता.

ज्यूंना वाचवणाऱ्या लोकांत कोणतं वेगळेपण होतं? त्यांच्या पालकांनी त्यांना दुर्वर्तनाबद्दल शिक्षा दिली व सद्‍वर्तनाबद्दल त्यांना शाबासकी दिली (हे वेगळेपण होतं.)

महान स्पष्टीकरणं

'दोन ते दहा वयोगटातील मुलांनी आपलं वर्तन सुधारावं म्हणून त्यांचे पालक दर सहा ते नऊ मिनिटाला सूचना देत असल्याचं अनेक वर्षांपूर्वी संशोधकांना आढळलं. त्याबाबत विकासक मनोवैज्ञानिक मार्टिन हॉफमन म्हणतो, ''याचा अर्थ दिवसाला अशा शिस्तपालनाबाबतच्या सुमारे ५०, तर वर्षभरात १५,०००हून अधिक तापदायक घटना घडतात.'

नरसंहारातून लोकांना वाचवणाऱ्यांनी आपल्या बालपणाचं स्मरण केलं तेव्हा आपल्या पालकांकडून त्यांना शिस्तीचे असाधारण धडे मिळाले असल्याचं आढळलं. ''ज्यूंना वाचवणाऱ्या बहुसंख्य लोकांचा 'स्पष्ट केलं' हा आवडता शब्दप्रयोग होता.'' ओलिनरनं पुढील बाब शोधून काढली.

> *कार्यकारणभाव, न केलेली स्पष्टीकरणं, झालेल्या हानीवर सुचवलेल्या उपाययोजना, मन वळवणं आणि पालकांनी त्यांना दिलेला सल्ला यांत खूप वेगळेपणा होता... कार्यकारणभावातून आदराचा संदेश दिला जातो... त्यातून सूचित केलं जातं. जर मुलांना अधिक चांगली गोष्ट माहीत झाली किंवा आकलन अधिक झालं असतं तर मुलांचं वर्तन अनुचित प्रकारचं घडलं नसतं. ऐकणाऱ्याच्या मनावर त्यातून आदराचा ठसा उमटतो. त्याचं किंवा तिचं आकलन विकसित होण्याचं व सुधारण्याच्या क्षमतांवरील श्रद्धा वा विश्वासाची ती खूण असते.*

बघ्यांच्या पालकांनी शिस्तविषयक तंत्रामध्ये कार्यकारणभावाचा वापर फक्त ६ टक्के केला होता. ज्यांनी मुलांना वाचवलं त्यांच्या पालकांनी आपल्या मुलांना शिस्त लावताना त्या तंत्राचा २१ टक्के पुरेपूर वापर केला होता. ज्यूंना वाचवणाऱ्या एकीनं सांगितलं की, माझी आई मी जेव्हा चुकीचं वागत असे तेव्हा ती मला रागवत नसे किंवा मला कोणतीही शिक्षा देत नसे – तिनं माझं कुठं चुकलं हे माझ्या मनावर ठसवण्याचा प्रयत्न केला.

पौगंडावस्थेतील जी मुलं गुन्हेगारी प्रवृत्तीत आणि मौलिक होण्यात गुंतणारी नाहीत; पण, जी आपल्या व्यवसायातील सनातनीपणाला आव्हान देतात अशा पालकांचा शिस्तीबाबतचा तर्काधिष्ठित दृष्टिकोनही वैशिष्ट्यपूर्ण असतो. एका अभ्यासानुसार सर्वसामान्य मुलांच्या पालकांकडे अभ्यास व झोपेची वेळ यासारखे सरासरीनं सहा नियम असतात. अतिशय सर्जनशील मुलांसाठी पालकांकडं सरासरी एकापेक्षाही कमी नियम असतात. 'खास नियमांपेक्षा नैतिक गुणवत्तेवर भर देण्याकडं त्यांचा कल असतो', असं मत टेरेसा अमाबाईल व्यक्त करते.

खूपशा नियमांची सक्ती करण्यावर जर पालकांचा विश्वास असेल तर स्पष्टीकरणाच्या पद्धतींवरही बरंच काही अवलंबून असतं. पौगंडावस्थेतील मुलांवर नियंत्रण ठेवण्याची पद्धत म्हणून नियमांची सक्ती केली जाते तेव्हा मुलं जोरानं केकाटून वा धमकावणी देऊन त्या आज्ञा झुगारून देतात. मात्र, माता जेव्हा मुलांवर अनेक नियमांची सक्ती करतात; पण, त्याचबरोबर त्या नियमांमागची कारणमीमांसा स्पष्ट करतात- तेव्हा पुष्कळशी मुलं ते नियम मोडण्याची शक्यता कमी असते. कारण, त्यांचं महत्त्व ती आत्मसात करतात. अमेरिकेतील सर्वाधिक सर्जनशील वास्तुरचनाकार व अतिशय कुशल- पण, मौलिक नसलेला समवयस्कांचा गट यांची तुलना एका अभ्यासाद्वारे डोनॉल्ड मॅककिनॉननं केली. त्यानुसार सर्जनशील गटाला वेगळा करणारा घटक म्हणजे त्यांच्या पालकांनी स्पष्टीकरण देऊन त्यांच्यात बाणवलेली शिस्त हा होता. त्यांनी वर्तनाच्या मानकांचा आराखडा तयार केला होता. त्याप्रमाणे त्यातील उचित व अनुचित वर्तनाच्या मूलभूत तत्त्वांच्या संचांचं स्पष्टीकरण केलं. ते करताना नैतिकता, सचोटी, आदर, कुतूहल आणि चिकाटी या खुणांचा संदर्भ दाखवून दिला. परंतु, ते करताना ''प्रत्येकाच्या नैतिक नियमावलीच्या विकासावर भर दिला होता'', असं मॅककिनॉननं लिहिलं आहे. या सर्वांपेक्षाही ज्यांनी अतिशय सर्जनशील वास्तुरचनाकारांना वाढवलं त्या पालकांनी आपल्या मुलांना आपली मूल्यं निवडण्याची स्वायत्तता बहाल केली होती.

कार्यकारणभाव विरोधाभासही निर्माण करतो : कार्यकारणभाव नियमपालनाला जसा अधिक प्रवृत्त करतो, तसाच तो बंडखोरीलाही कारण ठरतो. नैतिक तत्त्वांच्या स्पष्टीकरणातून पालक आपल्या मुलांना स्वेच्छेने नियमपालनाला प्रोत्साहित करतात आणि महत्त्वाच्या मूल्यांशी हातमिळवणी करायला सांगतात आणि ज्यांत अशी मूल्ये दडलेली नाहीत त्यासंदर्भात प्रश्न उपस्थित करण्यास उत्तेजन देतात. उत्तम स्पष्टीकरणं नैतिकतेची नियमावली विकसित करण्यास मुलांना समर्थ बनवतात. ही नियमावली अनेकदा सामाजिक अपेक्षांसारखीच असते. जेव्हा ती तशी नसते तेव्हाही मुलं नियमांच्या बाह्य होकायंत्रापेक्षा आपल्या अंतर्यामी असलेल्या मूल्यांच्या होकायंत्रावर विसंबून राहतात.

शिस्त बाणवण्यासंदर्भात एक खास प्रकारचं स्पष्टीकरण उत्तम कार्य करतं. नरसंहारातून वाचवणाऱ्यांच्या पालकांच्या मार्गदर्शनाबाबतचं ऑनलाइन परीक्षण करण्यात आलं तेव्हा त्यांचा कल वर्तन अनुचित का ठरतं, याचं स्पष्टीकरण अनेकदा इतरांवर होणाऱ्या त्याच्या दुष्परिणामांच्या संदर्भात देण्याकडं होता. याउलट, बघ्यांच्या पालकांनी आपल्या स्वतःसाठी केलेल्या नियमांचं पालन करण्याकडं लक्ष केंद्रित केलं होतं. वाचवणाऱ्या पालकांनी आपल्या मुलांना स्वतःच्या कृतीमुळे दुसऱ्यावर होणाऱ्या परिणामांचा विचार करायला लावलं होतं.

इतरांवर होणारे परिणम ठळकपणं दाखवून दिल्यामुळं एखाद्या व्यक्तीच्या वर्तनामुळं दुखावलेल्या व निराश झालेल्या व्यक्तीकडं लक्ष वळवलं जाईल व त्यातून तिला समानानुभूती प्राप्त होईल. दुसऱ्याला दुखावणाऱ्या आपल्या कृती कोणती भूमिका पार पाडतात ह्याचं आकलन होण्यास मदत होते आणि त्यातून अपराधीपणाची भावना उत्पन्न होते. याबाबत इर्मा बाँबेक म्हणते, ''अपराधाची भावना ही देणगी असून ती सतत देण्याचं कार्य करत असते. समानुभूती व अपराधीपणा अशी दुहेरी भावना भूतकाळातील उचित व अनुचित इच्छांना कार्यरत करतात व भविष्यात अधिक चांगलं वर्तन करतात''.

इतरांवर होणाऱ्या परिणामांवर दिलेला भर प्रौढांनाही प्रेरित करू शकतो. डॉक्टर्स व परिचारिकांना वारंवार हात धुण्यास प्रोत्साहित करण्यासाठी मी व माझा सहकारी डेव्हिड हॉफमन असं दोघांनी दोन वेगवेगळी चित्रे साबण व जेलच्या बाटल्यांवर लावली.

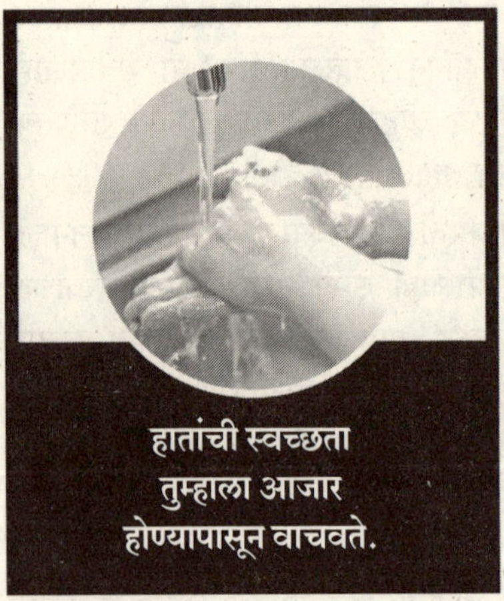

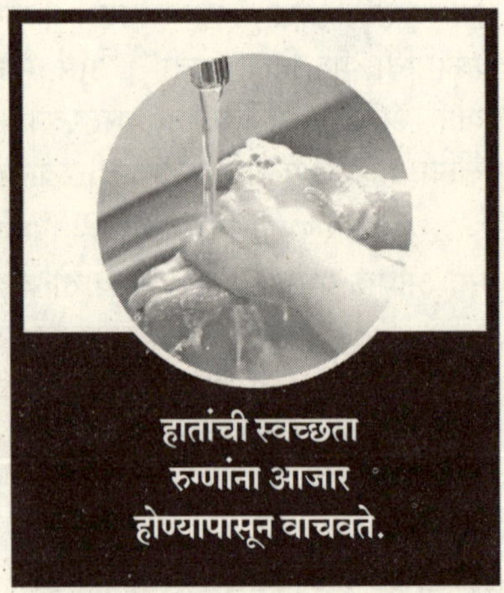

पुढचे दोन आठवडे इस्पितळाच्या प्रत्येक विभागानं गुप्तपणे प्रत्येक रुग्णाच्या संपर्कात येण्यापूर्वी व नंतर वैद्यकीय क्षेत्रात असणाऱ्यांनी एकूण किती वेळा हात धुतले याची गणना केली. खेरीज, एका स्वतंत्र चमूनं प्रत्येक यंत्रातील किती साबण व जेल वापरला गेला त्याची नोंद केली.

डाव्या बाजूच्या चित्राचा कोणताच प्रभाव पडला नाही. उजव्या बाजूच्या चित्रानं लक्षणीय फरक दाखवून दिला. त्या चित्रात 'तुम्ही' या शब्दाऐवजी 'रुग्ण' शब्दाचा वापर केल्यानं डॉक्टर्स व परिचारिकांना १० टक्के अधिक वेळा हात धुण्यास भाग पाडलं आणि ४५ टक्के अधिक साबण व जेल वापरला गेला.

एखाद्याबद्दल विचार करताना परिणामाच्या तर्कविज्ञानाला आवाहन केलं जातं : मी आजारी पडेन का? डॉक्टर्स व परिचारिका तत्काळ 'नाही' असं उत्तर देऊ शकतील का? मी खूप वेळ इस्पितळात असतो व मी नेहमीच हात धुतो असं नाही. मी क्वचितच आजारी पडतो त्यामुळं माझ्यावर बहुधा परिणाम होणार नाही. सर्वसाधारणपणे आपला कल स्वतःच्या दुखापत वा इजा होण्याच्या शक्यतेवर फाजील विश्वास ठेवण्याकडे असतो. परंतु, रुग्णांबाबत झटपट निर्णय घेताना तर्कविज्ञानाच्या अचूकतेचा विचार करावा लागतो. माझ्यासारख्या एखाद्या व्यक्तीनं अशा परिस्थितीत काय करावं? त्यामुळे किंमत – नफा समीकरणापासून ते मूल्यांच्या विचारापर्यंत बरोबर की चूक– सगळीच गणितं बदलतात. रुग्णांची काळजी घेणं हे माझ्यावर व्यावसायिक व नैतिक बंधन आहे.

जॅकी रॉबिन्सनच्या आयुष्याला पहिलं मोठं वळण देण्याचं काम आपल्या वर्तनाचा इतरांवर कसा प्रभाव पडतो याच्या स्पष्टीकरणानं दिलं. घराजवळच्या टोळीचा नायक असताना रॉबिन्सन मोटारींवर चिखलफेक करणं, खिडक्यांतून दगडफेक करणं, गोल्फ बॉल चोरून ते खेळाडूंना परत विकणं, स्थानिक दुकानातून अन्न व इतर वस्तूंच्या भुरट्या चोऱ्या करणं– ह्या गोष्टी करत असे. असा गुन्हा केल्यावर बंदुकीचा धाक दाखवून शेरिफनं त्याला तुरुंगाकडं नेलं होतं. टोळी या कामात कार्यरत असलेली पाहून कार्ल अँडरसन नावाच्या एका मेकॅनिकनं–यांत्रिकानं रॉबिन्सनला एका बाजूला घेतलं. ''जर मी टोळीबरोबर राहिलो तर त्यामुळे माझी आई खूप दुखावेल हे त्यानं माझ्या लक्षात आणून दिलं'', असं रॉबिन्सननं लिहिलं आहे. तो म्हणाला ''जमावाला अनुसरायला धाडस लागत नाही. वेगळ्या वर्तनासाठी इच्छा व हिम्मत असावी लागते''. कार्लचं म्हणणं अगदी बरोबर होतं हे सांगण्याची मला लाज वाटत होती. पण, त्याचं म्हणणं मला पटलं होतं. आपल्या वर्तनाचा आईवर विपरीत परिणाम होतो हा विचार डोक्यात आल्यावर आपल्यासाठी आईला मान खाली घालावी लागू नये म्हणून त्यानं टोळी सोडून दिली.

अस्वीकरणीय व्यक्ती अथवा क्रियापदांपेक्षा नामे अधिक चांगली का असतात?

मौलिक होण्यासाठी मुलांना स्वातंत्र्य देण्याचा पालकांनी निश्चय केला, असं जरी गृहीत धरलं तरी उचित व अनुचित यांबाबतच्या जाणिवेची जोपासना व्हावी म्हणून काय करावं? मुलं जेव्हा चुकीचं पाऊल टाकतात तेव्हा पालक कशी प्रतिक्रिया देतात त्यातूनच मूल्यं तयार होतात असं नाही. नरसंहारातून वाचवणारे आणि बघे लोक यांचा अभ्यास करताना ओलिनरनं पालकांकडून शिकलेल्या मूल्यांबद्दल विचारलं तेव्हा बघ्यांपेक्षा वाचवणाऱ्यांनी सर्व लोकांसाठी लागू पडणाऱ्या नैतिक मूल्यांचा

तिपटीपेक्षा अधिक संदर्भ आपल्या उत्तरात दिला. ''सर्व माणसांचा आदर करायला शिकवण्यावर आपल्या पालकांचा भर होता'', असं त्यांनी सांगितलं. बघ्यांनीही काही मूल्यं जपली होती. ती त्यांनी विशिष्ट वर्तनासोबत गटातील सदस्यांशी जोडली होती. शाळेत (अभ्यासाकडे) लक्ष देणं, समवयस्कांशी मारामाऱ्या न करणं, शेजाऱ्यांशी अदबीनं वागणं, मित्रांबरोबर प्रामाणिक राहणं व कुटुंबाशी एकनिष्ठ राहणं- या सगळ्यांचा त्यात समावेश केला जात असे.

मुलांनी एखादं योग्य वर्तन केल्यावर वा एखादी *चांगली* गोष्ट केल्यावर पालक मुलांबद्दल जे काही बोलतात ती नैतिक मानके काही अंशी बनावट-खोटी असतात. मागच्या वेळी मूल चांगल्या वर्तनात गुंतलं होतं तेव्हा तुम्ही कसा प्रतिसाद दिला होता? माझा अंदाज आहे तुम्ही मुलाची नव्हे तर कृतीची प्रशंसा केली होती. ''ती बाब खरोखरच चांगली होती. खूप छान होतं ते.'' वर्तनाचा गोडवा गाऊन तुम्ही ते वर्तन आचरणात आणायला लावलं होतं. हेतू हा की मूल त्याची पुनरावृत्ती करण्यास शिकेल.

पण, इतक्या वेगानं मूल शिकत नाही, असं प्रयोगाची धुरा वाहणारा मनोवैज्ञानिक जोन ग्रूझेकचं म्हणणं आहे. मुलांनी आपल्या जवळच्या गोट्या समवयस्कांमध्ये वाटल्यावर त्यांच्यापैकी काही जणांनी यदृच्छया त्यांच्या *वर्तनाची* स्तुती केली. ''तू तुझ्या जवळच्या गोट्या त्या गरीब मुलांना दिल्यास हे तू चांगलं केलंस. होय छान व उपयुक्त कृत्य होतं ते.'' अन्य काही जणांच्या स्वभावाची प्रशंसा केली गेली तेव्हा ''जेव्हा तुला शक्य असेल तेव्हा इतरांना मदत करायला तुला आवडते असं मला वाटतं''.

ज्या मुलांच्या स्वभाववैशिष्ट्याची स्तुती केली जाते ते त्यानंतर अधिक उदार होतात. दुसऱ्यांना मदत करणारी म्हणून ज्या मुलांना गौरवलं जातं त्यांच्यापैकी ४५ टक्के मुलांनी इस्पितळातल्या मुलांना आनंदी करण्यासाठी हस्तकलेचं सामान वाटलं होतं. ज्यांच्या वर्तनाची मदत करणारे म्हणून प्रशंसा केली होती; तुलनेनं त्यांच्यापैकी फक्त १७ टक्के मुलांनी इस्पितळातील मुलांना हस्तकलेचं सामान वाटलं होतं. जेव्हा आपल्या स्वभावाचं-शीलाचं गुणगान केलं जातं तेव्हा त्या बाबी मुलं आपल्या निजखुणेचा एक भाग म्हणून आत्मसात करतात. एकेकट्या नैतिक कृत्यात स्वतःला गुंतवण्यापेक्षा आपण आपली नैतिक व्यक्ती अशी स्वसंकल्पना अधिक एकत्रितपणं विकसित करतो.

मुलं जेव्हा आपली सक्षम निजखूण घडवण्यास प्रारंभ करतात तेव्हा त्या अवघड काळात त्या शीलसंवर्धनाला मान्यता देण्याचा जबरदस्त प्रभाव पडतो असं दिसून येतं. उदा., एका अभ्यासानुसार स्वभावाची स्तुती केल्यानंतर ८ वर्षांच्या मुलाला प्रोत्साहन मिळतं; पण, तसा परिणाम पाच वर्षांच्या वा दहा वर्षांच्या मुलावरही होत नाही. दहा वर्षांच्या मुलाच्या स्वसंकल्पनांना काही प्रमाणात नीट आकार येऊ लागलेला असतो. त्यामुळे अशा एखाद्या स्तुतिपर शब्दाचा त्याच्यावर

फारसा परिणाम होत नाही. पाच वर्षांच्या मुलावर अशा एखाद्या गुणगानाचा काहीच प्रभाव दिसून येत नाही. जेव्हा तुमची निजखुणेची जडणघडण होत असते तेव्हा स्तुतिपर शब्द कायमचा ठसा उमटवतात.

अगदी लहान वयातील मुलांवरही शीलसंवर्धनासाठी केलेल्या आवाहनाचा प्रभाव क्षणभर तरी पडतो. मनोवैज्ञानिक ख्रिस्तोफर ब्रायनच्या नेतृत्वाखाली अगदी बाळबोध स्वरूपाच्या केलेल्या प्रयोग मालिकांत ३ ते ६ वर्षांच्या मुलांना मदत करा- असं न सांगता मदतनीस होण्यास सांगितलं तेव्हा २२ ते २९ टक्के मुलांनी त्यांच्या स्वभावाची जडणघडण होण्यास बराच अवधी असूनही निजखूण प्राप्त करण्याची त्यांची इच्छा असल्यामुळे त्यांनी ठोकळे, खेळणी, क्रेयॉन खडू उचलून ठेवणं ही कामं करण्याची अधिक शक्यता दर्शवली.

शीलसंवर्धनाच्या बाबतीत केलेलं आवाहन प्रौढांच्या संदर्भातही तितकंच प्रभावशाली असतं, असं ब्रायनला आढळलं. त्याचा चमू फसवाफसवीच्या बाबी निम्म्यानं कमी करू शकला. त्यासाठी त्यांनी 'कृपया फसवेगिरी करू नका', ह्या शब्दांचा वापर करण्याऐवजी 'कृपया, तुम्ही फसवणारे बनू नका' – अशी कळकळीची विनंती केली जाते तेव्हा तुम्ही लबाडी करू शकता आणि तरीही नैतिक व्यक्ती म्हणून तुमची छबी आरशात पाहू शकता. मात्र, जेव्हा तुम्हाला 'लुच्चे बनू नका', असं सांगितलं जातं तेव्हा त्या कृतीचं तुमच्यावर सावट पडतं. अनैतिकता तुमच्या निजखुणेशी जोडली जाते आणि तुमचं वर्तन अनाकर्षक ठरतं. लबाडी करणं ही एकाकी कृती असून तिचं मूल्यमापन दुष्परिणामांच्या तर्कविज्ञानावर आधारित असतं.

या पुराव्याच्या आधारे ब्रायन सुचवतो की, आपण नामांचा वापर अधिक विचारपूर्वक केला पाहिजे. 'दारू पिऊन गाडी चालवू नका', याऐवजी 'दारुडा ड्रायव्हर बनू नका' – असं म्हणता येईल. अशीच विचारसरणी मौलिकतेला लावणं शक्य आहे. जेव्हा मूल एखादं चित्र काढतं तेव्हा त्याची कृती हे सर्जनशील कार्य आहे असं न म्हणता, "तू सर्जनशील आहेस", असं तुम्ही म्हणू शकता. जेव्हा एखादी पौगंडावस्थेतली मुलगी जमावाला अनुसरण्याचा मोह टाळते तेव्हा ती जमावाशी जुळवून न घेणारी म्हणून आपण तिला शाबासकी दिली पाहिजे.

जेव्हा वर्तनावर भर देण्याऐवजी व्यक्तिमत्त्वावर भर देतो तेव्हा लोक निवडीचं (वेगळ्या घटकावर भर दिल्याचं) भिन्न प्रकारे मूल्यमापन करतात. त्यांचा इच्छित परिणाम या कृतीमुळं साध्य होईल की नाही, असा प्रश्न विचारण्याऐवजी त्यांनी योग्य कृती करावी. कारण, तसं करणं हीच उचित बाब ठरते. नरसंहारातून वाचवणाऱ्याचे जळजळीत शब्द पुढीलप्रमाणे होते. "हे एखाद्या बुडणाऱ्याला वाचवण्यासारखं होतं. ते कोणत्या देवाची प्रार्थना करतात असं तुम्ही त्यांना विचारत नाही. तुम्ही जाता आणि त्यांचा जीव वाचवता".

पालक उत्तम आदर्श का नसतात?

मुलांच्या कृतीचे-वर्तनाचे कोणते दुष्परिणाम इतरांवर होतात हे जर त्यांना स्पष्ट करून समजावून सांगितलं आणि योग्य नैतिक वर्तनाची निवड उत्तम शीलसंवर्धनासाठी मार्ग दाखवते यावर भर दिला तर मुलांना आपण मोठ्या प्रमाणात स्वातंत्र्य देऊ शकतो. ही बाब उचित मार्गापासून ढळण्यास विरोध करील व मूळ हेतू नैतिक वा सर्जनशील कृतीद्वारा विकसित होण्यावर भर देईल. मात्र, मुलं जसजशी मोठी होत जातात तसतशी ती आपलं ध्येय पुरेशा उंचीवर नेत नाहीत.

मनोवैज्ञानिक पेनेलोप लॉकवूड आणि झिवा कुंडा यांनी कॉलेज-विद्यार्थ्यांना येत्या दशकात कोणत्या बाबींची उपलब्धी व्हावी असं तुम्हाला वाटतं त्या बाबींची यादी करा, असं सांगितलं. ती यादी सामान्य उद्दिष्टांनी परिपूर्ण भरलेली होती. विद्यार्थ्यांच्या दुसऱ्या एका गटाला वृत्तपत्रात असाधारण समवयस्कांवर लिहिलेला लेख वाचण्याची सूचना देण्यात आली. वाचनानंतर त्यांना आपल्या ध्येयांची यादी करण्यास सांगितलं गेलं. त्या यादीत उच्च प्रतीच्या ध्येयांची नोंद करण्यात आली होती. समोर आदर्श प्रतिमान ठेवल्यानंतर त्यांच्या आकांक्षा उंचावल्या होत्या.

मुलांसमोर कोणते आदर्श आहेत याचा मुलं आपली मौलिकता कशी व्यक्त करतात यावर सखोल परिमाम होतो. रॅडक्लिफ कॉलेजमधून पदवी घेऊन बाहेर पडलेल्या ३० ते ३५ वयोगटातील स्त्रियांना त्यांच्या आयुष्यावर सर्वांत जास्त प्रभाव कोणत्या लोकांचा होता, असा प्रश्न विचारल्यावर बहुतेक जणींनी उत्तरात 'पालक व आपल्या आदर्श व्यक्ती', असं नमूद केलं होतं. त्यानंतर १७ वर्षांनी मनोवैज्ञानिक बिल पीटरसन आणि अबिगेल व स्टीवर्ट यांनी भावी पिढ्यांचं भलं व्हावं म्हणून गोष्टी-परिसर बदलण्याबाबतच्या स्त्रियांच्या बांधिलकीचं मोजमाप केलं. अर्थपूर्ण परिवर्तनासाठी प्रेरित करणाऱ्या व महत्त्वाचा प्रभाव टाकणाऱ्या एका व्यक्तीचं नाव नमूद करण्यास सांगितलं तेव्हा नावामध्ये १ टक्क्यापेक्षा कमी स्त्रियांनी पालकांचं नाव नमूद केलं. १५ वर्षांपूर्वी ज्या स्त्रिया मौलिकतेचा पाठपुरावा करत होत्या, त्या आपल्या पालकांमुळे नव्हे तर आदर्श मानलेल्या व्यक्तींमुळं प्रेरित झाल्या होत्या. स्त्रियांच्या जग सुधारण्याच्या इच्छांमधील १४ टक्के फरक आदर्श व्यक्तींच्या उल्लेखामुळे झाला होता.

मुलांमध्ये दृढ मूल्यं रुजावीत यासाठी प्रयत्न करण्यामागचा विरोधाभास हा की, ज्यामुळे पालकांचा मुलांवरील प्रभाव मर्यादित करण्यासारखं होतो. मौलिक बनण्याच्या प्रेरणेचं पालक संगोपन करू शकतात; पण, एखाद्या वळणावर प्रत्येकाला आपण निवडलेल्या क्षेत्रात मौलिकतेसाठी आदर्श प्रतिमान शोधण्याची गरज असते. विनोद वा हास्यप्रधान क्षेत्रात लिझ विन्स्टेडनं विनोदी नट रोझेने बारपासून स्फूर्ती घेतली. रंगमंचावरील नैपुण्यासंदर्भात आणि त्यापासून दूर असणाऱ्या स्त्रियांना आधार देण्यासाठीही जेव्हा विन्स्टेड आपला बंडखोर राजकीय दृष्टिकोन जाहीर करू

लागली तेव्हा तिच्या वडिलांनी तिची थट्टा केली. ''मी जखडलो गेलो होतो. मी तुला तुझं मत असावं म्हणून मोठं केलं; पण, खरं म्हणजे माझं मत हेच तुझं मत असलं पाहिजे हे तुला सांगायचं विसरून गेलो.''

मौलिकतेला उत्तेजन देण्याची आपली इच्छा असेल तर भिन्न भिन्न आदर्श प्रतिमानांशी त्यांची ओळख करून देऊन आपल्या मुलांच्या आकांक्षा उंचावणं हे पाऊल आपण उचलू शकतो. जॅकी रॉबिन्सन म्हणतो, ''दोन व्यक्तींचा माझ्यावर प्रभाव पडला नसता तर मी संपूर्णतया उनाड पोर झालो असतो''. त्यापैकी एक होता यांत्रिक–मेकॅनिक–त्यानं जॅकीच्या टोळीतील वर्तनामुळे आई कशी दुखावते ते त्याला समजावून सांगितलं. दुसरा होता चर्चमधील तरुण मंत्री कार्ल डाऊन्स. पालक आपल्या पौगंडावस्थेतील मुलांना चर्चमध्ये प्रार्थनेला जाण्याची सक्ती करतात. मात्र, अनेक जण चर्चमध्ये जात नाहीत; असं लक्षात आल्यावर डाऊन्सनं काही अपारंपरिक बदल केले. त्यानं चर्चच्या इमारतीत नृत्यवर्ग, बॅडमिंटन कोर्ट तयार केलं. अनेक सदस्यांनी डाऊन्सच्या या कृतीला विरोध केला. ते भूतकालीन परंपरांना चिकटून राहिले होते. पण डाऊन्स आपल्या कृत्यावर ठाम राहिला. विद्यार्थ्यांना गुंतवून ठेवणाऱ्या डाऊन्सनं स्वेच्छेनं पारंपरिकतेचं हे आव्हान स्वीकारलं. जॅकी रॉबिन्सननं त्यापासून प्रेरणा घेतली व रविवारच्या शाळेत शिक्षक म्हणून तो स्वयंस्फूर्तीनं काम करू लागला. त्यायोगे त्यानं डाऊन्सनं जसे त्याच्यासाठी दरवाजे खुले केले तसे त्यानं इतर मुलांसाठी करायचा निश्चय केला.

रॉबिन्सनला बेसबॉलमध्ये दुसरा आदर्श मौलिक ब्रांच रिकीच्या रूपात मिळाला. तो डॉजर्सचा मालक होता. त्यानं रॉबिन्सनला (तो काळा असल्यामुळे) वर्णभेद तोडण्यासाठी बेसबॉलच्या संघात भरती करून घेतलं. रिकीनं रॉबिन्सनला आपल्या कार्यालयात भेटायला बोलावलं तेव्हा त्यानं वयाची २६ वर्षं पूर्ण केली होती. रिकीनं वेगानं धावू शकणाऱ्या, चेंडू नेमक्या दिशेनं फेकू शकणाऱ्या आणि जोराने मारू शकणाऱ्या काळ्या खेळाडूंना एकत्र आणलं होतं. त्याच्याकडे जेव्हा समान असाधारण क्षमता प्राप्त केलेल्या खेळाडूंचा गट जमला तेव्हा त्यानं त्यांच्या शीलाचं मूल्यमापन करायला प्रारंभ केला. नवीन नीग्रो लीग स्थापन करण्याच्या बहाण्यानं त्यानं त्या सर्वांना आमंत्रित केलं. रॉबिन्सनची निवड झाल्यावर रिकीनं त्याला बेस मार्गावर जोखीम पत्करण्यासाठी प्रोत्साहित केलं. – 'त्यांना पराभूत करण्यासाठी' (टू स्टील देअर पँट्स ऑफ देम) सुसाट वेगानं पळ – त्याचबरोबर त्याला रेषेबाहेर अधिक सावधगिरीनं वाग, अशीही कळकळीची सूचना केली. ''मला पुरेशी हिंमत असलेला खेळाडू हवा आहे ज्याला पुन्हा लढावं लागणार नाही.'' (नॉट टू फाइट बॅक.)

योग्य आदर्श व्यक्ती सापडणं कधीच सोपं नसतं. मात्र, आपण आदर्श व्यक्ती सहज उपलब्ध होणाऱ्या स्थानातून मिळवू शकतो. संपूर्ण इतिहासातील

थोर मौलिकांच्या कथातून मिळवू शकतो. मार्टिन ल्यूथर किंग (ज्यूनि.) आणि अफगाणिस्तानातील समानतेच्या चळवळीतील कार्यकर्त्या मीना यांची चरित्रं वाचून मानवी हक्कांचा पुरस्कार करणाऱ्या मलाला युसुफझाईला प्रेरणा मिळाली. किंगला महात्मा गांधी व नेल्सन मंडेला यांच्याकडून प्रेरणा प्राप्त झाली.

काही जणांच्या बाबतीत वाङ्मयीन पात्रंही अधिक चांगली आदर्श व्यक्ती बनू शकतात. वाढत्या वयात अनेक मौलिकांना त्यांचे पहिले नायक त्यांच्या आवडत्या कादंबऱ्यांत सापडतात. जेव्हा आपली आवडती पुस्तकं कोणती, असं विचारल्यावर एलॉन मस्क व पीटर थील यांनी भयावह अंगठीच्या शक्ती नष्ट करणाऱ्या महाकाव्यातील हॉबिटच्या *लॉर्ड ऑफ द रिंग्स* या सनसनाटी कथेचा उल्लेख केला. शेरिल सँडबर्ग व जेफ बेथॉस यांनी *अ रिंकल इन टाइमचा* उल्लेख केला. त्या कथेत एक तरुण मुलगी भौतिक विज्ञानाचे नियम मोडण्यास शिकते आणि काळातून प्रवास करते. मार्क झुकेरबर्गनं काही अंशी *एंडर्स गेमला* पसंती दिली होती. त्यामध्ये परकीयांच्या हल्ल्यापासून ग्रहाला (पृथ्वीला) वाचवण्याचे प्रयत्न करणारा लहान मुलांचा गट होता. जॅक मानं *अलिबाबा आणि चाळीस चोरचा* बालपणाचं आवडतं पुस्तक म्हणून उल्लेख केला. लाकूडतोड्या आपलं नशीब बदलण्यासाठी पुढाकार घेतो असं त्यात दाखवलं आहे.

या सर्व मुलांकडे उच्च दर्जाची मौलिकता असण्याची शक्यता होती त्यामुळेच त्यांनी अशा प्रकारच्या पुस्तकांना पसंती दिली. ह्या कथानकांनी त्यांच्या आकांक्षा उंचावण्यास मदत केली असण्याची शक्यता आहे. जेव्हा मुलांच्या कथा मौलिक उपलब्धींवर भर देतात तेव्हा पुढची पिढी (वाचणाऱ्यांची) अधिक नवनिर्माती बनते, असं अभ्यासकांनी लक्षणीयरीत्या दाखवलं आहे. एका अभ्यासात एका मनोवैज्ञानिकानं अमेरिकेत १८०० ते १९५० या कालावधीत प्रसिद्ध झालेल्या मुलांसाठीच्या कथांतील अनन्यसाधारण उपलब्धींचा मागोवा घेतला. अमेरिकेतील मुलांसाठीच्या मौलिक उपपत्तीच्या विचारधारा असलेल्या पुस्तकांची संख्या १८१० ते १८५० या कालावधीत ६६ टक्क्यांनी वाढली व त्यांच्या आवडीचा दरही १८५० ते १८९० पर्यंत सात पटींनी वाढला. त्या काळातील लोकप्रिय मूल्यांचं प्रतिबिंब त्या पुस्तकांत आढळतं. त्याबरोबरच त्या मूल्यांचं मुलांच्या संगोपनातही साहाय्य झालेलं दिसून आलं. जेव्हा कथा मौलिक उपपत्तीवर भर देतात तेव्हा त्यांच्या आवडीचा दरही २० ते ४० वर्षांनंतर वाढतो. सिमॉन्टननं निष्कर्ष काढला आहे, ''उपलब्धीच्या कल्पनेत शालेय जगतात मुलांना सामोरं जाण्यास तसंच वाढण्यास आणि नव्या शोधांचं सर्जन करून त्या क्षेत्रात योगदान देण्यास वेळ लागतो''.

काल्पनिक कथांतील पात्रं पूर्वी कधी न केलेल्या कृती करू शकतात. चरित्रात तसं नसतं. काल्पनिक कथांत अशक्य गोष्टी शक्य झालेल्या दिसतात. *ट्वेंटी थाउजंड लिग्स अंडर द सी* आणि *क्लिपर ऑफ द क्लाउड्स* यांसारख्या स्वप्नवत वाटणाऱ्या

ज्यूल्स व्हर्नच्या कथांनी आधुनिक पाणबुड्या व हेलिकॉप्टरचे शोधकर्ते प्रेरित झाले होते. एका वैज्ञानिकानं पहिलं क्षेपणास्त्र बनवण्याची प्रेरणा एच.जी. वेल्सच्या एका कादंबरीतून घेतली होती. अलीकडचे काही चलभाष (मोबाइल), टॅब्लेट्स, ग्लोबल प्लेसिंग स्कीम (जीपीएस) वापरणारे प्रवासी, सहजगत्या एका ठिकाणाहून दुसरीकडे नेता येणाऱ्या डिजिटल डिस्क, विविध माध्यमं वापरणारी उपकरणं बनवणाऱ्यांना *स्टार ट्रेकमधील* पात्रं तशाच प्रकारची वापरीत असलेली उपकरणं पाहून सुचली. तिथं परिणामाचं तर्कविज्ञान धूसर होत जातं. आपण अपयशी ठरलो तर काय होईल याची चिंता आपण त्या वेळी करत नाही.

मौलिकांची पुढची पिढी निःसंशय हॅरी पॉटर मालिकेतून प्रेरणा घेईल. ही मालिका मौलिक उपलब्धींच्या संदर्भात ओतप्रोत भरलेली आहे. *हॅरी पॉटर* हा असा एक जादूगार आहे जो व्होल्डमार्टचा पराभव करू शकतो. आपले मित्र हरमियॉन आणि रॉन यांच्या बरोबर तो अनन्यसाधारण जादू आणि काळी जादू यांच्या विरोधात संरक्षणाचे नवे प्रकार शोधतो. जेव्हा मुलं यशस्वी होतात तेव्हा त्यांच्या विचारक्षमता (स्पिरिट्स) वृद्धिंगत होतात व जेव्हा ती अपयशी होतात तेव्हा ती निराश होतात. मुलांच्या भावी पिढीला मौलिकतेसाठी आदर्श प्रतिमानांबरोबर जे.के. रोलिंगनं आपल्या कादंबऱ्यांतून नैतिक संदेश ठासून भरला आहे. अलीकडील प्रयोग दर्शवतात की *हॅरी पॉटरचं* वाचन मुलांचा उपेक्षित घटकांबद्दलचा (परिघावरच्या) दृष्टिकोन बदलू शकतो. जेव्हा ते हॅरी आणि हरमियॉनमध्ये जादूगाराचं शुद्ध रक्त नसल्यामुळं त्याला सापत्न वागणूक मिळते तेव्हा आपल्या आयुष्यातील अल्पसंख्याकांच्या गटाबाबत आपला पूर्वग्रह कमी करून त्यांचा सहानुभूतीनं विचार करू लागतात. जेव्हा मुलं मौलिकतेचं उदाहरण ठरलेल्या नायकाबरोबर आपली निजखूण पुरेशा जोरदारपणं पटवतात तेव्हा कदाचित मानाचं स्थान मिळवण्याचे प्रकारही बदलू शकतात. भावंडांमध्ये उशिरा जन्माला आलेले मौलिक होतात. त्यांच्या भावंडांनी मौलिक स्थानं पटकावलेली असतात; परंतु, तुमचा जन्मक्रमांक कोणताही असो– जेव्हा मौलिकतेसाठी आदर्श व्यक्तींचे आदर्श अढळ असतात तेव्हा ज्या गोष्टींचा कधी विचारही केलेला नसतो त्या बाबीची आपली जाणीव विस्तारित करतात. पारंपरिक दरवाजे बंद झाल्यामुळं आपल्याला बंडखोर बनायला लावण्याऐवजी आपल्या आवडत्या कथांतील नायक कदाचित आपल्यासाठी अपारंपरिक दरवाजे खुले करून आपलं मन मौलिकतेसाठी प्रेरित करतील.

७

गटविचाराचा पुनर्विचार

मजबूत संस्कृतीची मिथके, संप्रदाय आणि दुष्टांचे पुरस्कर्ते

''वस्तुतः आपापसांत जे पाप आपण कधीच क्षम्य मानत नाही ते म्हणजे फक्त मतभेदांचं होय.''

–राल्फ वाल्डो इमर्सन

व्यासपीठावर उभ्या असलेल्या तंत्रज्ञान क्षेत्रातील एका श्रेष्ठ व्यक्तीनं आपापल्या आसनांवर खिळून बसलेल्या प्रेक्षकांसमोर आपल्या खिशातून एक नवीनच उपकरण बाहेर काढलं. उपलब्ध साधनांपेक्षा ते इतकं छोटं होतं की, त्या खोलीतल्या कोणाचाच आपल्या डोळ्यांवर विश्वास बसेना. नाट्यगृहाशी संबंधित संस्थापकांच्या एखाद्या कौशल्यपूर्ण उत्पादनाचं प्रदर्शन करणं हेच त्याच्या प्रसिद्धीचं एकमेव कारण नव्हतं. एकट्यानं स्वप्नं पाहण्याबद्दल त्याची ख्याती होती. तसंच विज्ञान व कला यांचा मेळ घालणं, याबरोबरच रचना व गुणवत्तेचा हव्यास यासाठी त्याची ख्याती होती. बाजार संशोधनाचा तो तिटकारा करत असे. ''आम्ही लोकांना अशी उत्पादनं देतो जी हवी आहेत असं त्यांच्या लक्षातही येत नाही. त्यामुळेच सेल्फी काढणं लोकप्रिय झालं'', असे उद्‌गार त्यानं आपल्या त्या क्रांतिकारक उत्पादनाबद्दल काढले.

त्यानं लोकांना वेगवेगळ्या पद्धतीनं विचार करण्याची कळकळीची विनंती केली. आपल्या नेतृत्वानं त्यानं आपली कंपनी नावारूपाला आणली. तिची पुनर्रचना उत्पादनांची निर्मिती करणाऱ्या विविध कंपन्यांत केली. मात्र, स्वतःच्याच कंपनीच्या संचालक मंडळानं त्याला अशिष्ट प्रकारे जबरदस्तीनं बाहेरचा रस्ता दाखवला. त्यामुळे आपण उभारलेल्या साम्राज्याची पडझड त्याला आपल्या डोळ्यांदेखत पाहावी लागली.

ही कथा स्टीव्ह जॉब्सचं वर्णन करणारी आहे असं वाटत असलं, तरीही हे उपकरण बनवणारा दूरदर्शी प्रत्यक्षतः जॉब्सच्या अनेक नायकांपैकी एक होता. तो पोलरॉइडचा संस्थापक असून त्याचं नाव होतं एडविन लँड. आज 'तत्काळ छायाचित्र काढणाऱ्या कॅमेऱ्याचा शोध लावणारा' ही त्याची ओळख आहे. ह्या कॅमेऱ्यामुळे होतकरू छायाचित्रकारांची संपूर्ण पिढी उदयाला आली. त्यामुळेच अँन्सेल अडॅम्स हा छायाचित्रकार आपल्या प्रसिद्ध निसर्गचित्राचं छायाचित्रण करू शकला. अँडी वॉरहोलनं प्रसिद्ध व्यक्तींची छायाचित्रं काढली व नासाचे अंतराळवीर सूर्याला छायचित्रात पकडू शकले. मात्र, लँडला यापेक्षाही काहीतरी मोठं गवसलं होतं. ध्रुवीकरणातून झिरपणाऱ्या प्रकाशाचा वापर अब्जावधी उत्पादनांत अद्यापही वापरला जातो. सूर्यचश्मे, डिजिटल घड्याळं ते खिशात ठेवायच्या छोट्या गणनयंत्रापर्यंत व 3D चित्रपट पाहण्यासाठी चश्मे या सर्व उत्पादनात हा प्रकाश वापरला जातो. U2 ह्या अध्यक्ष ड्वाइट आयसेन हॉवरसाठी हेरगिरी करणाऱ्या विमानाची रचना आणि त्याची मूळ कल्पना मांडण्यात त्यानं महत्त्वाची भूमिका बजावली होती. त्या हेरगिरी करणाऱ्या विमानामुळे शीतयुद्धाचा मार्गच बदलला. लँडनं एकूण ५३५ स्वामित्व हक्क मिळवले. इतके आतापर्यंत थॉमस एडिसनखेरीज कोणाही अमेरिकनानं मिळवले नव्हते. १९८५मध्ये ॲपलमधून त्याची हकालपट्टी होण्याआधी काही महिने स्टीव्ह जॉब्सनं लँडबद्दल वाटणारा आदर व कौतुक पुढील शब्दांत व्यक्त केलं होतं. ''आमच्या काळातील एक महान संशोधक... हा आमचा राष्ट्रीय खजिना आहे.''

लँड हा कदाचित महान मौलिक असेल; पण, ती गुणसंपदा आपल्या कंपनीच्या संस्कृतीत रुजवण्यात तो अपयशी ठरला. एका उपरोधात्मक वळणावर डिजिटल कॅमेरा प्रथम बाजारात आणणाऱ्या कंपन्यात पोलरॉइड ही एक होती. मात्र, अखेरीस याच कारणामुळे तिचं दिवाळं निघालं. १९८१मध्ये कंपनी इलेक्ट्रॉनिक चित्रे घेण्याच्या दिशेनं मोठी पावलं टाकत होती. दशकाच्या अखेरीस पोलरॉइडचे डिजिटल सेन्सॉरचे उत्पादक आपल्या स्पर्धक उत्पादनांच्या तुलनेत चौपट चांगल्या प्रतिमा निर्माण करू शकत होते.

उच्च दर्जाच्या डिजिटल कॅमेऱ्याचा नमुना १९९२मध्ये तयार होता. पण, इलेक्ट्रॉनिक इमेजिंग चमू आपल्या सहकाऱ्यांना तो बाजारात आणण्यासाठी १९९६पर्यंत खात्री पटवू शकला नाही. तांत्रिक प्रावीण्याबद्दल पारितोषिके पटकावली असूनसुद्धा पोलरॉइडचं उत्पादन रखडलं. कारण, तोपर्यंत अन्य स्पर्धकांनी आपापले डिजिटल कॅमेरे बाजारात विक्रीसाठी आणले होते.

पोलरॉइडचं उत्पादन चुकीच्या गृहीतकामुळं आपटलं. ग्राहकांना नेहमीच छायाचित्रांच्या मुद्रित प्रती हव्या असतात याबाबत कंपनीतच विस्तृत प्रमाणात सहमती झाली होती. तसंच, महत्त्वाचा निर्णय घेणारे या गृहीतकाबाबत शंका उपस्थित

करण्यात अपयशी ठरले होते. गटविचाराचं हे अभिजात उदाहरण होतं. विरोधी मत आंजारण्यागोंजारण्याऐवजी सहमती शोधण्याकडं गटाचा कल होता. गटविचार नेहमीच मौलिकतेचा शत्रू असतो. विविध विचारांचं समर्थन करण्याऐवजी वर्चस्व गाजवणाऱ्या, पारंपरिक दृष्टिकोनाशी जुळवून घेताना लोक नेहमीच दडपणाखाली असतात. बे ऑफ पिग्सवरील आक्रमण आणि व्हिएतनाम युद्ध यांसारख्या अनेक दुर्घटनांमागं गटविचारच दोषी होता.

ख्यातनाम विश्लेषक व येल विद्यापीठातील मनोवैज्ञानिक आयर्व्हिंग यानीसच्या मते, बे ऑफ पिग्सवरील आक्रमण आणि व्हिएतनाम युद्ध यांसारख्या अमेरिकेच्या परराष्ट्र धोरणातील अनेक घटनांच्या अपयशाचा खरा गुन्हेगार गटविचार आहे. ''जेव्हा गटातील अंतर्गत शक्तीनं लोक एकत्र येतात व जेव्हा त्यांचे ऐक्याचे प्रयत्न त्यांच्या प्रेरणेचं वास्तववादी मूल्यमापन करून धुडकावून लावले जातात तेव्हा पर्यायी कृतीचा मार्ग अवलंबला जातो.'' बे ऑफ पिग्सचा विचका होण्यापूर्वी अमेरिकेचे अवर सचिव (अंडर सेक्रेटरी) चेस्टर बोल्स यांनी फिडेल कॅस्ट्रोला उलथून टाकण्यासाठी क्यूबन लोकांना परागंदा करण्याच्या कल्पनेला विरोध करणारं पत्र-टिपण लिहिलं होतं; पण, ते अजब वाटल्यामुळं रद्द केलं. अध्यक्ष जॉन एफ. केनेडीच्या अनेक सल्लागारांच्या मनात वस्तुतः आक्रमणाबद्दल शंका होती. काहींना गटातील अन्य सदस्यांनी गप्प केलं आणि इतरांनी गप्प राहण्याचं ठरवलं. अंतिम निर्णय घेण्यासाठी भरलेल्या सभेत एकाकी बंडखोरानं विरोध केला. अध्यक्षांनी यादृच्छिक मतदानाचा (स्ट्रॉ पोल) आदेश दिला. बहुसंख्य मतदारांनी प्रस्तावाच्या बाजूनं मतदान केलं आणि संभाषण ताबडतोब त्या निर्णयाच्या अंमलबजावणीकडं वळलं. यानीस युक्तिवाद करतो की केनेडी प्रशासनाच्या सदस्यांना 'खूपच कठोर असण्याची' चिंता वाटत होती. तसंच, 'अंतर्गत शक्ती व आपण सगळे एकत्र असण्याची सुखावह भावना नष्ट होईल' याची भीती वाटत होती. चर्चेच्या वेळी जे आतील (प्रशासनातील) लोक उपस्थित होते, त्यांनी ह्याच एकत्रित गटशक्तीच्या विचाराला प्रोत्साहन देण्याचा विचार मांडला होता. केनेडी व लिंडन जॉन्सन यांच्यामधील पत्रव्यवहार सांभाळणाऱ्या बिल मोयर्सनं पुढील आठवण सांगितली आहे :

> *राष्ट्रीय सुरक्षा व्यवहार सांभाळण्याचं काम करणारे लोक एकमेकांच्या खूप जवळ येतात आणि व्यक्तिशः परस्परांना आवडू लागतात. राष्ट्राच्या ह्या व्यवहारांचं नियंत्रण करणाऱ्यांचा कल ते जणू सभ्य लोकांच्या मंडळातले आहेत असं मानण्याकडं असतो...जर तुमचे संबंध खूपच घनिष्ठ असतील... तर तुम्ही वादविवादात या अर्थानं एका बाजूला फारसे झुकत नाही. तुमच्या विरोधकाला जबरदस्तीनं भिंतीकडं (संकटात) ढकलता आणि बरेच वेळा त्याला थोडंही आव्हान न देता त्याला त्याचा दृष्टिकोन व्यक्त करायला सांगता.*

जेव्हा गटात अशा प्रकारची शक्ती एकवटते तेव्हा शक्तिशाली संस्कृती विकसित होते. गटातील लोकांची मूल्यं व प्रमाणकं सारखीच असतात व त्यावर त्यांची गाढ श्रद्धा असते. मात्र, बलशाली संस्कृती आणि कार्यरत असल्यासारखा एखादा पंथ यांत फरक दाखवणारी एक तरल रेषा असते.

जवळजवळ अर्ध शतकभर नेते, धोरणकर्ते आणि पत्रकार यांनी यानीसची उपपत्ती मान्य केली होती : अंतर्गत शक्ती धोकादायक असते आणि बलशाली संस्कृती घातक असतात. समस्या सोडवणं आणि शहाणपणानं निर्णय घेणं यासाठी गटाला मौलिक कल्पनांची आणि विरोधी दृष्टिकोनाची गरज असते. म्हणूनच आपल्याला गटातील सदस्यांचे संबंध खूप मित्रत्वाचे होणार नाहीत याची काळजी घ्यावी लागते. केनेडीचे सल्लागार आपापसांत इतके घट्ट बांधलेले नसते तर त्यांनी अल्पसंख्याकांच्या मतांचं स्वागत केलं असतं व गटविचाराला फाटा दिला असता, तर बे ऑफ पिग्सची घटना पूर्णपणे टाळता आली असती.

अंतर्गत शक्तीच्या उपपत्तीबाबत एक छोटीशी समस्या आहे. ती खरी नाही.

जेव्हा यानीसनं १९७३मध्ये आपलं विश्लेषण पूर्ण केलं तेव्हा बे ऑफ पिग्सच्या घटनेला फार काळ लोटला नसल्यामुळे घटनेच्या गोपनीय दस्तऐवजाचा धांडोळा घेणं, त्याबाबतच्या अनुभवांचे वृत्तान्त हाती लागणं अवघड होतं. मात्र, एका टीकात्मक गंभीर माहितीस्रोतातून एका छोट्याशा घट्ट बांधलेल्या गटानं हा निर्णय घेतला नसल्याचं उघड झालं झालं होतं. राजकीय विश्लेषक आणि अध्यक्षीय सल्लागार रिचर्ड न्यूस्टाडनं 'केनेडीनं वरिष्ठांच्या छोट्या- पण बदलत्या संचातील सल्लागारांच्या बैठकांच्या मालिका आयोजित केल्या होत्या', असं स्पष्टीकरण दिलं. नंतर झालेल्या अभ्यासातूनही अंतर्गत शक्तींनी परिपूर्ण असा गट विकसित होण्यासाठी काही काळ जावा लागतो असंच दाखवून दिलं. स्थिर सदस्यत्वाखेरीज जवळीक व मित्रत्वाची जाणीव होण्याची संधी मिळत नाही. टोरोंटो विद्यापीठातील संशोधक ग्लेन व्हाइटनं बे ऑफ पिग्सच्या घटनेनंतर काही वर्षांनी केनेडीनं त्याच गटातील पुष्कळसे सल्लागार घेऊन क्यूबावरील क्षेपणास्त्रांबद्दलच्या महान संकटकाळात प्रभावी ठराव मांडल्याचं निर्देशित केलं आहे. क्यूबावर आक्रमण करण्याची खेळी खेळण्याबाबत झालेली सहमती ही ''गटाचा एकजिनसीपणा किंवा मैत्री व निष्ठा यांची जाणीव राखण्याच्या इच्छेचं फलित नव्हतं'', असं स्पष्टीकरण रॉड्रिक क्रॅमर हा स्टॅन्फर्डचा मनोवैज्ञानिक देतो.

गटविचाराचा एकजिनसीपणा अन्यत्र कुठेही प्रभावी होताना दिसत नाही. यानीसच्या विश्लेषणात आणखी एक दोष आहे. वाईट वा चुकीचे निर्णय घेणाऱ्या पुष्कळशा एकजिनसी गटांचा त्यानं अभ्यास केला. ते खरोखरच एकजिनसी गट होते की ते केवळ न्याहारीसाठी जमलेले वा सहजगत्या एकत्र आलेले सर्वसामान्य लोक होते व त्यांनी अव्यावहारिक निर्णय घेतले? एकजिनसीपणाचा अचूक निष्कर्ष

काढण्यासाठी योग्य व अयोग्य निर्णयांची त्यानं तुलना करावयास हवी होती आणि नंतरच एकजिनसी गट अधिक प्रमाणात गटविचाराचे बळी ठरतात ह्याची निश्चिती करणं आवश्यक होतं.

संशोधकांनी जेव्हा फॉर्च्युन ५०० या कंपन्यातील ७ उच्च व्यवस्थापक गटाच्या यशस्वी व अयशस्वी झालेल्या डावपेचात्मक निर्णयांचे परीक्षण केले तेव्हा एकजिनसी गट सहमती मिळवण्याची अधिक शक्यता नसते आणि ते विविध विचारांना फेटाळून लावतात असं त्यांना आढळून आलं. वस्तुतः अनेक उदाहरणांत एकजिनसी गटांचा कल अधिक चांगले व्यावसायिक निर्णय घेण्याकडं असतो. तीच बाब राजकारणात खरी ठरली होती. एका सर्वंकष परीक्षणात संशोधक सॅली रिग्स फुलर आणि रे अल्डाग लिहितात, ''ह्यासाठी अनुभवजन्य आधार नाही... एकजिनसीपणा, गटविचाराच्या घटनेत गंभीर आदेश असल्याचं मानलं जातं. मात्र, गटविचार सातत्यानं भूमिका घेतो असं आढळलेलं नाही'', त्यांच्या निरीक्षणात त्यांनी 'एकजिनसी गटाच्या फायद्यासह संवाद-संपर्कही वाढीला लागतो' या गोष्टीचा समावेश केला आहे. तसंच एकजिनसी गटाचे सदस्य 'एकमेकांच्या भूमिकांना आव्हान देताना पुरेशी सुरक्षा राखण्याचीही शक्यता असते'. माहितीचा काळजीपूर्वक धांडोळा घेतल्यावर व्हाइट निष्कर्ष काढतो. ''गटविचार प्रारूपातून एकजिनसीपणा काढून टाकायला हवा.''

ह्या प्रकरणात गटविचारात खरोखर काय घडतं याचं मी परीक्षण करणार आहे व ते थांबवण्यासाठी आपण काय करू शकतो हा विचारही मांडणार आहे. काही एकजिनसी गट वाईट निर्णयासाठी विकारक्षम ठरतात; तर अन्य काही चांगली कामगिरी का करतात? संस्कृती मजबूत व्हावी म्हणून एखाद्या पंथाची कास न धरता काय करता येईल? गटविचारासाठी कसा लढा द्यायचा आणि मौलिक मतांच्या अभिव्यक्तीला कसं प्रोत्साहन द्यायचं हे तुम्हाला कळेल. मी पोलरॉइडच्या चुकांचं विश्लेषण करेन आणि ज्या अब्जाधीश संस्थापकाकडं अनुकूल दबाव रोखण्यासाठी पुरोगामी दृष्टिकोन आहे अशा संस्थांचं खोलवर परीक्षण करेन. अनेकदा विरोधी विचार बहिऱ्या कानावर का आदळतात (दुर्लक्ष का केलं जातं) हे तुमच्या लक्षात येईल. अनेक गट चर्चा घडवून आणण्यासाठी विरोधी मत मांडणाऱ्यांचा प्रभावशाली उपयोग का करून घेत नाहीत? कधीकधी लोकांना तोडगा शोधण्याऐवजी तक्रार करण्यास उत्तेजन देणं का हितावह असतं? आणि लोक आपल्या अग्रक्रमात इतरांना सहभागी करतात तेव्हा अल्पसंख्य मते अधिक कमी का होतात? अखेरीस सामान्य लोक व संघटना मौलिकतेला खतपाणी देणारं वातावरण प्रारंभी कसं तयार करतात? आणि ते दीर्घ काळ कसं टिकवून ठेवतात हे तुमच्या लक्षात येईल.

तयार आराखड्यापासून मळसूत्र (बोल्ट)

१९९०च्या दशकाच्या पूर्वार्धात संस्थापक आपल्या कंपन्यांच्या नशिबाला कसा आकार देतात, ह्या कुतूहलापोटी तज्ज्ञांच्या एका गटानं समाजवैज्ञानिक जेम्स बॅरॉन याच्या नेतृत्वाखाली अभ्यास केला. त्यांनी सिलिकॉन व्हॅलीतील उच्च तंत्रज्ञानावर आधारलेल्या जवळजवळ २०० नव्या व्यवसाय कंपन्यांच्या संस्थापकांच्या मुलाखती घेतल्या. संगणक यंत्रसामग्री आणि आज्ञावली ते दूर अंतरावरील संपर्क, आंतरजालाचं कार्य, वैद्यकीय उपकरणं आणि जैवतांत्रिक उत्पादनं ते संशोधनाधारित उत्पादनं निर्माण करणं ते सेमी कंडक्टर्स तयार करणं– अशा सर्व प्रकारच्या कंपन्यांचा त्यात समावेश होता. बॅरॉन व त्याच्या सहकाऱ्यांनी संस्थापकांना त्यांच्या मूळ आराखड्याबद्दल विचारलं तसंच, कोणती संघटनात्मक प्रारूपं त्यांनी कंपन्या सुरू केल्या तेव्हा मनात होती याबद्दलची माहितीही गोळा केली.

सर्व उद्योगांत तीन प्रमुख नमुने आढळले होते : व्यावसायिक, तारांकित किंवा प्राधान्यक्रम दर्जा (स्टार) व बांधिलकी. व्यावसायिक आराखड्यात विशिष्ट कौशल्य प्राप्त केलेल्या उमेदवारांना भाड्यानं घेण्यावर भर होता. जावा स्क्रिप्ट किंवा c++ यांचं वाचन करू शकतील अशा इंजिनिअर्सचा शोध घेण्यास प्रारंभ केला किंवा प्रोटीनचं एकत्रीकरण करण्याबद्दल सखोल ज्ञान असलेल्या वैज्ञानिकांचा शोध घेण्यास संस्थापकांनी सुरुवात केली. तारांकित (स्टार) आराखड्यात वर्तमानातील कौशल्यांऐवजी भविष्यातील संभाव्य वाटणाऱ्या कौशल्यावर लक्ष केंद्रित केलं जातं. त्यात सर्वांत चलाख लोक निवडल्यावर वा अन्य संस्थातून फोडल्यावर त्यांना आपल्या कंपनीत भाड्यानं घेणं यावर भर दिला जातो. वैयक्तिकरीत्या विचार केला तर वर्तमान काळातील विशिष्ट क्षेत्रातील उच्च कौशल्यं कदाचित त्यांच्या जवळ नसतीलही; पण, त्यांच्या मेंदूत ती आत्मसात करण्याची कुवत असते.

ज्या संस्थापकांच्या आराखड्यात बांधिलकी होती त्यांनी भाडेतत्त्वावर वेगवेगळे लोक घेतले. त्यांची कौशल्यं व सुप्त शक्ती महत्त्वाच्या होत्या; परंतु, त्याबरोबरच सांस्कृतिक चपखलपणाही अत्यावश्यक होता. ज्यांची मूल्यं व मानकं कंपनीशी जुळणारी होती अशांना नोकरीवर घेण्यात अग्रक्रम दिला होता. बांधिलकीच्या आराखड्यात प्रेरणेच्या अनन्यसाधारण दृष्टिकोनालाही स्थान होतं. याउलट, ज्या संस्थांकडे तारांकित आराखडा होता त्यांनी कर्मचाऱ्यांची स्वायत्तता आणि आव्हानात्मक कामे यांना अग्रक्रम दिला होता. बांधिलकीचा आराखडा बाळगणाऱ्या संस्थापकांनी संस्था आणि कर्मचारी यांच्यात परस्परांशी मजबूत भावनिक बंध तयार होण्यासाठी काम केलं होतं. ते अनेकदा मैत्रीचं वर्णन करताना 'कुटुंब' व 'प्रेम' या शब्दांचा वापर करत असत. कर्मचाऱ्यांचाही आपल्या कामाकडे एक जीवनकार्य म्हणून कसोशीनं पाहण्याचा कल असतो.

संस्थापकांच्या महान यशाचं भाकीत करणारा आराखडा पाहायला मिळावा अशी बॅरॉनच्या संशोधक गटाची इच्छा होती. जेव्हा त्यांनी आंतरजालावर नव्वदच्या दशकात ऐन प्रसिद्धीच्या झोतात असलेल्या कंपन्यांचा मागोवा घेतला, तेव्हा २००० च्या 'बुडबुडा फुटी'नंतर (बबल बर्स्ट) बांधिलकीच्या संदर्भात इतरांहून उच्च दर्जाचा एक आराखडा आढळला.

ज्या संस्थापकांकडे बांधिलकीबाबतचा आराखडा होता त्यांच्या कंपन्यांचा अपयशाचा दर शून्य होता. त्यापैकी एकाही कंपनीला उद्योगाबाहेर पडण्याची वेळ आली नाही. जेव्हा संस्थापकांनी अन्य प्रारूपं वापरली तेव्हा त्यांचं भविष्य फारसं उज्ज्वल नव्हतं. तारांकित आराखडे असणाऱ्यांच्या वाट्याला अपयशाची भरपूर टक्केवारी आली होती. हे अपयश व्यावसायिक आराखडा असणाऱ्यांच्या अपयशाच्या तिपटीहून अधिक होतं. बांधिलकीप्रधान आराखडाही प्रारंभी लोकांना तारांकित आराखड्यापेक्षा तिपटीनं आणि व्यावसायिक आराखड्यापेक्षाही चौपटीनं फायदा देणारा होता. तसंच तो शेअर बाजारात अधिक चांगली कामगिरी करण्याची शक्यता होती.

अनेक नवउद्योजकांनी आपल्या संस्थापकाच्या ऐवजी नव्या प्रमुख कार्यकारी अधिकाऱ्याची नेमणूक केलेली असल्यामुळे बॅरॉन आणि त्याच्या सहकाऱ्यांनी त्या प्रमुख कार्यकारी अधिकाऱ्याच्या आराखड्याबाबत मुलाखती घेतल्या. संस्थापकांचे आराखडे प्रमुख कार्यकारी अधिकाऱ्यांच्या आराखड्यांच्या नियंत्रणानंतरही महत्त्वाचे ठरत होते. तसंच, ते आराखडे जरी फार नसले तरी किमान परिणामकारक ठरत होते. संस्थापकांनी आपली छाप कायम ठेवली होती. कौशल्यं व दर्जा स्थिर नसतो. बांधिलकी टिकून राहते.

बांधिलकी आराखड्याचे तीव्र दक्षता, मौलिकता आणि गुणवत्ता हे सुरुवातीचे फायदे या गाभामूल्यांच्या भोवती फिरणाऱ्या पोलरॉइड संस्कृतीबाबत आपण पाहू शकतो. एडविन लँड जेव्हा आपला झटपट कॅमेरा विकसित करत होता तेव्हा एकदा आपले कपडे बदलण्याकडेही लक्ष न देता त्यानं १८ दिवस सलग काम केलं. तयार झालेल्या आपल्या अंतिम उत्पादनाबाबत तो म्हणतो, ''छायाचित्रणाचा हा प्रकार, फोटो टिपण्याची पद्धत व त्यासाठी वापरलं जाणारं तंत्र आणि ते विकसित करण्याची पद्धत-प्रत्येक संकल्पना नवीन आहे''.

कोडॅक कंपनीनं प्रगत विज्ञानातील पदवी नसलेले लोक भाड्यानं कामावर ठेवले. लँडनं विविध प्रकारची कौशल्यं असलेले लोक कामावर घेतले. सिलिकॉन व्हॅली संस्थापकांनी जसं बांधिलकीचा आराखडा असलेल्या लोकांना कामावर घेतलं तसं त्यानं कलात्मक पार्श्वभूमी असलेल्या स्त्रियांना आणि नौदलातील लोकांना थेट कामावर घेतलं. त्यानं लोकांना कामावर घेताना विशिष्ट कौशल्यं वा तारांकित गुणवत्ता विचारात घेतली नाही. ते लोक मूल्य निर्माण करण्याच्या अभिनव कल्पना लढवतील

व हे काम जीवितकार्य मानून त्यावर लक्ष केंद्रित करतील, असा त्यानं विचार केला. समान ध्येयं व असोशी असलेले सहकारी सभोवती असल्यामुळं त्याच्या कर्मचाऱ्यांत एकजिनसीपणा आला. आपण सर्व जण एकाच संस्थेचे सदस्य असल्याची जाणीव निर्माण झाल्यानं तुम्ही तुमचे सहकारी व संस्था यांच्याशी दृढ बंधनानं जोडले जाता, त्या वेळी अन्यत्र कुठं काम करण्याची कल्पनाही तुम्ही करू शकत नाही.

झटपट कॅमेऱ्यानंतर पोलरॉइडमध्ये त्याचं आणखी दोन शोधांचं योगदान होतं. आधीचं यश म्हणजे चित्रपटाच्या तंत्रज्ञानाचा आगाऊ हप्ता होता. पोलरॉइडचा या क्षेत्रातील पहिला प्रवेश सेपिआ या कृष्णधवल फिल्मनं झाला. अशी झटपट काढलेली छायाचित्रं लवकर धूसर होण्याची शक्यता होती. प्रयोगशाळेतील मेरो मोर्स ही स्त्री छायाचित्रांची ही समस्या सोडवण्यात अतिशय यशस्वी ठरली. महाविद्यालयात शिकताना मोर्सचा इतिहास हा मुख्य विषय होता. तिनं अभ्यासक्रमात कधीच भौतिकविज्ञान व रसायनविज्ञान हे विषय अभ्यासले नव्हते. मात्र, नंतर रंगीत दृश्यासाठीचं यश मिळवण्यासाठी तिनंच प्रयत्न करून यशाचा मार्ग मोकळा केला. कामात तिनं स्वतःला इतकं झोकून दिलं होतं की तिच्या प्रयोगशाळेतील तंत्रज्ञ तीन पाळ्यांत काम करत असत. म्हणून ती प्रयोगशाळा २४ तास चालू असे. झटपट रंगीत छायाचित्रण हे पोलरॉइडचं दुसरं मोठं यश होतं. होवर्ड रॉजर्स ह्या मोटर यांत्रिकानं त्या क्षेत्रातलं औपचारिक शिक्षण घेतलं नव्हतं, तरीही १५ वर्षं अथक परिश्रम करून त्यानं रंगांचं गूढ उलगडलं.

वाढती दुःखं – बांधिलकीच्या संस्कृतीची काळी बाजू

बांधिलकी संस्कृतीइतक्याच प्रारंभीच्या आयुष्यात निरनिराळ्या टप्प्यांवर संघटना यशस्वी झालेल्या असतात; पण, जसजसा काळ लोटतो तसतसा अडखळत पुढे जाण्याकडं त्यांचा कल दिसून येतो. सिलिकॉन व्हॅलीच्या अभ्यासात बांधिलकीचा आराखडा असलेल्या संस्थापकांनी आपल्या नव्या उद्योगात टिकून राहण्याची आणि लोकांपर्यंत पोहोचण्याची अधिक चांगली संधी दिली तरी एकदा तसं घडल्यावर शेअर बाजारातील त्यांच्या मूल्यमापनाला संथ वाढीचा फटका सोसावा लागला. बांधिलकीचा आराखडा असलेल्या कंपन्यांना शेअर बाजारात आपलं मूल्य तारांकित आराखड्यापेक्षा १४० टक्क्यांनी कमी झाल्याचं व व्यावसायिक आराखड्यापेक्षा २५ टक्के कमी झालेलं आढळलं. मात्र, नोकरशाहीच्या आराखड्यानंही बांधिलकीच्या आराखड्यांपेक्षा बरी कामगिरी केली होती. कार्यकारी अधिकाऱ्यांचा प्रशिक्षक मार्शल गोल्डस्मिथच्या म्हणण्यावरून असं दिसतं की जे तुम्हाला इथं प्राप्त होतं ते तिथं मिळत नाही. जेव्हा संस्था परिपक्व होते तेव्हा बांधिलकीच्या संस्कृतीत कोणत्या अनुचित बाबी घडतात?

''बांधिलकीच्या कंपन्यांना विविध प्रकारच्या कर्मचारी वर्गाला आकृष्ट करून घेणं, त्यांना टिकवून ठेवणं किंवा त्यांना सामावून घेणं अधिक कठीण असतं'', असं बॅरॉन व त्याचे सहकारी सुचवतात. या विधानाला पुष्टी देणारं साहित्य उपलब्ध आहे. मनोवैज्ञानिक बेंजामीन स्नेडरला काही काळानंतर संस्थांचा कल अधिकाधिक एकजिनसी होण्याकडं होत जातो असं आढळलं. सारखे गुणधर्म असलेल्या लोकांना संस्था समाजाभिमुख करतात तेव्हा ती मूल्यं व ते विविध विचार त्या उपटून काढतात. दृढ बांधिलकीची संस्कृती असलेल्या व स्थैर्य प्राप्त झालेल्या कंपन्यांमध्ये विशेषतः हे घडण्याची शक्यता असते. समानता हा नोकरीवर ठेवण्याचा पाया असतो तेव्हा त्यात चपखल बसण्यासाठी अथवा कंपनी सोडून जाण्यासाठी कर्मचाऱ्यांना तीव्र दडपणाशी सामना करावा लागतो.

स्टॅन्फर्डचा समाजवैज्ञानिक जेस्पर सॉरेनसेनला आढळलं की, ह्या प्रकारची दृढ संस्कृती असलेले व स्थैर्य प्राप्त झालेले उद्योगधंदे व मोठ्या कंपन्या आपल्या अन्य समवयस्क कंपन्यांपेक्षा आर्थिक कामगिरीबाबत अधिक विश्वसनीय असतात. मूल्यं आणि ध्येयं यांच्या समान संचात जेव्हा कर्मचारी सहभागी होतात तेव्हा सभोवतालच्या भाकीत करण्याजोग्या वातावरणात ते अधिक प्रभावीपणं आपलं काम करू शकतात. मात्र संगणक, अवकाशसामग्री उद्योग वा विमानसेवा यांसारख्या अचानक बदलणाऱ्या संस्कृतीत काम करताना दृढ संस्कृतीचे फायदे नाहीसे होतात. एकदा बाजार क्रियाशील झाला की दृढ संस्कृती असलेल्या कंपन्याही संकुचित मनोवृत्तीच्या बनतात. परिवर्तनाची गरज असल्याचं ओळखणं हेच त्यांच्या पचनी पडणं कठीण जातं. त्या वेगळा विचार करणाऱ्यांच्या मर्मदृष्टीला विरोध करण्याची शक्यता असते. परिणामी, ते धडा घेत नाहीत व परिस्थितीशी जुळवूनही घेत नाहीत. आपल्या स्पर्धक कंपन्यांपेक्षा अधिक चांगला किंवा अधिक विश्वसनीय आर्थिक फायदाही त्यांना होत नाही.

हे सर्व निष्कर्ष पोलरॉइडचा उत्कर्ष आणि ऱ्हास यांचा थेट आलेख दर्शवतात. लँडनं १९४८मध्ये झटपट कॅमेरा शोधून काढल्यानंतर १९५०मध्ये कंपनीचा महसूल ७ दशलक्ष डॉलर्सपेक्षा कमी होता, तो १९६०पर्यंत जवळजवळ १०० दशलक्ष डॉलर्सपर्यंत व १९७६पर्यंत सुमारे ९५० दशलक्ष पर्यंत वाढला. ह्या कालखंडात छायाचित्रणाचा उद्योग स्थिर राहिला होता. ग्राहकांमध्ये तत्काळ छायाचित्रं मुद्रित करून देणारे उच्च प्रतीचे कॅमेरे लोकप्रिय झाले होते; परंतु डिजिटल क्रांतीला प्रारंभ झाला आणि बाजार अस्थिर झाला व पोलरॉइडची एके काळी वर्चस्व असलेली संस्कृती धुळीला मिळाली.

१९८०मध्ये 'सोनी'चा संस्थापक अकिओ मोरिटा लँडला भेटला व त्यानं फिल्मवरील रासायनिक प्रक्रियांची लाट भविष्यात टिकून राहणार नाही, हे गुपित सांगितलं. तसंच इलेक्ट्रॉनिक कॅमेरा बनवण्यात लँडबरोबर सहकार्य करण्याची इच्छा

त्यानं व्यक्त केली. लँड भौतिकविज्ञान व रसायन विज्ञानामार्फत जग पाहत होता. 'शून्य व एक' अशा डिजिटल पद्धतीनं पाहत नव्हता. त्यानं ती कल्पना नाकारली. ग्राहकांना नेहमीच मुद्रित स्वरूपातील छायाचित्रं हवी असतात असं तो आग्रहानं प्रतिपादन करत राहिला. तसंच, डिजिटल पद्धतीनं काढलेल्या छायाचित्रांची गुणवत्ता रासायनिक प्रक्रियेद्वारा काढलेल्या छायाचित्रांसारखी कधीच असणार नाही, असं त्याचं मत होतं.

कंपनीला लोकापवादाला तोंड देताना संघर्ष करावा लागला तेव्हा लँड बाहेरच्या लोकांची भरती करण्याबाबत कमी स्वागतशील झाला होता. 'त्याच्या भोवती त्याच्या एकनिष्ठ अनुयायांचं कोंडाळं तयार झालं होतं. ते त्याला लिलावात काढायला निघाले होते', असं निरीक्षण त्याच्या दीर्घ काळच्या सहकाऱ्यानं नोंदवलं आहे. आता लँडचा आवडता प्रकल्प होता 'पोलाव्हिजन'. पोलाव्हिजन म्हणजे चित्रपटासाठीचा तत्काळ चित्रं काढणारा कॅमेरा. जेव्हा पोलरॉइडचा अध्यक्ष विल्यम मॅक क्यूननं त्या संकल्पनेबाबत प्रश्न विचारला तेव्हा लँडनं संचालक मंडळाकडं तक्रार करून त्या प्रकल्पावर संपूर्णपणं ताबा मिळवला. त्यानं आपलं काम एका स्वतंत्र मजल्यावर सुरू केलं. त्याला विरोध करणाऱ्यांना तिथं प्रवेश करण्यास मज्जाव केला. गोष्टी मनासारख्या का घडत नाहीत याची स्पष्ट सहज दिसणारी कारणं व सर्व प्रकारच्या हरकतींवर समर्थपणं मात करणं त्याला आवश्यक होतं. मॅक क्यून म्हणतो, ''जेव्हा तो एखादी जगावेगळी धाडसाची कृती करतो तेव्हा तो स्वतःला टीकेपासून सुरक्षित ठेवण्याची दक्षता घेतो''.

लँडचा प्रतिसाद अगदी प्रातिनिधिक होता. मिशेल मॅकडोनाल्ड आणि जेम्स वेस्टफल या डावपेच संशोधकांनी केलेल्या अभ्यासात पुढील बाबी आढळून आल्या. कंपन्यांची कामगिरी जितकी वाईट असते तितका प्रमुख कार्यकारी अधिकारी आपल्या परिप्रेक्ष्यात सहभागी असणाऱ्या आपल्या मित्राचा वा सहकाऱ्याचा सल्ला अधिक घेतात. विरोधी मताच्या असंतोषापेक्षा सहमतीचा संतोष त्यांना अधिक अनुकूल वाटतो. खरं म्हणजे त्यांनी जे करायला हवं त्याच्या अगदी नेमकं उलट त्यांचं वागणं असतं. जेव्हा प्रमुख कार्यकारी अधिकारी सक्रियरीत्या आपले मित्र नसलेल्या व जे वेगळी मर्मदृष्टी देऊ शकतात, नवीनतेचा ध्यास घ्यायला लावतात व चुका दुरुस्त करायला लावतात त्यांच्याकडून माहिती घेतात तेव्हाच कंपनीची कामगिरी सुधारते.

अल्प मतात असलेल्यांचे दृष्टिकोन अस्तित्वात राहण्याचा कल असतो म्हणून नव्हे, तर ते निराळ्या विचारांना चालना देतात म्हणून महत्त्वाचे असतात, असं चार्लान नेमेथ ही बर्कले विद्यापीठातील गटनिर्णयावरील जगातील आघाडीची संशोधक म्हणते. ''परिणामी, ते जरी चूक असले तरी अभिनव उपाययोजना आणि निर्णय शोधण्यात त्यांचं योगदान असतं आणि समतोल राखण्याच्या गुणवत्तेबाबतही ते अधिक उजवे असतात''.

चुकीची असली तरी विरोधी मतं उपयुक्त असतात

ही बाब १९८०मध्ये नेमेथनं प्रथम निदर्शनास आणून दिली आणि तिच्या या प्रयोगाची अनेक वेळा पुनरावृत्ती केली गेली. एका प्रयोगात लोकांना तीन उमेदवारांमधून एकाची नोकरीसाठी निवड करण्यास सांगण्यात आलं. वस्तुनिष्ठदृष्ट्या जॉन त्या तिघांत अधिक उच्च श्रेणीतला होता; पण, ते त्यांच्या लक्षात आलं नाही. त्या सर्वांनी त्या प्रयोगात अयोग्य उमेदवार रिंगोला अग्रक्रम दिला. जेव्हा कोणीतरी जॉर्ज या दुसऱ्या अयोग्य उमेदवाराच्या बाजूनं युक्तिवाद केला तेव्हा योग्य उमेदवाराला घेण्याची संधी चौपटीनं वाढली. जॉर्जला त्या स्पर्धेत सहभागी करून व सहमती डावलून त्या गटाचे सदस्य वेगवेगळ्या प्रकारचा विचार करू लागले. त्यांनी प्रत्येक उमेदवाराचं नोकरीसाठीच्या गुणवत्तेचं पुनर्परीक्षण केलं व या प्रक्रियेतून त्यांना जॉन या उमेदवाराचा पुनर्विचार करण्यास भाग पाडलं.

विरोधी मतांखेरीज लँडचा झटपट चित्रपट कॅमेरा म्हणजे पूर्णपणं अपयशी मोहीम होती. तांत्रिकदृष्ट्या तो कॅमेरा चाणाक्ष होता, तरीही काही मिनिटांचेच व्हिडिओ घेऊ शकत होता. तुलनेनं बाजारात उपलब्ध असलेले कॅमेरे कितीतरी तासांचं व्हिडिओ चित्रण करण्यास सक्षम होते. लँडचा कॅमेरा बनवण्याच्या प्रयत्नांत सुमारे ६०० दशलक्ष डॉलर्स खर्ची पडले होते व संचालक मंडळानं त्याला कामावरून दूर केलं होतं. पोलरॉइडशी असलेले संबंध लँडनं तोडून टाकले होते तरीही कंपनीच्या दैनंदिन कारभारात त्याच्या डीएनएतील श्रद्धांनी खोलवर ठसा उमटवला होता. कामावर घेतलेल्या कर्मचाऱ्यांना समाजाभिमुख करून घेतलं जात होतं. त्यानं कंपनी कायम टिकावी म्हणून उभारली होती. मात्र, त्याच्या ढिसाळ आराखड्यानं ती धुळीला मिळाली. लँडला वेगळी विचारधारा म्हणजे काय हे माहीत होतं तरीही त्यानं तसा विचार न करणारी कंपनी निर्माण केली.

सामाजिक बंध गटविचाराला प्रेरणा देत नाहीत असं पुरावा सूचित करतो. गुन्हेगारांना जादा विश्वास आणि आपल्या मानसन्मानाची चिंता असते. पोलरॉइडमध्ये लँडच्या आराखड्यानुसार वागणाऱ्या नेते, ग्राहकांना नेहमीच आपली छायाचित्रं मुद्रित स्वरूपात हवी असतात, असा फाजील विश्वास बाळगून होते. पात्यावर पैसे मिळवण्यासाठी जशी स्वस्त वस्तऱ्याची विक्री केली जाते तसं फायदा मिळण्यासाठी त्यांनी स्वस्त कॅमेऱ्यांचं उत्पादन सुरू ठेवलं. जेव्हा डिजिटल कॅमेऱ्याच्या कल्पनेबरोबर संघर्ष करावा लागला तेव्हा तेथील प्रमुख वारंवार विचारीत असत, ''फिल्म कुठं आहे? तिथं फिल्म नाहीच''. जेव्हा कंपनीला ३८ टक्के नफा होईल असा अंदाज व्यक्त केला तेव्हा संचालक मंडळानं त्यांना वेड्यात काढलं. तसंच ते फिल्मवर ७० टक्के नफा कमावतात याकडेही त्यांचं लक्ष वेधलं. हे ''भांडण नेहमीचंच होतं'', अशी आठवण इलेक्ट्रॉनिक चमूच्या एका सदस्यानं सांगितली. ''आम्ही उद्योगाच्या चालू प्रारूपाचा (मॉडेल) गाभा आता जुना झाला आहे आणि प्रगती करण्यास असमर्थ आहे म्हणून सतत त्या कल्पनेला आव्हान देत होतो''.

या विचाराशी असहमत असणाऱ्यांना तत्काळ दूर केलं जात होतं. प्रमुखांच्या मते, विरोधी मत असणारे झटपट कायमस्वरूपी नोंदीची दखल घेत नाहीत. कार्ल यान्कोवस्की या अभियंत्याला पोलरॉइमध्ये उद्योगाची प्रतिमा ठसविणारा म्हणून नोकरीवर भाड्यानं घेतलं होतं. तेव्हा त्यानं इलेक्ट्रॉनिक तंत्रज्ञान वापरून एक नवा उद्योग स्थापन करण्याचा प्रस्ताव मांडला; परंतु, प्रमुख कार्यकारी अधिकारी मॅक बूथ यांनी ती कल्पना फेटाळून लावली आणि ती चर्चा थांबवून कंपनीच्या भवितव्याबाबत व उत्तम उत्पादन निर्मितीच्या क्षमतेबाबत जादा विश्वास व्यक्त करत म्हटलं, ''पोलरॉइड ज्याचा शोध लावत नाही त्या वस्तूची विक्री करत नाही. मला वाटतं, तत्काळ चित्रपट बनवणं हे इलेक्ट्रॉनिक छायाचित्रणात वर्चस्व गाजवणारं ठरणार आहे आणि जगात इतर कोणाहीपेक्षा आपल्याला त्यातील अधिक माहिती आहे'', असं तो १९८७मध्ये म्हणाला होता. ''तत्काळ छायाचित्रण मृत्युपंथाला लागलं आहे असं म्हणणारा वेड पांघरून पेडगावला जातो आहे असं वाटतं''.

ह्या डिजिटल युगात कंपनीला मार्गदर्शन करणारा कोणीतरी बाहेरचा इलेक्ट्रॉनिक तज्ज्ञ नेमावा अशी शिफारस यान्कोवस्कीनं केली तेव्हा बूथची प्रतिक्रिया पुढीलप्रमाणं होती. ''मला कळत नाही तुझ्या नाकावर ठोसा देऊ की तुला बडतर्फ करू?'' अशी आठवण यान्कोवस्कीनं सांगितली आहे. त्यामध्ये प्रतिष्ठात्मक धोका होता. अखेरीस यान्कोवस्कीनंच पोलरॉइडला रामराम ठोकला व तो 'सोनी'मध्ये दाखल झाला. तिथं त्यानं प्ले-स्टेशन बाजारात आणलं आणि चार वर्षांत जवळजवळ दुप्पट महसुली उत्पन्न मिळवून दिलं. नंतर रिबॉकच्या चेहरामोहरा बदलण्यात त्यानं पुढाकार घेतला. तो 'पाम'चा प्रमुख कार्यकारी अधिकारी झाला. ''परंतु, नवीन शोधांना प्रेरणा देणं आणि बुडणाऱ्या कंपन्या वाचवणं यात जरी मला यश मिळालं तरी पोलरॉइडमध्ये अस्तित्वात असलेल्या संस्कृतीच्या प्रतिमानांवर मला कधीच विजय प्राप्त करता आला नाही'', अशी खंत यान्कोवस्कीनं व्यक्त केली. मात्र, 'संकुचित विचारांच्या मनोवृत्तीला' आणि निर्णय घेणाऱ्या प्रमुख व्यक्तींच्या 'पुतणेगिरी' मानसिकतेलाही त्यानं दोष दिला. ''आपल्यापैकी अनेकांनी कार्यकारी अधिकाऱ्यांची अयोग्य अनुयायांना समर्थन करण्याची प्रवृत्ती नक्कीच पाहिली असेल'', अशी नोंद २७ वर्षं पोलरॉइडमध्ये काम करणारा मिल्टन डेंच करतो. ''पोलरॉइडच्या व्यवस्थापनाच्या अनेक पिढ्यांनी ती संस्कृती आपलीशी करून घेतली होती. ती संस्कृती नेहमीच डावपेचाच्या वेळी कार्यरत होत होती आणि पोलरॉइडच्या माध्यमातून मुद्रित कॉपीची प्रेरणा देत राहली होती. यामागचं खरं कारण पोलरॉइडची संस्कृती हे होतं''.

डिजिटल छायाचित्रणात पोलरॉइड प्रणेता बनण्याच्या टप्प्यापर्यंत पोहोचलं होतं आणि त्या क्षेत्रात त्यांना सहज जम बसवता आला असता. त्याऐवजी कंपनीच्या नेत्यांनी कंपनीचं नुकसान होत असताना निष्काळजीपणा केला. लँडच्या रासायनिक प्रतिमांच्या मुद्रित स्वरूपावर त्यांनी श्रद्धा ठेवली नसती व तिला कठोरपणं कवटाळलं

नसतं तर कंपनी कदाचित तग धरून राहिली असती. विरोधी मताचं स्वागत करणारी मजबूत संस्कृती तुम्ही कशी उभाराल?

वेगळ्या प्रकारं विचार करा, असं सांगणारी संस्कृती

कार्यकारी अधिकारी आणि विद्यार्थी यांचा आजपर्यंत संस्थेतील सर्वांत मजबूत संस्कृतीशी जो संघर्ष झाला त्याबद्दल मतदान घेतलं तेव्हा सर्वाधिक मतं ब्रिजवॉटर असोसिएट्सला मिळाली. ब्रिजवॉटरचं प्रधान कार्यालय कनेक्टिकट शहरात होतं. ब्रिजवॉटर १७० अब्ज डॉलर्सपेक्षाही अधिक रकमेची गुंतवणूक सरकारं, निवृत्ती फंड योजना, विद्यापीठं आणि दानकार्य यांत करत असते. ब्रिजवॉटरचं तत्त्वज्ञान त्याच्या संस्थापकांनी लिहिलेल्या २००पेक्षा अधिक तत्त्वसंचाच्या आराखड्यात मांडलेलं आहे. कंपनी जरी पैशाचं व्यवस्थापन करत असली तरी त्या तत्त्वांमध्ये गुंतवणुकीबाबत अवाक्षरही काढलेलं नाही. ती तत्त्वं नोकरीच्या ठिकाणी वा आयुष्यात जेव्हा संघर्षाची वेळ येते तेव्हा विचार करण्याचे व कृती करण्याचे नियम आहेत. तसंच, आयुष्यात तुम्हाला अर्थपूर्ण कार्य करताना वा अर्थपूर्ण नातेसंबंध उभारताना कसा विचार करावा हे सांगणारे मार्गदर्शक नियम आहेत.

ही तत्त्वं २ दशलक्षांहून अधिक वेळा लोकांनी उतरवून (डाउनलोड) घेतली आहेत. त्या तत्त्वांमध्ये (तत्त्वज्ञानात्मक 'सत्याला घाबरण्याचं कारण नाही हे ओळखा') ते (व्यावहारिक 'वर्तनात्मक बदल विशिष्ट प्रकारं घडून येण्यास सतत १८ महिने त्याचा पुनरुच्चार करावा लागतो') यांसारख्या बाबीही सांगितल्या आहेत. नवे कर्मचारी भाड्यानं घेतलेले असतात. त्यांना कामावर घेताना त्यांचं वर्तन कंपनीच्या तत्त्वांच्या आराखड्यात चपखल कसं बसू शकेल याचं मूल्यमापन केलं जातं. लष्करातील जवानांना जसं कठोर शारीरिक व मानसिक आरोग्यासाठी कसोशीनं तयार केलं जातं तशा प्रकारचं त्यांना प्रशिक्षण दिलं जातं. तिथं त्यांना तत्त्वांबाबत मतं मांडण्यास व चर्चा करण्यास सांगितलं जातं; तिथं त्यांना भावनिकदृष्ट्या अतिशय गंभीर परिस्थितीशी सामना करण्याचा सराव दिला जातो व कर्मचारी ती तत्त्वं आपल्या वर्तनात कशी अंतर्भूत करून घेतात याचं मूल्यमापन केलं जातं. तिथं नेहमी जरी पुष्कळसे वादविवाद होत असले तरी ब्रिजवॉटर ही एक अतिशय उंची गाठलेली एकजिनसी कंपनी आहे. तेथील कर्मचारी समुदाय परस्परांशी इतका घट्ट जोडलेला आहे की तेथील कर्मचारी त्या समुदायाचा अनेकदा कुटुंब असा उल्लेख करतात. त्यामुळे तिथं नेहमीच अनेक दशकं कर्मचारी टिकून राहतात.

अस्थिर आर्थिक उद्योगधंद्यात ब्रिजवॉटरला मजबूत बांधिलकीची संस्कृती आहे; परंतु, तिची कामगिरी प्रदीर्घ कालावधीत उतरणीला लागलेली नाही. कंपनीकडे दोन मोठे निधी आहेत. त्या दोनही निधींतून गेली दोन दशकं त्यांना

सतत उत्तम परतावा मिळालेला होता. उद्योगांच्या इतिहासात अन्य कंपन्यांपेक्षा हेज फंडाद्वारे आपल्या ग्राहकांसाठी अधिक पैसा मिळवणारे म्हणून त्यांची ओळख आहे. २०१०मध्ये ब्रिजवॉटरचा नफा गुगल, ई-बे, याहू आणि ॲमेझॉन यांच्या एकत्रित नफ्यापेक्षा अधिक होता.

मौलिक कल्पनांच्या अभिव्यक्तीला उत्तेजन देणं हे ब्रिजवॉटरच्या यशाचं रहस्य आहे. कंपनीच्या गुंतवणुकीच्या अभिनव डावपेचांची नेहमीच प्रशंसा केली जाते. नेहमीच्या निधी गुंतवणुकीपेक्षा अधिक वैविध्यपूर्ण प्रमाणातील गुंतवणुकीचे डावपेच त्यातील धोके कमी करतात. २००७च्या वसंत ऋतूत ब्रिजवॉटरनं आपल्या ग्राहकांना जवळ येऊन ठेपलेल्या गंभीर आर्थिक संकटाबाबत इशारा देण्यास प्रारंभ केला होता. बॅरॉनच्या मते 'जागतिक बाजारपेठा कोसळण्याच्या घटनेला अधिक तयारीनिशी तोंड द्यायला कोणतीही कंपनी सज्ज नव्हती'.

गुंतवणुकीच्या जगात तुम्ही इतरांपेक्षा वेगळा विचार केलात, तरच तुम्ही पैसा मिळवू शकाल. कंपनीतील प्रत्येक कर्मचाऱ्याच्या विरोधी मतांचं स्वागत करून ब्रिजवॉटरनं गटविचाराला रोखलं होतं. जेव्हा कर्मचारी बहुसंख्याकांच्या मताशी जुळवून घेणारे विचार मांडण्याऐवजी आपले स्वतंत्र दृष्टिकोन मांडत तेव्हा ब्रिजवॉटर गुंतवणुकीबाबतचे निर्णय इतरांनी घेतलेल्या निर्णयापेक्षा वेगळे असण्याची आणि इतरांना जो आर्थिक कल आढळला नाही तो आढळण्याची शक्यता दिसून आली. त्यामुळं उर्वरित बाजारपेठा चुकीच्या मार्गानं गेल्या तेव्हा ब्रिजवॉटरला योग्य मार्गावर राहणं शक्य झालं.

ब्रिजवॉटरनं चाणाक्षपणे घेतलेल्या आर्थिक निर्णयाचं विश्लेषण करणं हे माझं ध्येय नाही; तर, त्या निर्णयामागील अधोरेखित संस्कृतीचं सखोल निरीक्षण करणं हे आहे. त्याची सुरुवात ब्रिजवॉटरचा अब्जाधीश संस्थापक रे डॅलिओपासून होते. जरी त्याला 'गुंतवणुकीतला स्टीव्ह जॉब्स' असं संबोधलं जात असलं तरी कर्मचाऱ्यांना त्याच्याशी संवाद साधताना तो कोणीतरी खास आहे असं वाटत नसे. पुढं एक ई-मेल दिली आहे. जिम या सल्लागारानं डॅलिओला महत्त्वाच्या संभाव्य ग्राहकांबरोबरची सभा संपल्यानंतर लिहिलेली ही ई-मेल आहे.

> *रे, तुझ्या आजच्या बैठकीतील कामगिरीबद्दल तुला 'D' दर्जा मिळणंच योग्य... तू जवळजवळ ५० मिनिटं पाल्हाळ लावलंस... तू आजच्या सभेसाठी अजिबात तयारी केली नव्हतीस हे आम्हा सर्वांना कळून चुकलं. अन्यथा, तू प्रारंभीच इतकं विस्कळीत बोलला नसतास. तू तयारी केली असतीस तर असं झालं नसतं. आम्ही तुला वेळेच्या दृष्टीनं हे 'जिंकायलाच हवं', असं सांगितलं... पण, आजची तुझी कामगिरी अगदी वाईट होती... आम्ही पुन्हा असं खपवून घेणार नाही.*

एका सर्वसामान्य कंपनीत अशी मेल वरिष्ठाला पाठवणं हे आत्मघातकीपणाचं कृत्य ठरलं असतं; परंतु, त्याबाबत बचावात्मक पवित्रा घेण्याऐवजी डॅलिओनं जे लोक त्या सभेला हजर होते त्या सर्वांना त्या सभेतील आपल्या कामगिरीबाबतचं प्रामाणिक मत A-Fपर्यंतच्या दर्जात (स्केल) द्यायला सांगितलं. डॅलिओनं केलेल्या चुका दडवून ठेवण्याऐवजी ब्रिजवॉटरचा प्रमुख म्हणून त्याच्या सहप्रमुख कार्यकारी अधिकाऱ्यानं त्या ई-मेलच्या नकला करून कंपनीतील सर्व कर्मचाऱ्यांना ही बाब कळवली.

अनेक कंपन्यांत वा संस्थांत आपला नकारात्मक प्रतिसाद लोक बंद दाराआड देतात. जॅक हँडीनं त्याच्या एका *सॅटर्डे नाइट लाइव्ह* कार्यक्रमातील 'डीप थॉट'मध्ये दुसऱ्यावर टीका करण्यापूर्वी तो ज्या परिस्थितीत आहे ती तुमच्यावर आली तर तुम्ही काय कराल त्याचा विचार करा, असा सल्ला दिला होता. अशा प्रकारे तुम्ही त्या परिस्थितीचा अनुभव न घेता त्याच्यावर टीका करत असता.

ब्रिजवॉटरमध्ये कर्मचाऱ्यांना वाटणारी चिंता त्यांनी व्यक्त करावी आणि एकमेकांवर थेट टीका करावी अशी अपेक्षा धरली जात असे. ''तुमची 'निष्ठा' सत्य व मोकळेपणा यांमध्ये आणू नका. एखाद्या गोष्टीबद्दल मौन बाळगून तिच्याबद्दल चिंता वाटणारं मत बनवण्याचा कोणालाही अधिकार नाही'', असं डॅलिओ आपल्या तत्त्वांत लिहितो. एखाद्या सर्वसाधारण कंपनीत विरोधी आवाज उठवल्याबद्दल कर्मचाऱ्यांना शिक्षा दिली जाते. ब्रिजवॉटरमध्ये कर्मचारी आपले विचार व्यक्त करतात की नाही, यावरून त्यांचं मूल्यमापन केलं जातं. 'जैसे थे' स्थितीला आव्हान देण्यात ते कमी पडले तर त्यांना बाहेरचा रस्ता दाखवायलाही कमी केलं जात नाही.

जेव्हा कर्मचारी अतिशय प्रभावीपणं मूल्यं व मानकं यांच्या संचात सहभागी होऊन ती बांधिलकी मानतात तेव्हा मजबूत संस्कृती अस्तित्वात येतात. मात्र ती मूल्यं व मानकं कोणती यावर त्याचा परिणाम अवलंबून असतो. जेव्हा बळकट संस्कृती उभारण्याची तुमची इच्छा असते तेव्हा तुमच्या गाभामूल्यांत 'विचारवैविध्य' ही एक सर्वश्रेष्ठ बाब असली पाहिजे. ह्याच बाबीमुळं ब्रिजवॉटरची मजबूत संस्कृती पंथापेक्षा (इतरांपेक्षा) वेगळी आहे. विरोधी विचाराला उत्तेजन देणं ही तेथील बांधिलकी आहे. लोकांना भाड्यानं नोकरीवर ठेवताना सांस्कृतिकदृष्ट्या चपखलपणासाठी समानता हे माप न लावता ब्रिजवॉटरमध्ये सांस्कृतिक योगदानाचं मूल्यमापन केलं जातं. डॅलिओला स्वतंत्र विचार करणारे लोक हवे होते. विरोधी मताबद्दल कर्मचाऱ्यांना जबाबदार धरून डॅलिओनं निर्णय घेण्याची लोकांची पद्धतीच आमूलाग्र बदलून टाकली. सहसा गाभा तत्त्वं पंथामध्ये प्रमाण मानली जातात. ब्रिजवॉटरमध्ये कर्मचाऱ्यांनी या तत्त्वांना आव्हान द्यावं अशी अपेक्षा असे. ''प्रशिक्षण काळात कर्मचारी तत्त्वं समजून घेतात तेव्हा त्यांना सतत विचारलं जातं तुम्ही सहमत आहात का? आमच्याकडील ही मानकं दीर्घ काळच्या ताणाची कसोटी पाहणारी

आहेत आणि तुम्हाला एक तर त्याप्रमाणे वर्तन करावं लागेल किंवा त्याबाबत असहमती दाखवून अधिक चांगली तत्त्वं मिळवण्यासाठी संघर्ष करावा लागेल'', असं स्पष्टीकरण झॅक वीडरनं दिलं आहे.

पोलरॉइडमध्ये मोठी सेवाज्येष्ठता किंवा प्रतिष्ठा याबाबतच्या निर्णयावर हुज्जत घातली जात होती. त्याऐवजी ब्रिजवॉटरमध्ये गुणवत्तेच्या आधारे निर्णय घेतले जात असत. कल्पनांची गुणवत्ताशाही (मेरिटोक्रॅसी) निर्माण करणं हे उद्दिष्ट आहे, त्या ठिकाणी उत्कृष्ट कल्पनांचा विजय होतो. संभाषणातून उत्तम कल्पना प्राप्त होण्यासाठी तुमच्याकडे पुरोगामी तर्कशुद्ध पारदर्शकता हवी.

नंतर डॅलिओच्या काही तत्त्वांना मी आव्हान देणार आहे; पण, तत्पूर्वी गटविचाराच्या लढाईला तोंड देण्यासाठी त्यानं कोणती आयुधं वापरली त्याचं स्पष्टीकरण मी देणार आहे.

तुमच्या माहितीच्या दुर्घटना

बे ऑफ पिग्सचा विचका झाल्यानंतर अध्यक्ष केनेडींनी रॉबर्ट या आपल्या भावाला बहुमतांच्या विरोधात युक्तिवाद करण्यास व प्रत्येक कल्पनेवर विचार करण्यास सांगितलं. जेव्हा आयर्विंग यानीस यानं गटविचाराच्या रोगाचं विश्लेषण केलं तेव्हा त्यानं सुचवलेला मुख्य उपाय होता, दुर्घटना घडवणाऱ्याला वकील करून आपली बाजू मांडण्याची संधी देणं. अशा तऱ्हेची प्रथा १५८७पासून अस्तित्वात होती. रोमन कॅथालिक चर्चमध्ये संतपदासाठी उमेदवारांची गुप्तपणे पारख करण्याची नवी पद्धती पोप सिक्स्टस पाचवा यानं सुरू केली होती. उमेदवारांच्या शीलाचं टीकात्मक मूल्यमापन करणाऱ्या धर्मसूत्रांना विरोध करण्यासाठी त्यानं श्रद्धेला उत्तेजन देणारं आणि उमेदवारांनी केलेल्या चमत्कारांच्या दाव्यांना आव्हान देणारं असं एक पद तयार केलं. श्रद्धेला उत्तेजन देणारा देवांच्या वकिलाविरुद्ध युक्तिवाद करत असे. म्हणून त्याला *दुष्टांचा वकील* असं संबोधलं जात असे. ५०० वर्षांनंतर विरोधी मतं जोपासण्यासाठी पुष्कळसे नेते बहुमताला विरोध करण्यासाठी एखाद्याला पुढं करून ह्या बाबीचा प्रभावीपणं वापर करू लागले; पण, चार्लान नेमेथनं आपण करत आहोत ते चुकीचं असल्याचं दाखवून दिलं.

नेमेथच्या कामातून प्रेरणा घेऊन केलेल्या एका प्रयोगात २००पेक्षा जास्त उद्योगधंदे-व्यापार कंपन्या आणि जर्मनीतले सरकारी व्यवस्थापक यांना एका कंपनीनं आपलं उत्पादन परदेशात नेण्याबाबतचं काम दिलं होतं. त्यांना दोन देशांची नावं सांगितली होती. उदा., प्रारंभीची काही माहिती वाचल्यानंतर पेरू व केनिया व त्यातून त्यांना एकाची निवड करायची होती. ज्यांनी पेरूची निवड केली ते दुसऱ्या दोघांसह एका गटात सामील झाले. त्यांनी निर्णय घेण्यापूर्वी त्यांना

त्या देशाबद्दल डझनभर लेख वाचायला मिळाले. त्यांपैकी निम्म्या लेखांत पेरूची शिफारस केली होती, तर उरलेले निम्मे लेख केनियाला अनुकूलता दर्शवणारे होते. ते सर्व वाचण्याइतका त्यांच्याकडे अवधी नव्हता.

व्यवस्थापकांनी पेरूला अनुकूल असणारे २६ टक्के अधिक लेख वाचले. याला मनोवैज्ञानिक पूर्वग्रह पक्का करणं असं म्हणतात. जेव्हा तुमचा अग्रक्रम निश्चित असतो तेव्हा त्याला आव्हान देणाऱ्या माहितीकडं दुर्लक्ष करून त्याचं समर्थन करणारी माहिती तुम्ही गोळा करता.

परंतु, जर तुमच्या चमूतील सहकाऱ्यानं यादृच्छया दुष्टांचा वकील होणं ठरवलं तर तुमच्या पूर्वग्रहात बदल होईल का? पेरू देशाला अग्रक्रम देणाऱ्यांच्या बहुमताला आव्हान देणं, त्यातील तोट्यांवर बोट ठेवणं आणि गटाच्या गृहीतकाबद्दल शंका आणि प्रश्न उपस्थित करणं ही भूमिका त्याला वठवायची असते.

डेव्हिलचा वकील म्हणजेच विरोधी मत व्यक्त करणारा उपस्थित असतो, तेव्हा व्यवस्थापक अधिक संतुलित होतात. ते केनियाला अनुकूल असलेल्या लेखांपेक्षा पेरूला अनुकूल असलेले २ टक्के लेख अधिक वाचतात. तरीही विरोधी मत त्यांच्या मताचं परिवर्तन करण्यास पुरेसं नसतं. व्यवस्थापक विरोधी मताला तोंड देण्यासाठी सहज हाताशी असणाऱ्या लेखातून काहींची निवड करून विरोधी मत फेटाळण्याचा प्रयत्न करतात. मात्र, या प्रक्रियेत त्यांचा मूळचा अग्रक्रम ४ टक्क्यांनी कमी होतो. पूर्वग्रह पक्का झाल्यामुळे अनुकूल युक्तिवादानं त्यांची आपल्या निर्णयाबद्दल खात्री पटते. तर ते प्रतिकूल युक्तिवादाकडं दुर्लक्ष करतात. त्यांना ते तुच्छ लेखतात. बहुमताच्या अग्रक्रमावर मात करण्यासाठी समर्थन करणाऱ्या लेखांपेक्षा विरोधी मत व्यक्त करणाऱ्या लेखांचा विचार करण्याची गटाला गरज असते.

जर दुष्टांचा वकील नेमूनही अपेक्षित कार्य होत नसेल तर कार्य कशामुळे होईल?

संशोधकांनी पेरूला अनुकूल असणाऱ्या २ व्यवस्थापकांसह अन्य गटांचे संच तयार केले. त्या गटातील तिसरा सदस्य म्हणून केनियाची बाजू मांडण्यासाठी दुष्टाच्या वकिलाऐवजी त्यांनी जो खरोखरच केनियाच्या बाजूचा होता अशा एकाची निवड केली. त्या गटांनी बहुमताला अनुकूल असणाऱ्या लेखांऐवजी बहुमताच्या १४ टक्के अधिक विरोधी मतं व्यक्त करणारे लेख निवडले. त्यामुळे आता मूळ अग्रक्रमावरचा त्यांचा विश्वास १५ टक्के कमी झाला.

दुष्टांच्या वकिलाची *नेमणूक* करणं हे आकर्षक असलं तरीही ते *उपटून* काढण्यासाठी अधिक शक्ती खर्च करावी लागते. जेव्हा लोकांना विरोध स्वीकारायला सांगितला जातो तेव्हा ते ती भूमिका वठवत असतात. त्यामुळं दोन समस्या निर्माण होतात. अल्प मताच्या दृष्टिकोनाचा युक्तिवाद ते जोरदार व पुरेशा गंभीरपणं करत

नाहीत. तसंच, गटातील सदस्यही तो युक्तिवाद गंभीरपणं घेण्याची शक्यता कमी असते. 'विरोधासाठी विरोध' उपयुक्त ठरू शकत नाही. तसंच तो 'विरोधाचा बहाणा' असेल तरीही उपयोगाचा नसतो. उदा., 'भूमिका वठवली असेल तर', असं नेमेथ स्पष्ट करते. उत्तम तोडगा वा सत्य शोधण्यापेक्षा केवळ विचारविनिमयानं प्रेरित होणंही उपयुक्त नसतं; पण, जेव्हा तो विरोध अस्सल असतो व विचाराला चालना देतो तेव्हा तो स्पष्टीकरण देऊन प्रोत्साहित करतो.

'विश्वासूपणा हे यशाचं रहस्य आहे', अशी एक प्राचीन म्हण आहे. एकदा तुम्ही खोटा विश्वास दाखवला तर तुम्हाला ते जमलं असं तुम्हाला वाटेल (यू हॅव गॉट इट मेड). वस्तुतः खोटा विश्वास दाखवणं ही सोपी गोष्ट नाही. दुष्टाच्या वकिलांना कमालीचा प्रभाव पाडायचा असेल तर ते ज्या स्थानाचं प्रतिनिधित्व करत आहेत त्यावर त्यांनी खरा विश्वास दाखवणं गरजेचं असतं. तसंच गटालाही आपण त्यावर विश्वास ठेवत आहोत असं दाखवणंही गरजेचं असतं. नेमेथच्या नेतृत्वाखाली केलेल्या एका प्रयोगात अस्सल विरोधकांच्या गटांनी दुष्टांचा वकील असलेल्या गटापेक्षा समस्यांवर ४८टक्के अधिक तोडगे शोधून काढले व ते तोडगे अधिक गुणवत्तापूर्ण होते. दुष्टांच्या वकिलाकडं बहुमत आहे की नाही याची गटाला माहिती असो वा नसो किंवा त्या व्यक्तीच्या खऱ्या मताबद्दल खात्री नसली तरी प्रयोगाच्या परिणामात बदल झाला नाही. दुष्टांचा वकील जरी अल्पसंख्य मतांच्या बाजूनं असला तरी तो ही भूमिका वठवतोय हे अन्य सदस्यांना कळल्यानंतर गटाचं मन वळवण्याच्या त्यांच्या कृतीला फारसं महत्त्व दिलं जात नाही. याउलट, नेमलेल्या विरोधकांबद्दल लोक शंका घेतात आणि खरे विरोधक त्यांच्याबद्दल शंका घेण्यासाठी आपल्याला आव्हान देतात.

दुष्टांचा वकील म्हणून दिलेलं स्थान कमी प्रभावशाली असलं तरी तो एक आकर्षक पर्याय असतो; कारण, तो पर्याय आच्छादन पुरवण्याची शक्यता असते. जेव्हा तुम्ही अल्प मतात असता तेव्हा 'जैसे थे' स्थितीला खरंखुरं आव्हान देणं असुरक्षित ठरतं. जर तुम्ही दुष्टांच्या वकिलाची भूमिका वठवता असा तुमचा दावा असेल तर तुम्हाला गटाचं शत्रुत्व व विरोधी टीका यांपासून सुरक्षित आहात असं वाटेल; पण, नेमेथला मात्र असं आढळलेलं नाही. नकली विरोधक आणि असली विरोधक यांच्या तुलनेत असली विरोधक गटसदस्यांना पुरेसे रागीट बनवत नाहीत. तसंच ते प्रत्यक्षतः थोडे अधिकच आवडू लागतात. (किमान त्यांच्याकडे तत्त्वं तरी असतात.)

दुष्टांच्या वकिलाची नेमणूक करण्याऐवजी ब्रिजवॉटरनं त्याचं समूळ उच्चाटन केलं. २०१२मध्ये रे डॅलिओनं प्रश्नावली देऊन त्यातून असली विरोधकांना ओळखून काढलं आणि कंपनीतील प्रत्येकाला आपल्या मनातलं ओळखण्याबद्दल इतरांना जबाबदार धरलं.

ज्या लोकांबरोबर तुम्ही नियमित काम करता, त्यांच्यापैकी किती टक्के लोकांवर कठीण परिस्थितीत अर्थपूर्ण बोलणं वा लढा देण्यासाठी तुम्ही अवलंबून राहू शकता?

तशी व्यक्ती तुम्ही आहात का?

आता तुमच्या परखडपणाची चाचणी घेऊ या. ज्या लोकांबरोबर तुम्ही काम करता त्यांच्यापैकी कोणते लोक हक्कासाठी वा लढा देण्यासाठी आपली भूमिका पार पाडत नाहीत? (या तीन प्रश्नांची उत्तरे द्या).

तुम्ही त्यांना हे सांगितलं आहे का? जर नसेल सांगितलं तर का नाही?

डॅलिओनं आपल्या कर्मचाऱ्यांकडून प्रत्याभरण प्राप्त व्हावं म्हणून मुक्त प्रश्नांचा (ज्यांची उत्तरं फक्त 'हो' किंवा 'नाही' अशी असणार नाहीत.) समावेश केला होता. ढीगभर प्रत्याभरण प्राप्त झालं. प्रत्याभरणाचा हा उपक्रम असाधारणतः तत्त्वांच्या भोवती मजबूत सहमती झाल्यामुळे कंपनीसाठी ध्रुवीकरण करणारा ठरला. काही कर्मचाऱ्यांनी नावांचा उल्लेख करण्याच्या कल्पनेला हरकत घेतली; इतरांनी त्या पद्धतीला नकार दिला. एकानं उद्‌गार काढले, ''हे अगदी नाझी जर्मनीतील गुणवत्तेच्या कल्पनेला कडाडून विरोध करण्यासारखं आहे''. आणखी एकानं टीका केली, ''आजचं मतदान चीड आणणारं आहे. प्रत्याभरणाच्या एवढ्याशा कामासाठी मला तीन नावांची निवड करण्यास सांगण्यात आलं; हे अतिशय विलक्षण आणि गहन आरोप करण्यासारखं होतं. तेही विशिष्ट पद्धतीनं करावं लागत होतं. ती पद्धत कमालीची व्यक्तिनिरपेक्ष होती व तिला क्षुद्रतेची धार होती''.

मात्र, इतर कर्मचाऱ्यांच्या प्रतिक्रिया उलट होत्या. ब्रिजवॉटरनं जी तत्त्वं सांगितली होती ती कृतीत आणण्याचा हा प्रयत्न आहे असं त्यांना वाटत होतं. जर कंपनीत आपलं मत बोलून दाखवणारे लोक नसतील तर ते संस्कृतीच्या गाभ्यालाच धक्का लावत आहेत. एकानं लिहिलं, ''ह्या बाबीनं मला विचार करायला लावलं. तसंच त्यातून संवाद निर्माण झाला'' कोणीतरी ई-मेल करून कळवलं की तिनं हक्क वा लढा यासाठी न लढणारा माणूस म्हणून माझं नाव सर्वांत शेवटी लिहिलं आणि त्यामुळं आम्ही जवळ आलो. आणखी एकानं कबूल केलं, ''गेल्या दोन वर्षांत मी केलेल्या गृहपाठातील कामांपैकी हे कदाचित सर्वांत कठीण व सर्वाधिक महत्त्वपूर्ण होतं''.

डॅलिओचा कल कठोर वा बोचरे शब्द वापरण्याकडे होता. ही बाब दोन्ही बाजूंना शिकण्याची संधी पुरवत असे. डेव्हिल वकिलाची नेमणूक करण्याऐवजी डॅलिओ असहमतीच्या वास्तव जागा उघड्या करत असे. सत्य काय आहे हे शोधण्यासाठी त्यातील वैचारिक असहमती ओळखण्याची अक्षमता ही मानवजातीची मोठी शोकान्तिका आहे. मोकळ्या मनानं (पूर्वग्रह बाजूला ठेवून)

केलेल्या वादविवाद प्रक्रियेद्वारा कर्मचाऱ्यांना आपले मतभेद दूर करण्याचा उपाय सापडेल, अशी डॅलिओची अपेक्षा होती. काही लोकांचा फाजील विश्वास किंवा काहींना स्पष्ट बोलण्याची वाटणारी भीती यामुळे सहमती होत नाही. तसंच, कर्मचारीवर्ग अपशब्दांचा वापर टाळतो व 'जैसे थे' स्थितीतच राहतो. पॉल सॅफो या भविष्यवेत्त्याच्या शब्दांत सांगायचं तर, ''दुबळेपणानं धारण केली जाणारी मतं हाच रिवाज आहे''.

मतदानातून पुढे आलेला लोकांचा संघर्षात्मक दृष्टिकोन एकत्रित करण्यासाठी डॅलिओनं चर्चा आयोजित केली. चर्चेतील संभाषण संतुलित व्हावं म्हणून त्यानं जबरदस्त नकारात्मक मत असलेले तीन लोक निवडले आणि अतिशय उत्साही असलेले तीन लोक निवडले. डॅलिओनं एका चिकित्सक कर्मचाऱ्याला त्याचा याबाबतचा दृष्टिकोन काय आहे ते विचारलं. त्या कर्मचाऱ्यानं आपली चिंता व्यक्त करत म्हटलं, ''आरोपपत्रांची संस्कृती निर्माण करणं मॅक कार्थिस्टसारखं वाटलं''. (अपुऱ्या पुराव्यानं आरोपपत्र सादर करण्याची राजकीय पद्धती) अन्य एका कर्मचाऱ्यानं त्याच्याशी सहमती दाखवून युक्तिवाद केला, 'नावांचा निर्देश करणं बहिऱ्या माणसाला सांगण्यासारखं वाटलं''.

एका प्रमुखानं तो विचार मागं सारत म्हटलं, ''ही माहिती उघड न करणं हे ठार बहिरेपणाचं लक्षण आहे''. अभिप्रायांच्या आकडेवारीतून असं लक्षात आलं की इतरांबद्दल टीकात्मक विचार असणाऱ्यांपैकी ४० टक्के लोकांनी त्याची नोंद केली नव्हती. याउलट, प्रत्येक कर्मचाऱ्याला इतरांचे चिकित्सक विचार ऐकून घेण्याची इच्छा होती. काही डझनभर लोक असलेल्या खोलीत तासापेक्षा अधिक काळ ही चर्चा चालू होती.

गुंतवणुकीचं व्यवस्थापन करणाऱ्या कंपनीचा संस्थापक डेलिओ संभाषणात लोकांनी नावं सांगावीत या मुद्द्यावर इतका वेळ का खर्च करत होता? जर कर्मचाऱ्यांना प्रत्येक जण बोलेल याची खात्री असेल तर त्यांना गटविचाराची इतकी चिंता करण्याची गरज उरणार नाही. आपलं मत सादर करताना आपल्या कर्मचाऱ्यांवर मान डोलावण्याचं आणि स्मितहास्य करण्याचं दडपण असणार नाही याची डॅलिओला खात्री वाटणं गरजेचं होतं. त्याचा संपूर्ण चमू बाजाराबद्दलच्या त्याच्या गृहीतकांना पुरोगामी पारदर्शीपणानं आव्हान देणारा असेल आणि ते परस्परांशीही त्याच प्रकारं वागतील. कल्पनेच्या गुणवत्तेवर निर्णय घेतला जाईल; लोकशाही वा श्रेणीतील उच्चनीचतेचा स्तर पाहून घेतला जाणार नाही.

जेव्हा सगळं सांगूनसवरून झालं तेव्हा ब्रिजवॉटरचे ९७ टक्के कर्मचारी भारी उत्तरदायित्वाच्या कल्पनेपेक्षा अतिशय कमी उत्तरदायित्वामुळं चिंतित झाले होते. त्या विषयावर तासभरापेक्षा अधिक वेळ चर्चेत घालवल्यावर मूळ कल्पनांत सहभागी होण्यासाठी कर्मचाऱ्यांना एकमेकांना ढकलून पुढे जाण्याचा मार्ग शोधण्याची गरज

आहे याबाबत सहमती झाली. पारदर्शकता त्यांचं गटविचारापासून संरक्षण करील व दीर्घ काळपर्यंत असंख्य चुकीचे निर्णय टाळायला त्यांना सक्षम बनवील. लोक सतत एकमेकांना असहमत होण्यास उत्तेजन देतात अशी संस्कृती उभारून डॅलिओनं नियमानुसार वागणाऱ्यांशी संघर्ष करण्यासाठी भक्कम उपाय तयार केले होते. तरीही ज्या प्रकारची असहमती त्याला हवी होती त्याच्या अगदी विरुद्ध स्थिती अनेक प्रमुख निर्माण करत होते.

कोळशाच्या खाणीत कॅनरी (छोटा पिवळा पक्षी) आढळणं

तुम्ही कर्मचाऱ्यांचं नेतृत्व करताना त्यांच्याशी बोलत असाल तर खालील वाक्यातील रिकाम्या जागा तुम्ही कशा भराल?

माझ्याकडे..........आणू नका.
माझ्याकडे...................आणा.

हा प्रश्न मी प्रथम डेव्हिड हॉफमन या संघटनात्मक मनोवैज्ञानिकाच्या तोंडून ऐकला. त्यानं हा प्रश्न ब्रिटिश पेट्रोलिअम्स डीप वॉटर होरायझन येथील स्फोटाची आणि तेलगळतीची चौकशी करणाऱ्या समितीचा सदस्य म्हणून काम करत असताना विचारला होता. त्यानंतर मी हा प्रश्न हजारो गटप्रमुखांसमोर सादर केला होता आणि त्यांना पूर्ण वाक्यात त्याचं उत्तर देण्यास सांगितलं होतं. न चुकता अनेक लोकांनी एकत्रितपणे आवाज केला. जणू त्यांनी त्यापूर्वी अनेकदा रंगीत तालीम केली होती. ''माझ्याकडे समस्या आणू नका. मला तोडगे सांगा.''

प्रमुखांसाठी हे तत्त्वज्ञान शहाणपणाचं असावं असं दिसतं. आम्हाला लोकांना तक्रार करण्यापासून अडवायचं नाही : जेव्हा काहीतरी चुकीचं घडतंय असं त्यांच्या दृष्टीस पडतं तेव्हा त्यांनी ते दुरुस्त करण्यात पुढाकार घ्यायला हवा. जेफ एडवर्ड्स हा व्यवस्थापन संशोधक सल्ला देतो, ''जर तुम्ही सम्राटाकडं कपडे नाहीत, असं सांगणार असाल तर तुम्ही अधिक चांगले शिंपी असलं पाहिजे. जेव्हा कर्मचारी समस्येऐवजी तोडगे घेऊन येतात तेव्हा प्रमुख अधिक सकारात्मक प्रतिसाद देतात असं व्यापक संशोधनानं निदर्शनास आणून दिलं आहे''.

मात्र, जेव्हा आपण गटविचाराकडं वळतो तेव्हा तोडग्यांना उत्तेजन देणारी त्याची काळी बाजू (धोका) समोर येते. संघटनात्मक संस्कृती निर्माण करणारा जगातला सर्वांत प्रसिद्ध म्हणून हॉफमनची अधिकारिता मानली जाते. अशी संस्कृती निर्माण करून त्यातील चुका शोधणं, त्या दुरुस्त करणं व त्यांना आळा घालणं यांत तो श्रेष्ठ मानला जातो. २००३ साली *कोलंबिया* हे अवकाशयान वातावरणात पुन्हा शिरताच त्याचा स्फोट झाला होता. नासाच्या सुरक्षिततेबाबतच्या कागदपत्रांचं

मूल्यमापन व दस्तऐवजीकरण सुधारण्यास त्याच्या संशोधनानं मदत केली होती. तेथील संस्कृतीच्या सर्वेक्षणाला त्यानं मदत केली. या सर्वेक्षणाच्या निमित्ताने तो नासातील प्रत्येक कर्मचारी तसंच हजारो कंपन्यातील २००,००० कर्मचाऱ्यांपर्यंत पोहोचला होता. ज्या कंपनीतील संस्कृती तोडग्यांवर भर देते ती संस्कृती तरफदारीची संस्कृती बनते आणि चौकशी वा शोधाची तिला गरज पडत नाही, असं हॉफमनला सर्वेक्षणात आढळलं. नेहमीच तुमच्याकडून तयार उत्तराची अपेक्षा असेल तर तुम्ही सभेला येताना तुमचं विश्लेषण पूर्ण करूनच येता व त्याचबरोबर परिप्रेक्ष्याच्या विस्तारित कक्षेपासून काही धडा घेण्याची संधीही गमावून बसता. *कोलंबिया* अवकाशयानाच्या स्फोटाची दुर्घटना घडल्यावर एका दिवसानंतर त्या कक्षात फिरणारी 'गूढ वस्तू' दिसली. जर त्याबाबत चौकशी सुरू केली असती तर त्या वस्तूनं यानाच्या डाव्या पंखाला पाडलेल्या भोकातून हवा यानात शिरण्यापूर्वीच अवकाशयानातील संशोधकांच्या चमूला ते दुरुस्त करणं शक्य होतं.

कोर्टात खटला चालू असताना तुम्ही ज्यूरीचे एक सदस्य म्हणून काम करत असाल तर वकिली उत्तम असते. ज्यूरीच्या बारा सदस्यांना संपूर्ण खटला ऐकायला मिळतो. जेव्हा विचारविनिमयाची वेळ येते तेव्हा आरोपी दोषी आहे की निरपराध हे ठरवण्यासाठी वादविवाद केला जातो. परंतु, संघटनात्मक जीवन न्यायालयाप्रमाणे कार्य करत नाही अशी कानउघाडणी हॉफमन करतो. प्रत्येक ज्यूररनं १२ तासांच्या खटल्यातील फक्त ऐकणं आणि कोणत्याही दोन ज्यूररनी खटल्यातील समान जबानी न ऐकणं अशी ही बाब आहे. गटातील (ज्यूरीच्या) प्रत्येक सदस्याला भिन्नभिन्न माहिती असते तेव्हा चौकशीच्या आधी वकिलीची गरज भासते. याचाच अर्थ तोडग्याच्या मागे लागण्यापूर्वी समस्या उपस्थित करणं आवश्यक असतं. समस्या उपस्थित केली गेली आहे याबाबतची खात्री झाल्यावर गटप्रमुखाला विरोधक शोधण्यासाठी तंत्राची गरज असते.

२००७मध्ये लोकव्यवहार कार्याचा गुगलमधील प्रमुख लाझ्लो बॉकनं सुट्यांबाबतचा अवघड निर्णय टाळता यावा म्हणून डिसेंबरऐवजी मार्चमध्ये कर्मचाऱ्यांच्या वार्षिक कामगिरीचं पुनर्परीक्षण करायचं ठरवलं. त्याच्या चमूनं ही कल्पना काही डझनभर लोकांवर राबवली व कंपनी करू असलेला इच्छित बदल शुक्रवारी जाहीर करण्याचं ठरवलं. गुरुवारी संध्याकाळी उशिरा बॉकनं कंपनीच्या व्यवस्थापकांना दक्ष राहून फक्त गंभीर हरकतींना तोंड देण्यास ई-मेलद्वारा सांगितलं. शेकडो ई-मेल लिहिल्यानंतर व फोनवर संध्याकाळी ६ ते मध्यरात्रीपर्यंत ४० जणांशी संभाषण केल्यावर हे पुनर्परीक्षण ऑक्टोबरपर्यंत लांबवावं म्हणून बॉकचं मन वळवण्यात आलं. ते प्रत्याभरण प्राप्त होण्यापूर्वीच समान मताच्या लोकांच्या समर्थनाखेरीज त्याचा चमू गटविचाराचा बळी ठरला होता. ''फक्त लोकांचं बोलणं लक्षपूर्वक ऐकण्याला महत्त्व देण्यापेक्षा निर्णय

घेण्याआधीच मतांसाठी विश्वसनीय मार्ग शोधण्याची गरज असते'', असं बॉकनं आपल्या *कामाच्या नियमात* नमूद केलं.

अस्सल विरोधक आपले दृष्टिकोन आधीच स्पष्ट करतील याची खात्री करून घेण्यासाठी बॉकच्या चमूनं कंपनीतील विविध विभागांतील विश्वसनीय अभियंत्यांचा वेगवेगळे दृष्टिकोन सादर करणारा एक 'कॅनरीज' गट तयार केला. त्यातून विरोधी परिस्थितीबाबत संवेदनशील असणारा व आपल्या मनातील विचार बोलून दाखवणारा- अशा दोन्ही गटांना प्रतिनिधित्व दिलं. कॅनरी हे नाव १९व्या शतकातील कोळशाच्या खाणीतील भयावह वायूचा शोध घेण्यासाठी वापरण्यात येणाऱ्या पिवळ्या पक्ष्यांवरून घेण्यात आलं होतं. गुगलमधील लोकांच्या कार्यकारी चमूनं धोरणातील मोठे बदल सुरू करण्यापूर्वी तो चमू 'कॅनरीज' गटाचं चिकित्सक मत विचारात घेत असे. 'कॅनरीज' म्हणजे सल्लागार मंडळाचा भाग होता. गटाच्या केंद्रबिंदूचा भाग होता. त्याचप्रमाणे गुगलमधील लोकांचं म्हणणं ऐकून घेतलं जाईल याची खात्री पटवणारं ते अमूल्य संरक्षक साधन बनलं होतं. त्यांच्यापर्यंत पुरेसं आधी पोहोचण्यापूर्वीच बॉकच्या चमूतील एकानं स्पष्ट केलं, ''आमचे सर्वांत मोठे तक्रारदारच आमची शिफारस करणारे झाले आहेत''.

समस्या निर्माण झाल्यावर आत्यंतिक गरज म्हणूनही 'कॅनरीज'चा पद्धतशीर वापर पोलरॉइडनं केला नाही. याउलट, ब्रिजवॉटरनं संपूर्ण कंपनी म्हणजेच 'कॅनरीज' आहे अशी रचना केली होती. कंपनीबाबतच्या पहिल्या संभाषणात पूर्णतः एकनिष्ठ कर्मचारी असलेल्या एकीनं आपण अनौपचारिकरीत्या कोळशाच्या खाणीतील कॅनरी आहोत अशी स्वतःची ओळख करून दिली होती. तिचा हा हुद्दा तिची कारकीर्द फारशी उज्ज्वल न होणारा ठरेल अशी मी अटकळ बांधली होती. मात्र झालं उलटंच. ही बाब तिच्या कामगिरीच्या पुनर्परीक्षणात तिचं मोठं बळ ठरलं. तिला संस्कृतीची प्रणेता म्हणून वरिष्ठ व्यवस्थापकाची विश्वसनीयता प्राप्त झाली.

आपल्या कर्मचाऱ्यांनी उपाययोजना नव्हे, तर समस्या घेऊन यावं अशी रे डॅलिओची अपेक्षा असे. याबद्दलचा त्याचा पहिला शोध म्हणजे वादग्रस्त प्रश्न ओळखणं. तसंच, सर्व प्रकारची पायाभूत माहिती उपलब्ध करून देणं व त्यायोगे कर्मचाऱ्यांनी समस्या हुडकून काढणं व तिच्या गांभीर्याचं मूल्यमापन करणं, हे होतं. समस्यांची नोंद करण्यामुळे गटविचार विरोधी अर्धी लढाई जिंकल्यासारखं असतं; दुसरा भाग समस्येची उकल करण्यासाठी उचित मतांकडं लक्ष ठेवणं हा असतो. विश्वसनीय लोकांना एकत्र आणून त्यांना समस्येचं अचूक निदान करण्यास सांगण्याची ब्रिजवॉटरची पद्धती होती. आपली कारणमीमांसा स्पष्ट करण्याची व वेगवेगळे तोडगे शोधण्याची आणि संभाव्य उपाययोजना नमूद करण्याची ब्रिजवॉटरची पद्धती होती.

प्रत्येकाच्या मताचं स्वागत होत असलं, तरी सर्व मतांचं महत्त्व सारखं मानलं जात नव्हतं. ब्रिजवॉटर लोकशाही पद्धतीनं चालणारी कंपनी नव्हती.

जेव्हा अल्पसंख्याकांकडे अधिक चांगलं मत असे तेव्हा बहुसंख्याकांना मताचा विशेषाधिकार होता. ''लोकशाही पद्धतीनं निर्णय घेणं, एक व्यक्ती, एक मत हे मुक्या माणसासारखं आहे. कारण प्रत्येक जण विश्वास ठेवण्यालायक नसतो'', असं स्पष्टीकरण डॅलिओ देतो.

ब्रिजवॉटरमध्ये प्रत्येक कर्मचाऱ्याच्या विश्वास ठेवण्याच्या योग्यतेबाबत विविध आयामांत गुण दिले जातात. खेळामध्ये, प्रत्येक खेळाडूच्या कामगिरीच्या संख्यात्मक नोंदी जाहीर केल्या जातात. बेसबॉलमध्ये एखाद्या खेळाडूला संघात स्थान द्यायचं ठरवल्यावर त्याची बॅटिंगची सरासरी, होमबेसवर काढलेल्या धावा व चोरलेले बेस यांवरून त्याची बलस्थानं व कमकुवत स्थानं जोखली जातात. त्यांचं मूल्यमापन केलं जातं आणि त्याच्या आधारे खेळाडूंची जुळवाजुळव केली जाते. डॅलिओला त्याच पद्धतीनं ब्रिजवॉटरमध्ये काम व्हावं असं वाटत होतं; म्हणून, त्यानं प्रत्येक कर्मचाऱ्याची संख्यात्मक कामगिरी दाखवणारी बेसबॉल कार्ड्स तयार केली. त्यांचं मूल्यमापन कंपनीतील कोणीही करू शकला असता. जर तुम्ही ब्रिजवॉटरच्या काही सहकारी कर्मचाऱ्यांच्या प्रथमच संपर्कात येत असाल तर ७७ विविध आयामांवरील उच्च वैचारिक पातळीच्या क्षेत्रांत मूल्यं, कौशल्य आणि क्षमता, व्यावहारिक विचार, कामाचा उच्च दर्जा राखणं, निग्रह यांबाबतच्या नोंदी तुम्हाला आढळतील. तसंच, आग्रहाबरोबर मनाचा मोकळेपणा, संघटना व विश्वसनीयता या बाबीही पाहायला मिळतील.

पुनर्विलोकनाच्या नेहमीच्या चक्रात कर्मचारी सचोटी, धैर्य, सत्याशी ठाम राहणं, जिकिरीच्या परिस्थितीशी थेट सामना करणं, समस्या सहन न करणं, एखाद्याला अडचणीत टाकणं, एकत्र येण्यासाठी लढा देणं आणि लोकांना त्या त्या कामासाठी जबाबदार धरणं– ह्या मुद्द्यांवर एकमेकांचं मूल्यमापन करतात. या पुनर्विलोकनाच्या दोन चक्रांच्या दरम्यान कंपनीतील कुणालाही प्रत्यक्ष वेळ व खुला अभिप्राय देऊ शकतात. कर्मचारी कोणत्याही वेळी आपलं म्हणणं किंवा आपली निरीक्षणं सादर करू शकतात. त्यामध्ये समवयस्क सहकारी, प्रमुख किंवा दुय्यम दर्जाचे लोक यांच्या बाबतच्या निरीक्षणांचं प्रमाणबद्ध पद्धतीनं मूल्यमापन करतात आणि आपल्या निरीक्षणाबद्दल संक्षिप्त स्पष्टीकरणं देतात. बेसबॉल कार्डांमुळं कर्मचारी सदस्यांची बिंदुचित्रं (pointilistic) तयार होतात. तसंच त्या परीक्षणाची चक्रं आणि बिंदू यांच्या एकत्रिकरणातून व त्यांत कर्मचाऱ्यांनी केलेल्या विविध मूल्यमापनांची भर घालून कर्मचाऱ्याचं समग्र चित्र समोर उभं राहतं. ह्या कार्डांवर कालौघात होणाऱ्या बदलांमुळं चित्रंही बदलतात. तसंच, प्रत्येक स्थानासाठी कोणता लायक खेळाडू – कर्मचारी आहे हेही स्पष्ट होतं. त्याबरोबरच काही क्षेत्रांवर 'यावर विसंबून राहा' आणि 'त्यासाठी लक्ष ठेवा' अशी हिरव्या, लाल दिव्यांची लेबलंही लावली जातात.

जेव्हा तुम्ही तुमचं मत व्यक्त करता, तेव्हा त्याचं मोजमाप तुम्ही ह्या आयामावर विश्वास ठेवण्याजोगे प्रस्थापित झाला आहात का यावरून केलं जातं: तुमची विश्वसनीयता वर्तमानात योग्य असण्याची शक्यता वर्तवते व ती तुमच्या तारतम्यावर आधारित असते. तसंच, ती कार्यकारणभाव आणि भूतकाळातील वर्तनावरही आधारित असते. तुमचे विचार सादर करताना तुमचा स्वतःवर किती विश्वास आहे हे प्रेक्षकांना सांगावं व स्वतःची विश्वसनीयता लक्षात घ्यावी अशी अपेक्षा असते. जर तुमच्या मनात शंका असतील व त्या क्षेत्रात तुम्ही विश्वसनीय नाही, अशी तुमची ख्याती असेल तर खरं म्हणजे तुम्हाला आपलं मत असू नये. तुम्ही प्रश्न विचारावेत म्हणजे तुम्ही शिकू शकाल. जर तुम्ही एखादा ज्वलंत दोष वा गुन्हा शाबीत करत असाल तर तुम्ही सडेतोडपणं तो व्यक्त केला पाहिजे; परंतु, तुमचे सहकारी तुमच्या कार्यकारणभावाची सखोल चिकित्सा करतील म्हणून घाबरू नका. अशा वेळीही तुम्ही ठाम राहून मन मोकळं ठेवून वागावं अशी अपेक्षा असते. व्यवस्थापन व्यवस्थापक कार्ल वीक सल्ला देतो, ''आपण लायक आहात असं समजून युक्तिवाद करा व आपण चुकीचे आहोत असं समजून लक्षपूर्वक ऐका''.

जेव्हा तत्त्वांची टक्कर होते

जेव्हा विश्वसनीय लोकांची सहमती होत नाही तेव्हा काय घडतं? २०१४च्या उन्हाळ्यात ब्रिजवॉटरनं अव्यक्त विरोधी मत शोधून काढण्यासाठी एक निनावी सर्वेक्षण आयोजित केलं. जेव्हा सहप्रमुख कार्यकारी अधिकारी ग्रेग जेन्सननं सर्व कर्मचाऱ्यांची ध्येयसाध्यतेच्या निकालाबाबत चर्चा करण्यासाठी सभा घेतली, तेव्हा 'अँशले' या कर्मचाऱ्यानं काही लोक ब्रिजवॉटरच्या तत्त्वांचा चुकीचा अर्थ लावत आहेत असं म्हटलं. अँशलेनं त्यांना दुरुस्त केलं का? असं ग्रेगनं विचारल्यावर तिनं ''अलीकडेच या तत्त्वांच्या संदर्भातील गैरवर्तनाबद्दल कोणालातरी बोलावून घेतलं होतं'', असं सांगितलं.

अँशले एक प्रकारे ब्रिजवॉटरच्या तत्त्वांचा दाखला देत होती. होतं. ग्रेगनं मात्र तिनंच ब्रिजवॉटरच्या दुसऱ्या एका तत्त्वाचं उल्लंघन केलं होतं, असा प्रतिसाद दिला होता. ते तत्त्व झाडं व जंगल यांतील फरक ओळखण्याइतकं महत्त्वाचं होतं. शिवाय, या दोहींतून वाट काढणंही तितकंच महत्त्वाचं होतं. तिनं सामान्यतः अशी परिस्थिती कशी हाताळली असती, समन्वय कसा साधला असता ते त्याला हवं होतं. एका विशिष्ट उदाहरणाची माहिती त्याला नको होती.

ट्रिना सोस्के या वरिष्ठ व्यवस्थापकाला ग्रेगनं निर्णय घेताना वाईट नेतृत्व केलं, असं वाटलं. तो ब्रिजवॉटरच्या एका तत्त्वाला चिकटून राहण्याचा प्रयत्न करत होता. ट्रिनाला अँशले व अन्य लोक भविष्यात पुढे येऊन बोलण्यासाठी नाउमेद होतील

याची चिंता वाटत होती. ग्रेगचा हुद्दा अँशलेपेक्षा उच्च होता; पण, व्यवस्थापक असलेली ट्रिना मौन धारण करून हा माणूस त्रासदायक आहे, असा विचार करत घरी जाईल असं वाटलं होतं. मात्र, ट्रिनानं संपूर्ण कंपनीनं वाचावं असं प्रामाणिक प्रत्याभरण लिहिलं. तिनं अँशलेमध्ये बोलण्याचं धैर्य व सचोटी असल्याबद्दल तिची स्तुती केली; तसंच, ग्रेगलाही त्याच्या प्रतिसादाबद्दल सुनावलं, ''कार्यकारी अधिकारी म्हणून आदर्शाच्या पूर्ण विरुद्ध असल्याचा संकेत तू दिलास''.

सर्वसामान्य संस्थेत ग्रेगसारख्या वरिष्ठ नेत्याचं मत ट्रिनाच्या मताच्या वरचढच राहिलं असतं व तिचा कार्यकाल ग्रेगवर टीका केल्यामुळं कदाचित धोक्यात आला असता; पण, ब्रिजवॉटरमध्ये ट्रिनाला शिक्षा झाली नाही. तसंच, तो प्रस्ताव अधिकारितेवर, वरिष्ठतेवर, बहुमतावर किंवा कोण मोठ्यानं प्रभावी बोललं यावर अवलंबून नव्हता. ह्या सगळ्याची सुरुवात ई-मेलवरील वादविवादानं झाली. ग्रेग ट्रिनाच्या विचारांशी सहमत झाला नव्हता. कारण, त्याला वाटत होतं की, आपण थेट व मोकळेपणानं बोलणारे आहोत. बोलून मत व्यक्त केल्याशिवाय कोणालाही चिकित्सक मत व्यक्त करण्याचा अधिकार नाही असं तत्त्व क्रमांक तीन नमूद करतं; परंतु, ट्रिनानं दोन वेगवेगळ्या व्यक्तींनी ग्रेगच्या वर्तनाची केलेली चिकित्सा अनौपचारिक संभाषणाद्वारा ऐकली होती. ''ज्या गोष्टी तुम्ही ऐकत नाही वा पाहत नाही त्यांचा तातडीचा प्रभाव कमी असतो'', असं तिनं ग्रेगला लिहिलं. ग्रेगचं वर्तन गटविचाराला चिथावणी देईल याची तिला चिंता वाटत होती. तसं झालं तर प्रमुखांना आव्हान देण्याऐवजी लोक मौन धारण करणं पसंत करतील. ग्रेग स्वतःच्या मतावर ठाम राहिला होता. लोकांना आपल्या मागे बोलण्याची त्यानं परवानगी दिली. ट्रिना लोकांना ग्रेगवरील टीकेची जबाबदारी स्वीकारायला लावण्यात कमी पडत होती; तसंच, ब्रिजवॉटरच्या तत्त्वांचं गुळमुळीत वर्तन करून त्यांचं उल्लंघन करायची परवानगी देत होती, असं ग्रेगला वाटत होतं.

वरिष्ठ अधिकारी अशा वैचारिक असहमतीला सामोरा जातो हे पाहायला मिळणं ही दुर्मीळ चीज आहे; परंतु, ग्रेगनं नंतर जे काही केलं ते अगदी असाधारण होतं. त्यानं ट्रिनाला व ज्यांनी नेते म्हणून आपली विश्वसनीयता प्रस्थापित केली आहे त्या सर्वांना लिहिलं, ''आपण आपापसांत हा प्रश्न सोडवू शकू की नाही याबद्दल माझ्या मनात शंका आहे''. डॅलिओ स्पष्ट करतो. ''ही बाब एखादा न्यायाधीश वा मध्यस्थ नेमण्याबाबत सहमती दाखवण्यासारखी आहे.'' त्यांच्या समोर असहमतीची तीव्रता व्यक्त करून ग्रेग त्यापैकी कोण बरोबर आहे हे शोधण्यासाठी गुणवत्तेच्या कल्पनेला अनुकूलता दाखवत होता.

हे सर्व प्रकरण सोडवण्यासाठी व्यवस्थापन समितीकडं सोपवण्याऐवजी डॅलिओनं ग्रेग व ट्रिनाला त्यांच्यातील मतभेद मिटवून त्यांनी एक उदाहरण घालून द्यावं व ब्रिजवॉटरच्या सर्व कर्मचाऱ्यांना त्यात सहभागी करून घ्यावं असं सांगितलं.

त्यांच्यात झालेला वादविवाद पारदर्शी केल्यामुळे फक्त आपापले विचार पुढे दामटण्याऐवजी परस्परांच्या परिप्रेक्ष्यांची चौकशी करण्यास त्यांना भाग पाडलं. हे प्रकरण संपुष्टात आलं तेव्हा चौकशीची प्रक्रिया चालू ठेवण्यासाठी ग्रेगनं व ट्रिनानं स्वतंत्रपणं संपूर्ण कंपनीला विचार करण्यासाठी प्रश्नांची एक यादी तयार केली.

हा वादग्रस्त प्रश्न उद्‌भवल्यानंतर काही महिने तो सतत चर्चेत राहिला होता आणि विश्लेषकांचा चमू कर्मचाऱ्यांच्या प्रतिक्रियांची माहिती सर्वांना देता यावी म्हणून ती एकत्र करण्याची तयारी करत होता. परंतु, ''काही अंशी भविष्यकाळात असे प्रश्न सोडवण्यासाठीच्या मार्गाचं आकलन होणं व त्यावर सहमती होणं यापेक्षा तो वादग्रस्त प्रश्न सोडवणं कमी महत्त्वाचं होतं'', असं स्पष्टीकरण देऊन झॅक वीडर म्हणतो, ''सत्यावर कोणाचीही (प्रमुख कार्यकारी अधिकाऱ्यासह) कोणत्याही प्रकारची मक्तेदारी नसते''.

मी आश्चर्य व्यक्त करण्याखेरीज काही करू शकत नाही. पोलरॉइडच्या नेत्यांनी एडविन लँडच्या पाठीमागे त्याच्या झटपट चित्रपट कॅमेऱ्याच्या समस्येबद्दल बोलणाऱ्या लोकांना गळेपडू व धूर्त म्हटलं असतं तर कंपनीची भरभराट अद्याप चालू राहिली असती का? अशा प्रकारच्या मोकळ्या सहमतीला नासाच्या संस्कृतीनं परवानगी दिली असती तर *कोलंबियातील* अंतराळवीर आज जिवंत राहिले असते का?

जरी आज तुमची संघटना वरिष्ठांविषयीच्या चिकित्सक मतांना मान्यता देत नसली, तरी प्रमुखापुढे नवा विचार ठेवून त्यायोगे कंपनीतील संस्कृतीत बदल घडवून आणण्याचा तो प्रभावी मार्ग होऊ शकेल. 'इंडेक्स ग्रूप' या सॉफ्ट वेअर कंपनीतील प्रमुख कार्यकारी अधिकारी टॉम गेरिटी यानं सल्लागाराला आपण केलेली प्रत्येक चूक सुमारे शंभर कर्मचाऱ्यांसमोर सांगण्यास सांगितलं. अभिप्रायांचा संबंध नवीन कल्पना आणि सूचना यांच्या स्वीकारक्षमतेशी जोडला गेला, तेव्हा कंपनीतील कर्मचारी त्याला तसेच एकमेकांना प्रश्न विचारायला तयार होऊ लागले. असंच काहीतरी करण्यास मी वर्गखोलीत शिकलो होतो. मी विद्यार्थ्यांकडून विधायक निनावी अभिप्राय व चिकित्सक टीका लक्ष केंद्रित करून सुधारणेबाबतच्या सूचना एक महिन्यानंतर गोळा करतो. त्यानंतर तो टीकेचा संच जशाचा तसा शब्दशः ई-मेल करून पूर्ण वर्गाला पाठवतो. त्यानंतरच्या वर्गात त्यातील मला महत्त्वाच्या वाटणाऱ्या सूचनांचं संकलन करतो व माझ्या भाष्यावर परत प्रत्याभरण गोळा करतो आणि त्यातील वादग्रस्त मुद्द्यांबाबत सूचनात्मक बदल सुचवण्यास सांगितो. अशा संवादामुळं विद्यार्थ्यांचं वर्गातलं सक्रिय योगदान सहजपणे वाढतं आणि वर्गाची परिणामकारकता सुधारते, अशी अनेकांनी नोंद केली.

वरिष्ठांना हटवण्याचा सहजपणा काही फक्त डॅलिओच्या मोकळेपणातून आलेला नव्हता. कर्मचाऱ्यांच्या प्रशिक्षणाच्या प्रारंभी त्यांना तत्त्वांबाबत प्रश्न उपस्थित करण्यासाठी उत्तेजन दिलं जात होतं. कर्मचारी अनुभवी होईपर्यंत

थांबण्यापेक्षा पहिल्या दिवसापासूनच त्यांच्यातील मौलिकतेला प्रोत्साहन देण्यास प्रारंभ केला पाहिजे, हे तत्त्व ब्रिजवॉटरमध्ये स्पष्ट केलेलं होतं. पुष्कळशा संघटनांमध्ये कर्मचाऱ्यांचा सामाजिकीकरणाचा काळ निष्क्रिय असतो. आपण चुकतमाकत शिकण्याचा प्रयत्न करत असतो. आपल्या प्रयत्नांना हळूहळू वेग येऊ लागेपर्यंत आपण कामाच्या ओझ्याखाली दबून गेलेलो असतो आणि कंपनीच्या नजरेनं आपण जगाकडं पाहायला लागतो. प्रारंभीचा काळ हा संस्कृती सुधारण्याच्या संधींकडे लक्ष देण्यास कर्मचाऱ्यांसाठी उचित असतो.

काही वर्षांपूर्वी गोल्डमन साक कंपनीनं भाडेतत्त्वावर माझी पुढील कामासाठी नेमणूक केली होती. बँकिंग क्षेत्रात नैपुण्य प्राप्त केलेल्या गुंतवणूक विश्लेषकांना व त्यांच्या सहकाऱ्यांना कंपनीकडे आकर्षित करून घेण्यासाठी व त्यांना टिकवून ठेवण्यासाठी कोणती योग्य पावलं उचलावीत आणि कामाच्या ठिकाणचं वातावरण सुधारण्यासाठी त्यांना परवानगी द्यावी म्हणून काय करावं, हे सांगणं हे माझं मुख्य काम होतं. पहिल्या प्रथम आम्ही उमेदवारांना निवडल्यावर त्यांनी कामाला सुरुवात करण्यापूर्वी त्यांची मुलाखत घेण्याचा परिपाठ सुरू केला. कर्मचारी काम सोडून जाताना त्यांची मुलाखत घेण्याऐवजी व्यवस्थापकांनी संघटनेत नव्यानं नेमलेल्या उमेदवारांच्या कल्पना जाणून घेण्याचं ठरवलं. कंपनीत नोकरीसाठी प्रवेश करताना नातेसंबंध जोडणं हे परतीचे दरवाजे बंद झालेले असताना नातेसंबंध जोडण्यापेक्षा अधिक सोपं असतं.

सत्याचा क्षण

रे डॅलिओ हा लँड एडविनसारखाच होता का, हे जाणून घेण्यास मी उत्सुक होतो. तो आपल्या आराखड्याला गरजेपेक्षा अधिकच चिकटून राहिला होता का? आपल्याच तत्त्वांनी दिलेल्या आव्हानांना तो कसा सामोरा जात होता? माझी स्वतःची चिकित्सक मतं विकसित करण्याच्या दृष्टीनं ब्रिजवॉटरमध्ये मी पुरेशी चौकशी केली. दुष्टांच्या वकिलाचं समूळ उच्चाटन करून व समर्थन करण्यापूर्वी आणि सखोल चौकशीची प्रक्रिया पूर्ण करून गटविचारांना रोखण्यात कंपनीनं असाधारण काम केलं होतं. मात्र, त्याचा अर्थ ते काम अगदी अचूक आहे असा होत नाही.

लवकरच डॅलिओशी माझी भेट त्याच्या स्वयंपाकघरातील टेबलाजवळ झाली. पूर्वी कदाचित मी माझ्या मनातलं बोलण्याची अळंटळं केली असती. मी कधीही संघर्ष केला नव्हता; पण ब्रिजवॉटरच्या अभ्यासात घालवलेल्या वेळानं माझ्यात परिवर्तन घडवण्यास प्रारंभ केला होता. चिकित्सक अभिप्राय अधिक थेट देण्यास मी सुरुवात करणार होतो आणि पुरोगामी पारदर्शकतेचे जनक मानल्या गेलेल्या डॅलिओखेरीज मला कोण अधिक आक्रमक आव्हान देणार? बोलून दाखवल्याशिवाय - मूक

राहून कोणालाच विरोधी मत बनवण्याचा अधिकार नाही, असं मी डॅलिओला स्पष्ट केलं आणि त्याचीच वाहवा त्याच्या कंपनीच्या संस्कृतीत केली जाते. मी दयामाया न दाखवता प्रामाणिकपणे बोलेन. ''माझा कोणीही अपमान करू शकणार नाही'', असं उत्तर देऊन त्यानं मला माझं काम सुरू करण्यास सांगितलं.

मी जर खेळ करत असतो... अशी सुरुवात करून मी म्हटलं की, ब्रिजवॉटरच्या तत्त्वांचं श्रेणीबद्ध रीतीनं सर्वोच्च ते सर्वांत निम्न महत्त्व असलेलं- असा क्रम मला लावावा लागेल. ग्रेग व ट्रिना यांच्यातील असहमती दोन भिन्न तत्त्वांच्या भोवती केंद्रित झाली होती. एक म्हणजे चिकित्सक वा विरोधी मतांचा मोकळेपणानं स्वीकार करणं आणि दुसरं म्हणजे इतरांना आपापली मतं मोकळेपणानं मांडण्यास उत्तेजन देणं. ही दोनही तत्त्वं त्या यादीत स्पष्ट दिसत होती. त्यापैकी कोणतं अधिक महत्त्वाचं हे मात्र कळत नव्हतं. ४० वर्षांहून अधिक काळ मूल्यांचा अभ्यास केल्यावर मूल्यांचा मुख्य हेतू परस्परविरोधी पर्यायातून मार्ग काढणं, हा आहे असं शॅलोम स्वार्टझ या मनोवैज्ञानिकाला आढळलं. ''विविध मूल्यांचं सापेक्ष महत्त्व कृतीच्या मार्गदर्शनासाठी असतं'', असं श्वार्टझ स्पष्टीकरण देतो.

कामगिरी खालावते तेव्हा कर्मचारी तत्त्वांना प्राधान्य देण्यात अपयशी ठरतात हे मी डॅलिओच्या निदर्शनाला आणून दिलं. संशोधक नेते झॅनी व्होस, डॅन केबल आणि ग्लेन व्होस यांनी शंभरांहून अधिक व्यावसायिक नाट्यगृहांचा अभ्यास केला आणि ५ महत्त्वाच्या मूल्यांचं मूल्यमापन केलं. त्यात पुढील पाच मूल्ये समाविष्ट होती. १) कलात्मक अभिव्यक्ती (नावीन्यतापूर्ण नाटकं), २) मनोरंजन (प्रेक्षकांचं समाधान, ३) समाजाचं देणं (समुदायापर्यंत पोहोचण्याचा शिक्षणाचा मार्ग पुरवणं), ४) उपलब्धी (उत्कृष्टतेची ओळख पटवणं) आणि ५) आर्थिक कामगिरी (आर्थिक व्यवहार्यता). व्यावसायिकांनी ह्या मूल्यांच्या महत्त्वाबाबत जितकी असहमती दाखवली तितके त्यांच्या तिकिटांचे दर कमी असल्यामुळे त्यांचं एकूण उत्पन्नही कमी होतं. जोपर्यंत नेत्यांमध्ये मूल्यांच्या महत्त्वाबाबत सहमती प्रस्थापित झालेली असते, तोपर्यंत त्यांची मूल्यं कोणती, यांचा उत्पन्नाशी काहीही संबंध नसतो.

जेव्हा संघटनेकडे तत्त्वांची यादी मोठी असते तेव्हा सापेक्ष महत्त्व निर्माण करणं विशेषत्वानं आवश्यक असतं, अशी मी पुष्टी जोडली. व्हार्टन येथील प्राध्यापक ड्र्यू कार्टोन याच्या नेतृत्वाखाली झालेल्या १५०हून अधिक इस्पितळांच्या अभ्यासात आवश्यक दूरदृष्टी होती; परंतु, मजबूत आरोग्य आणि आर्थिक कामगिरीसाठी ती पुरेशी नव्हती. इस्पितळ गाभामूल्यांवर अधिक भर देतं तेव्हा स्पष्ट दूरदृष्टीचा उपयोग कमी होतो. मात्र, जेव्हा इस्पितळाकडे चारपेक्षा अधिक गाभामूल्यं होती तेव्हा स्पष्ट ध्येय असूनही ना हृदयविकाराच्या झटक्यानं रुग्णालयात पुन्हा दाखल होणाऱ्यांच्या प्रमाणात घट होऊ शकली, ना मालमत्तेवरील परतावा वाढला. जितकी अधिक तत्त्वं तुमच्याकडे असतील तितकं कर्मचारी मोठ्या फायद्याकडं लक्ष ठेवून वेगवेगळ्या

तत्त्वांवर लक्ष केंद्रित करतात; किंवा त्याच मूल्यांचा वेगळा अर्थ लावतात. जर ती बाब ५ ते १० मूल्यांबाबत वादग्रस्त प्रश्नाला आमंत्रण देणारी ठरली, तर २०० किंवा अधिक मूल्यांबरोबर काम करताना ती जटिल समस्या नाही का ठरणार?

डॅलिओ म्हणाला, ''मला तुझं हे म्हणणं पटतंय. मूल्यांत श्रेणीबद्धता आहे हे मी पुरेसं लक्षात घेतं नाही. कारण, ती २०० मूल्यं समान नाहीत. एखादं तत्त्व म्हणंजे पुनःपुन्हा घडून येणारी घटना आहे व ती कशी हाताळायची ह्याचा विचार करणं गरजेचं आहे. अशा अब्जावधी घटनांनी आयुष्य भरलेलं असतं आणि तुम्ही त्या अब्जावधी घटनांमधून २५० घटनांकडं जाऊ शकलात तर तुम्ही त्यांचा संबंध जोडू शकाल व म्हणाल की, ही त्यापैकीच एक आहे''.

अचानक माझ्या विचारात खंड पडला – वेगळी दिशा मिळाली. लोकांची व्यक्तिमत्त्व वर्णन करण्याच्या कित्येक पद्धती आपल्या जवळ आहेत, पण, परिस्थितीच्या व्यक्तिमत्त्वाचं वर्णन करणाऱ्या संदर्भचौकटी फारच थोड्या आहेत. आता मोठ्या संख्येत असणाऱ्या मूल्यांचं महत्त्व माझ्या ध्यानात आलं. मात्र, यापैकी कोणतं मूल्य अधिक प्रभावी ठरतं हे जाणून घेण्याची माझी इच्छा होती.

प्रत्येकानं तत्त्वानुसार जीवन जगावं हे त्याचं व्यक्तिगत स्वप्न होतं का, असं काही वर्षांपूर्वी डॅलिओला विचारण्यात आलं होतं, तेव्हा त्यानं पुढील उद्‌गार काढले. ''नाही, नाही.... कधीच नाही. कृपया ऐका. नाही. नव्हतं.'' असं त्यानं आवेशपूर्ण उत्तर दिलं. ''तुम्ही स्वतः विचार करा. हे माझं एक नंबरचं तत्त्व होतं.''

एका स्वतंत्र अभ्यासात सत्य हे सर्व तत्त्वांच्या श्रेणीबद्धतेत अग्रस्थानी होतं; परंतु, उर्वरित तत्त्वांच्या मूल्यमापनात डॅलिओकडून त्याला कोणतं स्थान दिलं जातं अथवा डॅलिओ त्यांची क्रमवारी कशी लावतो, ते मला पाहायचं होतं. प्रमुखांना आपल्या चिकित्सक मतांत इतरांना खुल्लमखुल्ला सहभागी करून घेणं अधिक महत्त्वाचं वाटत होतं; किंवा अधिक कनिष्ठ कर्मचाऱ्यांना स्पष्टोक्तीसाठी नाउमेद करण्याचा धोका असतो तेव्हा स्वतःवर बंधनं घालणं महत्त्वाचं होतं. ''याबाबत मला स्पष्ट कळण्याची गरज भासत होती'', असं डॅलिओनं मान्य केलं. मी त्याला दुखवलं की काय, अशी मला चिंता वाटू लागली. तो मात्र दात विचकत म्हणाला होता, ''हे इतकंच का तुला मिळालं? एवढंच उत्तम तू करू शकतोस का?''

मला मिळालेला प्रत्याभरणाचा दुसरा तुकडा एकत्रितपणे सादर करणं अवघड होतं; कारण, लोकांनी हक्कासाठी लढावं आणि सत्य शोधून काढावं या कल्पनांच्या गुणवत्तेच्या थेट गाभ्याला हात घालणारा होता. मात्र, ब्रिजवॉटरच्या अभिनिर्णयाच्या पद्धती माझ्या स्वतःच्या कठोर मानकांच्या मानानं कोणत्या बाबतीत जिंकण्यात कमी पडतात ते मला पाहायचं होतं. डॅलिओचा नेहमीचा समस्या सोडवण्याचा दृष्टिकोन ग्रेग व ट्रिना यांच्यातील असहमतीसारखा होता. त्यानुसार प्रत्येक बाजूत तीन विश्वास ठेवण्याजोगी व जहाल मतं असलेली माणसं शोधून काढली जात व

ती एका निर्णयाप्रत येईपर्यंत त्यांना वादविवाद व चर्चा करण्यास भाग पाडलं जात असे. इतकं केलं तरी घेतलेला निर्णय म्हणजे व्यक्तिगत मतांवर आधारित असल्यामुळं त्यांचा पुरावा म्हणून उपयोग होणं कठीण आहे. विश्वसनीयता चाचणीचे निकाल, कामगिरीचं पुनर्विलोकन व अन्य मूल्यमापनं विचारात घेते; परंतु, सर्वांत महत्त्वाचा घटक असतो इतरांनी केलेली तुमची विश्वासार्हतेची पारख. ब्रिजवॉटरमधील एका कर्मचाऱ्यानं माझ्याकडे त्याचं वर्णन करताना म्हटलं, ''तुम्ही विश्वसनीय आहात असं अन्य लोकांकडून तुम्हाला म्हटलं जातं तेव्हा तुम्हाला विश्वसनीयता प्राप्त होते''.

अनेक शतकं रोमन कॅथलिक चर्चनं *promoter fidei*कडे *advocatus Dei*च्या विरोधात युक्तिवाद करण्याचं काम सोपवलं तेव्हापासून असहमतीचा निर्णय सोडवण्यासाठी चर्चेपेक्षा अधिक सक्षम साधन मानवजातीनं विकसित केलं आहे. त्याला विज्ञान असं संबोधलं जातं. मी डॅलिओला सांगितलं की, वैद्यकीय क्षेत्रातील तज्ज्ञ पुराव्याच्या गुणवत्तेची १ ते ६ अशा क्षमतेच्या प्रमाणात वर्गवारी करतात व याबाबत विस्तृत सहमती असते. यादृच्छिक, वस्तुनिष्ठ निकालासह नियंत्रित प्रयोगांची मालिका म्हणजे 'सुवर्णमानक' (गोल्ड स्टँडर्ड) होय. सर्वांत कमी काटेकोर पुरावा म्हणजे 'सन्माननीय अधिकारिता असलेल्यांची किंवा तज्ज्ञ समितीची मतं होत'. विश्लेषक मंडळी आणि पुरावा आधारित व्यवस्थापन क्षेत्रांचं वाढतं क्षेत्र या बाबीही ह्या मानकाचा भाग आहेत. ह्यामध्ये निव्वळ तर्कविज्ञान, अनुभव, अंतर्ज्ञान आणि संभाषण यांवर विसंबून राहण्याऐवजी प्रयोगांची रचना करण्यासाठी आणि माहिती मिळवण्यासाठी प्रमुखांना उद्युक्त केलं जातं.

जर मी ब्रिजवॉटर कंपनी चालवत असतो, तर ग्रेग आणि ट्रिना यांच्यातील वाद काही प्रयोगांचं आयोजन करून सोडवला असता. विविध बैठकांमध्ये लोकांवर यादृच्छिकरीत्या बोलण्याचं काम सोपवलं असतं. काही वेळा प्रमुखांनी ग्रेगनं अँशलेवर केली तशी वक्त्याच्या भाषणावर टीका केली असती. अन्य काही वेळा प्रमुख वक्त्याच्या धाडसी वक्तव्यावर टीका केली असती किंवा जसं ग्रेगनं करावं असं ट्रिनाला वाटत होतं त्याप्रमाणे ठाम राहिले असते. उर्वरित वेळी श्रोत्यांनी दोन्ही बाबी केल्या असत्या किंवा निष्क्रिय राहिले असते. नंतर उपस्थित श्रोत्यांनी किती वेळा धिटाईनं लागोपाठ होणाऱ्या बैठकीत आपली चिंता व्यक्त केली याचा मी आढावा घेतला असता. अर्थात, हे सर्व अमलात आणणं ही अवघड बाब आहे; पण, ज्या लोकांनी ग्रेगला अँशलेवर टीका करताना वा त्या भाषणाला नकारात्मक प्रतिसाद देताना व कमी बोलताना पाहिलं त्यांचं मी किमान मूल्यमापन तरी करीनच.

ह्या वेळी डॅलिओ माझ्याशी सहमत झाला नाही. ''मी कदाचित चुकलो असेन'', असं मत त्यानं प्रदर्शित केलं, पण, त्याला विश्वसनीय लोकांमधली वादविवाद पद्धती आवडत होती असं स्पष्टीकरण त्यानं दिलं; कारण, ती योग्य उत्तर वा तोडग्यापर्यंत पोहोचण्याची सर्वांत जलद पद्धत होती. तसंच, एकमेकांच्या

कारणमीमांसेतून ती त्यांना शिकता येत होती. ब्रिजवॉटरमध्ये संस्कृतीच्या विविध प्रथांची तो वर्षानुवर्षे चाचणी घेत होता आणि ही चाचणी म्हणजे नियंत्रित प्रयोग नसले तरी कोणती बाब कोणत्या कामासाठी उपयुक्त आहे याची त्याला पुरेपूर जाणीव होती. तज्ज्ञांतील वैचारिक असहमती कल्पनांची सक्षम बाजारपेठ निर्माण करते यावर त्याची श्रद्धा होती. अशाच ठिकाणी कालांतरानं उत्कृष्ट कल्पना उदयाला येतात, ह्या मुद्द्यावर असहमत होण्याबाबत आमची सहमती झाली होती. डॅलिओचा तज्ज्ञांच्या त्रिधा मतांवर माझ्यापेक्षा अधिक विश्वास होता. काही विभागांना चिकित्सक चाचणी देऊन विश्वसनीयतेवर भर देणाऱ्या चर्चेवर विसंबून राहावं व इतरांनी प्रयोग करावेत व त्यातून कोणता विभाग अधिक चांगले निर्णय देतो ते पाहणं मला महत्त्वाचं वाटत होतं. त्यानंतर प्रत्येक विभाग उलट पद्धतीचा वापर करील व त्याद्वारे मिळालेल्या निकालांचं पृथक्करण करीन. समाजवैज्ञानिक म्हणून मी पैज लावीन की सरासरीनं पाहता प्रयोगाधारित गटांनी घेतलेले निर्णय तज्ज्ञांच्या चर्चेद्वारा मार्गदर्शन प्राप्त झालेल्या गटांनी घेतलेल्या निर्णयांपेक्षा अधिक उजवे ठरतील; पण, काय घडेल ते मिळालेली माहितीच सांगेल.

फिरणारे आणि आकार देणारे

डॅलिओ आपला शोध स्वतंत्रपणं घेत होता. जगाला आकार देणाऱ्या - जग बदलणाऱ्या लोकांच्या कल्पनांनी भारावून गेलेल्या आणि त्यांच्यातील सामाईक बाबींचा वेध (डिसर्न) घेणाऱ्या डॅलिओनं आमच्या काळातील सर्वाधिक प्रभावी मौलिकांच्या मुलाखती घेतल्या होत्या. तसंच, त्यानं बेंजामीन फ्रँकलिन ते आइन्स्टाईन ते स्टीव्ह जॉब्सपर्यंतच्या ऐतिहासिक व्यक्तींच्या मुलाखती घेतल्या होत्या. हे सर्व लोक अर्थातच ध्यास घेतलेले व प्रतिभासंपन्न होते. मात्र, डॅलिओच्या यादीतील अन्य तीन गुणांमुळं मी गोंधळून गेलो होतो. 'आकार देणारे' स्वतंत्र विचाराचे, कुतूहल असलेले, जुळवून न घेणारे व बंडखोर होते. असे लोक पाशवी, श्रेणीबद्ध नसलेली प्रामाणिकता वापरत असत. ते संकटात उडी घेत. कारण, त्यांना वाटणारी विजय प्राप्त न होण्याची भीती अपयशाच्या भयापेक्षा वरचढ होती.

डॅलिओ स्वतः या वर्णनात चपखल बसत होता आणि आता त्याच्याचसारखी (सेम टू सेम) दुसरी व्यक्ती शोधणं ही त्याची अडचण होती. तशी व्यक्ती सापडली नाही, तर ब्रिजवॉटरची अवस्था तत्काळ छायाचित्र घेण्याच्या जंजाळात सापडलेल्या पोलरॉइडसारखी होऊन ती नष्ट होईल. मात्र, गटविचार रोखणं हे प्रमुखाच्या एकमेव स्वप्नापेक्षा अधिक होतं हे डॅलिओ जाणून होता. जगाला आकार देणारे महान लोक जगाला मौलिकतेची ओळख करून देऊन थांबत नाहीत, तर ते अशी संस्कृती निर्माण करतात ज्यायोगे मौलिकतेचा जोरदार प्रभाव इतरांवरही पडतो.

८

हेलकावे खाणाऱ्या बोटीला स्थिर करणं

चिंता, समवेदना, द्विधा मनःस्थिती आणि संताप यांचं व्यवस्थापन

''धैर्य म्हणजे भीतीचा अभाव नव्हे, तर भीतीवर विजय मिळवणं होय.
जो घाबरत नाही तो शूर नव्हें तर जो भीतीवर विजय
मिळवतो तो शूर.''

–नेल्सन मंडेला

२००७मध्ये लुई पुग या वकिलानं डोळ्यांवर सूर्यचश्मा, पोहण्याची टोपी व फक्त स्पीडो इतकंच घालून आर्क्टिक समुद्रात बुडी मारली. बर्फ गोठलेलं नसून वितळलेलं होतं. उत्तर ध्रुवापर्यंत पोहत जाऊन तेथील थंड पाण्यात सर्वाधिक अंतर कापणारी जगातील पहिली व्यक्ती आपण व्हावं, अशी त्यानं योजना आखली होती. इंग्लंड व दक्षिण आफ्रिकेत त्याचं आयुष्य गेलं होतं. पुगनं ब्रिटिश स्पेशल एअर सर्व्हिसमध्ये काम केलं होतं. तसंच बर्फाइतक्या थंड पाण्यात भूतलावरील सर्वोत्तम जलतरणपटू म्हणून नाव कमावण्यापूर्वी तो नौदलात वकील म्हणून कार्यरत होता. दोन वर्षांपूर्वी उत्तर समुद्राच्या टोकापर्यंत जाणारा दीर्घ पल्ल्याचा जलतरणपटू म्हणून त्यानं जागतिक विक्रम मोडला होता. नंतर त्याच वर्षी त्यानं दक्षिणेकडील अंटार्क्टिका समुद्रात एक किलोमीटरचं अंतर बर्फाच्या खडकावरून उड्या मारत पोहण्याचा विक्रम केला होता.

'मानवी ध्रुवीय अस्वल' असं त्याला संबोधलं जातं. अन्य कोणीही न केलेल्या विक्रमाची कागदोपत्री नोंद त्याच्या नावावर झालेली आहे. पोहण्याला प्रारंभ करण्यापूर्वी त्याच्या शरीराच्या गाभ्याचं तपमान ९८.६ अंशांपासून १०१ अंश फॅरनहाइट इतकं चढत असे. त्याच्या क्रीडावैज्ञानिकानं त्यासाठी अंदाजित उष्णतानिर्मिती (अँटिसिपेटेड थर्मोजेनेसिस) ही नवी संज्ञा तयार केली होती. पॉवलाव

या मनोवैज्ञानिकानं ठरावीक वेळेला सवयीअनुसार ठरावीक प्रतिसाद दिला जातो, याबाबत केलेल्या अनेक दशकांच्या संशोधनाचं हे फलित होतं. जेव्हा पाण्यात बुडी मारायची वेळ येते तेव्हा त्याचं शरीर आपोआप त्यासाठी तयारी करतं. पुग त्या प्रतिसादाला 'स्वउष्णता निर्मितीची कला' असं म्हणत असे; मात्र, जागतिक दर्जाच्या अनेक खेळाडूंप्रमाणे पुग जगात सर्वोत्तम बनणं किंवा तसं शक्य आहे हे सिद्ध करणं आपलं जीवितकार्य आहे असं मानत नव्हता. तो सागराचा वकील होता; वातावरण बदलाबाबत जागृती निर्माण करण्यासाठी पोहणारा तो पर्यावरणवादी होता.

टायटॅनिकमधले प्रवासी ४१ अंश फॅरनहाइटला मृत्युमुखी पडले. पुगच्या अंटार्क्टिक्ट मोहिमेच्या वेळी तेथील गोड्या पाण्याचा गोठणबिंदू ३२ अंश फॅरनहाइट होता. उत्तर ध्रुवावर त्याला याहीपेक्षा मरणप्राय प्रसंगाला सामोरं जावं लागलं. तिथं २९ अंश फॅरनहाइटपेक्षा कमी तपमान होतं. पाण्यात प्रवेश केल्याबरोबर एका ब्रिटिश संशोधकाला केवळ तीन मिनिटांतच आपली बोटं हिमदाहामुळं गमवावी लागली. पुगच्या चमूनं अंदाज केला होता की, त्याला पोहण्यासाठी जवळजवळ वीस मिनिटं लागतील. ह्या मोठ्या प्रयत्नाआधी दोन दिवस पुगनं पाण्यात बुडी मारून ५ मिनिटं पोहण्याचा सराव केला होता आणि त्यानंतर त्याच्या संपूर्ण डाव्या हाताला व उजव्या हाताच्या बोटांना स्पर्शाची जाणीव होत नव्हती. ही अवस्था पुढचे चार महिने तशीच राहिली होती. त्याच्या बोटातील पेशी फुटल्या होत्या. त्यांचा स्फोट झाला होता. तो जोरजोरात श्वासोच्छ्वास करू लागला होता.

यशाची स्वप्नं पाहण्याऐवजी तो अपयशाच्या कल्पना साम्राज्यात रममाण झाला होता. *'अति खोल सागराची मला भीती वाटत नाही; पण हे काहीतरी वेगळंच आहे'* असा विचार तो करू लागला. जर हरलो तर आपण मरू. आपलं शरीर आर्क्टिक समुद्राच्या तळाशी दोन ते अडीच मैल इतकं खोल जाईल. भीतीनं गलितगात्र होऊन आपण जिवंत राहू शकू का असा विचार त्याच्या मनात येऊ लागला. तसंच, त्याऐवजी जिंकण्याची दृश्यं डोळ्यांसमोर आणणं चांगलं झालं असतं का?

या प्रकरणात प्रवाहाविरुद्ध जाण्यात गुंतलेल्या भावनात्मक नाट्याचा मी अभ्यास करणार आहे. आरोग्यसेवा पुरवणाऱ्या एका कंपनीत मी स्वतः केलेल्या एका संशोधनात कर्मचाऱ्यांना काही घटकांच्या व्यवस्थापनाच्या प्रभावी डावपेचांची कितपत माहिती आहे याची चाचणी घेतली. त्यामध्ये भावनांचं व्यवस्थापन, नोकरीत अवनती झाल्यामुळं येणाऱ्या परिस्थितीचं भावनात्मक आव्हानं कसं हाताळलं, कर्मचाऱ्यांचा प्रतिसाद व तज्ज्ञांचं मूल्यमापन यांचा अभ्यास केला. एखादं महत्त्वाचं सादरीकरण करण्यापूर्वी होणारी घालमेल, केलेल्या चुकीबद्दल दिलं गेलेलं दूषण व चमूतील सहकाऱ्यांनी केलेल्या निष्काळजीपणामुळे आलेली उदासीनता या सर्व घटकांचा त्या चाचणीत अंतर्भाव केलेला होता. ज्यांनी भावनांच्या नियमन चाचणीत

विजय मिळवला ते 'जैसे थे' परिस्थितीला आव्हान देणाऱ्या सूचना व कल्पना यावर वारंवार बोलले. त्यांच्या व्यवस्थापकांना ते मूल्यमापन अधिक प्रभावी आहे असं वाटलं. बोट खडकावर आदळत असताना त्यांनी धैर्याचं, तर हेलकावे खाणारी बोट स्थिर ठेवण्यात स्वतःच्या प्रयत्नतंत्राचं दर्शन घडवलं.

ह्या कौशल्यांचं आकलन व्हावं म्हणून बर्फाइतक्या थंड पाण्यात शिरण्यापूर्वी पुगनं शरीराचं तपमान कसं वाढवलं, मार्टिन ल्यूथर किंगनं (ज्यूनि.) नागरिक हक्क चळवळीचा कार्यकर्ता म्हणून काम करताना स्वतःला कसं शांत ठेवलं, याबाबत मी विचार करणार आहे. कार्यकर्त्यांच्या एका गटानं एका हुकूमशहाला कसं पदच्युत केलं आणि एका तंत्रज्ञान प्रमुखानं उत्पादनात आमूलाग्र बदल करण्यासाठी अभियंत्यांची कशी खात्री पटवली, याचाही मी शोध घेणार आहे. भावनांचं व्यवस्थापन करण्यासाठी प्रभावी डावपेचांचा अभ्यास केल्यानंतर केव्हा आशादायक योजना बनवावी व केव्हा निराशादायक योजना बनवणं चांगलं तेही तुमच्या लक्षात येईल. तसंच, डोकं शांत ठेवून भयाचा सामना करता येऊ शकेल का? आणि राग आल्यावर एक ते दहा अंक मोजून राग शांत करता येईल का? जेव्हा परिस्थिती तुमच्या विरोधात असते तेव्हा आपल्या निर्धारावर ठाम राहण्यासाठी काय करावं लागतं?

नकारात्मक विचाराची सकारात्मक शक्ती

अनेक मौलिकांना खात्री पटवणारे आणि विश्वासदर्शक संकेत मिळत असले तरी त्यांच्या मनात स्वतःच्या अन्तर्मनातील शंकांचा व अनुभवांचा वर्षाव होत असतो. अमेरिकन सरकारमधील असाधारण नेत्यांनी सर्वांत अवघड निर्णय घेताना म्हटलंय, ''त्यांना जटिल समस्यांशी नव्हे तर तोडगे स्वीकारताना जे आवश्यक धैर्य लागतं त्यासाठी संघर्ष करावा लागत होता''. राईस विद्यापीठातील प्राध्यापक स्कॉट सोनेनशिन यांच्या नेतृत्वाखाली झालेला एक नवा अभ्यास दर्शवतो, ''अगदी समर्पित भावनेनं कार्य करणाऱ्या पर्यावरणवाद्यांनाही ते आपल्या जीवितकार्यात यशस्वी होतील का नाही याबाबतच्या अनिश्चिततेशी सतत सामना करावा लागतो. त्यामुळं ते कायम चिंतेत असतात. 'जैसे थे' स्थितीला आव्हान देण्याचा पर्याय निवडणं म्हणजे प्रवाहाविरुद्धची झुंज असते. त्यामध्ये नेहमीच अपयश, अडथळे येतात. काही काळ प्रगतीही खुंटते आणि पिछेहाटही होते''.

अशी आव्हानं हाताळण्यासाठी दोन भिन्न डावपेचांचा अभ्यास मनोवैज्ञानिक ज्यूली नॉरेमनं केला. आशावादी डावपेच आणि बचावात्मक निराशावाद हे ते दोन डावपेच होत. आशावादी डावपेचांचा वापर करणारे शांत राहून उत्तम अपेक्षांची आशा बाळगतात. बचावात्मक निराशावाद्यांना सर्वांत वाइटाची अपेक्षा असते. ते चिंतातुर असतात आणि चुकीच्या घडू शकणाऱ्या सर्व बाबींची ते कल्पना करतात.

तुम्ही बचावात्मक निराशावादी असाल तर एखादं मोठं व्याख्यान देण्याआधी आपलं भाषण नीरस होणार ह्याची आठवडाभर स्वतःलाच खात्री देत असता. तसंच, हे साधंसुधं अपयश नसेल याबाबतही तुम्ही ठाम असता. तुम्ही मंचावर जाल तेव्हा तयार केलेलं सगळं भाषण विसराल असंही तुम्हाला वाटत राहतं.

आशावादी डावपेच बचावात्मक निराशावादापेक्षा अधिक चांगले असतात, असं अनेक जण गृहीत धरतात. मात्र, जरी बचावात्मक निराशावादी अधिक चिंतातुर, स्वतःच्या विश्लेषणात्मक, शाब्दिक आणि सर्जनशील कार्यावर कमी विश्वास ठेवणारे *असतील तरी* त्यांची कामगिरी आशावादी डावपेचवाल्यांसारखीच असते असं नॉरेमला आढळलं. प्रारंभीच मी निराशावादी इतकी चांगली कामगिरी कशी करू शकतात, असं विचारल्यावर ती म्हणते, ''ते आपल्या *निराशावादामुळंच* चांगली कामगिरी करू शकतात, असं अलीकडेच माझ्या लक्षात येऊ लागलंय''.

नोरेम व तिच्या एका सहकाऱ्यानं एका प्रयोगात काही लोकांना बाणासारखी एक वस्तू अचूक फेकून चांगली कामगिरी केल्याचं चित्र डोळ्यांसमोर आणण्यास सांगितलं; तसंच, अगदी वाईट कामगिरी केल्याचं चित्रही मनःचक्षूंसमोर आणण्यास सांगितलं किंवा आराम करा (रिलॅक्स) अशा सूचना दिल्या. बचावात्मक निराशावादी नकारात्मक विचार करत होते तेव्हा ते बाणाची फेक करण्यात ३० टक्के अधिक अचूक ठरले होते. दुसऱ्या एका प्रयोगात जिथं कामाचा मागोवा घ्यायचा होता तिथं अचूकता व लक्ष केंद्रित करण्याची गरज होती. त्यामध्ये बचावात्मक निराशावाद्यांना ते बहुधा उत्तम कामगिरी करतील असं प्रोत्साहन दिलं गेलं नव्हतं त्या वेळी त्यांची कामगिरी प्रोत्साहन दिलेल्यांपेक्षा २९ टक्के अधिक अचूक होती. त्याच उत्तेजनपर शब्दांचा वापर आशावादी डावपेचवाल्यांवर केला तेव्हा त्यांची कामगिरी १४ टक्क्यांनी सरस झाली. तसंच, गणिताच्या बौद्धिक-मानसिक चाचणीची तयारी तयारी करताना, ज्यात बेरीज व वजाबाकी मनातल्या मनात करावी लागते (२३-६८+५१ यासारखी आकडेमोड) त्या कामात बचावात्मक निराशावाद्यांनी जवळजवळ २५ टक्के वरचढ गुण मिळवले. जेव्हा चाचणीत सर्वांत वाईट घडणाऱ्या गोष्टींची त्यांनी यादी केली आणि जेव्हा त्यांनी आपलं मन दुसरीकडं वळवलं तेव्हा त्यांना काय वाटलं, तेही त्यांनी नमूद केलं.

''बचावात्मक निराशावाद हा एक डावपेच असून त्याचा उपयोग विशेष परिस्थितीत चिंता, काळजी व भीती यांचं व्यवस्थापन करण्यासाठी केला जातो'', असं नॉरेम स्पष्ट करते. जेव्हा स्वतःबद्दलच शंका डोकावू लागते तेव्हा बचावात्मक निराशावादी भीतीनं आपली गाळण उडू देत नाहीत. हातपाय गाळत नाहीत. ते जाणूनबुजून दुर्घटनेच्या भीतीचं मोठं रूप मनःचक्षूंसमोर उभं करतात आणि भीतीचं प्रेरणेत परिवर्तन करतात. एकदा वाइटातल्या वाइटाचा विचार केल्यानंतर तो टाळण्यासाठी मार्ग शोधताना प्रत्येक संबंधित तपशील विचारात घेऊन आपल्या

जिवावर बेतणार नाही याची खात्री करून घेतात. प्रत्यक्ष घटना घडण्यापूर्वी चिंता पराकोटीला पोहोचलेली असते. म्हणून जेव्हा ती घटना प्रत्यक्ष समोर ठाकते तेव्हा ते विजयासाठी सज्ज असतात. त्यांचा हा विश्वास त्यांच्या अज्ञानातून किंवा समोरच्या अवघड प्रसंगाबाबतच्या भ्रामक समजुतीतून निर्माण होत नाही; तो त्यांच्या वास्तव मूल्यमापनातून आणि विस्तृत योजनेद्वारा निर्माण झालेला असतो. त्यांना चिंता वाटत नाही तेव्हा ते आत्मसंतुष्ट असतात. जेव्हा त्यांना उत्तेजन मिळतं, तेव्हा योजना आखण्यापासून ते परावृत्त होतात. जर बचावात्मक निराशावाद्यांच्या कामगिरीत खो घालायचा असेल तर त्यांना फक्त संतुष्ट ठेवा. (म्हणजे तुमचं काम फत्ते होईल.)

लुई पुग नेहमी आशावादी होता. इतरांना जिथं शक्यता दिसत नाहीत तिथं त्याला त्या दिसत असत. जेव्हा अन्य लोक एखादा मार्ग सोडून देत असत तेव्हा तो चिकाटीनं त्यावर ठाम उभा राहत असे. परंतु, पोहण्याच्या महत्त्वाच्या प्रसंगापूर्वी काही आठवडे बचावात्मक निराशावाद्याप्रमाणं अनेकदा त्याचं वर्तन दिसून येत असे. त्याच्या चमूच्या उंचावलेल्या अपेक्षांतून नव्हे, तर शंकांमुळे निर्माण होणाऱ्या नाउमेदीतून त्याला खूपशी प्रेरणा प्राप्त होत असे. दोन वर्षांपूर्वी उत्तर ध्रुवावरील पोहण्याचा विक्रम मोडण्याच्या प्रयत्नांत असताना एका द्वारपालानं ही बाब अशक्य असल्यानं ह्यात मरण ओढवू शकतं असं सांगून त्याला प्रेरित केलं होतं. आणखी एका अशाच प्रकारच्या पोहण्याच्या महत्त्वाच्या घटनेच्या वेळी त्याला शंकेखोरांची आठवण होत असे व लोक पुगला मोठ्या स्पर्धेत अपयश आल्याबद्दल आनंद व्यक्त करत आहेत, या कल्पनेत तो रममाण होत असे. ''अशा प्रकारे पोहणारा पहिलाच असण्याची प्रातिनिधिक बाब दुसऱ्या क्रमांकावर जाणं याचा स्वीकार करणं फार कठीण असतं. तुम्हाला नेमकं काय घडणार हे माहीत नसतं. भीतीनं तुमची गाळणही उडू शकते'', असं त्यानं लिहिलं आहे. भीतिग्रस्त असताना त्याच्या सहजप्रेरणेनं त्याला इशारा केला, 'संकट नाहीसं होणार आहे'. परंतु या विचारानं हुरळून न जाता त्याऐवजी नकारात्मक विचारांनी त्याला 'चूक कुठं होऊ शकते ते दाखवलं व त्यातून आत्मसंतुष्टतेची भावना नाहीशी झाली'. वाइटात वाईट घटना कोणती होऊ शकेल या विचारानं त्याला सर्वतोपरी तयारी करायला भाग पाडलं व धोक्याची प्रत्येक शक्यता कशी दूर होईल किंवा त्यावर कोणती उपाययोजना करता येईल याचा तो विचार करू लागला. पोहण्यापूर्वी थोडाच वेळ बर्फावर घालवण्याची योजना आखायला त्यानं प्रारंभ केला व नंतर लगेचच बोटीवर परतण्याचं ठरवलं. 'भयाला मित्र बनवण्याची ही युक्ती होती', अशी त्यानं नोंद केली होती. 'भीती तुम्हाला अधिक कठोर व काटेकोरपणे तयारी करायला उद्युक्त करते व संभाव्य समस्याही वेगानं तुमच्या लक्षात आणून देते'. हा महत्त्वाचा टप्पा असला तरी तेवढंच करणं पुरेसं नव्हतं. जेव्हा कामाप्रति बांधिलकी पक्की असते, त्या वेळी बचावात्मक निराशावाद हे मौल्यवान संसाधन असतं हे

तुमच्या लक्षात येईल. मात्र, जेव्हा बांधिलकी डळमळीत होते तेव्हा चिंता व शंका उलटा परिणाम घडवू शकतात.

विश्वास ठेवणं थांबवू नका

जेव्हा सर्वसामान्य माणूस आपल्याला ज्या भीती वाटणाऱ्या गोष्टींची यादी करतो तेव्हा मृत्यूपेक्षाही समुदायापुढे जाहीर बोलण्याची भीती जास्त मोठी असते. ''जर तुम्हाला अंत्ययात्रेला जायचं असेल तर एखाद्याची यशोगाथा गायला जाण्यापेक्षा तुम्हाला शवपेटीत असणं अधिक सुरक्षित वाटतं'', असं जेरी सेन्फिल्ड विनोदानं म्हणतो.

भीतीचं व्यवस्थापन कसं करायचं हे जाणून घ्यायचं असेल तर त्यासाठी लोकांना जिवाची दहशत घालण्याची काहीच गरज नाही. त्यांना मंचावर उभं करण्याची धमकी दिलेली पुरेशी असते. ॲलिसन वूड ब्रूक्स या हार्वर्ड बिझनेस स्कूलमधल्या प्राध्यापिकेनं एकदा महाविद्यालयीन विद्यार्थ्यांना कामाच्या ठिकाणी ते उत्तम सहयोगी म्हणून कसं कार्य करू शकतात याचं सर्व पैलूंना स्पर्श करणारं भाषण करण्यास सांगितलं होतं. प्रेक्षकांमध्ये एक चिकित्सक प्रयोगकर्ता बसला होता. सर्व भाषणांच्या दृकश्राव्य फिती तयार केल्या गेल्या. समवयस्कांची एक समिति प्रत्येक वक्त्याचा आत्मविश्वास व सर्वंकषता याचं नंतर मूल्यमापन करणार होती. तयारीसाठी विद्यार्थ्यांना फक्त दोनच मिनिटांचा अवधी देण्यात आला होता. अनेक विद्यार्थी भाषण करताना थरथर कापत असल्याचं दिसत होतं.

अशा परिस्थितीत असताना तुम्ही आपल्या भीतीचं व्यवस्थापन कसं केलं असतं? काम करणाऱ्या ३०० अमेरिकन व्यावसायिकांना याबाबत सल्ला विचारला तेव्हा सर्वांत लोकप्रिय शिफारस 'आराम करा आणि शांत रहा' ही केली गेली होती. ती सर्वांत अपेक्षित सूचना होती व ९० टक्के व्यावसायिकांनी तिला अनुकूलता दर्शवली होती तरीही ती उत्तम शिफारस नव्हती.

महाविद्यालयीन विद्यार्थ्यांनी भाषणं देण्यापूर्वी ब्रूक्सनं विद्यार्थ्यांना तीन शब्द मोठ्यानं उच्चारायला सांगितले. तिनं यदृच्छया विद्यार्थ्यांना 'मी शांत आहे' किंवा 'मी उत्साही आहे' हे शब्द उच्चारायला लावले.

शांत विरुद्ध *उत्साही* हा एकच शब्द त्यांच्या भाषणाची गुणवत्ता लक्षणीयरीत्या बदलण्यासाठी पुरेसा होता. ज्यांनी स्वतःला 'उत्साही' हे नामनिर्देशन लावलं, त्यांच्या भाषणाचं 'शांत' असं नामनिर्देशन केलेल्यांपेक्षा १७ टक्के अधिक सर्वंकषता व १५ टक्के अधिक आत्मविश्वास, असं मूल्यमापन केलं गेलं. भीतीची उत्साही अशी पुनर्मांडणी केल्यामुळं वक्ते प्रेरित होऊन त्यांच्या भाषणाच्या लांबीत सरासरीनं २९ टक्के वाढ झाली; तसंच, ३७ सेकंदांइतका अधिक वेळ उभं राहण्याचं धैर्यही त्यांना मिळालं. दुसऱ्या एका प्रयोगात गणिताच्या अवघड चाचणीला सामोरे जाताना

घाबरलेल्या विद्यार्थ्यांना 'शांत राहण्याचा प्रयत्न करा', असं सांगण्याऐवजी 'अधिक उत्साही रहा', असं सांगितल्यावर त्या विद्यार्थ्यांनी चाचणीत २२ टक्के अधिक चांगले गुण मिळवले.

भीतीची उत्साह अशी फेरमांडणी घाबरण्यावर मात करण्याचा उत्तम उपाय आहे का हे शोधण्यासाठी ब्रूकनं विद्यार्थ्यांना दुसरं भयभीत करणारं काम दिलं. तिनं विद्यार्थ्यांना जाहीरपणे ८०च्या दशकातील रॉक संगीत गायला सांगितलं.

गटातील समवयस्कांपुढे ध्वनिवर्धकासमोर उभं राहून विद्यार्थ्यांनी 'डोन्ट स्टॉप बिलिव्हिन' हे सहलगीत किंचाळायला सुरुवात केली. निनिंदोवरील व्हॉइस रेकग्निशन या उपकरणानं आपोआप आवाजातील चढउतार, आवाजाची पट्टी आणि आलापीचा काळ यांच्या साहाय्यानं शून्य ते १०० अशा टक्केवारीत त्यांच्या कामगिरीचं अचूकतेनं मूल्यमापन करून गुण दिले. उच्च दर्जाचे गुण मिळवणाऱ्यांना बोनस गुण दिले जाणार होते. गायला सुरुवात करण्यापूर्वी ती यादृच्छिकतेनं काही विद्यार्थ्यांना 'मी चिंतातुर आहे' किंवा 'मी उत्साही आहे', असं म्हणायला सांगत होती.

ज्यांनी गाण्यापूर्वी वर उल्लेखिलेल्या दोन वाक्यांपैकी कशाचाच उच्चार केला नव्हता त्या नियंत्रित गटातील विद्यार्थ्यांनी सरासरीनं ६९ टक्के गुण मिळवले होते. भीतीच्या भावनेचं 'चिंतातुर' असं नामनिर्देशन केल्यामुळं अचूकता ५३ टक्क्यांपर्यंत घटली. भीतीचा स्वीकार करण्याऐवजी त्याच भीतीला 'उत्साही' म्हणणं गुणांची अचूकता ८० टक्क्यापर्यंत वृद्धिंगत करण्यासाठी पुरेसं होतं.

भयावर मात करण्यासाठी शांत राहण्याचा प्रयत्न करा यापेक्षा, उत्साही आहोत हे शब्द अधिक चांगलं काम का करतात? भीती ही तीव्र भावना आहे: तुमच्या हृदयाची धडधड वाढते व रक्तप्रवाह वेगानं सुरू होतो. अशा शारीरिक अवस्थेत आरामशीर राहण्याचा प्रयत्न म्हणजे ताशी ८० मैल वेगानं धावणाऱ्या मोटारीला जोरात ब्रेक लावायला सांगण्यासारखं आहे. मोटारीत तसे ब्रेक लावल्यावरही संवेग असतो. मात्र, तीव्र भावना दडपण्याचा प्रयत्न करण्याऐवजी तिचं रूपांतर वेगळ्या भावनेत करणं अधिक सोपं असतं. दुसरी भावनाही तितकीच तीव्र असते व ती आपल्याला पायडलवर किंवा ॲक्सिलरेटरवर जोर देऊन गती वाढवण्याचा आदेश देते.

शरीरक्रियाविज्ञानानुसार आपल्या शरीरात 'थांबा' व 'जा' अशी आज्ञा देणाऱ्या प्रणाली असतात. तुमची 'थांबा' ही प्रणाली तुमची गती कमी करते व तुम्हाला सावध आणि जागरूक बनवते, असं स्पष्टीकरण 'क्वाएट'ची लेखिका सुसान केन देते. तुमची 'पुढे जा' प्रणाली तुमचा वेग वाढवून तुम्हाला उत्साही करते. 'थांबा' या बटणाला धडक देण्याऐवजी 'पुढे जा' हे बटण दाबून भीतीशी सामना करण्यासाठी ती प्रेरित करते. भविष्याच्या अनिश्चिततेबद्दलचा ठसा भीती उमटवत असते. काहीतरी वाईट घडेल याची आपल्याला काळजी वाटते. मात्र, वाईट घटना

अद्याप घडलेली नसल्यामुळे काहीतरी सकारात्मक घडेल अशी किंचितशी का होईना शक्यताही असते. आपण एक पाऊल पुढं सरकण्यासाठी लक्ष केंद्रित करू शकतो. त्या उत्साहाच्या भरात आपल्याला मोकळं वाटून गाणं गाऊन आनंद व्यक्त करावासा वाटतो.

जेव्हा कोणत्याही एका कृतीला आपण बांधील नसतो तेव्हा बचावात्मक निराशावाद जोखमीचा ठरू शकतो. पुढे होणाऱ्या बदलाकडं आपण लक्ष दिलेलं नसल्यामुळं भयावह अपयशाची कल्पना करणं फक्त काळजी करायला लावतं. 'थांबा' प्रणालीला उत्तेजन देऊन आपण आपल्या कृतीला खीळ घालायला भाग पाडतो; परंतु, उज्ज्वल बाजूकडे लक्ष दिलं तर आपल्याला उत्तेजन मिळून आपण 'पुढं चला' या प्रणालीकडं वळतो.

मात्र, एकदा आपल्या कृतीचा मार्ग निश्चित झाला आणि चिंता डोकावू लागली तर बचावात्मक निराशावाद्यासारखा विचार करणं आणि चिंतेशी थेट सामना करणं अधिक चांगलं असतं. हा विचार आपल्या चिंता व शंका यांना सकारात्मक भावनांमध्ये रूपांतरित करण्याऐवजी आपण आपल्या भीतीला कवटाळून आपल्या 'पुढे जा' प्रणालीकडं जाऊन उच्च गती यंत्रणेला कार्यान्वित करू शकतो. पुढे जाण्यासाठी आपण आपल्या मनाला सज्ज केल्यावर आणि वाइटातल्या वाईट घटनेच्या चित्रांची मनात कल्पना करणं ही बाब आपल्याला चिंतेचं रूपांतर करण्याच्या तयारीत राहून यशस्वी होण्याच्या प्रेरणेचा स्रोत बनतो. चेतासंस्था विज्ञानातील संशोधन पुढील बाब सुचवते – जेव्हा आपण चिंतातुर असतो तेव्हा नकारात्मक विचारापेक्षा अज्ञात बाब अधिक भयावह वाटते. 'एकदा लोकांनी वाइटातल्या वाइटाची कल्पना केली की लोकांना आपण अधिक नियंत्रणात आहोत असं वाटतं. काही अंशी कामगिरी प्रत्यक्ष पार पाडण्यापूर्वी त्यांची चिंता पराकोटीला पोहोचलेली असते व प्रत्यक्ष त्या कामाला सुरुवात करण्यापूर्वी त्यांनी सर्व बाबींची काळजी घेतलेली असते', असं वर्णन ज्यूली नोरेम करते.

यापूर्वीच्या थंड पाण्यात पोहण्याच्या प्रत्येक वेळी लुई पुग यशस्वी होण्याची खात्री बाळगून होता म्हणून तेव्हा निराशावाद प्रभावी ठरला. संभाव्य दुर्घटनेच्या विश्लेषणानं त्याला शक्य तितकं तयार केलं होतं. उत्तर ध्रुवावरील थंड पाण्यात पोहताना तो विचार प्रारंभी योग्य ठरला; पण, आपत्तिग्रस्त पोहण्याच्या कसोटीच्या वेळी त्यावर श्रद्धा ठेवणारी प्रणाली खिळखिळी झाली...''केवळ पाच मिनिटं त्या पाण्यात राहिल्यावर माझ्या हाताला इतक्या वेदना व हानी झाली तर वीस मिनिटं त्या पाण्यात राहिल्यावर माझी काय अवस्था झाली असती?'' असं पोहणं प्राणघातक होऊ शकतं ही भीती तो झटकून टाकू शकत नव्हता. ''पोहण्याच्या त्या वेडपट कसोटीनं मला दिलेला अनुभव मी पूर्वी कधीच घेतला नव्हता. मी हे करू शकेन यावर माझा आता विश्वास राहिलेला नाही''.

त्याची बांधिलकी अशी डळमळीत झाली तेव्हा बचावात्मक निराशावादापासून दूर जाऊन त्याला पोहण्याला प्रवृत्त करणाऱ्या 'पुढे जा' ह्या प्रणालीवर लक्ष केंद्रित करण्याची वेळ आली होती. उत्साहित होण्यासाठी एका मित्रानं त्याला तीन कल्पना सांगितल्या होत्या. पहिली : पोहण्याच्या मार्गावर महत्त्वाच्या जागी पुगला दहा देशांतील ज्या २९ लोकांनी साहाय्य केलं होतं त्यांचं स्मरण करून देण्यासाठी त्या त्या देशांचे ध्वज लावावेत, म्हणजे त्याला पोहणं शक्य होईल. आधीच्या पोहण्याच्या घटनांच्या वेळी ज्यांनी तुझ्याबद्दल संशय घेतला होता त्यांच्याकडूनच तुला प्रेरणा मिळाली होती; पण, आता ज्यांनी तुझ्यावर विश्वास दाखवला, तुला प्रेरित केलं त्यांच्यावर लक्ष केंद्रित करायला हवं. दुसरी सूचना : पर्यावरणाच्या रक्षणाबाबत त्याच्या पालकांनी त्याला प्रेरित केलं होतं याचं मागं वळून त्यानं स्मरण करावं. तिसरी कल्पना : त्यानं पुढे नजर टाकून त्याला मिळालेल्या वारशामुळं वातावरण बदलाचा लढा तो प्रस्थापित करू शकला होता याचं भान ठेवावं. ''त्याचं म्हणणं लक्षपूर्वक ऐकल्यावर पोहणं सोडून देण्याची आपली कल्पना बदलली'', असा पुगनं त्या कल्पनांना प्रतिसाद दिला. त्यानं बर्फासारख्या थंडगार पाण्यात सुळकांडी मारली व तो प्रवाहाविरुद्ध पोहू लागला. १८ मिनिटं ५० सेकंदांपर्यंत तो यशस्वीपणं पोहला. त्याला कोणतीही शारीरिक इजा झाली नाही. त्यानंतर तीन वर्षांनी एव्हरेस्ट पर्वतावरचं तळं तो एका तीरावरून दुसऱ्या तीरापर्यंत पोहत गेला होता.

आपल्या स्वतःच्या भीतीचं नियमन करणं हा पुगच्या कामातील सर्वांत मोठा अडथळा होता. अनेक मौलिकांना इतरांच्या भावनांचं व्यवस्थापन करावं लागतं. जेव्हा दुसरे लोक कृती करायला घाबरतात तेव्हा त्यांची 'पुढे चला' ही प्रणाली आपण कशी कार्यान्वित करू शकतो?

२००९च्या उन्हाळ्यात १५ तरुण पर्यटकांनी सर्बियाची राजधानी बेलग्रेडची यात्रा केली. त्यांच्या उंच, शिडशिडीत ३५ वर्षांच्या मार्गदर्शकानं शहराच्या चौकाचौकांतून फिरताना देशातील बटाट्याच्या वाढत्या किमतीचा इतिहास, मोफत केल्या जाणाऱ्या रॉक संगीताच्या मैफलीबद्दल सांगून व शेजारच्या देशांबरोबर होणाऱ्या युद्धाच्या गोष्टी सांगून त्यांचं मन रिझवलं. मात्र, हे सांगताना त्या मार्गदर्शकानं आपल्या स्वतःच्या त्यावरील टिप्पण्याही त्यांना अधेमधे ऐकवल्या. त्यात मोन्टी पॉयथॉनचा विनोद व टोल्किनच्या दिवास्वप्नांचा समावेश होता. ते ऐकून पर्यटक अस्वस्थ झाले. तो साधासुधा प्रवाशांचा गट नव्हता. आपल्या देशातील हुकूमशहाला कसं सत्तेवरून हुसकावून लावता येईल, हे माहीत करून घेण्यासाठी ते बेलग्रेडला आले होते.

जुलूमशहाविरुद्ध लढा देण्यासाठी ते मार्ग शोधत होते. सर्बियन हुकूमशहा स्लोबोदान मिलोसेविचचा त्याच्या देशबांधवांनी कसा पाडाव केला याबाबत ते आपल्या मार्गदर्शकाला विचारत होते. ''तुम्हाला फार मोठे धोके पत्करण्याची गरज नाही'', असं मार्गदर्शकानं त्यांना सांगितलं. तुमच्या विरोधाचं प्रदर्शन तुम्ही छोट्या

छोट्या गोष्टींद्वारे करू शकता. नेहमीपेक्षा कमी गतीनं वाहनं चालवा, रस्त्यावर पिंगपाँगचे चेंडू फेका किंवा अन्नपदार्थात वापरायचे रंग कारंजाच्या पाण्यात मिसळा. पाण्याचा रंग लगेच बदलेल. परदेशी यात्रेकरूंनी त्याच्या सर्व सूचनांची टवाळी केली. अशा गोष्टींनी आमच्या देशाच्या लोखंडी पडद्याला छिद्रही पडणार नाही. आमच्या देशात असं काहीही घडणार नाही, असं जोरदार प्रतिपादन एका प्रवाशानं केलं. जर आम्ही त्याच्या समोर डोकं वर काढण्याचा प्रयत्न केला तर तो आम्हा सगळ्यांना नष्ट करील, असं एका प्रवासी महिलेनं आव्हान दिलं. तीनपेक्षा अधिक लोकांनी एकत्र येणं त्यानं बेकायदेशीर ठरवलं तर अशा स्थितीत आम्ही एकत्र येऊन क्रांतीची योजना कशी आखणार?

प्रवासी मार्गदर्शकानं हे सर्व आक्षेप आधीच ऐकलेले होते, हे त्या पर्यटकांच्या गटाला माहीत नव्हतं. जॉर्जियाच्या कार्यकर्त्यांकडून २००३ साली, युक्रेनच्या कार्यकर्त्यांकडून २००५मध्ये, लेबनीज कार्यकर्त्यांकडून २००५मध्ये व मालदीवमधल्या चळवळीतल्या लोकांकडून २००८साली हे सर्व आक्षेप त्यानं ऐकलेले होते. यातील प्रत्येक देशातील लोकांनी भीतीवर व समवेदनेवर मात करून आपापल्या देशातील हुकूमशहांना सत्तेवरून खाली खेचलं होतं.

प्रवासी मार्गदर्शक श्रजा पोपोविचनं त्या सगळ्यांना प्रशिक्षण दिलं होतं.

ऑटपोरच्या यशामागच्या सूत्रधारांपैकी एक होता श्रजा पोपोविच. तरुणांच्या अहिंसक चळवळीतील सामान्य कार्यकर्त्यांनी (निर्णयप्रक्रियेत सहभागी नसलेले) मिलोसेविचला पायउतार व्हायला लावलं होतं. एका दशकापूर्वी मार्शल लॉ व वांशिक शुद्धतेच्या नावाखालचा त्रास त्यानं सहन केला होता. तसंच त्याची आई राहत असलेली इमारत बाँबनं जमीनदोस्त होताना पाहून तो भयभीत झाला होता. त्याला अटक करून तुरुंगात टाकण्यात आलं होतं, त्याला मारझोडही करण्यात आली होती. एका लष्करी अधिकाऱ्यानं भरलेलं पिस्तूल त्याच्या जबड्यात रोखलं होतं तेव्हा आपलं आयुष्य संपुष्टात आल्याची जाणीव त्याला झाली होती.

मनोवैज्ञानिक डॅन मॅक ॲडम्स व त्याच्या सहकाऱ्यांनी काही प्रौढांना आपल्या आयुष्यातील कथा सांगण्यास सांगितलं. त्यावरून त्यांनी त्यांच्या आयुष्यातील भावनांच्या आलेखाचं एक प्रकारं सर्वेक्षण केलं. त्या सर्वेक्षणातून दोन भिन्न सुखावह पद्धती आढळल्या. काही लोकांनी जीवनात सतत संतोषजनक अनुभव घेतले होते. आपल्या आयुष्याच्या महत्त्वाच्या कालखंडात ते नेहमीच समाधानी राहिले होते. आपल्या समुदायासाठी मौलिक योगदान देणारे म्हणून ओळखल्या जाणाऱ्या लोकांनी त्याहूनही अधिक महत्त्वाच्या कहाण्या सांगितल्या. त्या कहाण्यांची सुरुवात जरी नकारात्मकतेनं झाली असली तरी त्यांचा आलेख ऊर्ध्व दिशेकडे जाणारा होता : प्रारंभी त्यांनी खूप संघर्ष केला व नंतर त्यांना यश प्राप्त झालं. अधिक नकारात्मक घटनांबरोबर संघर्ष करावा लागूनही त्यांना आपल्या जीवनात भरपूर

समाधान मिळाल्याची नोंद त्यांनी केली होती. तसंच, त्यांचा जीवनहेतू मजबूत होता. आयुष्यभर फक्त सुदैवाचा अनुभव घेण्याऐवजी त्यांनी वाईट गोष्टींचं चांगल्या गोष्टीत परिवर्तन करण्यासाठी झगडा सहन केला आणि चांगलं आयुष्य जगण्याच्या अधिक बक्षिसी देणाऱ्या मार्गांची ओळख करून दिली. वाटचाल करताना मौलिकता तुम्हाला गचके खायला लावते, तरीही ती आपल्याला अधिक आनंद देते व अर्थपूर्णतेची जाणीव करून देते. 'खऱ्या क्रांती उत्प्रेरकीय स्फोट नसतात. भाजल्यामुळे झालेल्या त्या दार्घकालीन नियंत्रित जखमा असतात', असं निरीक्षण पोपोविच नोंदवतो.

मित्रांच्या सहकार्यानं चळवळीचं नेतृत्व करून मिलोसेविचची राजवट उलथून सर्बियात लोकशाही प्रस्थापित करणाऱ्या पोपोविचनं आपलं आयुष्य अहिंसक क्रांतीचं नेतृत्व घडवणारे कार्यकर्ते घडवण्यासाठी समर्पित केलं होतं. २००९साली ज्या १५ परदेशीयांना त्यानं प्रशिक्षित केलं त्यांनी पोपोविचच्या पद्धती वापरून इजिप्तच्या हुकूमशहाची सत्ता २०१०साली संपुष्टात आणली. प्रत्येक गट क्रांती घडवून आणण्यात यशस्वी झाला असं नाही; पण भीतीवर विजय मिळवणं व औदासीन्यावर मात करणं आणि संतापाला योग्य मार्गानं वळवणं याबाबतच्या पोपोविचच्या दृष्टिकोनातून आपण बरंच काही शिकू शकतो. आपल्या कर्मचाऱ्यांमधली भीतीची भावना तंत्रज्ञानविषयक नेता कशी हाताळतो, याचं स्वच्छ प्रतिबिंब त्यानं उचललेल्या पहिल्या पावलातून दिसून येतं.

प्रेरणा भाड्यानं घेणं

२००८च्या फेब्रुवारीत जोश सिल्व्हरमननं 'स्काइप'ची सूत्रं हातात घेतली तेव्हा कंपनी महत्त्वाच्या आव्हानांचा सामना करत होती. 'स्काइप' कंपनी एका संगणकावरून दुसऱ्या संगणकावर मोफत बोलण्यातील प्रणेता बनल्यावर आणि दूरध्वनी व संगणक यातून दीर्घ पल्ल्याचं बोलणं (कॉल) स्वस्तात उपलब्ध करून दिल्यावर कंपनीनं अनुभवलेली विस्फोटक वाढ टिकवून ठेवण्यात कंपनीला अपयश येत असतानाच कर्मचाऱ्यांचं मनोधैर्य ढासळत होतं. सिल्व्हरमननं मोठी गुंतवणूक करण्याचं ठरवलं. संपूर्ण पडद्यावर बोलणारी व्यक्ती पाहणं हे त्याचं स्वप्न होतं (व्हीडिओ कॉल). सिल्व्हरमननं आपल्या गरुडझेपेबद्दल -'स्काईप' 4.0 दृकश्राव्य वैशिष्ट्यांसह बाजारात आणणार असल्याचं जाहीर केलं. ''याबाबतची बऱ्याच कर्मचाऱ्यांची भावना मनापासून नकारात्मक होती. अनेक दृष्टींनी हा खूप मोठा बदल होता आणि त्यामुळं आपण कंपनी ऱ्हासाच्या खाईत ढकलत आहोत असं त्यांना वाटत होतं'', अशी आठवण सिल्व्हरमननं सांगितली आहे. नव्या उत्पादनासाठी अवधी फारच थोडा आहे याबद्दल त्यांना काळजी वाटत होती. त्याबरोबरच ग्राहक पूर्ण पडदापद्धतीचा द्वेष करतील, दृकश्राव्य गुणवत्ता खालावेल अशी कर्मचाऱ्यांची समजूत होती.

त्यांना शांत करण्यासाठी सिल्व्हरमननं त्यांची मानसिक तयारी करण्याचा निश्चय केला. त्यामुळे त्यांना व्हीडिओबद्दल प्रेरणा मिळेल. लोकांनी कठोर परिश्रम करावेत यासाठी घेतलेल्या बैठकांच्या मालिकेत त्यानं लोकांच्या जीवनावर त्या उत्पादनानं पडणाऱ्या प्रभावावर भर दिला. तसंच, त्यानं त्यानंतर एक अभिनेता आणि तंत्रज्ञानात गुंतवणूक करणारा अँश्टन कुटचेर याच्या बरोबर झालेल्या संभाषणातून आकाराला आलेलं स्वप्न सर्वांसमोर स्पष्ट केलं. ''ते स्वस्त फोनकॉलबद्दल नव्हतं. तुम्ही जेव्हा एका खोलीत नसता तेव्हा एकत्र येण्याबाबतचं ते स्वप्न होतं.''

मौलिकांना चिंतेचं रूपांतर उत्साहात वा उमेदीत करायचं असतं तेव्हा त्याबाबत संवाद साधण्याची जबाबदारी ते स्वतःकडं घेतात; पण, ती तुमची कल्पना आहे म्हणून 'पुढे चला' प्रणाली कार्यान्वित करण्यासाठी तुम्ही उत्तम व्यक्ती आहात असा त्याचा अर्थ होत नाही. एका प्रयोगांच्या मालिकेत आपल्या स्वप्नांना प्रेरित करण्याचा मार्ग म्हणजे ज्या लोकांवर त्यांचा प्रभाव पडणार आहे त्यांच्याकडून ते काम भाड्यानं करून घेणं अधिक प्रेरणादायी असतं, असं डेव्ह हॉफमनला व मला आढळून आलं. विद्यापीठात निधी उभारण्याच्या बाबीचा विचार करा. आपल्या माजी विद्यार्थ्यांना बोलावून घ्यायला ही मंडळी अतिशय घाबरतात. त्यांच्या रात्रीच्या भोजनात व्यत्यय आणून त्यांनी देणगीच्या स्वरूपात पैसे द्यावेत अशी मागणी करायला ते कचरतात. जेव्हा दोन प्रमुख त्यांच्याशी असोशीनं बोलतात व त्यांच्या पैशाचा कसा उपयोग होणार आहे हे सांगतात, तेव्हाही फारसा फरक पडत नाही.

पण, माजी विद्यार्थ्यांना निधी देण्यासाठी प्रेरित करण्याचं काम जेव्हा शिष्यवृत्ती-धारक विद्यार्थ्यांवर सोपवलं आणि त्या विद्यार्थ्यांनी जमलेल्या निधीतून मिळालेल्या शिष्यवृत्तीतून शिकवणी फी कशी भरू शकलो किंवा चीनला जाऊन उच्च शिक्षण कसं घेता आलं... वगैरे वर्णन केलं तेव्हा सर्वसामान्यपणे फोन करून जेवढी रक्कम उभी होते त्याच्या तिप्पट रक्कम प्रत्यक्ष बोलल्यामुळे गोळा झाली. शिष्यवृत्ती मिळालेला एक विद्यार्थी फोन करणाऱ्याच्या प्रयत्नामुळे त्याला विद्यापीठाची शिकवणी फी कशी प्राप्त झाली आणि त्याला चीनला जाऊन अभ्यास करणंही कसं शक्य झालं हे सांगतो तेव्हा ते बोलणं खरं वाटतं.

दोन आठवडे माजी विद्यार्थ्यांशी फोनवरून बोलणं केल्यामुळं उभा झालेला निधी सरासरी २५०० डॉलर्स इतका होता. मात्र, माजी विद्यार्थ्यांशी प्रत्यक्ष बोलणं झाल्यावर निधीची रक्कम ९७०० डॉलर्सवर गेली. देणगीदारांना संस्थाप्रमुखांच्या अंतस्थ हेतूबद्दल संशय वाटत होता. त्यामुळे त्यांना खात्री वाटत नव्हती; पण, जेव्हा तोच संदेश शिष्यवृत्ती मिळालेल्या विद्यार्थ्याकडून आला तेव्हा त्यांना तो प्रामाणिक, खरा व अधिक खात्रीचा वाटला. त्या विद्यार्थ्यामुळे समानुभावाबरोबरच अधिक मुलांना मदत व्हावी म्हणून देणगी देण्यातही त्यांचा उत्साह वाढला.

अर्थातच, ह्याचा अर्थ संस्थाप्रमुखांनी ह्या सर्वांतून अंग काढून घ्यावं असा अजिबात नाही. नंतर केलेल्या अभ्यासात असं आढळून आलं की, अत्युच्च कामगिरी व्हावी म्हणून लोकांना प्रेरित करण्यासाठी प्रमुख स्वप्नांची वर्णनं करतात आणि ग्राहकांना आपल्या आयुष्यातील व्यक्तिगत कथा प्रत्यक्ष सांगायला लावून त्यात जिवंतपणा आणतात. त्या वेळी प्रमुखांचा संदेश मोटर सुरू करण्यासाठीचं व्यापक स्वप्न पुरवतो आणि ग्राहकाची कथा भावनात्मक आवाहन पुरवते, ज्यायोगे ॲक्सिलरेटरवर पाय ठेवला जातो.

स्काइप कंपनीत जॉन सिल्व्हरमनला 'पुढे चला' प्रणाली कार्यान्वित करण्याचा उत्तम मार्ग म्हणजे फक्त त्याचे शब्द नाहीत हे माहीत होतं. त्याच्या स्वतःच्या मुलांनी घड्याळाच्या आठ क्षेत्रविभागांच्या अंतरावर असलेल्या आपल्या आजी-आजोबांशी कसे घट्ट नातेसंबंध स्काइपमुळं जोडले हे सांगून त्यानं आपल्या कर्मचाऱ्यांसाठी असलेल्या बैठकांसाठी नित्यनेमानं स्काइपचा वापर करण्यास मुभा देऊन जणू त्या स्वप्नात चैतन्य भरलं. एका विवाहित जोडप्यानं साखरपुडा झाल्यावर वर्षभराच्या विरहावस्थेत त्यांनी कसे दिवस काढले ते पुढील शब्दांत सांगितलं. ''रोजच्या रोज स्पाइकवरून बोलायला मिळत होतं त्याबद्दल स्पाईकचे आभार.'' एका लष्करातल्या व्यक्तीनं स्काइपमुळे आपल्या मुलांशी जिवाभावाचं नातं दूर इराकमध्ये नोकरीला असूनसुद्धा कसं जोडता आलं ते सांगितलं. इतकंच नाही, तर त्यांनी नाताळनिमित्त मिळालेल्या भेटवस्तू कशा एकमेकांसमोर उघडल्या तेही सांगितलं. ''ग्राहकाला आपल्या खोलीत आणून त्याचा हव्या त्या कामाशी संबंध जोडून देऊन त्याच्या मनात व हृदयात स्काइपनं पक्कं स्थान निर्माण केलं.'' सिल्व्हरमन म्हणतो, ''आपण जगात केवढा बदल घडवून आणू शकतो हे समजण्यास त्यामुळे कर्मचाऱ्यांना मदत झाली''.

स्काइप हे लोकांना एकमेकांशी जोडणारं साधन आहे हे लक्षात आल्यावर त्या गटाच्या चिंतेचं रूपांतर उत्साहात झालं. वैशिष्ट्यपूर्ण व्हीडिओ तयार केल्यामुळं त्यांना अधिक अर्थपूर्ण संभाषण करण्याची क्षमता प्राप्त होणार होती. त्यांनी ठरलेल्या वेळेत पूर्ण पडदा व्यापणारे उच्च दर्जाचे 'स्काइप 4.0' व्हीडिओ कॉल अन्य देशांत रवाना केले. लवकरच स्काइप वापरणाऱ्या ग्राहकांत दर दिवशी ३८०,०००ची भर पडत होती. गेल्या वर्षीच्या शेवटच्या तीन महिन्यांत ३६.१अब्जांच्या एक तृतीयांश मिनिटांचा कालावधी स्काइपवर एका संगणकावरून दुसऱ्या संगणकावर घालवलेल्या व्हीडिओ कॉल्सचा होता. तीन वर्षांच्या आतच सिल्व्हरमननं आपल्या स्वप्नात इतरांना सहभागी करून घेतलं होतं. तसंच आपल्या चमूला प्रेरित करणारे ग्राहक मिळवले होते. मायक्रोसॉफ्टनं ८.५ अब्ज डॉलर्स देऊन 'स्काइप' खरेदी केली. ही किंमत ३०० टक्के वरचढ होती.

सर्बियामध्ये श्रजा पोपोविच व त्याच्या सहकाऱ्यांनी बाहेरून प्रेरणा घेऊन ऑटपोर क्रांतीची मुहूर्तमेढ रोवली. एखाद्या भुरळ पाडणाऱ्या व्यक्तीचे शब्द हिंसक

हुकूमशहानं निर्माण केलेल्या दहशतीवर मात करण्यास पुरेसे पडणार नाहीत हे त्यांनी ओळखलं होतं. अनेक गुणी उमेदवारही क्रांतीसाठी कार्य करायला घाबरत होते. तसं करताना एखादा सापडलाच तर मिलोविच तो विरोध मोडून काढून त्या शूराला संपवायला मागंपुढं पाहत नसे. म्हणूनच 'पुढे चला' प्रणाली कार्यान्वित करण्यासाठी एखाद्या नेत्याची नेमणूक करण्याऐवजी पोपोविचनं 'काळ्या रंगातली घट्ट मिटलेली मूठ' या चिन्हाचा बाहेरून प्रेरणा मिळावी म्हणून वापर केला.

या प्रयत्नांची सुरुवात १९९८च्या पानगळीच्या ऋतूपासून झाली. त्या वेळी पोपोविच व त्याचे मित्र महाविद्यालयीन विद्यार्थी होते. त्यांनी वरील चित्रात दर्शवलेल्या घट्ट मिटलेल्या मुठीची चित्रं काळ्या रंगात रंगवून घेऊन ती शहरातील चौकाचौकांत उडवली. तसंच ह्या चित्राचे स्टिकर्स बनवून ते बेलग्रेडमधल्या सर्व इमारतींवर चिकटवले. ''त्या मुठीच्या चिन्हाखेरीज क्रांती कधीच घडून आली नसती'', असं पोपोविच म्हणतो.

इजिप्शिअन कार्यकर्त्यांना प्रशिक्षण दिल्यानंतर एक वर्षानं म्हणजे २०१०च्या वसंत ऋतूत पोपोविच एका वृत्तपत्राच्या दुकानासमोर थिजल्यासारखा खिळून उभा राहिला. ऑटपोर! क्रांतीची घट्ट मिटलेली मूठ एका वृत्तपत्राच्या दर्शनी पृष्ठावर झळकत होती. ते चिन्ह एका फलकावर रेखाटलं असून तो फलक हातात घेऊन एक महिला उभी असल्याचं व त्याखाली 'ह्या मुठीनं कैरो हादरलं' असा मथळा होता. इजिप्शिअन कार्यकर्त्यांनी आपल्या 'पुढे चला' प्रणालीला उजळपणा देण्यासाठी त्याच चिन्हाचा वापर केला होता. इतकं बळ ती मूठ कशी देऊ शकली?

छोट्या अंकातील मोठी ताकद

एका अभिजात प्रयोगात मनोवैज्ञानिक सोलोमन अ‍ॅशनं काही लोकांना वेगवेगळ्या रेषांच्या लांबीचा अंदाज घ्यायला सांगितला. कल्पना करा, अन्य सात जणांच्या बरोबर तुम्हाला एका खोलीत आणून खालील रेषांचं चित्र दाखवलं.

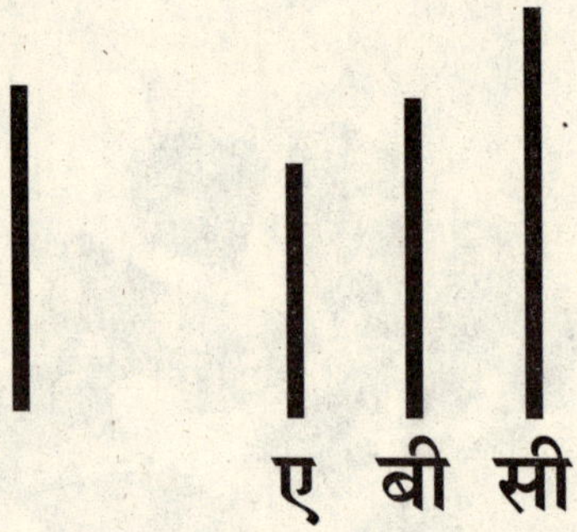

चित्रातील डाव्या बाजूची रेषा पाहून रेषा ए, बी आणि सी यांची लांबी समान आहे का ते सांगायचं होतं. अचूक उत्तर अर्थातच रेषा 'बी' हे आहे. गटातील प्रत्येकानं तेच उत्तर दिलेलं असतं. दुसऱ्या फेरीतही सर्व जण त्याच उत्तरावर शिक्कामोर्तब करतात.

नंतर येते तिसरी फेरी.

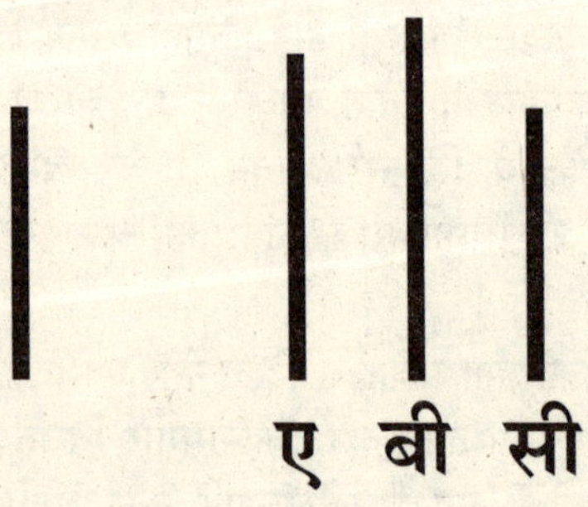

ह्या चित्रानुसार अचूक उत्तर स्पष्टपणं 'सी' ही रेषा आहे. पण, तुमच्या गटातील पहिली व्यक्ती 'बी' या उत्तराचा आग्रह धरते. जेव्हा दुसऱ्या व्यक्तीनंही 'बी' रेषेचीच अचूक उत्तर म्हणून निवड केली तेव्हा तुम्ही चकित होता. गटातील तिसरी व चौथी व्यक्तीही अचूक उत्तर म्हणून 'बी' रेषेचाच उल्लेख करतात तेव्हा तुम्ही काय करणार?

तुमच्या गटातले लोक संशोधकांच्या चमूबरोबर संगनमत करत आहेत. एकूण १८ प्रयत्न केले जाणार आहेत. तुम्ही तुमच्या तारतम्यानं दिलेल्या उत्तराविरोधात जाता आणि बहुमतामागे जाता का, हे निश्चित करण्यासाठी इतर लोकांना जाणूनबुजून १८ पैकी १२ वेळा चुकीचं उत्तर देण्याच्या सूचना दिल्या गेलेल्या असतात. तिसऱ्या फेरीनंतर सहभागी झालेल्यांनी जुळवून घेतलं. त्यांनी जे उत्तर निवडलं होतं ते गटातील उरलेल्या लोकांच्या निवडीशी जुळणारं नव्हतं हे त्यांना कळून चुकलं होतं. सहभागी झालेल्यांपैकी तीन चतुर्थांश लोकांनी किमान एकदातरी चुकीचं उत्तर दिलं होतं.

जेव्हा त्यांची एकेकट्याची चाचणी घेतली तेव्हा लोकांनी अक्षरशः कधीच चूक केली नाही. जेव्हा ते गटाबरोबर होते तेव्हा आपण चुकीचं उत्तर देत आहोत, हे त्यांना माहीत होतं; परंतु, आपली थट्टा केली जाईल म्हणून ते घाबरत होते. भीती दाखवून फक्त हिंसक हुकूमशहा आपल्याला गप्प करू शकत नाही. एकट्यानं मनात काही मत बनवून, त्याच्याशी बांधील राहणाऱ्या मौलिकालाही बहुमताबरोबर जुळवून घेणं पुरेसं भीतिदायक असतं.

एकट्या विरोधकाची नेमणूक करणं हा जुळवून न घेण्याला प्रोत्साहन देण्याचा सर्वांत सोपा उपाय असतो. उद्योगपती डेरेक सिव्हर्स म्हणतो त्याप्रमाणे 'पहिला अनुयायी असतो तो एकटा नेत्यात रूपांतरित होतो'. जर तुम्ही सात जणांबरोबर असलात आणि गटातील सहा सदस्यांनी चुकीचं उत्तर दिलं आणि उरलेल्या एका सदस्यानं अचूक उत्तराची निवड केली, तर अनुरूपता नाट्यमयरीत्या घसरते. चुका ३७ टक्क्यांवरून ५.५ टक्क्यांपर्यंत घसरतात. ''पाठिंबा देणारा सहभागी बहुमताचा दबाव पुष्कळसा कमी करतो'', असं ॲशनं म्हटलं आहे.

तुम्हीच फक्त विरोध करणारे नाही आहात हे माहीत झाल्यावर जमावाला नाकारणं पुष्कळसं सोपं होतं. भावनिक बळ लहान गटातही मिळू शकतं. मार्गारेट मीडच्या शब्दांत सांगायचं तर, ''विचारी लोकांचा लहानसा गट जग बदलू शकतो याबाबत शंकाही मनात आणू नका. फक्त तीच गोष्ट नेहमी कायम असते''. तुम्ही एकटे नाही ही जाणीव सगळ्या जमावानं तुम्हाला येऊन मिळावं अशी गरज निर्माण करत नाही. उद्योगधंदे आणि सरकारी संघटनांमध्ये तुम्हाला तुमचा एकाकीपणा लक्षणीयरीत्या कमी करायला एखादा मित्र पुरेसा असतो असं सिगल बार्सेड व हकन ओझेलिक यांच्या संशोधनानं दाखवलं आहे.

लोकांनी लगेच एका पायावर तयार व्हावं अशी तुमची इच्छा असेल तर ते एकटे नाहीत हे तुम्हाला त्यांना दाखवून द्यावं लागेल. ऑटपोर!-सह इतर अनेक क्रांतींच्या यशाची ती पहिली गुरुकिल्ली होती. पोपोविच व त्याच्या मित्रांनी जेव्हा बेलग्रेड व सभोवारच्या प्रदेशात प्रथम ते घट्ट मुठीचं चिन्ह प्रदर्शित केलं तेव्हा त्याबरोबरच त्यांनी पुढील समान घोषणांचाही त्यात अंतर्भाव केला. 'मी विरोध

करतो कारण, मी सर्बियावर प्रेम करतो.' '(राज्य) प्रणालीला नांगी मारा' आणि 'यशप्राप्ती होईपर्यंत प्रतिकार करा'. तत्पूर्वी खासगीतही हुकूमशहा मिलोविचला विरोध करून आपली नाराजी व्यक्त करण्याची सर्बेरियनांना भीती वाटत होती. मात्र, जेव्हा त्यांनी ऑटपोरची मूठ पाहिली तेव्हा अन्य लोकही एक पाऊल पुढं टाकण्यास तयार झाल्याची त्यांना खात्री पटली. नंतर ऑटपोरच्या आंदोलनातील सदस्यांना अटक केल्यावर पोलिसांनी त्यांच्या चळवळीचा सूत्रधार कोण आहे असं विचारलं तेव्हा पुढीलप्रमाणे उत्तर द्यायला कार्यकर्त्यांना प्रशिक्षित केलं होतं. ''ऑटपोरच्या २०००० नेत्यांपैकी एक जण.''

जगभर प्रतिकार चळवळींनी लोकांना भीतीवर मात करायला, 'पुढे चला' प्रणालीमार्फत छोट्या छोट्या कृती करायला उद्युक्त केलं आणि मोठ्या समुदायाचा पाठिंबा मिळवल्याचा संकेत दिला. इजिप्शिअन कार्यकर्त्यांना प्रशिक्षण देताना पोपोविच १९८३पासून चिलीच्या खाणकामगारांनी आपल्या देशाचा हुकूमशहा पिनोचेट ह्याच्या विरोधात मोठा संघर्ष कसा उभा केला ह्याची कथा सांगत असे. संप करण्याचा धोका पत्करण्याऐवजी त्यांनी आपापल्या घरातील दिव्याची उघडझाप करून त्याद्वारे आपला विरोध व्यक्त करण्यासाठी देशाला साद घातली. हे करायला लोकांना भीती वाटत नव्हती. लवकरच आपले शेजारीही हे करण्यास कचरत नसल्याचं त्यांच्या लक्षात आलं. खाणकामगार रस्त्यावरून वाहने मंद गतीने चालवण्याची लोकांना विनंती करत होते. टॅक्सी चालकांनी व बस चालकांनीही त्यांचीच 'री' ओढली. पादचाऱ्यांनीही आपली गती मंद केली. ट्रकचालकही हिमनदीच्या संथ गतीने ट्रक चालवू लागले. आपल्या 'ब्ल्यूप्रिंट फॉर रिव्होल्यूशन' ह्या प्रेरणादायी पुस्तकात ह्या कृती करण्याआधी त्यांचं स्पष्टीकरण पोपोविचनं दिलं आहे.

> *पिनोचेटचा उघडउघड तिरस्कार करायला लोक घाबरत होते. तुम्ही हुकूमशहाचा तिरस्कार केलात तर आपण एकटेच आहोत अशी भावना तुमच्या मनात निर्माण होईल. मात्र, यासारख्या डावपेचामुळं लोकांच्या लक्षात आलं, 'आपण पुष्कळ जण आहोत आणि ते थोडेच आहेत'. यातली खरी मेख ही होती की हे करण्यात कोणताच धोका नव्हता. उत्तर कोरियातदेखील मोटारी संथ गतीनं चालवणं बेकायदेशीर नव्हतं.*

पोलंडमध्ये खोट्या वार्तांकनावर सरकारचं वर्चस्व असल्याचा कार्यकर्त्यांनी आक्षेप घेतला तेव्हा केवळ दूरदर्शन संचाचं बटण बंद करून आपल्या सहकारी नागरिकांना आपण विरोध करायला तयार असल्याचं दाखवता येत नव्हतं. त्याऐवजी दूरदर्शन संच एकचाकी ढकलगाडीवर ठेवून त्या गाड्या नागरिक शहरभर फिरवत राहिले.

पोलंडमध्ये सर्वत्र लोकांनी हे घडवून आणलं. अखेरीस लोकांचा विजय झाला. सिरियामध्ये कार्यकर्त्यांनी दमास्कस शहरातील एकूणएक कारंजांमधील पाण्यात अन्नपदार्थात वापरला जाणारा लाल रंग ओतला. आसादची जुलमी रक्तरंजित राजवट नागरिक खपवून घेणार नाहीत हे दाखवण्यासाठी ती प्रतीकात्मक कृती होती. दहशतीचा एकाकी सामना करण्याऐवजी आपण सर्व जण गटाचे सदस्य आहोत, ह्या भावनेनं लोक स्वतःकडे पाहू शकत होते. जुळवून घेण्याची कृती अशी भावना यातून निर्माण झाल्यावर विरोध करणं अधिक सोपं होतं. अन्य लोक यात सामील झाले आहेत तर आपणही सामील होऊ शकतो, असं लोकांना वाटू लागतं.

सर्बियामध्ये 'ऑटपोर'ला 'पुढे चला' प्रणाली कार्यान्वित करण्यासाठी एक बाळबोध उपाय कार्यकर्त्यांना सापडला. देश इतका हलाखीच्या खाईत रुतला होता की त्यांच्यामध्ये उत्साहाची भावना जोपासणं अजिबात सोपं नव्हतं. पोपोविच आणि त्याचे मित्र भीतीचं रूपांतर तितक्याच तीव्र सकारात्मक थट्टेच्या भावनेत करण्यात यशस्वी झाले. गांधींसारख्या महान नैतिक नेत्यांचा उपदेश, निश्चय व त्यांची वर्तणूक धुडकावून लावून त्यांनी लोकांना आकर्षित करून घेण्यासाठी व शत्रूला नामोहरम करण्यासाठी विनोदाचा वापर केला. मिलोविचच्या वाढदिवसाच्या दिवशी त्याला भेट म्हणून हेगच्या न्यायालयात युद्ध-गुन्हेगार म्हणून त्याच्यावर चालवण्यात येणाऱ्या खटल्यात त्याला हजर राहता यावं म्हणून तिथपर्यंतचं एकेरी मार्गाचं तिकीट, हातकड्या व कैद्याचा गणवेश पोपोविच व त्याच्या मित्रांनी पाठवून दिला. चंद्रग्रहण साजरं करण्यासाठी त्यांनी शहरातील मुख्य वस्तीतल्या दुकानदारांना मिलोविचच्या चेहऱ्याला लागलेलं ग्रहण दुर्बिणीतून पाहण्यासाठी आमंत्रित केलं. नंतर ऑटपोरनं मिलोसेविचचं चित्र असलेल्या टी-शर्टची जाहिरात केली. ''मी गेली दहा वर्षं या शर्टावर पडलेला डाग धुवून स्वच्छ करण्याचा प्रयत्न करत आहे. माझ्यावर विश्वास ठेवा मी सर्व प्रयत्न करून थकले; पण आता हे नवीन यंत्र आलं आहे. यात हा व अशासारखे डाग कायमचे स्वच्छ करण्याचा कार्यक्रम अंतर्भूत केला आहे'', असं एक तरुणी कपडे धुण्याच्या यंत्रासमोर उभी राहून म्हणत आहे. दुसऱ्या एका जाहिरातीत ऑटपोरचा कार्यकर्ता ध्वनिवर्धक हिसकावून घेऊन जाहीर करतो :

> *आम्ही निस पोलीस स्टेशनच्या समोर उभं राहून जाहीर करत आहोत. इथं सर्बिया आणि मॉटेनेग्रो यांच्या सरहद्दीवर एक दहशतवादी सापडला आहे. तो जवळजवळ सहा फूट उंच आहे व त्यानं ऑटपोर या दहशतवादी संघटनेचा टी-शर्ट परिधान केला आहे. त्याच्या डोळ्यांवर चश्मा आहे, त्यावरून तो पुष्कळ वाचन करतो असं म्हणता येईल. या देशात खूप वाचन करणं धोक्याचं आहे म्हणून सावध रहा.*

आपल्या कार्यशाळेत पोपोविच विनोदाचा उपयोग भीतीच्या विरोधात करण्याचं प्रशिक्षण क्रांतिकारकांना देत असे. इजिप्शिअन कार्यकर्त्यांबरोबर काही काळ घालवल्यानंतर इजिप्तच्या अवतीभोवती मायक्रोसॉफ्ट विंडोजच्या कार्यक्रमाची थट्टा-विडंबन करणारं एक दृश्य संगणकावर झळकून सर्वत्र पसरू लागलं होतं.

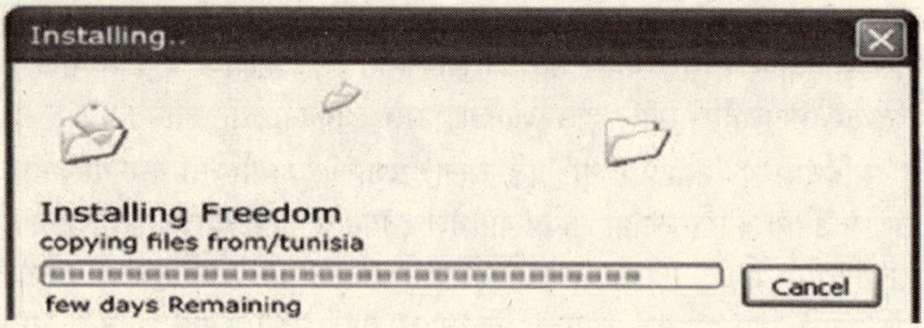

त्या दृश्याबरोबरच एक चुकीचा संदेशही दिला जात होता.

हे दृश्य आणि बरोबरचा संदेश जसजसा लोकप्रिय होऊ लागला तसतशी भीती हळूहळू नाहीशी झाली. जेव्हा तुम्ही तुमचं लक्ष्य असणाऱ्या बंडखोरीवरच हसता तेव्हा स्पष्टपणं वक्तव्य करण्याची भीती वाटणं अवघड असतं.

विनोदाच्या प्रभावी प्रदर्शनाच्या पेचप्रसंगाला पोपोविच 'इकडे आड तिकडे विहीर' असं संबोधत असे. अशा परिस्थितीत जुलूमशहांची कोणतीही निवड पराभवाकडे नेणारी असते. सिरियामध्ये कार्यकर्त्यांनी 'स्वातंत्र्य' आणि 'पुरेसं' ह्यांसारख्या घोषणा हजारो पिंगपाँगच्या चेंडूंवर छापून त्यांना चकाकी दिली व ते चेंडू दमास्कसच्या रस्त्यावर फेकून दिले. जेव्हा उसळणाऱ्या चेंडूंचा आवाज लोकांनी ऐकला तेव्हा ह्या अहिंसक विरोधानं आसादच्या राजवटीपाठीमागचं खरं कारण लोकांना कळून चुकलं. लवकरच तिथं धापा टाकत पोलीस आले. पोलिसांची राजधानीत गर्दी उसळली. त्यांनी एकेक पिंगपाँग चेंडू उचलला. काय घडतंय ते

पोलिसांनाही कळत नव्हतं. पोपविच स्पष्ट करतो, ''ती एक प्रकारची थोबाडीत मारणारी विनोदी घटना होती. पिंगपाँग चेंडू हे प्रातिनिधिक होते. राजवटीचे अंमलदार पोलीस होते. ते स्वतःच चेंडू होते आणि तेच विदूषकाच्या भूमिकेत झळकत होते''.

जे थट्टा हसण्यवारी नेत नाहीत अशा हुकूमशहाविरोधात विनोदाला कसं भरतं येतं हे पाहणं सोपं असतं; पण, सर्वसामान्य परिस्थितीतही विनोद कार्य करू शकतो. स्टॅन्फर्ड विद्यापीठातील प्राध्यापक रॉबर्ट सटोननं तरुण शल्यविशारदांच्या एका गटाचं वर्णन केलं आहे. ह्या गटाला नेहमी काळजीवाहू शल्यविशारदांकडून अपशब्द ऐकून घ्यावे लागत असत. त्यांना इतकं वाईट वागवलं जात होतं की त्यांनी त्यामुळे दर आठवड्याला एक काळजीवाहू sshole निवडण्याचं ठरवलं व तो निवडलेला सर्जन AAOTW म्हणून ओळखला जाऊ लागला. दर शुक्रवारी आनंदाच्या क्षणी ते उमेदवारांचं नामांकन करत आणि उमेदवार निवडत. एका विशिष्ट शल्यविशारदाबद्दल त्यांना इतका द्वेष वाटत होता की जर दोघांना समान मतं पडली आणि तो जरी उमेदवारांच्या यादीत नसला तरी तोच जिंकेल असं त्यांनी ठरवलं. सर्वांत मोठे गुन्हेगार असलेल्यांच्या नावांची त्यांनी यादी केली आणि ती एका कातडी कव्हरच्या नियतकालिकात छापली. त्याचबरोबर त्यांच्या वर्तनाचं संक्षिप्त वर्णनही त्यात लिहिलं होतं. अशा तऱ्हेनं हरणाऱ्या उमेदवारातील सर्वांत अग्रस्थानी असणाऱ्या स्पर्धकाला त्यांनी त्यासाठी लायक ठरवलं. ह्या विनोदामुळे त्या शल्यविशारदाचं वर्तन नैतिकतेचं कमी खच्चीकरण करणारं झालं. परिणामी, तरुण डॉक्टरांचं भय कमी झालं. ते नियतकालिक दरवर्षी प्रमुख अध्यक्ष म्हणून स्थानापन्न होणाऱ्या प्रत्येकाकडं पाठवण्याचं धैर्य त्यांनी दाखवलं. वीस वर्षांनंतर आजही ते नियतकालिक इस्पितळातील निवासी डॉक्टरांकडून वापरलं जातं. ज्या शल्यविशारदांनी त्याची निर्मिती केली ते आज देशाच्या विविध इस्पितळांत उच्च सत्तास्थानावर विराजमान झालेले आहेत. त्यांच्या ज्या वर्तनावर आक्षेप घेतला जात असे ते वर्तन न करण्याचं व ते खोलवर झिरपू न देण्याचं व्रत त्यांनी घेतलं आहे.

जिथं जिथं भीतीचं वर्चस्व निर्माण होतं तिथं तिथं मनोरंजन कामी येतं, असं पोपोविचला दिसून आलं. 'थांबा' या प्रणालीची गती कमी करण्यापेक्षा तो 'पुढे जा' ही प्रणाली उद्युक्त करण्यासाठी हास्याचा उपयोग करतो. तुमच्याकडे सत्ता नसते तेव्हा तीव्र भावनांचं रूपांतर सकारात्मक भावनांमध्ये करण्याचा हा एक प्रभावी उपाय आहे. त्याच्या एका कार्यशाळेत विद्यार्थी आपापल्या विद्यापीठातील शिकवणी फीमध्ये झालेल्या भरमसाट वाढीमुळं हाती शस्त्र घेण्याच्या विचारात होते. पोपोविचच्या कथा ऐकून त्यांनी त्याच्या पुढे प्रस्ताव मांडला. विद्यापीठाच्या अध्यक्षाला भेटण्याचं, विद्यार्थ्यांना मिळणाऱ्या न्यूडल्सच्या आहाराची चित्रं त्याला दाखवण्याचं ठरवलं आणि त्याच्या (विद्यापीठाच्या अध्यक्षाच्या) घरी जेवणाचं निमंत्रण मिळवणार असल्याचं सांगितलं. पोपोविचनं हसून त्या प्रस्तावाला मान्यता

दिली. ती मोहीम विद्यार्थ्यांनी पुढे चालू ठेवली असो वा नसो; पोपोविचनं त्यांना भीतीशी विनोदानं लढता येतं हे दाखवून दिलं. विद्यापीठाच्या अध्यक्षांनी जेवणासाठी निमंत्रण नाही दिलं तर विद्यार्थ्यांनी त्याच्याकडे जेवणातील उरलंसुरलं तरी आमच्या पदरात टाका, अशी मागणी करावी असंही पोपोविचनं सुचवलं.

मात्र, त्यानंतर त्याला अधिक गंभीर, उदासवाणा संदेश द्यावा लागला. स्वातंत्र्यासाठीचा लढा केवळ गुलाब व युनिकॉर्ननी भरलेला नसतो. वरवर श्रजा पोपोविच आशावादी वाटत असे. अन्य लोक उदासीनतेत जगत होते तेव्हा पोपोविच सर्बियाच्या भविष्याची स्वप्नं रंगवत होता. इतर लोकांची भीतीनं गाळण उडत असे तेव्हा तो हास्य निर्माण करत असे. तसंच, विद्यार्थ्यांचा गट विद्यापीठाच्या भयावह हुकूमशहा अध्यक्षाचा पाडाव करू शकेल असा त्याला विश्वास वाटत होता. मात्र, मी जेव्हा त्याला विचारलं की त्याचा विश्वास कधी डळमळीत झाला होता का? तेव्हा त्यानं तत्काळ 'होय' असं उत्तर देऊन म्हटलं होतं, ''मी माझा आत्मविश्वास गेली दहा वर्षं नेहमीच गमावून बसलो होतो''. यशस्वी क्रांतीचं नेतृत्व करून आणि अनेक कार्यकर्त्यांना जुलूमशहाला उलथवून टाकण्यासाठी प्रशिक्षण दिलेलं असूनही ह्या चळवळीत ज्यांना जीव गमवावा लागला त्यांच्याबद्दलचे विचार त्याच्या मनात येत असत. आपण त्या कार्यकर्त्यांना पुरेसं प्रशिक्षित करू न शकल्याबद्दल तो स्वतःला जबाबदार धरत असे.

रस्त्यावरून दूरदर्शन संच ढकलगाडीतून फिरवणं ही प्रेरणा देणारी एक गोष्ट आहे; पण, अधिक अर्थपूर्ण कृतीसाठी धैर्य देणं ही खूप आव्हानात्मक बाब आहे. जेव्हा मी पोपोविचला विचारलं की अधिकाधिक प्रयत्न व्हावेत म्हणून मौलिक लोक 'पुढे चला' प्रणाली कशी कार्यान्वित करतात? त्यावर त्यानं उत्तर दिलं की बहुतेक वेळा आमची कृती चुकते.

जळतं व्यासपीठ

२००० सालच्या नववर्षाच्या पूर्व संध्येला पोपोविच व त्याच्या मित्रांनी रिपब्लिक चौकात एक उत्सव आयोजित केला होता. त्यांनी सर्बियातील सर्वांत नावाजलेला रॉक बँड ओळीत उभा केला आणि मध्यरात्री रेडहॉट चिली पेप्पर्सची लाइव्ह मैफिल होणार असल्याची दवंडी शहरभर पिटली. सर्बियासाठी ही भव्य सनसनाटी आंतरराष्ट्रीय बातमी होती. बेलग्रेडच्या चौकात हजारो लोकांची गर्दी झाली. ते कार्यक्रमाबद्दलच्या मोठ्या अपेक्षेनं स्थानिक बँडच्या तालावर नाचत आणि गलका करत चौकात जमले. मध्यरात्र व्हायला एक मिनिट बाकी असताना संपूर्ण चौक काळोखात बुडाला व लोक एक मिनिट संपण्याची वाट पाहू लागले. पण, जेव्हा रात्रीचे बारा वाजले तेव्हा तो ख्यातनाम बँड अदृश्य झाला.

उदासवाणे संगीताचे सूर फक्त ऐकू येत होते. धक्का बसलेले प्रेक्षक ते संगीताचे सूर ऐकत असतानाच बोरिस ताडिक या मनोवैज्ञानिकानं व्यासपीठाच्या मागून एक स्पष्ट संदेश दिला. ''आपल्याला कोणतीही बाब साजरी करायची नाही'', असं सांगून त्यानं लोकांना आपापल्या घरी परतण्यास सांगून आपल्याला कोणती कृती करता येईल याचा विचार करा असा आदेश दिला. ''हे वर्ष युद्धाचं व जुलमाचं होतं. खरं म्हणजे ते तसं असायला नको होतं. पुढच्या वर्षीची वाट पाहू या. कारण, पुढलं इ.स.२००० हे खरं वर्ष आहे''.

लीन ॲडरसन आणि थॉमस बेटमन या व्यवसायक्षेत्रात संशोधन केलेल्या संशोधकांनी या घटनेच्या प्रभावावर प्रकाश टाकला आहे. शेकडो व्यवस्थापक आणि कर्मचारी यांनी आपापल्या कंपन्यातील पर्यावरणविषयक वादग्रस्त मुद्द्यांची कशी मांडणी केली याचा अभ्यास केला. यशस्वी मोहिमा व अयशस्वी मोहिमा यांच्या भावनांच्या अभिव्यक्तीत फरक नसतो, असं त्यांच्या लक्षात आलं. तसंच, त्यांनी वापरलेली रूपके किंवा तर्कसंगत युक्तिवाद, रोखे बाजारातील महत्त्वाच्या व्यक्तींचा सल्ला घेण्याचे केलेले प्रयत्न किंवा त्यांची हरित चळवळीची मांडणी म्हणजे एक संधी अथवा धोके या सर्व बाबी समान होत्या. तातडीची जाणीव हा मोहिमेतील फरकाचा सर्वांत महत्त्वाचा घटक होता. वादग्रस्त प्रश्नासाठी पुरस्कर्ता मिळावा म्हणून प्रमुखांची खात्री पटवण्यासाठी अवघड कामं करण्याकरता बळाची संरचना करणं व त्यासाठी पैसा व वेळ खर्च करणं यांसारखी कामं पार पाडण्यासाठी पर्यावरणात्मक प्रणेत्यांनी पुरस्कर्त्यांना मूळ कारणाचा तातडीनं स्वीकार करण्याची गरज पटवून द्यावी लागली होती.

जॉन कोटर या हार्वर्डच्या प्राध्यापकानं महत्त्वाचे मोठे बदल घडवून आणण्याच्या प्रयत्नात असणाऱ्या शंभरांहून अधिक कंपन्यांचा अभ्यास केला. त्या कंपन्यांनी ते बदल करण्याच्या निकडीची जाणीव करून दिली नाही, ही त्यांची पहिली चूक होती. पन्नास टक्क्यांहून अधिक प्रमुख आपल्या कर्मचाऱ्यांना बदल घडवून आणण्याची गरज आहे व तो आताच केला पाहिजे हे पटवून देण्यात कमी पडले; असं जॉन कोटरला आढळलं. 'आपल्या सुखावह वातावरणातून बाहेर येण्यासाठी लोकांना प्रेरणा देण्याचं काम किती अवघड आहे हे कार्यकारी अधिकाऱ्यांच्या लक्षात आलं नाही. निकडीची जाणीव झाल्याखेरीज लोक आवश्यक तो त्याग करत नाहीत. त्याऐवजी ते 'जैसे थे' परिस्थितीला कवटाळून बसतात आणि विरोध करतात.' 'ऑटपोर'नं 'वेळ आली आहे' व 'तो आता संपला आहे' यांसारख्या घोषणांद्वारा ती निकड लोकांपर्यंत पोहोचवली. जेव्हा त्यांनी जाहीर केलं 'हेच ते वर्ष आहे' (स्वातंत्र्य प्राप्त करण्याचं); यातून सर्बियनांना तत्काळ कृती करण्याची निकराची गरज असल्याचं स्पष्ट झालं.

नववर्षाच्या पूर्वसंध्येला सर्व लोकांना घरी परत पाठवण्याच्या प्रभावाला अधिक उजाळा देण्यासाठी एका संशोधनातील काही भागांकडे लक्ष देऊ. त्यामध्ये एका क्षेत्राची जागा दुसऱ्या क्षेत्रात रूपांतरित केली आणि अखेरीस नोबेल पारितोषिक मिळवलं. एका मोटारी तयार करण्याच्या कारखान्यात तुम्ही कार्यकारी अधिकारी आहात, अशी कल्पना करा आणि आर्थिक आव्हानांच्या रेट्यामुळे तुम्हाला तीन संयंत्र बंद करावी लागणार आहेत व सहा हजार लोकांना कामावरून काढून टाकावं लागणार आहे. अशा वेळी तुम्ही दोन वेगवेगळ्या पर्यायी योजनांतून एकीची निवड करू शकता.

'अ' योजनेमुळं एक विभाग (तीन संयंत्रांपैकी एक) आणि दोन हजार कर्मचाऱ्यांच्या नोकऱ्या वाचवता येतील.

'ब' योजनेमुळे सर्व तीनही विभाग आणि सहा हजार कर्मचाऱ्यांच्या नोकऱ्या वाचवण्याची एक तृतीयांश संधी असू शकेल. त्याच वेळी एकही विभाग आणि प्रत्येक कर्मचाऱ्याची नोकरी वाचवण्याची दोन तृतीयांश संधी असू शकेल.

पुष्कळ लोकांनी 'अ' योजनेला अग्रक्रम दिला. मूळ अभ्यासात ८० टक्के लोकांनी नशिबाची परीक्षा पाहण्यापेक्षा सुरक्षित खेळी खेळली; पण समजा, तुम्हाला पर्यायांचा भिन्न संच दिला तर तुम्ही काय कराल?

'अ' योजनेअनुसार तीनपैकी दोन विभाग (संयंत्र) गमवाल आणि ४००० कर्मचाऱ्यांच्या नोकरीवर गदा येईल.

'ब' योजनेअनुसार सर्वच्या सर्व म्हणजे तीनही विभाग आणि ६००० कर्मचारी गमावण्याची वेळ येण्याची शक्यता दोन तृतीयांश आहे. कोणताच विभाग वा कोणीही कर्मचारी न गमावण्याची शक्यता एक तृतीयांश आहे. तर्कसंगतदृष्ट्या पहिल्या संचाच्या संधीत समान पर्याय आहेत; पण, मानसिकदृष्ट्या विचार केला तर ते समान वाटत नाहीत. नंतरच्या पर्यायात ८२ टक्के लोकांनी 'ब' योजनेला अग्रक्रम दिला. त्यांचे अग्रक्रम उलट झाले.

पहिल्या संचात पर्यायांची मांडणी नफ्याच्या स्वरूपात केली आहे. आम्ही 'अ' योजनेला अग्रक्रम दिला. कारण, फायद्याच्या क्षेत्रामुळे धोका टाळण्याकडे आमचा कल होता. जेव्हा काही प्रमाणात नफा होतो तेव्हा त्यावर ताबा मिळवणं व तो सुरक्षित ठेवणं आपल्याला आवडतं. सर्व कर्मचाऱ्यांच्या नोकऱ्या जाण्यापेक्षा दोन हजार नोकऱ्या वाचवण्याची खात्री देणारी खेळी खेळणं आपल्याला अधिक सुरक्षित वाटतं. अखेरीस हातचं सोडून पळत्याच्या मागं लागण्यात अर्थ नसतो.

मात्र, दुसऱ्या पर्यायात खात्रीलायक तोटा आपल्या समोर सादर होतो. त्यामुळे आपण तो तोटा टाळणं म्हणजे जरी अधिक धोका पत्करणं असं होत असलं, तरी आपण काहीही करायला तयार असतो. काही झालं तर २००० लोकांना आपल्या

नोकऱ्या गमवाव्या लागणार आहेत म्हणून काळजी करणं सोडून देऊन कोणतंच नुकसान होणार नाही असा विचार करून धोका पत्करण्याचा मोठा जुगार लोक खेळतात.

मनोवैज्ञानिक अमॉस ट्वोर्स्की आणि डॅनियल कानेमन यांनी संशोधनाला ही दिशा दिली. ह्या संशोधनामुळे वर्तनात्मक अर्थशास्त्राचं क्षेत्र उदयास येण्यास मदत झाली. कानेमनला नोबेल पारितोषिक प्राप्त झालं. नफ्यातोट्यावर भर देणारे केवळ काही शब्द बदलून आपण धोक्याचे अग्रक्रम नाट्यमयरीत्या स्थलांतरित करू शकतो, हे त्या संशोधनानं स्पष्ट केलं. लोकांना धोका पत्करण्यासाठी कसं प्रेरित करायचं ह्याबाबतच्या आकलनावर ह्या ज्ञानाचा मोठा प्रभाव पडणार आहे.

लोकांनी आपलं वर्तन सुधारावं अशी तुमची इच्छा असेल तर बदलण्याने होणारे फायदे वा न बदलण्याची जी विशेष किंमत मोजावी लागते, त्या बाबी प्रकर्षानं त्यांच्या समोर मांडणं अधिक चांगलं नाही का? भावनात्मक बुद्धिमत्तेची मूळ कल्पना मांडणाऱ्यांपैकी एक व सध्या येल विद्यापीठाचा अध्यक्ष असलेल्या पीटर सलोवेच्या मते नव्या वर्तनाकडं सुरक्षित किंवा धोक्याचं यांपैकी कोणत्या दृष्टिकोनातून लोक पाहतात यावर ते अवलंबून असतं. नवं वर्तन सुरक्षित आहे असं त्यांना वाटलं, तर ते आचरणात आणल्यामुळे कोणत्या चांगल्या गोष्टी घडतील यावर आपण भर दिला तर काही फायदे मिळवण्यासाठी वर्तनात ताबडतोब बदल करण्याची त्यांची तयारी असेल. मात्र, जेव्हा नवं वर्तन धोक्याचं आहे असा त्यांना विश्वास वाटत असेल तर तो दृष्टिकोन कुचकामी ठरेल. कारण, ते लोक आधीच 'जैसे थे'च्या सुरक्षित वातावरणात आहेत. त्यामुळे वर्तनबदलाचे फायदे त्यांना आकर्षक वाटत नाहीत. म्हणून त्यांची 'थांबा' प्रणाली कार्यरत राहते. नुकसानीची खात्री नसण्यापेक्षा जेव्हा नुकसान होणार याची पूर्ण खात्री असते तेव्हा धोका पत्करण्याच्या आवाहनाला अधिक प्रतिसाद दिला जातो. काही प्रमाणात तोटा होण्याची शक्यता 'पुढे चला' प्रणालीला मूळ पदावर आणते.

मर्क ह्या महाकाय औषधनिर्माण कंपनीतील केनेथ फ्रेझियर ह्या प्रमुख कार्यकारी अधिकाऱ्यानं, आपल्या कार्यकारी अधिकाऱ्यांनी नावीन्य आणि बदलासाठी पुढाकार घेण्यासाठी अधिक सक्रिय भूमिका घ्यावी म्हणून प्रेरित करण्याचं ठरवलं. त्यानं त्यांना आमूलाग्र बदल घडून येईल असं काहीतरी करण्यास सांगितलं ज्यामुळे मर्कचा व्यवसाय आपटी खाईल अशा कल्पना सुचवण्यास सांगितलं.

आपण मर्कचे स्पर्धक आहोत असा बहाणा करून कार्यकारी अधिकाऱ्यांनी नंतरचे दोन तास गटात काम केलं. आपली कंपनी तसंच आतापर्यंत ज्या महत्त्वाच्या बाजारपेठा त्यांना ताब्यात घेता आल्या नव्हत्या त्याही बुडतील अशा औषधनिर्मितीच्या कल्पना विकसित करताना त्यांची ऊर्जा शिगेला पोहोचली होती. नंतर अशा प्रकारच्या आपल्या विरुद्धच्या दहशतीला तोंड देण्यासाठी काय करावं लागेल आणि त्यासाठी विरुद्ध भूमिका बजावणं हे त्यांच्या समोरील मोठं आव्हान होतं.

'कंपनी नष्ट करा' हा उपक्रम शक्तिशाली होता. कारण, त्यामुळे फायद्याच्या चौकटीतील कृतीची फेरमांडणी तोट्याच्या स्वरूपात केली होती. जेव्हा नावीन्याच्या संधीवर चर्चा, विचारविनिमय केला जात होता तेव्हा प्रमुखांचा कल धोका पत्करण्याकडे नव्हता. मात्र, जेव्हा आपले स्पर्धक आपल्याला नष्ट करू शकतात तेव्हा धोका पत्करायचा आहे हे त्यांच्या लक्षात आलं. नावीन्याची निकड ही वरकरणी बाब होती.

बेफिकिरीला छेद देण्यासाठी पुष्कळसे अभिकर्ते प्रेरणा देणाऱ्या भविष्याचं स्वप्न सादर करण्यावर भर देतात. हा एक सांगण्यासारखा महत्त्वाचा संदेश आहे. मात्र, प्रथम सांगावा अशा प्रकारचा हा संदेश नाही. लोकांनी धोका पत्करावा असं वाटत असेल तर सद्यःस्थितीत कोणता दोष आहे हे प्रथम निदर्शनास आणण्याची गरज आहे. लोकांना त्यांच्या सुरक्षित क्षेत्राच्या बाहेर काढण्यासाठी तुम्हाला सध्याच्या स्थितीविषयी त्यांच्या मनात असंतोष, वैताग आणि चीड या भावना निर्माण करण्यासाठी चिकाटीनं प्रयत्न करावे लागतील. तसंच, वर्तमान स्थिती निश्चितपणे नुकसान करणारी आहे हेही ठासून सांगावं लागेल. आपलं सगळं कार्य उत्तम व प्रभावी सादरीकरणांच्या अभ्यासात व्यतीत केलं आहे अशी संवाद-संपर्क क्षेत्रातील तज्ज्ञ नॅन्सी ड्यूआर्ट आपल्या सादरीकरणाच्या प्रारंभी पुढील बाब प्रस्थापित करून म्हणते, ''सर्व काळात महान असलेले संवादक (कॉम्युनिकेटर) इथं ज्याला 'जैसे थे' परिस्थिती असं संबोधलं जातं त्यापासून प्रारंभ करतात. त्यानंतर त्याची तुलना काय असू शकेल त्याच्याशी वा ते काय असू शकतं याच्याशी करतात. त्यातील फरक जास्तीतजास्त वाटेल याची काळजी मात्र घ्यावी लागते''.

हाच क्रम अमेरिकेतील दोन सर्वांत महत्त्वाच्या भाषणांमध्ये आपण पाहू शकतो. आपल्या उद्घाटनाच्या प्रसिद्ध भाषणात अध्यक्ष फ्रँकलिन डी. रुझवेल्टनं सध्याची (तेव्हाची) देशाची परिस्थिती मान्य केली. तसंच त्यानं वचन दिलं, ''(मी) संपूर्ण खरं, स्पष्टपणानं व धीटपणानं बोलेन''. त्यानं महामंदीमुळं डबघाईला आलेल्या देशाच्या परिस्थितीचं वर्णन केलं. ते केल्यावरच त्यानं नवे रोजगार निर्माण करण्याची आपली इच्छा प्रकट केली; तसंच, भावी काळाचं चित्रही रंगवलं. 'हा महान देश पुन्हा उठून उभा राहील आणि समृद्ध होईल... त्यासाठी एकच गोष्ट आपल्याला करावी लागेल ती म्हणजे भीतीलाच घाबरवावं लागेल.'

आपण मार्टिन ल्यूथर किंगचं (ज्यूनि.) स्मरण करतो तेव्हा अधिक उज्ज्वल भविष्याच्या चमकदार चित्राची आठवण करून देणारं त्याचं भाषण आपल्याला आठवतं. तरीही, त्या १६ मिनिटांच्या वक्तृत्वपूर्ण भाषणात ११व्या मिनिटाला त्यानं त्या स्वप्नाचा उल्लेख केला. परिवर्तनाच्या आशेचं वर्णन करण्यापूर्वी त्यानं आपल्या भाषणात 'जैसे थे' परिस्थितीतील अस्वीकारार्ह बाबींवर भर दिला. भाषणाच्या प्रारंभीच मुक्तीची घोषणा करूनही '१०० वर्षांनंतर नीग्रोंचं जीवन

अद्यापही वेगळेपणाच्या हातकड्यांनी आणि भेदभावाच्या साखळदंडांनी जखडलेलं असल्या'चं त्यानं जाहीर केलं.

आजच्या काळाची भयावह निकड प्रस्थापित करून आणि त्यामुळं सहन कराव्या लागणाऱ्या दुःखाचं वर्णन करून किंग काय असू शकेल या वर्णनाकडं वळला. 'मात्र, न्यायाच्या बँकेचं दिवाळं वाजलं आहे यावर आम्ही विश्वास ठेवत नव्हतो.' भाषणाचा दोन तृतीयांश भाग ह्या एक-दोन मुद्द्यांवर आघात करणारा होता. सध्या काय आहे व काय असू शकतं, हे मुद्दे तो आलटून पालटून सांगत होता. तसंच, सध्याच्या परिस्थितीबद्दल चीड व्यक्त करत होता. तसंच, भविष्यात चांगलं घडेल अशी आशा व्यक्त करत होता. समाजवैज्ञानिक पॅट्रिशिया वॉसिलेवस्कीच्या मते, ''जमावाच्या मनात असलेल्या रागाच्या व विषमतेच्या भावना किंग व्यक्त करत होता''. त्याबरोबरच ही परिस्थिती बदलली पाहिजे हा त्याचा निर्धारही पक्का करत होता. त्याच्या केवळ उद्याच्या स्वप्नानं त्यानं आजची भीती उघड केल्यावर प्रेक्षक कृती करायला तयार झाले होते.

आपलं ध्येय साध्य करण्याच्या मार्गावरून जात असताना जर मनात शंकांचं काहूर उठलं तर आपण मागे वळून बघायचं की पुढील मार्ग आक्रमत राहायचा, हे आपल्या बांधिलकीवर (धोक्याच्या) अवलंबून असतं, असं मिनजुंग कू आणि अयेलेट फिशबाक या मनोवैज्ञानिकांना आढळलं. जेव्हा आपली बांधिलकीच डळमळीत होते तेव्हा आपल्या मार्गावर ठाम राहून आपण केलेल्या प्रगतीकडं लक्ष पुरवणं हाच उत्तम उपाय असतो, असं मिनजुंग कू आणि येलेट फिशबाक या दोघा मनोवैज्ञानिकांचं म्हणणं आहे. आपली गुंतवणूक व उपलब्धी यांचा विचार केला तर पुढचा मार्ग सोडून देणं हे आतापर्यंत केलेल्या प्रगतीवर आणि आपल्या विश्वासावर व उंचावलेल्या बांधिलकीवर बोळा फिरवण्यासारखं आहे. 'ऑटपोर' क्रांतीच्या प्रारंभीच्या काळात श्रजा पोपोविच आणि त्याचे मित्र यांनी अशा प्रकारच्या शंका व भीती यांची हाताळणी लोकांना हसायला लावून व छोटे छोटे विजय एकत्रित करायला लावून केली. अशा पद्धतीनं ते सिंहावलोकन करू शकले आणि प्रगतीची जाणीव प्राप्त करू शकले. त्यामुळं चिंतेचं उत्साहात रूपांतर झालं व त्यांनी आपली समर्पणाची भावना सुरक्षित राखली.

बांधिलकी मजबूत झाल्यावर पुनर्निरीक्षणाच्या आरशाकडे कटाक्ष टाकण्यापेक्षा अद्याप बाकी राहिलेलं काम अधोरेखित करून पुढं लक्ष देणं अधिक चांगलं असतं. आपल्या उद्दिष्टापर्यंत पोहोचण्याचा आपला निश्चय पक्का असतो तेव्हा आपण जिथं आहोत व आपण जिथं जाऊ इच्छितो यांतील फरकच आपल्यातील चैतन्य प्रज्वलित करतो. सर्बियामध्ये 'ऑटपोर' चळवळीनं भीतीला पळवून लावलेल्या निष्ठावान अनुयायांना आकर्षित करून घेतल्यावर त्यांना ध्येय गाठण्यासाठी किती पल्ला पार करायचा आहे हे स्पष्ट करण्याची वेळ आली होती.

म्हणूनच पोपोविच व त्याच्या मित्रांनी जलसा थांबवून बेलग्रेडच्या नागरिकांना नववर्षाच्या पूर्वसंध्येला आपापल्या घरी पाठवून दिलं होतं. ऑटपोर चळवळीनं वेगवेगळ्या १३० शाखांत मिळून ७०,०००पेक्षा अधिक सदस्य गोळा केले होते. मात्र, प्रत्यक्षात मिलोसेविचला उलथून टाकण्यासाठी त्यांना लक्षावधी मतांची गरज होती. काही वर्षांपूर्वी लोकशाही पद्धतीनं निवडणूक घ्यायला तो तयार झाला होता व निवडूनही आला होता. त्याच्या हुजरेगिऱ्यांनी मतपेट्यांवर ताबा मिळवला होता. जरी सर्बेनियनांनी त्याला त्याच्या स्थानावरून दूर केलं असतं तरी ते त्यानं स्वीकारलं असतं? संपूर्ण देशभर कार्य पुढं नेण्यासाठी लोकांच्या भावना तीव्र करण्याची गरज होती हे पोपोविच व त्याच्या मित्रांच्या लक्षात आलं होतं. 'जैसे थे' परिस्थिती अस्थिर करण्याची आणि सध्याची स्थिती असह्य असल्यानं सण-समारंभ काहीही साजरा करण्याची गरज नसल्याचं स्मरण त्यांना करून देण्याची व त्याचबरोबर 'पुढे चला' ही प्रणाली कार्यान्वित करण्याची गरज होती. 'धैर्य दाखवण्याऐवजी' व्यवस्थापक गुरू टॉम पीटर्स पुढील शिफारस करतो. 'जैसे थे' स्थितीवरच्या रागाची पातळी इतकी पराकोटीला न्यायची, की प्रत्येक जण कृती करायला तयार होईल.

कार्यक्रम झालाच पाहिजे

संताप बेफिकिरीचा प्रतिकार करतो. आपल्याकडून चूक झाली म्हणून संताप आपल्याला लढायला भाग पाडतो. मात्र, त्याचा कधीकधी अतिरेक होतो. संताप आपली 'पुढे चला' प्रणाली फक्त कार्यन्वितच करत नाही; तर, ती तुमचा वेग अचानक वाढवते. ती गती लोकांना बोलायला व कृती करायला प्रेरणा देते; परंतु, असं करताना ती त्यांना कमी प्रभावीही बनवू शकते. चळवळीतील कार्यकर्त्यांचा अभ्यास केल्यानंतर डेब्रा मेयेरसन आणि मॉरिन स्कली एकाच वेळी कामाचा थंड व तापट डोक्यानं विचार करणं ही कामासाठी गुरुकिल्ली असल्याचं सुचवतात. तापटपणा कृतीसाठी व बदलासाठी ऊर्जा पुरवतो आणि थंडपणा कृतीला आकार देतो, योग्य वळण लावतो आणि त्याचं रूपांतर ती कृती कायदेशीर आणि यशस्वी होण्यात करतो. पण, उष्णता आपलं कार्य करत असते तेव्हा आपण स्वतःला थंड कसं ठेवायचं?

अर्ली होशचिल्ड या बर्कले विद्यापीठातील समाजवैज्ञानिकाच्या मते जेव्हा चिंता किंवा संताप यांसारख्या तीव्र भावनांची तुम्हाला जाणीव होते तेव्हा त्यांचं व्यवस्थापन करण्याचे दोन उपाय आहेत. वरकरणी कृती व सखोल कृती. वरकरणी कृती मूळ कृतीवर बुरखा घालते - तुमच्या बोलण्यात, हावभावांत आणि अभिव्यक्तीत सुधारणा करून तुमचं सादरीकरण सुस्पष्ट करत नाही. जर तुम्ही विमानातील कर्मचारी असाल आणि एखादा संतप्त प्रवासी तुमच्या विरोधात बोंबलत

राहिला तर तुम्ही सहज स्मितहास्य करून त्याच्याबद्दल सौहार्द व्यक्त कराल. मात्र, तुमची आंतरिक स्थिती बदललेली नसेल. तुम्ही प्रवाशावर रागावललेल्या असता ते प्रवाशाला बहुधा माहीत असतं. वरकरणी कृती करताना अभिनेते त्या भूमिकेत पूर्णपणं बुडालेले नसतात. त्यांना सतत प्रेक्षकांचं भान असतं आणि त्यांची कामगिरी कधीच अस्सल वाटत नाही, असं रशियन नाट्य दिग्दर्शक कॉन्स्टाटिन स्टॅनिलाव्हस्कीचं निरीक्षण आहे. स्टॅनिस्लाव्हस्की लिहितो, ''वरकरणी अभिनय तुमच्या मनाला उबदारपणा देणार नाही. तसंच, तो अभिनय खोलवर झिरपणारही नाही... नाजूक सखोल भावना अशा तंत्राच्या अधीन होत नाहीत''.

सखोल अभिनयाची पद्धती रंगमंचावरील अभिनय पद्धत म्हणून जगभर परिचित आहे. जे पात्र तुम्ही रंगवत असता तेच तुम्ही बनता. सखोल अभिनयात तुमच्या अंतर्भावना गुंतलेल्या असतात. तो अभिनय तुमची केवळ बाह्य अभिव्यक्ती नसते. जर वरील उदाहरणातील तुम्ही विमानातील कर्मचारी असाल तर तो प्रवासी कोणत्यातरी दबावाखाली आहे, त्याला विमान-प्रवासाची भीती वाटते आहे किंवा घटस्फोटाच्या जिकिरीच्या प्रसंगातून तो जात असेल अशी तुम्ही कल्पना करू शकता. त्या प्रवाशाबद्दल तुमच्या मनात समवेदना निर्माण होईल. सहजगत्या तुमचा चेहऱ्यावर स्मितहास्य उमटेल व तुम्ही सौहार्दाचा वा दिलदारपणाचा खराखुरा अभिनय कराल. सखोल कृती प्रत्यक्ष तुम्ही आणि जी भूमिका तुम्ही वठवत आहात यातील भेद नाहीसा करते. आता तुम्ही अभिनय करत नसता. कारण, त्या पात्राच्या प्रामाणिक भावना तुम्ही प्रत्यक्षतः अनुभवत असता.

लुई पुग जेव्हा गोठलेल्या पाण्यात पोहण्याच्या मोहिमेवर निघतो तेव्हा तो सखोल अभिनय करतो. एमिनेम आणि पी. डिडी यांची गाणी तो लक्षपूर्वक ऐकत असताना खास ब्रिटिश लष्करी सेवेत असतानाच्या विमान प्रवासातील उडी मारण्याच्या आठवणी त्याच्या मनात रुंजी घालत असतात. त्याला ते औत्सुक्य पुनश्च अनुभवण्याची इच्छा असते. त्यापासून तो हळूहळू मोकळा होतो. ऑस्कर पारितोषिक मिळवणाऱ्या डॅनियल डेच्या एक पाऊल पुढं लुई पुग जातो. आर्थर मिलरच्या द *क्रूसिबल* नाटकातील आपल्या भूमिकेची तयारी करताना डॅनियल डेनं १७ व्या शतकातील हत्यारं वापरून एक घर बांधलं होतं. त्या घरात वीज व नळाचं पाणी नसताना तिथं राहिला होता. *माय लेफ्ट फूटमध्ये* त्यानं सेरिब्रल पाल्सी रोगामुळे हालचाल न करता येणाऱ्या लेखकाची भूमिका वठवली होती. तो त्या नाटकाच्या संपूर्ण निर्मिती-प्रक्रियेत चाकाच्या खुर्चीवर बसून होता, मोडकेतोडके शब्दोच्चार करत होता आणि त्यात काम करणाऱ्या अन्य सदस्यांना चमचानं जेवण भरवण्यास सांगत होता. एक अभिनेता म्हणून अखेरीस तो एक पात्र वठवत होता. सखोल कृतीचा हेतूच मुळी जे पात्र आपण रंगवतो त्याच्या भावनांची जाणीव होणं हा असतो.

वरकरणी कृतीपेक्षा सखोल कृती म्हणजे भावनांचं व्यवस्थापन करण्यासाठी तग धरून राहणारा एक डावपेच असतो. वरकरणी कृती आपल्याला नष्ट करते, असा संशोधनाचा निष्कर्ष आहे. ज्या भावनांची जाणीव आपल्याला होत नाही त्यांचं सोंग आणणं दबाव आणणारं व शक्तिपात करणारं असतं. आपल्याला भावनांच्या संचाची अभिव्यक्ती करायची असेल तर आपण त्या प्रत्यक्ष अनुभवल्या पाहिजेत.

श्रजा पोपोविच व त्याच्या मित्रांनी कार्यकर्त्यांना प्रशिक्षण दिलं. त्यांनी त्यांना विविध भूमिका साकारायला (रोल प्लेइंग) सखोल कृतीद्वारा शिकवलं. उदा., मालदीवमध्ये त्यांनी लोकांना उद्योजकांचे प्रमुख वा नेते, हॉटेलांचे मालक, बेटावरचे ज्येष्ठ नागरिक, भारतात राहणारे मालदीववासी, पोलीस व सुरक्षा पहारेकरी यांच्या भूमिका वठवायला सांगितल्या. ह्या कृतीमुळं इतर लोक कसा प्रतिसाद देतील याचा अंदाज बांधता आला व आपले स्वतःचे त्यावरील प्रतिसाद कसे असतील याचा सराव करता आला.

वारा घालून आग वाढवणं

माँटगोमेरी बसमध्ये मागच्या आसनावर बसण्यास नकार दिल्यामुळं रोझा पार्कला अटक झाली होती. त्यानंतर वर्षाच्या आतच सर्वोच्च न्यायालयानं विलगीकरण बेकायदेशीर ठरवलं. काळ्या-गोऱ्यांच्या एकत्रित बस सुरू केल्या. त्यामुळं निर्माण होणाऱ्या वांशिक संघर्षाशी सामना करायला तयार करण्यासाठी मार्टिन ल्यूथर किंगनं अलाबामाच्या हजारो काळ्या नागरिकांसाठी कार्यशाळा घेतल्या. तसंच, जेम्स लॉसन, बायार्ड रस्टिन आणि ग्लेन स्माईलीसारख्या अहिंसातज्ज्ञांच्या सहकार्यानं हजारो कार्यशाळांची आखणी करून त्या पार पाडल्या. ह्या चमूनं खुर्च्यांची एकामागे एक मांडणी करून एक बससदृश देखावा निर्माण केला होता. प्रेक्षकांतील वेगवेगळ्या १२ जणांना बसचालक व प्रवाशांच्या भूमिका करण्यास सांगितल्या होत्या. गोऱ्या प्रवाशांना काळ्या प्रवाशांच्या नावानं संबोधलं गेलं. ते त्यांच्यावर थुंकले, त्यांच्या केसांवर गोंद व सिगरेटची राख टाकली. त्यांच्या डोक्यावर दूध ओतलं व केचअप आणि मोहोरीच्या पिचकाऱ्या त्यांच्या तोंडावर उडवल्या.

या प्रकाराच्या सखोल कृती-सरावात काळ्या नागरिकांना विरोधात उभं राहण्यासाठी पुरेशी ऊर्जा मिळावी ही किंगची इच्छा होती; पण, त्याचबरोबर नागरिकांनी रागाच्या अतिरेकानं हिंसेकडं वळू नये असं त्याला वाटत होतं. त्यांची चीड हाताळण्याचा उत्तम उपाय कोणता असू शकेल? कोंडलेला राग घालवण्याचा अतिशय उत्तम डावपेच म्हणजे त्याला वाट मोकळी करून देणं हा होय. रोगोपचारतज्ज्ञ राग घालवण्यासाठी उशीवर ठोसे मारणं वा किंचाळणं यांसारख्या उपायांचा सल्ला देतात. आपला कोंडलेला राग व्यक्त करून आपण आपली दडपणापासून सुटका

करून घेऊन राग शांत करतो असा फ्रॉइड युक्तिवाद करतो. 'ॲनलाइज धिस' या चित्रपटात बिली क्रिस्टल एका मानसोपचार तज्ज्ञाची भूमिका करत असतो. रॉबर्ट डी निरोच्या रागाचं व्यवस्थापन करण्यासाठी टोळीला मदत करणं हे काम त्याच्यावर सोपवलेलं असतं. क्रिस्टल त्याला उशी आपटण्याची शिफारस करतो. निरो बंदुकीचा ताबा घेतो व प्रशिक्षकालाच लक्ष्य करतो व उशीवर बंदूक चालवतो. थरथरणारा क्रिस्टल विचारतो, ''बरं वाटतंय का?'' डी निरो उत्तर देतो, ''होय मला बरं वाटतंय''.

कोंडलेल्या रागाला मोकळी वाट करून दिल्यामुळे रागाचं व्यवस्थापन करण्यास मदत होते का, याची चाचणी घेण्यासाठी मनोवैज्ञानिक ब्रॅड बुशमननं लोकांना राग यावा म्हणून एका चतुर प्रयोगाची आखणी केली. प्रयोगात सहभागी झालेल्यांना एक निबंध लिहायला सांगितला होता. विषय होता गर्भपात. प्रयोगात सामील झालेल्यांना गर्भपातविरोध वा गर्भपाताला मंजुरी यांपैकी एकाची निवड करून निबंध लिहायचा होता. प्रयोगकर्त्यांना काही कठोर शब्दांतील विरोधी विचार मांडणारं प्रत्याभरण समवयस्काकडून मिळालं. त्या समवयस्कानं त्या निबंधाचं मूल्यमापन विस्कळीत, मौलिक नसलेलं – उसन्या कल्पना घेऊन लिहिलेलं, संदिग्ध व छाप न पाडणारं, सुमार दर्जाचं लेखन असं वर्णन करून पुढं म्हटलं, ''आजपर्यंत मी वाचलेल्या निबंधांतील हा सर्वांत गचाळ निबंध आहे''.

रागावलेल्या निबंधलेखकांना नंतर यदृच्छया पुढील तीनपैकी एक प्रतिसाद दिला गेला. राग व्यक्त करणं आणि लक्ष अन्यत्र वळवणं आणि नियंत्रण ठेवणं. राग व्यक्त करणाऱ्या गटातील सदस्यांना पंचिंग बॅगला जितक्या दणकटपणे गुद्दे मारता येतील तितके व त्यांना वाटेल तितका वेळ मारण्यास सांगितलं. हे करताना ज्यानं त्यांच्या निबंधावर टीका केली त्याच्या चित्राकडं पाहण्यास सांगितलं. लक्ष वळवणाऱ्या गटालाही पंचिंग बॅगला ठोसे मारण्यास सांगितलं गेलं. मात्र, ते करताना त्यांना शारीरिकदृष्ट्या सक्षम होण्याचा विचार करण्यास सांगितलं व त्यांना कोणातरी कसरत करणाऱ्याचा फोटो दाखवला गेला. नियंत्रित गटासाठी पंचिंग बॅग नव्हती. त्या गटात असलेल्यांना दोन मिनिटं स्तब्ध बसण्याची सूचना दिली गेली व त्यांच्या समोरील संगणक दुरुस्ती सुरूच ठेवली. अपमान करणाऱ्या समवयस्कांबद्दल कोणता गट सर्वाधिक आक्रमक बनेल?

हे शोधून काढण्यासाठी बुशमननं प्रत्येक गटाला त्यांच्या निबंधावर टीका करणाऱ्याबद्दल जोरदार शंख करण्यास सांगितलं. आवाजाची तीव्रता आणि किती काळपर्यंत ते तसा शंख करू शकतात त्या ध्वनिलहरींचं मोजमाप केलं.

कोंडलेला राग व्यक्त करणारा गट (व्हेंटिंग) सर्वांत आक्रमक होता. त्यांनी अधिक तीव्र आवाजात टीकाकाराला ठोसे लगावले व ही क्रिया लक्ष उडवणाऱ्या व नियंत्रित गटापेक्षा दीर्घ काळ केली. सहभागी झालेल्या एकाचा राग इतका अनावर

झाला की अपमानित करणारं प्रत्याभरण देणाऱ्याचा विचार करताना केवळ पंचिंग बॅगला ठोसे मारणं पुरेसं न वाटून त्यानं ठोसे लगावून-लगावून प्रयोगशाळेच्या भिंतीला भोक पाडलं होतं.

राग व्यक्त करण्यामुळे तो नाहीसा होत नाही, तर तो उफाळून अधिक वर येतो. जेव्हा आपण राग मोकळा करतो व 'पुढे चला' प्रणाली कार्य करते तेव्हा आपण आपले पाय ॲक्सिलरेटरवर ठेवतो व ज्यानं चीड निर्माण केली त्याला लक्ष्य बनवतो. लक्ष्याचा विचार मनात न आणता पंचिंग बॅगला ठोसे लगावले तर 'पुढे चला' प्रणाली चालू होते. मात्र, ती प्रतिसादांच्या अन्य पर्यायांचा विचार करायला प्रवृत्त करते. स्तब्ध बसल्यामुळे 'थांबा' प्रणाली कार्यान्वित होते.

दुसऱ्या एका अभ्यासात राग व्यक्त केल्यामुळे कार्य होतं असं जरी तुम्हाला वाटत असलं तरी व तुम्हाला त्यामुळं हलकं वाटत असलं तरी तसं घडत नाही हे बुशमननं दाखवून दिलं. राग व्यक्त केल्यावर तुम्हाला बरं वाटतं आणि तुम्ही अधिक आक्रमक टीकाकार तर होताच; पण, तुम्ही निरपराध बघ्या लोकांवरही तुमचा राग काढता.

नागरिक हक्क चळवळीतील कार्यकर्त्यांच्या प्रशिक्षणात राग व्यक्त करायचं टाळणं हा मध्यवर्ती विचार होता. अहिंसक प्रतिकार राग नियंत्रित ठेवण्यावर अवलंबून असल्यामुळं किंग व त्याच्या सहकाऱ्यांनी राग व्यक्त करण्याच्या सर्व पद्धती थांबवण्यासाठी आपल्या कार्यशाळेत कसून प्रयत्न केले. ''कधीकधी गोऱ्या माणसाची भूमिका वठवणारा आपल्या कामात इतका उत्साह दाखवत असे की त्याला त्याच्या गैरवर्तनाबद्दल हळुवारपणे नापसंती दाखवावी लागे'', असं किंग म्हणत असे. काळ्या माणसाची भूमिका वठवणाऱ्या एका नागरिकानं प्रतिसाद दिला, ''अनेकदा तो आपली अहिंसक भूमिका विसरतो व अतिउत्साहानं प्रत्युत्तर देतो; जेव्हा असं घडतं तेव्हा आम्ही त्याचे शब्द व त्याला नेमून दिलेली कामं पुनश्च अहिंसक दिशेनं वळवतो''. प्रत्येक कामगिरीनंतर गटाला प्रत्याभरण पुरवलं जातं आणि अधिक विधायक प्रतिकारासाठी सूचना दिल्या जातात.

राग व्यक्त करण्यातील एक मूलभूत समस्या म्हणजे त्या डावपेचाचं लक्ष अन्याय करणाऱ्यावर केंद्रित झालेलं असतं. ज्यानं तुम्हाला चुकीचं ठरवलं त्याच्याबद्दल तुम्ही अधिक विचार करता आणि सूडभावनेनं अधिक जोरजोरानं आवाज उठवून त्याला झोडपून काढता. श्रजा पोपोविच स्पष्ट करतो, ''संताप हे लोकांना एकत्र आणणारं एक उपकरण आहे''. पण, जर लोकांना रागाच्या आहारी जायला लावलं तर ते तोडफोड करण्याची शक्यता आहे. २०००साली नववर्षाच्या पूर्वसंध्येला मध्यरात्री जेव्हा ऑटपोरनं मैफल बंद केली, दिवे घालवले आणि निराश करणारं संगीत सुरू केलं तेव्हा फक्त समोरचा महाकाय पडदा दिसत होता. त्यावर सरकती चित्रं दाखवली जात होती; पण, त्या चित्रात तिरस्करणीय मिलोसेविचचं एकही छायाचित्र दाखवलं जात नव्हतं.

त्याऐवजी मिलोसेविचच्या राजवटीत मारल्या गेलेल्या लष्करातील लोकांची व पोलिसांची छायाचित्रं दाखवली जात होती.

ज्याच्यामुळे रागाची भावना निर्माण झाली. त्याला इजा करण्याऐवजी रागाचं व्यवस्थापन करून त्याला उत्पादकतेकडे वळवण्यासाठी जुलमी राजवटीचे बळी ठरून ज्यांनी दुःख सहन केले त्यांचा विचार केला पाहिजे; म्हणून ती चित्रं दाखवली जात होती. अँड्र्यू ब्रॉड्स्की, जोशुआ मार्गोलीस, जोएल ब्रोकनर या व्यवस्थापन संशोधकांना अन्यायाला बळी पडलेल्यांवर लक्ष केंद्रित केल्यामुळं सत्तेपुढे खरं बोलण्यासाठी उत्तेजन मिळतं, असं आढळलं. एका प्रयोगात काही प्रौढ प्रमुख कार्यकारी अधिकारी स्वतःला जादा पैसे घेताना व तारांकित (ख्याती प्राप्त केलेला) (स्टार) कर्मचाऱ्याला कमी पैसे देतानाच्या प्रसंगाचे साक्षीदार झाले होते. जेव्हा त्यांना ज्याच्यावर अन्याय झाला आहे त्या कर्मचाऱ्यावर लक्ष केंद्रित करण्यास सांगितलं, तेव्हा प्रमुख कार्यकारी अधिकाऱ्याच्या कमी पैसे घेण्याच्या निर्णयाला आव्हान देण्यात ४६ टक्क्यांहून अधिक लोक असण्याची शक्यता होती.

नागरिक हक्काच्या चळवळीत मार्टिन ल्यूथर किंग (ज्युनि.) अनेकदा अन्याय आणि हिंसेचे बळी ठरलेल्यांकडं लक्ष वेधत असे. ''आपण गोऱ्या माणसांचा पराभव वा अपमान करायला रस्त्यावर उतरलो नाही'', असं मॉंटगोमेरी बसवर टाकलेल्या बहिष्काराचं समर्थन करताना व 'आमच्या मुलांना सततच्या मृत्यूच्या मानसिक विळख्यातून मुक्त करा', असं त्यानं १९५६ मध्ये जाहीर केलं होतं. बळी ठरलेल्यांवर लक्ष केंद्रित करणं म्हणजे मनोवैज्ञानिक ज्याला समवेदनात्मक राग असं संबोधतात तो कार्यान्वित करण्यासारखं आहे - दुसऱ्याच्या संबंधात केलेली चूक सुधारून बरोबर वर्तन करण्याची इच्छा होय. हा विचार 'पुढे चला' प्रणालीकडं नेणारा आहे. मात्र, तो बळी ठरलेल्याची प्रतिष्ठा उत्तम राखून व त्याच्याबद्दलचा आदर आपल्याला कसा दाखवता येईल याबाबत विचारपूर्वक निर्णय घ्यायला लावतो. संशोधन पुढील बाब दाखवून देतं. जेव्हा आपल्याला *दुसऱ्यांचा* राग येतो तेव्हा सूड घेणं वा प्रत्युत्तर देणं हे आपलं उद्दिष्ट असतं; पण जेव्हा आपण *दुसऱ्यांसाठी* रागावतो तेव्हा आपण न्यायाच्या उत्तम पद्धतीचा शोध घेत असतो. इथं आपला हेतू शिक्षा देण्याचा नसतो, तर मदत करण्याची आपली इच्छा असते.

जेव्हा ऑटपोरनं मृत सैनिकांची छायाचित्रं दाखवली तेव्हा सर्बियनांमध्ये जणू समवेदनात्मक अँड्रेलिनचा पुरवठा केला गेला व ते सर्व जण एकदम 'लेट अस मेक द कमिंग इअर काउंट' (येत्या वर्षीच याचा बदला घेऊन टाकू) याचा अर्थ ते तत्काळ उत्साहित होऊन खरोखरच आपल्या हुकूमशहाला खाली खेचणार होते असा नाही; परंतु, त्यांना पुरेसा सात्त्विक संताप आलेला असतो व त्यामुळे ते हुकूमशहाची सत्ता संपुष्टात आणू शकतील असं त्यांना वाटू लागतं. पोपोविचच्या शब्दांत सांगायचं तर ''एकूणच वातावरण रॉक बँड कधीच निर्माण करू शकणार

नाही इतक्या ऊर्जेनं भारलेलं होतं. प्रत्येकाला आपल्याकडे करण्यासारखं काहीतरी महत्त्वपूर्ण आहे असं वाटत होतं. त्या वर्षीच्या शरद ऋतूत ऑटपोर चळवळीनं सर्बियाच्या इतिहासातील सर्वांत मोठ्या संख्येनं मतदारांना मतदानासाठी गोळा केलं होतं व मिलोसेविचचा पराभव केला होता. तसंच, लोकशाहीचं युग अवतरेल याची काळजी घेतली होती. बोरिस ताडिक या मनोवैज्ञानिकानं 'त्या' मध्यरात्री इथं कोणताही समारंभ होणार नाही; असं सांगून नागरिकांना घरी पाठवलं होतं तोच सर्बियाचा पहिला अध्यक्ष म्हणून चार वर्षांनी निवडून आला''.

ई.बी.व्हाईट लिहितो, ''जग सुधारण्याची आणि त्या जगाचा उपभोग घेण्याची अशा दोन्ही इच्छांच्या ओढाताणीत मी सकाळी जागा झालो. त्यामुळं त्या दिवसाचा कोणताही बेत ठरवणं मला कठीण जात होतं''.

स्वातंत्र्याच्या जाहीरनाम्यात अमेरिकनांना तडजोड न करता जगण्याचं, स्वातंत्र्याचं आणि सुखाचा पाठलाग करण्याच्या हक्काचं वचन दिलं आहे. सुखाचा शोध घेताना आपल्यापैकी अनेक जण जग जसं आहे तसा त्याचा उपभोग घेण्याचा पर्याय निवडतात. मौलिक मात्र प्रवाहाविरुद्धची दिशा कवटाळतात आणि जग कसं असायला हवं तसं करण्याचा प्रयत्न करतात. आपलं जीवन व स्वातंत्र्य यांत सुधारणा व्हावी म्हणून संघर्ष करताना त्यांना स्वतःची सुखं मागे सारून काही काळासाठी त्यांचा त्याग करावा लागतो. दीर्घ कालावधीनंतर का होईना, त्यांना अधिक चांगलं जीवन जगण्याची संधी असते, असं मनोवैज्ञानिक ब्रायन लिटिलकडून उसना वाक्प्रचार घेऊन म्हणता येईल. त्यातूनही वेगळ्या प्रकारचं समाधान मिळतं. सुखाच्या मागे लागणं हा मौलिक होण्याचा सर्वांत सोपा मार्ग नाही; मात्र तो आपल्याला अचूकतेनं सुखाच्या शोधासाठी तयार करत असतो.

छाप पाडण्यासाठी (सुचवलेल्या) कृती

तुम्हाला जर मौलिकतेचा शोध घेण्याची तीव्र इच्छा असली तर त्यासाठी काही व्यावहारिक सूचना पुढे दिल्या आहेत. पहिल्या सूचना व्यक्तिगत आहेत. कल्पनांची निर्मिती करणं, ओळखणं, व्यक्त करणं आणि नव्या कल्पनांचे प्रणेते बनणं यांचा या कृतीत समावेश होतो.

दुसरा संच नेत्यांसाठी आहे. नव्या कल्पनांना चालना देणं आणि विरोधी विचारांचं स्वागत करणाऱ्या संस्कृतींची उभारणी करणं या बाबींचा यात अंतर्भाव होतो. अखेरच्या शिफारशी 'जैसे थे' स्थितीच्या विरोधात नैतिक किंवा सर्जनशील भूमिका घेणं विद्यार्थ्यांना सहजगत्या शक्य व्हावं म्हणून त्यांना मदत करणाऱ्या पालकांसाठी व शिक्षकांसाठी आहेत.

मोकळेपणानं तुमच्या मौलिकतेच्या ज्ञानाचा अंदाज घेण्यासाठी www.adamgrant.net ला भेट द्या.

वैयक्तिक कृती

(अ) मौलिक कल्पना निर्माण करणं व ओळखणं

१. ***सवयीनं चुकीची चौकशी :*** 'जैसे थे' परिस्थिती गृहीत धरण्याऐवजी ती का अस्तित्वात आहे याचा शोध घ्या. नियम आणि व्यवस्था लोकांनीच तयार केलेल्या असतात याचं तुम्हाला स्मरण होईल तेव्हा त्या बाबी म्हणजे काळ्या दगडावरची रेघ नव्हे हे तुमच्या लक्षात येईल आणि त्या कशा सुधारता येतील याचा तुम्ही विचार करू लागाल.

२. ***तुम्ही निर्माण केलेल्या कल्पनांची संख्या तिप्पट करा :*** ज्याप्रमाणे महान बेसबॉल खेळाडू सरासरीनं प्रत्येक तीन चेंडूमागे बॅटचा एक फटका लगावतो त्याप्रमाणे प्रत्येक नवी बाब शोधणारा हेलकावा खातो आणि चुकतो. म्हणूनच तुमच्या मौलिकतेला प्रोत्साहन देण्याचा उत्तम मार्ग म्हणजे अनेक कल्पना निर्माण करणं हा आहे.

३. ***स्वतःहून नव्या क्षेत्राला आपलंसं करा :*** जेव्हा तुम्ही तुमची संदर्भचौकट रुंदावता तेव्हा मौलिकतेची वृद्धी होते. त्यातील एक दृष्टिकोन म्हणजे एखादं नवं कसब शिकणं. नोबेल पारितोषिक विजेते सर्जनशील खजिन्याचा उपयोग करून चित्र रंगवणं, पियानो वाजवणं, नृत्य करणं वा शिकणं किंवा काव्याच्या प्रांतात मुशीफिरी करणं यांसारख्या कलांद्वारे स्वतःला समृद्ध करतात तसं करावं. संदर्भचौकट रुंदावण्याचा आणखी एक डावपेच म्हणजे आपल्या कामात सतत बदल करत राहणं. नवं ज्ञान व कौशल्य यांची गरज असलेल्या कामाचं प्रशिक्षण घेणं. तिसरा पर्याय म्हणजे वेगळ्या संस्कृतींची माहिती करून घेणं हा आहे. जेव्हा फॅशन डिझाइनर आपल्या देशापेक्षा वेगळ्या देशात वास्तव्य करतात तेव्हा ते अधिक नूतनीकरण करणारे बनतात. आपलं अनुभव विश्व विविधांगांनी विस्तारित करण्यासाठी परदेशात जायची गरज आहे असं अजिबात नाही. तुम्ही त्याबद्दलचं वाचन करूनही त्यात स्वतःला बुडवून घेऊ शकता.

४. ***डावपेचांची आखणी करून कामाला विलंब करणं :*** तुम्ही नवकल्पनांची निर्मिती करत असताना काम पूर्ण होण्याआधी जाणूनबुजून काम थांबवा. तातडीनं काही निर्णय घेण्याआधी किंवा लेखनप्रक्रिया चालू असताना मध्येच त्या कामातून बाजूला व्हा. अशा वेळी अधिक वेगळ्या विचारात गुंतण्याची व नव्या कल्पना सुचण्याची व त्या परिपक्व होण्याची शक्यता अधिक असते.

५. ***समवयस्कांकडून अधिक साधकबाधक मतं मिळवा :*** आपल्याच कल्पनांचं आपणच परीक्षण करणं अवघड असतं. कारण, तुम्ही इतके उत्साही असता की जर तुम्ही त्या क्षेत्रातील तज्ज्ञ नसाल तर तुमच्या दृढ निश्चयावर तुम्ही ठाम राहू शकत नाही. वैशिष्ट्यपूर्णरीत्या अतिशय गंभीरपणे कल्पनांचं मूल्यमापन करणाऱ्या आपल्या व्यवस्थापकांवरही विसंबून राहणं कठीण असतं. अतिशय अचूक समीक्षण मिळवण्यासाठी तुम्ही समवयस्कांवर अवलंबून राहू शकता. ते अतिशय संयमितपणे त्या कल्पनातील सुप्त सामर्थ्य नेमकेपणानं व तत्परतेनं दाखवतात.

(ब) मौलिक कल्पनांची अभिव्यक्ती करणं व त्यांचा प्रणेता बनणं.

६. ***तुमच्या नमुन्याच्या जोखमीतील समतोल साधा :*** जीवनात जेव्हा तुम्ही एखाद्या क्षेत्रात जोखीम स्वीकारता तेव्हा दुसऱ्या एखाद्या क्षेत्रात असाधारणपणं सावध राहून त्या जोखमीची तुम्ही भरपाई करता. दिवसभर आपली नोकरी सांभाळून उद्योगपती आपल्या कल्पनांचं परीक्षण करत असतात. म्हणून कारमेन मेदिना जेव्हा सीआयएला आंतरजालाकडं ढकलत होती तेव्हा आपल्या संरक्षण कवचातून काही बाबी फुटून बाहेर जाऊ नयेत म्हणून तिनं नोकरी स्वीकारली. अशा बाबीतून अनावश्यक जुगार टाळायला मदत होते.

७. ***आपल्या कल्पनेला पाठिंबा न देण्यासाठीची कारणमीमांसा ठसठशीतपणे मांडा :*** तिसऱ्या प्रकरणातील रुफूस ग्रिस्कॉम आठवा. आपल्या कंपनीत पैसे का गुंतवू नयेत ते त्यानं लोकांना सांगितलं. तुम्हीही हे करू शकता. तुमच्या कल्पनेतल्या सर्वांत मोठ्या कच्च्या दुव्यांच्या वर्णनानं प्रारंभ करा. नंतर त्या कल्पनेला पाठिंबा न देण्यासाठी इतर अनेक कारणांची यादी तयार करायला सांगा. त्या कल्पनेत काहीतरी गुणवत्ता आहे असं गृहीत धरून जेव्हा लोकांना आपल्या त्या बाबतच्या हरकती निर्माण करायच्या असतात तेव्हा त्यांना खूप परिश्रम करावे लागतात. त्यामुळे त्या कल्पनेतील गुणवत्तेबद्दल ते अधिक सजग राहतील.

८. ***तुमची कल्पना अधिक परिचयाची करा :*** त्या कल्पनेचं पुनःपुन्हा उच्चारण करा. त्यामुळं लोकांना अपारंपरिक कल्पना अधिक सुखावह वाटते. ती कल्पना दहा ते वीस वेळा लोकांना सांगितली जाते तेव्हा त्यावरील प्रतिक्रिया सामान्यतः अधिक सकारात्मक होतात. विशेषतः जेव्हा त्या लघू स्वरूपात व काही दिवसांच्या अंतरानं इतर कल्पनांबरोबर मिश्रण होऊन येतात त्या वेळी तुमची मौलिक संकल्पना प्रेक्षकांना परिचित असलेल्या कल्पनेबरोबर जोडली जाते तेव्हा तुम्ही ती अधिक आश्चर्यचकित करणारी बनवू शकता. जसं लायन किंगचं हस्तलिखित सिंहासकट हॅम्लेटच्या चौकटीत बसवलं गेलं त्याप्रमाणे काहीतरी करा.

९. ***वेगळ्या प्रेक्षकांसमोर बोला :*** मैत्रीपूर्ण संबंध असलेल्या व जे तुमच्या मूल्यात सहभागी होतात त्यांच्याशी बोलण्यापेक्षा जे तुमच्या पद्धती वापरतात; पण, तुमच्याशी सहमत नसतात त्यांच्या बरोबर बोला. अमेरिकन नौदलातील बेन कोलमन ह्या तरुण वैमानिकानं एक अतिशय प्रभावी, जलद निर्मिती करणाऱ्या कक्षाबाबत वरिष्ठांना आव्हान दिल्यामुळे

ज्यांच्यावर शिस्तभंगाची कारवाई होणार होती– अशा निम्न स्तरावरील अधिकाऱ्यांचा चमू तयार केला. त्यांच्यामागे पायाभूत विरोधाचा इतिहास होता आणि उद्दिष्टं जरी वेगळी असली तरी एकनिष्ठ विरोधाच्या त्यांच्या सवयी एकमेकांत गुंतल्या होत्या. ज्यांच्या तग धरून राहण्याच्या नोंदी मजबूत आहेत व समस्या सोडवण्याचे मार्ग तुमच्या मार्गाशी मिळतेजुळते आहेत ते तुमचे उत्तम मित्र असतात.

१०. ***संयत पुरोगामी बना :*** जर तुमची कल्पना अतिशय टोकाची असेल तर तिला अधिक पारंपरिक ध्येयाच्या स्वरूपात व्यक्त करा. लोकांची मनं बदलण्यापेक्षा तुम्ही त्यांच्यापाशी असलेली मूल्ये किंवा श्रद्धा यांना आवाहन करू शकता. मेरिडिथ पेरीनं ट्रान्सड्यूसरची रचना करायला सांगून आपलं त्यामागील वायरलेस ऊर्जेचं स्वप्न जसं उघड केलं नव्हतं, त्याप्रमाणे तुम्ही फसव्या साधनाचा वापर करू शकता. फ्रान्सिस विलार्डनं अल्कोहोलच्या दुष्परिणामापासून आपली घरं सुरक्षित ठेवण्यासाठी मताधिकाराची पुनर्मांडणी करून सनातनी स्त्रियांसमोर मांडली, तसं तुम्ही तुमचा प्रस्ताव अंतिम ध्येयाचं साधन म्हणून करू शकता. तुम्ही अतिशय जहाल भूमिका घेणारे म्हणून ज्ञात असाल तर मुख्य प्रभावी स्रोतापासून कमी प्रभावी स्रोताकडं जाऊ शकता. म्हणजेच अधिक मवाळ लोकांच्या हाती संस्थेची सूत्रं देऊ शकता.

(क) भावनांचं व्यवस्थापन

११. ***बांधिलकी विरुद्ध अनिश्चितता असते तेव्हा वेगळ्या प्रकारानं स्वत:मध्ये चैतन्य निर्माण करा :*** कृती करण्याचा निश्चय करता तेव्हा शिल्लक राहिलेल्या प्रगतीवर लक्ष केंद्रित करा – मधली दरी भरून काढण्याची शक्ती तुम्हाला प्राप्त होईल. जेव्हा तुमचा निर्धार डळमळतो तेव्हा तुम्ही आजपर्यंत केलेल्या प्रगतीचा विचार करा. इथपर्यंत पोहोचल्यावर तुम्ही हाती घेतलेलं कार्य सोडून देणं शक्य होईल?

१२. ***शांत होण्याचा प्रयत्न करू नका :*** जर तुमचा धीर खचला असेल तर आराम करता येणं कठीण असतं. आपली चिंता विशेष आवडीत आणि उत्साहात व तीव्र सकारात्मक भावनांत रूपांतरित करणं सोपं असतं. 'जैसे थे' परिस्थितीला उत्सुकतेनं आव्हान देण्यामागच्या कारणांचा विचार करा. परिणामी, कदाचित सकारात्मक निष्पत्ती होऊ शकेल.

१३. ***दोषी व्यक्तीवर लक्ष केंद्रित करा :*** गुन्हेगारी करणाऱ्यावर नको. अन्यायाच्या विरोधात विचार करणारा संतापाला व आक्रमकतेला वाव देतो. तुमचं व्यवधान दोषी व्यक्तीकडं वळवलं तर तुम्ही अधिक समानुभूती घेऊ शकता. त्यामुळे तुमच्या संतापाला तुम्ही विधायक दिशा दाखवू शकता. ज्यांच्यामुळे हानी पोहोचली त्यांना शिक्षा करण्याऐवजी ज्यांना हानी पोहोचली त्यांना तुमच्याकडून मदत मिळण्याची शक्यता वाढू शकते.

१४. ***तुम्ही एकटे नसता हे लक्षात घ्या :*** एखादाच दोस्त किंवा समर्थक तुमच्या इच्छा नाट्यमयरीत्या वृद्धिंगत करून कृतीत उतरवायला पुरेसा असतो. तुमच्या दूरदृष्टीवर विश्वास ठेवेल अशी एखादी व्यक्ती शोधा व दोघांनी मिळून समस्येला भिडा.

१५. ***तुम्ही पुढाकार घेतला नाही तर 'जैसे थे' परिस्थिती कायम राहील :*** असंतुष्टतेचे चार प्रतिसाद लक्षात घ्या. निघून जाणं (काढता पाय घेणं), व्यक्त होणं, चिवटपणे काम करत राहणं व दुर्लक्ष करणे. फक्त काढता पाय घेणं व व्यक्त होणं यामुळेच तुमची परिस्थिती सुधारेल. परिस्थितीवर तुमचं थोडंफार नियंत्रण असेल तर अभिव्यक्ती हा उत्तम मार्ग आहे. तसं नसेल तर तुमचा प्रभाव विस्तृत करण्याची वा त्यातून अंग काढून घेण्याची व अन्य मार्गाचा धांडोळा घेण्याची वेळ आली आहे हे ध्यानात घेणं आवश्यक आहे.

नेत्याच्या कृती :

(अ) लक्ष वेधून घेणाऱ्या मौलिक कल्पना

१. ***नावीन्यपूर्ण खेळांचं आयोजन :*** कोणत्याही विषयावर केव्हाही केलेल्या सूचनांचं स्वागत कामात व्यग्र असणाऱ्या लोकांचं लक्ष वेधून घेत नाही. नावीन्यपूर्ण खेळ मोठ्या संख्येनं अनोख्या कल्पना गोळा करण्याचं व त्यातील उत्तम कल्पना निवडण्याचं एक सक्षम साधन आहे. सूचनापेटीऐवजी एखाद्या विशिष्ट समस्येची उकल करण्यासाठी निश्चित स्वरूपाच्या कल्पनांबाबत आवाहन करा अथवा आतापर्यंत ज्यांची चाचपणी केली नाही अशा लोकांना भेटा. कर्मचाऱ्यांना त्यांचे प्रस्ताव विकसित करण्यासाठी तीन आठवड्यांची मुदत द्या. नंतर त्यांना

एकमेकांच्या कल्पनांचं मूल्यमापन करण्यास सांगा व त्यातील सर्वोत्कृष्ट मौलिक कल्पना पुढच्या फेरीत सादर करायला सांगा. विजयी झालेल्यांना निधी, एक चमू वा गट मिळेल व त्याबरोबर संबंधित मार्गदर्शन आणि आपल्या कल्पना प्रत्यक्षात उतरवण्यासाठी प्रायोजकही प्राप्त होईल.

२. ***स्वतःकडं शत्रू म्हणून पाहा :*** तातडीची निकड न भासल्यामुळे लोक अनेकदा कल्पनानिर्मितीत अपयशी ठरतात. फ्यूचर लिंकच्या प्रमुख कार्यकारी अधिकारी असलेल्या लिसा बोडेलनं केलेल्या 'किल द कंपनी' (कंपनीलाच नष्ट करा) या साधनाचा वापर करून तुम्ही तातडीची गरज निर्माण करू शकता. एखादा गट तयार करून त्यांना तासभर एकत्र वेळ घालवण्यासाठी बोलवा. व्यवसायातून संस्थेला बाहेर कसं काढायचं किंवा त्या व्यवसायातील सर्वांत लोकप्रिय उत्पादनं, सेवा वा तंत्रज्ञान यांचं कसं खच्चीकरण करता येईल यावर तातडीनं विचार करा. नंतर एक चर्चासत्र घ्या व त्यात सर्वाधिक गंभीर धोके कोणते यावर चर्चा करा. त्या धोक्यांचं रूपांतर संधीत कसं करता येईल यावर ऊहापोह करा. बचावात्मकतेकडून आक्रमकतेकडं कसं स्थलांतर करता येईल याचा विचार करा.

३. ***वेगवेगळी कामं भिन्नभिन्न पातळ्यांवर करणाऱ्या कर्मचाऱ्यांना कल्पना मांडण्यासाठी आमंत्रित करा :*** ड्रीमवर्क्स ॲनिमेशनमध्ये लेखापालांना व वकिलांनाही चित्रपटासाठी कल्पना सादर करण्याकरता प्रोत्साहित केलं जातं व त्याबाबतचं प्रशिक्षणही दिलं जातं. अशा प्रकारची सर्जनशील गुंतवणूक कामामध्ये विविध प्रकारच्या कौशल्यांची भर घालू शकते. तसंच, कर्मचाऱ्यांनाही कामात अधिक रस वाटला की संस्थेलाही अनोख्या कल्पना सापडतात. कर्मचाऱ्यांना अशा प्रकारे कल्पनांत गुंतवण्याचा आणखीही एक फायदा होतो. कल्पनानिर्मितीत सहभागी होताना ते सर्जनशील मानसिकता स्वीकारतात. त्यामुळे खोट्या नकारप्रवणतेकडे ते कमी झुकतात. त्याबरोबरच आपल्या सहकाऱ्यांच्या कल्पनांचा अधिक तारतम्यानं विचार करतात.

४. ***विरुद्ध दिवस ताब्यात ठेवा :*** मौलिक दृष्टिकोनासाठी सवड काढणं अनेकांना अनेकदा कठीण जातं. म्हणून परिषदांत वा वर्गखोलीत 'विरोधी दिवसाचं' आयोजन करणं हा माझा आवडता प्रघात आहे. कार्यकारी अधिकारी आणि विद्यार्थी गटात विभागले जातात. प्रत्येक गट सर्वांनी गृहीत धरलेली एखादी श्रद्धा किंवा एखादं ज्ञानक्षेत्र निवडतो. 'विरोधी मत

केव्हा खरं असतं?' यावर गट विचार करतो आणि त्यानंतर आपापल्या कल्पनांचं सादरीकरण केलं जातं.

५. ***प्रेम आणि द्वेष या शब्दांवर बंदी घाला :*** Do.something.org या ना नफा तत्त्वावर चालणाऱ्या कंपनीच्या प्रमुख कार्यकारी अधिकारी नॅन्सी लुब्लिन हिनं आपल्या कर्मचाऱ्यांना प्रेम, द्वेष यांसारखे शब्द वापरण्यावर बंदी घातली. कारण, अशा शब्दांतून विश्लेषण न करता नकारात्मक प्रतिसाद देणं खूप सोपं असतं. कर्मचाऱ्यांना ह्या वेब पेजऐवजी दुसऱ्याला अग्रक्रम देण्याची मुभा नव्हती. 'हे पान अधिक ठाम आहे. कारण, त्याचं शीर्षक अन्य पर्यायांपेक्षा अधिक वाचनीय आहे', अशा विधानानं कारणमीमांसा द्यावी लागत होती. अस्तित्वात असणाऱ्या कल्पना केवळ नाकारण्यापेक्षा हा पर्याय नव्या कल्पनांच्या योगदानासाठी प्रेरित करतो.

(ब) मौलिकतेच्या संस्कृतींचा इमला उभारणं

६. ***चपखल भासणारी संस्कृती भाड्यानं घेऊ नका, तर सांस्कृतिक योगदानातून ती स्वीकारा :*** जेव्हा नेते चपखल सांस्कृतिकतेला महत्त्व देतात तेव्हा समान विचारधारा असलेल्या लोकांना भाड्यानं आणतात व तिथंच त्यांचा कार्यभाग संपतो. ज्यांच्या संस्कृती परस्परांशी जुळतात त्या लोकांमधून मौलिकता निर्माण होत नाही, तर जे संस्कृती संपन्न करतात त्यांच्यामधून मौलिकता येते. मुलाखतीआधी भिन्न पार्श्वभूमी, कौशल्यांचा संच आणि व्यक्तिमत्त्वाची वैशिष्ट्ये लक्षात घ्या. या बाबी तुमच्या संस्कृतीतून सध्या नाहीशा झालेल्या आहेत. भाड्यानं घेण्याच्या प्रक्रियेत या गुणधर्मांना नंतर महत्त्व द्या.

७. ***नोकरी सोडताना मुलाखत घेण्याऐवजी कर्मचारी संस्थेत दाखल होतो तेव्हा मुलाखत घ्यायला प्रारंभ करा :*** कर्मचारी संस्था सोडून अन्यत्र जायला निघतात तोपर्यंत त्यांना कल्पना विचारण्यासाठी थांबू नये. ते प्रथम नोकरीवर येतात तेव्हाच त्यांची मर्मदृष्टी जाणून घ्यावी. कर्मचारी नव्याने येतात तेव्हाच त्यांची भेट घेतली तर आपल्याला महत्त्व दिल्याची भावना त्यांच्या मनात निर्माण होईल व नोकरीच्या कालावधीत त्यांच्याकडून अनोख्या सूचना एकत्र करता येतील. ते येथपर्यंत कसे आले व ते इथे का टिकून राहू शकतील ते त्यांना विचारा. तसंच संस्कृतीचे हेर

असल्याप्रमाणे विचार करण्याचं त्यांना आव्हान द्या. ते आपल्या आतले व बाहेरचे- ह्या परिप्रेक्ष्याचा शोध घेण्यासाठी वस्तुसंग्रहालयात ज्या पद्धती वापरतात त्यांचा वापर करतील त्याचप्रमाणे जोडीच्या मूल्यात व बळजबरीच्या मूल्यातील सुप्त सामर्थ्य ओळखतील.

८. ***समस्या विचारा, तोडगे नकोत :*** जर लोक तोडग्याची घाई करू लागले तर चौकशीपेक्षा अधिक पाठिंबा तुम्ही देऊ लागलात तर त्या खोलीतील रुंदावलेली ज्ञानकक्षा संपुष्टात येईल. ब्रिजवॉटरचा वादग्रस्त प्रश्न अनुसरून तुम्ही तेथील विविध गटांसाठी समस्या अधोरेखित करणारा एक खुला दस्तऐवज तयार करून त्यांच्या समोर ठेवू शकता. ते गट तो पाहू शकतील. त्या समस्यांचं पुनर्परीक्षण करण्यासाठी महिन्याच्या करारावर एकत्र आणून कोणत्या समस्या सोडवण्यायोग्य आहेत याची त्यांना निश्चिती करता येईल.

९. ***दुष्प्रवृत्तीचा पुरस्कार करणाऱ्यांना थांबवा आणि त्यांचं समूळ उच्चाटन करण्यास प्रारंभ करा :*** चुकीची असली तरी विरोधी मते उपयुक्त असतात. मात्र, ती अस्सल व सातत्यपूर्ण असली तरच प्रभावी ठरतात. दुष्ट प्रवृत्तीच्या लोकांना काम देण्याऐवजी ज्यांची मते खरोखरच अल्पसंख्य आहेत अशा लोकांना हुडकून काढा व त्यांना आपला दृष्टिकोन सादर करण्यास सांगा. असे लोक शोधण्यासाठी - ओळखण्यासाठी माहिती व्यवस्थापक नेमण्याचा प्रयत्न करा. चमूचे सदस्य शोधण्यासाठी एखाद्यावर जबाबदारी सोपवा. त्यांना एकत्रितपणे भेटण्याआधी वैयक्तिकरीत्या त्यांना काय माहीत आहे हे जाणून घ्या.

१०. ***टीकेचं स्वागत करा :*** जे तुम्ही शिकवता ते अमलात आणलं नाही तर विरोधी मताला प्रोत्साहन देणं कठीण जातं. जेव्हा रे डेलिनोला एका महत्त्वाच्या सभेतील आपल्या कृतीची चिकित्सा करणारी ईमेल मिळाली तेव्हा त्या ईमेलची नक्कल करून त्यानं ती कंपनीला पाठवून नकारात्मक मताचा आपण आदर करतो हा संदेश त्याद्वारे कंपनीला धाडला. जाहीररीत्या तुम्ही कर्मचाऱ्यांना टीका करायला - दोष हुडकून काढायला निमंत्रित करून त्यांच्या लोकप्रिय नसलेल्या कल्पनांची अधिक मोकळेपणानं देवाणघेवाण करण्याची प्रथा सुरू करू शकता.

_पालक व शिक्षक यांच्यासाठी कृती :_

१. ***मुलांची आदर्श प्रतिमानं कोणती आहेत ते मुलांना विचारा :*** मुलं जेव्हा मौलिकाच्या दृष्टीनं समस्येकडे पाहतात तेव्हा त्यांना मुक्तपणानं ती सोडवण्यासाठी पुढाकार घ्यावासा वाटतो. आपल्या कुटुंबात व शाळेत कोणती सुधारणा करायला आवडेल ते मुलांना विचारा. नंतर मुलांना असामान्यतः सर्जनशील, आदरणीय व शोधक वृत्तीची वा कल्पक वाटणारी खरी व्यक्ती वा वाङ्मयीन पात्रं निश्चित करायला सांगा. अशा परिस्थितीत ती व्यक्ती काय करील हे विचारा.

२. ***उत्तम वर्तनाची नैतिक पात्रांबरोबर सांगड घाला :*** बरेचसे पालक व शिक्षक साहाय्य करणाऱ्या कृतीची प्रशंसा करतात; परंतु साहाय्यक बनल्याबद्दल त्यांची स्तुती केली जाते तेव्हा ते अधिक मोकळे होतात. तो त्यांच्या निजखुणेचा एक भाग बनतो. एखादं मूल चांगलं काम करताना तुम्ही पाहिलंत तर 'तू चांगली व्यक्ती आहेस कारण...' असं त्याला सांगण्याचा प्रयत्न करा. जेव्हा मुलांना नैतिक व्यक्ती व्हा, असं सांगितलं जातं तेव्हा ती अधिक नैतिक होतात – त्यांना स्वतःची एक निजखूण हवी असते. जेव्हा एखादं खेळणं दुसऱ्याला वापरू दे, असं सांगायचं असतं तेव्हा तू त्याला हे खेळायला देशील का असं विचारण्याऐवजी ''तुला यात भागीदार असला तर चालेल का?'' असं विचारा.

३. ***अयोग्य वर्तनाचे इतरांवर कोणते दुष्परिणाम होतात ते स्पष्ट करा :*** जेव्हा मुलं अयोग्य वर्तन करतात तेव्हा त्यांच्या कृती दुसऱ्यांना कशा त्रासदायक होतात ते त्यांच्या लक्षात आणून देण्यासाठी त्यांना मदत करण्याची गरज असते. 'तुझ्या अशा वर्तनामुळे तिला काय वाटलं असेल?' असा प्रश्न विचारल्यावर इतरांवर होणाऱ्या नकारात्मक परिणामाचा विचार मुलं करतात व साहजिकच समानानुभूती आणि अपराधी असल्याची भावना त्यांच्या मनात निर्माण होते. ही बाब योग्य वर्तनासाठी व भविष्यातही अशा कृती टाळण्यासाठी त्यांना सतत प्रेरणा देते.

४. ***नियमांपेक्षा मूल्यांचं महत्त्व मनावर ठसवा :*** नियमांनी घातलेल्या मर्यादा मुलांना जगाबाबतचा निश्चित दृष्टिकोन स्वीकारायला शिकवतात. मूल्ये मुलांना आपसूक ती तत्त्वे आत्मसात करायला प्रोत्साहन देतात. जेव्हा तुम्ही मानकांबद्दल बोलता तेव्हा नरसंहारापासून वाचवणाऱ्या पालकांप्रमाणे काही आदर्श तुम्हाला महत्त्वाचे का वाटतात याचं वर्णन करा आणि नंतर ते का महत्त्वाचे आहेत याबाबत मुलांकडे विचारणा करा.

५. ***ध्यास घ्यावा अशा अनोख्या संधी निर्माण करा :*** पारंपरिक संधी जेव्हा त्यांच्यासाठी बंद होतात तेव्हा उशिरा जन्माला येणारे अधिक मौलिक संधींचा शोध घेतात. त्याचप्रमाणे नवीन संधी शोधून काढण्यासाठी मुलांना साहाय्य करण्याचे मार्ग आहेत. जिगसॉ वर्गखोलीचं तंत्र हा माझा सर्वांत आवडता मार्ग आहे. एखाद्या गट-प्रकल्पासाठी विद्यार्थ्यांना एकत्र आणा. प्रत्येक गटाकडे प्रकल्पाचा एकेक अनोखा भाग सोपवा. उदा., एलिनॉर रुझवेल्टच्या जीवनावरील पुस्तकाचा वृत्तान्त लिहिण्याचा प्रकल्प घ्या. एक जण तिच्या बालपणातील माहिती गोळा करील. दुसरा तिच्या पौगंडावस्थेतील काळाबद्दलचं वर्णन करील आणि तिसरा तिनं स्त्रीवादी चळवळीत पार पाडलेल्या भूमिकेबद्दलची माहिती जमवील. पूर्वग्रह वा अकारण वाटणारा द्वेष यामुळे कमी होतो असा संशोधनाचा निष्कर्ष आहे. एकमेकांच्या वैशिष्ट्यपूर्ण बलस्थानाचं मूल्य ओळखायला विद्यार्थी शिकतात. त्याचबरोबर गटाच्या विचारात वाहून जाण्याऐवजी मूळ कल्पनांचा विचार करायला त्यांना अवसर मिळतो. अनोखी विचारसरणी संधी अधिक समृद्ध करण्यासाठी विद्यार्थ्यांना संदर्भचौकटही बदलण्यास सांगता येईल. रुझवेल्टबाई जर चीनमध्ये जन्माला आल्या असत्या तर त्यांचं बालपण कोणत्या वेगळ्या परिस्थितीत गेलं असतं? त्या वातावरणात त्यांनी कोणता संघर्ष करायचं ठरवलं असतं?

ऋणनिर्देश

पुस्तकलेखन हा दुसऱ्या वेळचा वेगळाच अनुभव होता. ह्या वेळी मी १०३,००० शब्द फेकून दिले नाहीत व नव्याने शून्यातून प्रारंभ केला नाही. तरीही कोणीतरी खरोखर मी लिहिलेलं पुस्तक कदाचित वाचेल याबाबत मी अधिक तल्लखपणे सजग होतो. त्यामुळे माझ्या आवडीचा मला दुसऱ्यांदा विचार करण्यास अवधी मिळाला. ॲलिसन या माझ्या पत्नीकडे मौलिकता आणि गुणवत्ता (तिचं घ्राणेंद्रिय जंगली मांजरासारखं तीक्ष्ण आहे) ओळखण्याची स्वाभाविक क्षमता आहे. केव्हातरी, काहीतरी मार्ग बंद करणारं व सुकी या भयपटातील भीतिदायक प्रसंगासारखं असतं. अशा वेळी स्वीकारलेला मार्ग योग्य आहे हे तिच्या लगेच लक्षात येतं. तिच्याशिवाय माझ्या लेखनातील रंजकता लक्षणीयरीत्या कमी होईल. ती चिकाटीनं प्रत्येक कल्पनेबद्दल माझ्याशी बोलते. प्रत्येक प्रकरणाचा पहिला मसुदा प्रेमानं व आनंदानं वाचते आणि अतिशय कौशल्यानं समर्पक शब्द योजून काही विभागांची ती पुनर्मांडणी करते. तिची मानकं आवश्यक तितकी सर्वोच्च दर्जाची असतात. जेव्हा ती समाधानी असते तेव्हा मीही समाधानी असतो. लेखक व वाचक म्हणून असलेल्या तिच्या असोशीखेरीज आणि पत्नी व आई म्हणून तिच्या आकलनाखेरीज हे पुस्तक तयारच झालं नसतं.

पुस्तकलेखनाच्या प्रत्येक टप्प्यावर समजुतदारपणे सल्ला देणाऱ्या आणि या पुस्तकासाठी कल्पना विकसित करण्यासाठी अनिवार्यपणे मदत देणारा माझा अभिकर्ता (एजंट) रिचर्ड पाईन खराखुरा मौलिक आहे. रिक कॉटबरोबर काम करणं हे मेजवानीचा आनंद लुटण्यासारखं असतं. तो केवळ संपादक नाही, तर त्यापेक्षा अधिक काहीतरी त्याच्यात आहे. पुस्तकाचा आशय अधिक समृद्ध करून त्याला विशेष डौल प्राप्त करून देण्याबरोबरच वैज्ञानिक समृद्धता आणि रचनेत वैचारिक सफाईदारपणा आणण्यासाठी त्यानं जणू त्याचंच पुस्तक असल्यासारखे मनापासून प्रयत्न केले.

शेरिल सँडबर्गनं पुस्तकातील शब्दन्‌शब्द काळजीपूर्वक वाचून त्यातील तर्कसंगती, शैली यांबद्दल व्यावहारिक सल्ला देऊन पुस्तक नाट्यमयरीत्या अधिक सुरेख बनवलं. तिनं माझ्या कल्पनेपलीकडं जाऊन खूप मोठं योगदान पुस्तकासाठी देऊ केलं आहे. जस्टिन बर्गनं अनेक प्रकरणांचे अगणित मसुदे व संभाषणं चिकाटीनं वाचली आणि कथन व मुख्य विषयाला अनेक सर्जनशील स्फुलिंग पुरवून त्यात सुधारणा केली. रेब रिबेलनं पहिला संपूर्ण मसुदा वाचून महत्त्वाचे व गहन प्रश्न उभे केले. तसंच, संकल्पना व लेखनाबाबतीत तज्ज्ञासारखं मार्गदर्शन केलं. डॅन पिंकनं काळवेळ व सूक्ष्म भेदातील आत्ममग्नतेची आठवण करून देणाऱ्या प्रकरणांच्या सूचनेसाठी अनेक मदतनीस घेतले आणि सर्वाधिक चित्ताकर्षक लोकांच्या छबीशी माझा परिचय करून दिला.

अलेक्सिस हर्ले, एलिझा रॉथस्टीन आणि इंकवेलच्या चमूबरोबर काम करण्याचं भाग्य मला लाभलं. तसंच व्हायकिंग येथील जीव तोडून काम करणाऱ्या अन्य गटाबरोबर विशेषतः कॅरोलिन कोलबर्ग, क्रिस्टिन मॅटझेन आणि लिंडसे प्रिव्हेट्टी यांच्या बरोबर प्रकाशनाच्या क्षेत्रात काम काम करण्याची संधी मिळाली. संपादनाच्या क्षेत्रात जेन कॅव्होलिना, दिएगो न्यूनेझ आणि जेनेट विल्यम्स यांच्या बरोबर काम केलं. पीट गार्सिया, याकूब गोजदा, रोझेने सेरा आणि एलिसा थिओडोर यांनी पुस्तकांतर्गत सजावट व पुस्तकाचं वेष्टन केलं. सर्व्हे मंकी येथील योन कोहेन आणि सारा चो यांनी अतिशय आनंदानं, जलद गतीनं आणि प्रभावी काम केलं. तसंच, सर्वेक्षण व सजावट करण्यात त्यांनी हातचं काही राखून ठेवलं नाही. त्यांच्यामुळे विविध उपशीर्षकांची चाचणी आम्हाला करता आली. त्याचप्रमाणे वेष्टनाची रचना आणि संकल्पना याबाबतची मते गोळा करता आली.

व्हार्टन येथील सहकाऱ्यांचा समुदाय, विशेषतः सायगल बार्सडे ड्र्यू कार्टन, समीर नूर मोहमद आणि नान्सी रॉथबार्ड यांनी बहुमोल सहकार्य केलं. जबरदस्त उत्साह दाखवल्याबद्दल इम्पॅक्ट लॅब व लिंडसे मिलर यांचे खास आभार. जेफ गॅरेट, माईक गिबन्स, ॲमी गटमन, डॅन लेव्हिन्थाल आणि निकोलाज सिगेलक्लो यांचा या प्रकल्पाला खूपच फायदा झाला. ह्या पुस्तकात ज्यांचा उल्लेख केला आहे किंवा ज्यांच्या ओळखवजा रूपरेषा रेखाटल्या आहेत व ज्यांच्या मर्मदृष्टीचा उपयोग झाला त्या जेनिफर आकेर, टेरेसा अमाबाईल, निको कॅनर, रोझान कॅश, ख्रिस्तिन चोई, केट ड्रेन, लिसा गेवेलबर, डेव्हिड हॉनिक, टॉम ह्यूम, जिम्मी काल्ट्रेडर, डॅफने कोलर, जॉन मायकेल, अँड्र्यू नग, बॉबी टर्नर आणि लॉरेन झालाझ्निक या सर्वांचे मनःपूर्वक आभार.

उदाहरणे व विविध कथा शोधून काढणाऱ्या जोश बर्मन, जेस्सी बेरॉटी, वेंडी द ला रोझा, प्रीती जोशी, स्टॅसी कॅलिश, व्हिक्टोरिया साकाल, जेनी वँग यांच्या कामाचं मी कौतुक करतो. तसंच, प्रकरणांच्या मसुद्यावर सतत साधकबाधक विचार

मांडणाऱ्या जेम्स ॲन, सारा कॉफ, केल्सी ग्लिवा, निकोल ग्रॅनेट, शोल्मो क्लॅपर, निक लोब्युग्लिओ, केसी मूर, निकोल पोलॉक, ज्यूलिआना पिल्मर, श्रेयस राघवन, ॲना रिगार्ट, एरिक शापिरो, जेकब ट्यूप्लर, डॅनिअल टसिंग आणि किंबर्ले याओ यांचेही मनःपूर्वक आभार मानतो.

मौलिकांबद्दलच्या संभाषणांना चालना दिल्याबद्दल मी सू ॲशफोर्ड, कॅरोलिन, बार्लेरिन, किप ब्रॅडफोर्ड, डॅनिअल सेलेरमाजेर, ॲनिकेन डे, कॅथीन डेकास, लिसा डॉनचेक, अँजेला डकवर्थ, जेन ड्यूटन, ॲना फ्रेझर, माल्कम ग्लॅडवेल, मार्क ग्रॉसमन, सार गुर, ज्यूली हॅना, एमिली हंट, करिन, क्लीन, जोश कोपलमन, स्टीफनी लँड्री, एलेन लांगर, रायन लिर्विक, डेव लेविन, तामर लिसबोना, ब्रायन लिटल, नॅन्सी लूब्लिन, जोशुआ मार्कुस, कॅड मॅसी, डेब मिल्स-स्कोफिल्ड, सिएन पार्कर, मेरिडिथ पेट्रिन, फेब पोर्ट, रिक प्राईस, बेन रॅट्रे, फ्रेड रोझेन, स्पेन्सर शार्फ, नेल स्कोवेल, स्कॉट सेरमन, फिल्ड टेडलॉक, कोलीन टकर, जीन राईट आणि अँमी रेझेनवस्की, या सर्वांचे मी मनःपूर्वक आभार मानतो. (आणि हो, स्टॅसी आणि केविन ब्रँड यांनी हा ऋणनिर्देश लिहिण्याची विनंती केल्याबद्दल त्यांचेही आभार.)

माझ्या कुटुंबातील अनेक सदस्यांनी प्रकल्पाच्या या ना त्या टप्प्यावर मौलिकतेला प्रोत्साहन दिलं वा आकार दिला. त्यामध्ये सुसान आणि मार्क हे माझे पालक, माझी बहीण ट्रासी, मरियन व जय ग्रँट हे माझे आजीआजोबा आणि दिवंगत फ्लॉरेन्स आणि पॉल बोरॉक यांचा आणि माझे सासू-सासरे ॲड्रिन व नील स्वीट यांचा समावेश आहे.

जोआन्ना, एलेना आणि हेन्री ही आमची मुलं म्हणजे माझं विश्व आहे. त्यांनी या पुस्तकाबाबत मला वेगळा विचार करायला लावला. मौलिक होण्यासाठी प्रौढांनी शिकण्यात कमी वेळ व शिकलेलं पुसून टाकण्यात अधिक वेळ घालवला पाहिजे हे त्यांनी मला शिकवलं. त्याचबरोबर हे जग त्यांच्यासाठी अधिक चांगलं बनवण्याच्या इच्छा बाळगताना जनरीतीला कमीतकमी अनुसरून वागण्यासाठी त्यांच्याकडून मला प्रेरणा मिळाली.

अनुवादक मनोगत

केशवराव जेधे यांचे चरित्र य. दि. फडके यांनी लिहिले होते. श्रीविद्या प्रकाशनाने त्याची पहिली आवृत्ती १९८२ साली प्रकाशित केली होती. त्यानंतर सुमारे चाळीस वर्षांनी देशभक्त केशवराव जेधे फाउंडेशनने त्याची दुसरी आवृत्ती २०२१ साली प्रकाशित केली. त्या संदर्भात प्राथमिक बोलणी करत असताना श्री. चेतन कोळी यांच्याशी परिचय झाला, तेव्हा त्यांनी मंजुल प्रकाशनासाठी 'ओरिजिनल्सचा अनुवाद कराल का' असं विचारलं. ते पुस्तक वाचल्यावर मी माझा होकार कळवला. आधी हाती घेतलेली कामे पूर्ण करून या पुस्तकाच्या अनुवादाचे काम हाती घेतले. हे पुस्तक वाचताना जितके सोपे वाटते तितके ते अनुवाद करायला वाटत नाही. या पुस्तकात जगभरच्या विविध देशातल्या अनोख्या व्यक्तींच्या अजब कहाण्या वाचायला मिळतात, तसेच त्यांच्या यशापयशाचा विविध दृष्टिकोनातून मांडलेला लेखाजोखाही वाचकांसमोर उलगडला जातो. ते सगळं वाचून कधी कधी आश्चर्यचकित व्हायला होतं आणि अनुवादाचं काम कंटाळवाणं वाटत नाही.

या पुस्तकाचा अनुवाद करताना काही ठिकाणी अडखळायला झालं, तेव्हा माझी मुलगी डॉ. ऊर्मिला हिने मदतीचा हात पुढे केला. पुस्तकातील बेसबॉलच्या खेळाचे उल्लेख समजून घेण्यासाठी डॉ. श्रीरंग पुरोहित यांची मदत झाली. या दोघांचीही मी मनापासून आभारी आहे.

आजपर्यंत मी दहाएक पुस्तकांचे अनुवाद केले आहेत. त्यात मोतीलाल व जवाहरलाल, ॲडमिनिस्ट्रेटिव्ह थिंकर्स, सेपिअन्स, जनता प्रयोग खंड एक व दोन इ. तसेच अनेक कथांचे अनुवाद केले आहेत. त्या कथा 'मुक्त शब्द', 'मिळून साऱ्याजणी', 'पुरुष उवाच', 'वयम्' यांसारख्या मासिकांतून प्रसिद्ध झाल्या आहेत.

आता हे नवे अनुवादित पुस्तक 'ओरिजिनल्स' मंजुल प्रकाशनातर्फे प्रकाशित होत आहे. त्याबद्दल मंजुल प्रकाशन व त्यांचे मराठी विभागाचे व्यवस्थापक श्री. चेतन कोळी यांचेही मनापासून आभार.

– वासंती फडके